ஜெயலலிதா:
மனமும் மாயையும்

இந்நூலில் மேற்கொள்ளப்பட வேண்டிய திருத்தங்களைச் சுட்டிக்காட்டிய
ஸ்டாலின் ராஜாங்கம் மற்றும் கதிர்
ஆகியோருக்கு நன்றி

ஜெயலலிதா:
மனமும் மாயையும்
வாஸந்தி (பி. 1941)

தமிழ்ப் படைப்பாளர். தமிழிலும் ஆங்கிலத்திலும் எழுதும் பத்திரிகையாளர். எட்டு ஆண்டுகள் தமிழ் *இந்தியா டுடேயின்* ஆசிரியர். இவருடைய படைப்புகள் மலையாளம், இந்தி, தெலுங்கு, ஆங்கிலம், நார்வேஜியன், செக், டச்சு மொழிகளுக்கு மொழிபெயர்க்கப்பட்டுள்ளன. அவருடைய இரண்டு நாவல்கள் மலையாளத்தில் திரைப்படமாகியுள்ளன. தமிழக அரசியல் பற்றியும் ஜெயலலிதா பற்றியும் அவர் எழுதிய நூல்கள் ஆங்கிலத்தில் பிரசுரிக்கப்பட்டுள்ளன. *இந்தியா டுடே, நியூ இந்தியன் எக்ஸ்பிரஸ், டெக்கான் ஹெரால்ட், தி வீக்* போன்ற நாளிதழ்களிலும் வார இதழ்களிலும் அவருடைய கட்டுரைகள் வெளியாகியுள்ளன.

● அன்பார்ந்த வாசகருக்கு,

வணக்கம்.

காலச்சுவடு நூலை வாங்கியமைக்கு நன்றி.

நூலின் உள்ளடக்கம், உருவாக்கம், அட்டைப்படம் இன்ன பிற அம்சங்கள் பற்றிய உங்கள் கருத்துகளையும் ஆலோசனைகளையும் காலச்சுவடு வரவேற்கிறது. தகவல், எழுத்து, வாக்கியப் பிழைகள் தென்பட்டால் அவசியம் தெரிவித்து உதவுங்கள். நூல் தயாரிப்பில் கடும் குறைபாடு இருப்பின் மாற்றுப் பிரதி உங்களுக்குக் கிடைக்கக் காலச்சுவடு ஏற்பாடு செய்யும்.

மின்னஞ்சல்: publisher@kalachuvadu.com

காலச்சுவடு நாகர்கோவில் அலுவலகத்திற்குக் கடிதம் அனுப்பலாம்.

தங்கள்
எஸ்.ஆர். சுந்தரம் (கண்ணன்)
பதிப்பாளர் — நிர்வாக இயக்குநர்

Unauthorised use of the contents of this published book, whether in e-book or hardcopy format, for any type of Artificial Intelligence (AI) training — including but not limited to Machine Learning, Deep Learning, Natural Language Processing, Computer Vision, Chatbot Training, Image Recognition Systems, Recommendation Engines, and Language Models — is strictly prohibited without prior licensing from the publisher. Any such unauthorised use may result in legal action.

வாஸந்தி

ஜெயலலிதா:
மனமும் மாயையும்

காலச்சுவடு பதிப்பகம்

ஜெயலலிதா: மனமும் மாயையும் ❖ வாழ்க்கை வரலாறு ❖ ஆசிரியர்: வாஸந்தி ❖
© வாஸந்தி ❖ முதல் பதிப்பு: ஜனவரி 2018, எட்டாம் பதிப்பு: ஆகஸ்ட் 2025 ❖
வெளியீடு: காலச்சுவடு பப்ளிகேஷன்ஸ் (பி) லிட்., 669, கே.பி. சாலை,
நாகர்கோவில் 629001

Jeyalalitaa manamum maayaiyum ❖ Biograbhy ❖ Author: Vaasanti ❖
© Vaasanti ❖ Language: Tamil ❖ First Edition: January 2018, Eighth
Edition: August 2025 ❖ Size: Demy 1 x 8 ❖ Paper: 18.6 kg maplitho ❖
Pages: 344

Published by Kalachuvadu Publications Pvt. Ltd., 669 K.P. Road,
Nagercoil 629001, India ❖ Phone: 91-4652-278525 ❖ e-mail: publications
@kalachuvadu.com ❖ Printed at Manipal Technologies Limited,
Manipal 576104, Karnataka

ISBN: 978-93-86820-46-4

08/2025/S.No. 827, kcp 5920, 18.6 (8) uss

முன்னுரை

நம்பமுடியாத ஆளுமையின் கதை

மறைந்த முன்னாள் முதலமைச்சர் ஜெயலலிதாவைப் போன்ற வசீகர ஆளுமையை இந்தியாவின் எந்த மாநிலத்திலும் எவரும் கண்டதில்லை. பதவியில் இல்லாத காலத்திலும் அவர் தலைமை வகித்த அனைத்திந்திய அண்ணா திராவிட முன்னேற்றக் கழகத்தின் மீதான பிடி தளராமல் மிகச் சக்திவாய்ந்தவராக யாரும் அணுக முடியாதவராக இருந்தார். அவரது தொண்டர்கள் அவரைக் கடவுள் என்றார்கள். ஜெயித்தபோதெல்லாம் பெரும்பான்மை பலத்துடன் ஆட்சியைப் பிடித்தார். சர்வாதிகாரியாகச் செயல்படுவது அவரது இயல்பாக இருந்தது. அமைச்சர்கள் அவரது நிழலுக்கும் தலை வணங்கினார்கள். அவரது வசீகரத்தால் மட்டுமே கட்சி திரும்பத்திரும்ப ஆட்சிக்கு வந்தது என்று அவர்களுக்குத் தெரியும். அதுவே ஜெயலலிதாவின் பலம். வசீகரமானது மட்டுமல்ல, சிக்கலான புதிரான ஆளுமை அவர். அவரது வரலாற்றை எழுதத் துணிவது ஐந்து பார்வையற்றவர்கள் யானையை வர்ணிக்க முயன்ற கதையாகத்தான் இருக்கும். இருந்தும் ஜெயலலிதாவின் கதை ஒரு புனைகதையை விட ஆச்சரியமான திருப்பங்களைக் கொண்டது. எழுபதுகளின் சினிமா உலகில் கவர்ச்சிக் கதாநாயகி யாகப் புகழ் பெற்ற நடிகை பின்னாளில் ஆண் ஆதிக்கம் மிக்க தமிழக அரசியலில் பலம்

பொருந்திய கண்டிப்பு மிகுந்த அரசியல் தலைவியாக மாறிய வரலாறு பிரமிக்கவைப்பது. அது பல காரணங்களுக்காகச் சொல்லப்படவேண்டியது. நான் ஒரு பத்திரிக்கையாளரின் பார்வையில் அவரைப் புரிந்துகொள்ள முயன்றிருக்கிறேன்.

எனது எழுத்துப்பணியில் நான் மேற்கொண்ட மிகக் கடினமான முயற்சி இது என்று சொல்லத் தேவை இல்லை. ஜெயலலிதா பத்திரிக்கைத் துறையை நம்பியதில்லை. அவர் நாடாளுமன்ற உறுப்பினராக தில்லியில் இருந்தபோது நான் பேட்டி கண்டிருக்கிறேன். பிறகு அவர் ஆட்சியிலிருந்த காலங்களில் நான் சென்னையில் *இந்தியா டுடே* தமிழ்ப் பதிப்பின் ஆசிரியையாகப் பணியாற்றியபோது பலமுறை பேட்டிகாண முயன்றிருக்கிறேன். பதிலே வராது. அவரே எழுதியிருக்கும் பாதியில் நிறுத்தப்பட்ட வாழ்க்கைக் குறிப்புகளைத் தவிர அவரைப்பற்றின வரலாற்றுப்பதிவு ஏதுமில்லை.

அவருக்கு எதிராகப் பல சமூகக் காரணங்கள் இருந்தன—அவர் பெண்; முன்னாள் நடிகை. அவர் பிராமணக் குலத்தைச் சேர்ந்தவர். இப்படிப்பட்ட பின்புலத்தைக் கொண்டவர் ஆணாதிக்கம் மிக்க தமிழ்த் திரையுலகத்தில், திராவிட இயக்கச் சித்தாந்தத்தின் நீட்சியாகப் பிறந்த கட்சி அரசியல் களத்தில் அவரது முன்னேற்றத்துக்கு முட்டுக்கட்டை போட்டுவந்த அரசியல் ஜாம்பவான்களை எதிர்த்து அந்தப் பெண்மணி ஒற்றையாக எப்படி ஜெயித்தார்? எப்படி நான்குமுறை மக்களால் தேர்ந்தெடுக்கப்பட்ட முதல்வரானார்? அவர் உயிருடன் இருந்தவரை திராவிட முன்னேற்றக் கழகத்தின் பெரும் தலைவரான மு. கருணாநிதிக்கு எப்படி அச்சுறுத்தலாகவே இருந்தார்?

சலனங்கள் மிகுந்த அவரது இளமைப்பருவம், படிப்பில் ஜெயலலிதாவுக்கு இருந்த திறமை, மேல் படிப்புக்குச் செல்ல அவருக்கு இருந்த ஆர்வம் நிறைவேறமுடியாதபடி இஷ்டமில்லாமல் சினிமாவில் சேர நேர்ந்தது, அவரது அப்பழுக்கற்ற ஆங்கிலம், அவரது நிறைவேறாத காதல், எம்ஜிஆருடன் அவருக்கு இருந்த சிக்கலான உறவு, சசிகலாவுடனான அவரது தோழமை இவை யெல்லாம் நிறைய பேசப்பட்ட விஷயங்கள். அதேபோல அவரது ஆணவம், மூர்க்கமான கோபம், எதிர்ப்பை மன்னிக்காத பழி வாங்கும் குணம் பிரசித்தமானவை. அவரது தனிமை உணர்வு, அடிமனத்தின் கோபம், பட்ட அவமானங்கள் அவரது செயல்களுக்குப் பின்னால் இருந்தன. அவருடன் படித்த தோழிகள், அவருடன் பணியாற்றியவர்கள், அவருடன் நெருக்கமாக இருந்தவர்கள், அவரே எழுதிய குறிப்புகள், எனக்குக் கிடைத்த பல்வேறு விவரங்கள் ஆகியவற்றை ஆய்ந்து அலசியதில் ஒரு விஷயம் புரிந்தது; இந்திய ஆண்சார்ந்த அரசியலில் ஒரு

பெண் உயர்நிலைக்கு வருவது எத்தனை சிரமம் என்பது? அதுமட்டுமல்ல, அத்தகைய சூழலில் தன்னை இருத்திக்கொள்ள ஒரு பெண் எப்படித் தன்னையே மாற்றிக்கொள்வாள் என்பதையும் ஜெயலலிதாவின் வாழ்க்கை பிரதிபலிப்பதாகப் படுகிறது.

இந்தப் பணியைச் செய்ய உதவியவர்களுக்கெல்லாம் எனது நன்றி.

காலச்சுவடு பதிப்பகம் இந்நூலைத் தமிழ் வாசகர்களுக்குக் கொண்டுசெல்வது எனக்கு மிகுந்த மகிழ்ச்சியைத் தருகிறது.

காலச்சுவடுக்கு எனது நன்றி.

சென்னை **வாஸந்தி**
4 ஜனவரி 2018

பாகம் I

1

அவரது ஆழ்மனத்து அந்தகாரக் குகைகளில் பதிந்திருந்த நினைவு அது. குழந்தைப் பருவத்து நினைவு, சித்திரம்போல மிகத் தெளிவாக அடிக்கடி கண்ணிற்கு முன் காட்சி அளிப்பது எப்படி என்று அவர் அதிசயிப்பார்; சோகச் சித்திரம்; அதனால்தான் அழியவில்லையோ என்னவோ.

கரிய இருள் போர்த்தியிருக்கிறது. இனம்புரியாத கனம் சூழ்ந்த இருள். அம்மாவின் அழகிய முகத்தில் சோகம் கண்ணீராய்க் கன்னங்களில் கோடிட்டிருக்கிறது. யாரோ லாந்தர் விளக்கைப் பிடித்தபடி நிற்கிறார்கள். முன் வாசலில் கருப்புநிற வண்டி. அதன் பின் கதவு திறந்திருக்கிறது. அதனுள் ஓர் உடல் வெள்ளைத் துணியால் போர்த்தப்பட்டிருக்கிறது. உடல் கொண்டுவரப்பட்டதா அல்லது வெளியே செல்ல இருக்கிறதா என்று தெளிவாகத் தெரியவில்லை. அவர், அம்மு, ஒன்றும் புரியாமல் கண்கள் விரிய அம்மாவின் இடுப்பில் மார்புச் சீலையைப் பற்றியபடி அமர்ந்திருக்கிறார். அம்மா சிவப்பு நிறத்தில் பூபோட்ட வாயில் புடவை அணிந்திருந்தாள். எப்படி அத்தனைத் துல்லியமாக நினைவிருக்கிறது?

தந்தை ஜெயராமனின் இறந்த சடலத்தை வீட்டுக்கு எடுத்துவந்தபோது ஜெயலலிதாவுக்கு இரண்டு வயதுகூட நிரம்பியிருக்கவில்லை. ஆனால் அதிசயமாக அன்றைய நினைவு வெகு காலத்துக்கு – அவரது வாழ்வு பல திருப்பங்களை, மாற்றங்களைச் சந்தித்த பிறகும் தேங்கி நின்றது;

அவரது பதின் வயதுகளில் மனத்தைத் துன்புறுத்திற்று. தந்தையின் மரணம் இயல்பானது இல்லை என்று உணர்ந்திருந்தது அதன் காரணமாக இருக்கக்கூடும். தந்தை தற்கொலை செய்துகொண்டிருப்பார் என்கிற எண்ணமும் அதற்கான காரணங்களைப் பற்றின விசாரமும் அவர் செய்தது சரியா தவறா என்ற தத்துவார்த்தக் கேள்வியும் அவரை எல்லா பருவங்களிலும் அலைக்கழித்தவண்ணம் இருந்தன. செவியருகில் வந்து வாழ்க்கைக் கடினமானது, மரணம் சுலபமானது என்று கிசுகிசுத்தது. தான் அறிந்திராத தந்தை உயிரைத் துறக்கும் அளவுக்கு ஒரு கோழை என்று ஏற்க மனசு ஒப்பவில்லை. அப்பாவுக்கு என்ன வேதனை இருந்ததோ? தற்கொலை செய்துகொள்பவர்கள் கோழைகள் அல்ல; உண்மையில் உயிரை மாய்த்துக்கொள்ளும் முடிவுக்கு வர மிகுந்த துணிச்சல் தேவை. அவர் தனது அனுபவத்தில் அதை உணர்ந்தவர். மன உலைச்சல் மிகுதியில் அம்மு பலமுறை தற்கொலை செய்துகொள்ள முயற்சி செய்திருக்கிறார். விசித்திரமாக ஒவ்வொரு முறையும் பிழைத்தார். தற்கொலை முடிவுக்கு வருவதற்கு முன் எத்தனை பயம் என்பது அவருக்கு மட்டுமே தெரியும். எல்லோருக்கும் உயிர் வாழவேண்டும் என்றுதான் ஆசை. எழுபதுகளில் – *(78–79) குமுதம்* வார இதழில் 24 வாரங்கள் எழுதிய 'மனம் திறந்து சொல்கிறேன்' என்ற தனது வாழ்க்கைக்குறிப்பில் தற்கொலைக்குத் தள்ளப்படும் சூழலைப்பற்றி வருகிறது. 'ஒரு பெண்ணின் உதாரணத்தைச் சொல்கிறேன். அழகு, செல்வம் எல்லாம் இருக்கிறது. வெளுத்ததெல்லாம் பால் என்று நினைக்கும் அப்பாவிப்பெண். அவளுக்கு ஒரே ஆதாரமாக இருந்த தாய் இறந்துபோகிறாள். அவளை இப்போது கவனித்துக்கொள்ள யாருமில்லை. அவளுடைய நெருங்கிய உறவினர்கள் அவளை ஏமாற்றி விடுகிறார்கள். தன்னுடைய ஆதர்சம் என்று அவள் நினைத்திருந்த நபரும் அவளது எதிர்காலமே சூன்யம் என்று அவள் விசனிக்கும் அளவுக்கு வேதனைப்படுத்துகிறார். அத்தகைய சூழலில் அந்தப்பெண் என்னதான் செய்வாள்? மரணம் ஒன்றே துன்பத்திலிருந்து அவளை விடுவிக்கும் என்ற முடிவிற்கு அவள் வந்தால் அவளைக் குறைகூற முடியுமா?' அந்தப்பெண் அம்முதான் என்று வாசகர்களுக்குப் புரிந்தது.

கொந்தளிப்பு மிகுந்த வாழ்வாகத்தான் இருந்தது அது. ஒரு தேர்தல் பிரச்சாரத்தில் ஒருமுறை ஜெயலலிதா உணர்ச்சி பொங்கச் சொன்னார்: 'உங்கள் முன் இன்று நான் நிற்பதற்கு நெருப்பாற்றில் நீந்தி வந்தேன்.' அவரது அபிமானிகளுக்கு, முக்கியமாகப் பெண்களுக்கு அது அநியாயமாகத் தோன்றிற்று. அழகும் அசாதாரண அறிவும் கௌரவமான, பண்புள்ள

பின்புலமும் கொண்ட பெண்ணின் வாழ்க்கை அவருடைய சம்மதம் இல்லாமலே திசை தெரியாத பாதைகளில் இழுத்துச் செல்லப்பட்டு ஆபத்தான புயல்களிலும் அசுரர்களிடமும் தள்ளிற்று. ஏதுமறியாமல் இருந்த குழந்தை மனசை இரும்பாக்கியது. வெறுப்பும் வீம்பும் அகங்காரமும் அங்கு புகுந்தன. அவையே சவால்களைச் சந்திக்க அவர் நாடும் கவசமாயின. அவருடைய இயல்பான குணங்களாயின. ஒவ்வொரு வீழ்ச்சியும் வீம்பை வளர்த்தது. கிடைத்த வெற்றியெல்லாம் போதையேற்றி அகம்பாவத்தை அதிகரித்தது. பார்வையை மறைத்து அவரை விழுங்கக் காத்திருந்த அகழிகள் கண்ணுக்குத் தெரியாமல் போயின.

ஒரு கவர்ச்சி நடிகையிலிருந்து சக்திவாய்ந்த அரசியல்வாதியாக உருமாறிய ஜெயலலிதாவின் கதை அசாதாரணமானது. இந்திய அரசியல் வரலாறு அப்படிப்பட்ட பலம்பொருந்திய பெண் முதலமைச்சரை, நாடே வியக்கும் மங்காத வசீகர/பீதியளிக்கும் ஆளுமையைக் கண்டதில்லை.அவருடைய அபிமானிகள் அவரைக்கண்டு பயந்தார்கள்; பூஜிக்கவும் செய்தார்கள், பத்ரகாளியின் அவதாரம் போல. எப்படி சாத்தியமாயிற்று அது? வெளி உலகத்துக்கு அவர் புதிராகவே இருந்தார். எம்ஜிஆர் மறைந்த பிறகு அவரது இடத்தை இவர் தனதாக்கிக்கொள்வார் என்று யாரும் நினைக்கவில்லை. அதுவும் எப்படி? தாமாக, தமது சொந்த எத்தனத்தில் பல தடைகளை மீறி ஆண் ஆதிக்கம் மிகுந்த தமிழக அரசியலில் தன்னை நிலைப்படுத்திக்கொண்டார். ஒரு நடிகை, ஒரு பெண், அதுவும் ஒரு பார்ப்பனர், ஒரு திராவிடக் கட்சிக்குத் தலைமை வகிப்பார் என்பது நினைத்துப்பார்க்கக்கூடிய காரியமா? அதுவும் எம்ஜிஆர் போன்ற ஒரு ஜாம்பவானின் இடத்திற்கு ஒரு பெண் வருவதா? நல்ல கதை.

ஆனால் அதுதான் நடந்தது. தமிழ்நாட்டில் சினிமாவும் அரசியலும் பின்னிப்பிணைந்த சூழலில் எதுவும் சாத்தியம். தமிழ் எங்கள் மூச்சு என்று மார்தட்டி வசனம் பேசிய திராவிடக் கட்சிக்காரர்கள் கண்டியில் பிறந்த மலையாளியான எம்ஜிஆர் தமிழ்நாட்டில் தனது சினிமா நடிக வசீகரத்தை மூலதனமாக வைத்து அரசியலில் கால்பதித்து திராவிட முன்னேற்றக் கழகத்தின் முக்கிய தலைவராகவும் பிறகு அதிலிருந்து பிரிந்து அனைத்திந்திய அண்ணா திராவிட முன்னேற்ற கழகத்தையும் தொடங்கியபோதும் அதை அங்கீகரிக்கவும் ஏற்கவும் தயங்கவில்லை. அதுமட்டுமில்லை, அவரைத் தெய்வமாகக் கூட வழிபட்டார்கள் பலர். கர்நாடகத்தில் மண்டியம் அய்யங்கார் குடும்பத்தில் பிறந்த, கன்னடத்தை அதிக சரளத்துடன் வீட்டில் பேசிய ஜெயலலிதா என்ற முன்னாள் நடிகை, எல்லோருடைய

ஐயங்களையும் தவிடு பொடியாக்கி அனைத்திந்திய அண்ணா திராவிடக் கழகத்தின் வசீகரம் மிக்க தலைவியானார். மக்களின் ஆதரவுடன் நான்கு முறை பெரும்பான்மை பலத்துடன் தேர்வுசெய்யப்பட்டு ஆட்சியைக் கைப்பற்றினார்.

அவரைப் பற்றி நிறைய செய்திகள் உண்டு. அவருடைய பயங்கர கோபம், பிடிவாதம், மூர்க்கம், அகம்பாவம் எல்லாம் பிரசித்தம். அதேபோல மகிழ்ச்சியற்ற குழந்தைப்பருவம், அவருடைய புத்திக் கூர்மை, படிப்பதில் இருந்த அவரது ஆர்வம், அவரது காதல் ஏமாற்றங்கள், எம்ஜிஆருடன் இருந்த அவரது உறவு, பிணக்கு, எம்ஜிஆர் இறந்ததும் அவருக்கு ஏற்பட்ட தனிமை, அச்சம், சசிகலாவுடன் இருந்த அதிசய நெருக்கம், திமுக தலைவர் கருணாநிதியிடம் இருந்த தீராப் பகை – ஆகியவை எல்லாம் பத்திரிகைகளுக்கு சுவாரஸ்ய விஷயங்களாகின. ஜெயலலிதாவின் பிரவேசம் தமிழகத்து அரசியலுக்கு வண்ணம் சேர்த்தது.

ஜெயலலிதாவின் அசாதாரணப் பரிணாம வளர்ச்சி சொல்லும் சேதி அநேகம். அதில் முக்கியமானது, ஆணாதிக்கம் மிக்க இந்திய அரசியல் சூழலில் ஒரு பெண் தன்னை நிலை நாட்டிக்கொள்வது எத்தனை சிரமம் என்பது. அத்தகைய சூழலில் ஒரு பெண் எப்படி தன்னை உருமாற்றிக்கொள்கிறார் என்பது. அதனாலேயே ஜெயலலிதாவின் கதை சொல்லப்படவேண்டிய ஒன்று.

❍

ஜெயலலிதாவின் தந்தைவழி தாத்தா டாக்டர் ரங்காச்சாரி, மைசூரில் செல்வாக்குடன் வாழ்ந்தவர். அறுவை சிகிச்சை நிபுணரான அவர், மைசூர் மஹாராஜாவின் பிரத்தியேக மருத்துவர் மட்டுமல்ல, அரச குடும்பத்துக்கு நெருக்கமாக இருந்தவர். மைசூரில் 'ஜெயவிலாஸ்' என்ற பிரம்மாண்ட மாளிகையில் வாழ்ந்துவந்தார். வெளிநாட்டு ஷண்டிலியர் சர விளக்குகள், பாரசீகக் கம்பளங்கள், வெல்வெட் சோபாக்கள் என்று மிக ஆடம்பரமான அலங்காரத்துடன் இருந்தது அந்த வீடு. ராஜா பரிசாக அளித்த பல பொருள்களும் இருந்தன. வீடு நிறைய வேலையாட்கள் இருந்தார்கள். நன்றாகப் பராமரிக்கப்பட்ட பெரிய தோட்டம் இருந்தது. பெரிய நூலகத்தையும் தாத்தா வைத்திருந்தார். ஜெயலலிதாவுடைய தாய் வேதாவுக்கு மிகவும் பிடித்த இடம் அது. பதினோரு வயதிலேயே ரங்காச்சாரியின் மகன் ஜெயராமனுடன் திருமணம் ஆகியிருந்தது. பொழுது கிடைத்தபோதெல்லாம் வேதா அங்குதான் அமர்ந்து படித்துக்கொண்டிருப்பார்.

ரங்காச்சாரி மிகக் கண்டிப்பானவர். நேரத்தைக் கடைபிடித்தல், வாழ்க்கையில் ஒழுங்கு, ஆரோக்கியமான பழக்கவழக்கங்கள் ஆகியவற்றில் கறாராக இருப்பார். மற்றவர்களிடமிருந்தும் அதை எதிர்பார்ப்பார். அப்படிப்பட்டவருக்குச் சொந்த மகனை – தாயில்லாப் பிள்ளையை வளர்க்கத் தெரியாமல் போனது விந்தை. ஒரு வேளை அதீதமாகக் கட்டுப்படுத்தப்போக விபரீதமாயிற்றோ என்னவோ. ஜெயராமன் பட்டதாரி ஆனாலும் வேலை ஏதும் செய்யாமல் உதவாக்கரையாக ஊர்சுற்றினார். கெட்ட சகவாசத்தால் பல பழக்கங்களும் சேர்ந்து ஊதாரியாக இருந்தார். மகன் போன போக்கைக் கண்ட துக்கத்தினாலோ என்னவோ ரங்காச்சாரி ஒரு நாள் திடீரென்று இறந்துபோனார். அவரது எதிர்பாராத மறைவு ஜெயவிலாஸை நிலைகுலைய வைத்தது. ஆனால் அதன் பாதிப்பு ஜெயராமனுக்கு எந்த மாறுதலையும் அளிக்கவில்லை. அவரைக் கட்டுப்படுத்த யாரும் இப்போது இல்லை என்பதால் இன்னும் விபரீத விளைவை ஏற்படுத்திற்று. இரண்டு குழந்தைகள்; பப்பு என்று அழைக்கப்பட்ட ஜெயக்குமாரும், அம்மு என்று அழைக்கப்பட்ட ஜெயலலிதாவும் பிறந்த பிறகும் அவரின் பொறுப்பற்றத்தனமும் நண்பர்களுடன் உல்லாசமாகக் கழிப்பதும் நிற்கவில்லை. தந்தை கட்டிக்காத்து வைத்திருந்த செல்வத்தை வெகுவிரைவில் அவர் கரைத்ததைக் கண்டு ஊரே ஆச்சரியப்பட்டது. வேதா நடுத்தரக் குடும்பத்திலிருந்து வந்தவர். கணவனின் போக்கைக் கண்டு மிகுந்த கவலைக்குள்ளானார். அவரை வழிக்குக் கொண்டுவர முயன்றார். அவர் ஏதாவது ஒரு வேலை தேடிக்கொள்ளவேண்டிய அவசியத்தை வலியுறுத்தினார். சுருக்கெழுத்தும் தட்டெழுத்தும் தான் கற்றிருந்ததால் தானும் வேலைக்குச் சென்று சம்பாதிக்கலாம் என்றார். நிறைய பணியாட்களைக் கொண்ட அந்த மாளிகையைப் பராமரிப்பது கஷ்டம் என்றும் ஒரு சிறிய வீட்டிற்குச் செல்வோம், நடுத்தர வாழ்க்கை வாழ்வோம் என்றும் நச்சரிக்க ஆரம்பித்தார். இருவருக்கும் இடையே ஓயாமல் சண்டை மூண்டது. ஒரு வழியாக ஜெயராமன் இந்த தற்காலிக ஏற்பாட்டிற்கு ஒப்புக்கொண்டார். வேதாவும் குழந்தைகளும் அவருடைய பிறந்த வீட்டிற்குச் சென்று கொஞ்ச நாட்களுக்கு இருப்பது ஜெயராமனுக்கு வேலை கிடைக்கும்வரை என்று முடிவுக்கு வந்தார்கள். அவர்களை அவருடைய பிறந்தகம் இருந்த பெங்களூரில் விட்டுவிட்டு இரண்டு நாட்களில் திரும்பி வருவதாகச் சொல்லிச் சென்றார் ஜெயராமன். ஆனால் திரும்பி வரவே இல்லை. அவருடைய மரணத்தின் செய்தி மட்டும் வந்தது. ஜெயலலிதாவுக்குத் தந்தையின் பரிச்சயமே இல்லை. பூஜை அறையில் இருந்த புகைப்படங்களில் ஒன்றில் இருந்த

அப்பா நன்றாக உடை உடுத்தியிருந்தார். அழகனாகத் தெரிந்தார். ஏன் தற்கொலை செய்துகொண்டார் என்கிற கேள்வி அதைப் பார்க்கும்போதெல்லாம் மனத்தைக் குடையும். அத்தகைய முடிவை எடுத்தபோது என்ன மனநிலையில் இருந்திருப்பார்?

வேதாவுக்கு இப்போது பிறந்தகத்துக்குப் போவதைத் தவிர வேறு வழி இருக்கவில்லை. அவருடைய தந்தை ரங்கசாமி ஐயங்கார் ஸ்ரீரங்கத்தைச் சேர்ந்தவர். சிறிது காலம் நெல்லூரில் இருந்தவர். பெங்களூர் ஹிந்துஸ்தான் ஏரோனாடிக்ஸ் லிமிட்டெட்டில் வேலை கிடைத்ததால் அங்கு குடும்பத்துடன் வசித்தார். அவருக்கு வேதா, அம்புஜா, பத்மா என்று மூன்று மிக அழகிய பெண்கள் – ஸ்ரீனிவாசன் என்ற லட்சணமான மகன். அவர்களுடைய அழகும் சிவந்த நிறமும் புத்திசாலித்தனமும் அந்தச் சுற்றுவட்டாரத்தில் பிரசித்தம். டாக்டர் ரங்காச்சாரியின் ஜெயவிலாஸின் செல்வச் செழிப்பு இல்லாத பழைமையில் ஊறிய மத்திய வர்க்க பிராமணக் குடும்பம். அதிகாலையில் ஸ்நானம் செய்து மிக ஆசாரமாக மடி உடுத்தி ரங்கசாமியும் அவருடைய மனைவி கமலம்மாவும் தினமும் பூஜை புனஸ்காரங்கள், உபவாஸங்கள் என்று முறைப்படிக் கடைப்பிடித்தார்கள். வேதாவின் சின்னத்தங்கை பத்மா கல்லூரியில் படித்துக்கொண்டிருந்தார். தம்பி ஸ்ரீனிவாசன் தந்தை பணிபுரிந்த அதே இடத்தில் வேலையில் இருந்தார். எல்லோருக்கும் கொழுகொழுவென்று ஜப்பான் பொம்மை மாதிரி இருந்த அம்மு என்றால் கொள்ளை ஆசை.

வேதா தன்னுடைய இரு குழந்தைகளுக்கும் நல்ல வாழ்வளிக்கவேண்டும் என்று ஆசைப்பட்டார். வருமான வரித்துறை அலுவலகத்தில் காரியதரிசியாக வேலை கிடைத்தது. பெற்றோருக்குப் பாரமாக இருக்கக்கூடாது என்கிற எண்ணமும் தீவிரமாக இருந்தது. அம்முவுக்கு அம்மா வேலைக்குச் செல்வது பழகிப்போயிற்று. காலை உணவருந்தியபின் அவரை மடியில் அமர்த்தி பாட்டி புராணக்கதைகள் சொல்வார்; சுலோகங்கள் சொல்லிக்கொடுப்பார். அப்போது கற்ற திருப்பாவையும் நாலாயிர திவ்யப்ரபந்தமும் விஷ்ணுசகஸ்ரநாமமும் ஜெயலலிதா வுக்குக் கடைசி வரை மறக்காமல் இருந்தன. இறை நம்பிக்கையும் பிரார்த்தனைகளும் சுலோகம் சொல்வதும் ஒரு பிரதான திராவிடக் கட்சியின் உறுப்பினராக ஆனபிறகும் தினசரிப் பழக்க பழக்கங்களாகத் தொடர்ந்தன. தான் கடவுள் நம்பிக்கை உடையவர் என்பதைப் பகிரங்கமாகச் சொல்லும் துணிவு ஜெயலலிதாவுக்கு இருந்தது.

வாழ்க்கை மட்டும் தனது இளமைக்காலத்திலேயே தடம்புரண்டு போகாமல் இருந்திருந்தால் ஜெயவிலாசில்

இருந்திருக்கக்கூடிய ஆடம்பர சௌகரியமான வாழ்வு தன் குழந்தைகளுக்குத் தொடர்ந்திருக்கும் என்கிற எண்ணம் வேதாவை விசனப்படுத்திற்று. இனி குழந்தைகளுக்கு அத்தகைய வாழ்வை அளிப்பது சாத்தியமில்லை என்கிற உணர்வு ஏக்கமாக வளர்ந்தது.

வசீகரமான அழகுடன் இருந்த அவரை ஒரு சந்தர்ப்பத்தில் கவனித்திருந்த கெம்பராஜ் அர்ஸ் என்ற கன்னடப் படத் தயாரிப்பாளர் தனது புதிய படத்தில் நடிக்க வைக்க விரும்பி ரங்கசாமி ஐயங்காரின் வீட்டிற்குச் சென்று தனது விருப்பத்தைத் தெரிவித்தார். ரங்கசாமிக்கு மகாக் கோபம் வந்தது. அப்படி வந்து கேட்கும் துணிச்சல் அர்ஸுக்கு எப்படி வந்தது என்கிற எரிச்சலுடன் அவரைத் துரத்தி அனுப்பினார். வருங்காலம் எப்படிப்பட்ட அதிர்ச்சிகளை அளிக்கவிருந்தது என்று அவர் அறிந்திருக்கவில்லை. சாதுவான சுபாவமுள்ள வேதா அதைப் பெரிதாக எடுத்துக்கொள்ளவில்லை. கட்டுப்பாடான பிராமணக் குடும்பத்தில் பிறந்து வளர்ந்த தான் என்றாவது சினிமா உலகில் பிரவேசிக்கக் கூடும் என்கிற நினைப்புகூட அப்போது அபத்தமாக இருந்திருக்கும். அம்புஜா என்கிற தங்கை அவருடைய வாழ்வை மாற்றுவாள் என்றோ, அந்த மாற்றம் அம்முவின் மூலமாக தமிழ்நாட்டு வரலாற்றையே திசை திருப்பும் என்றோ எந்த ஜோஸியருக்கும் கூடத் தெரிந்திருக்கவில்லை.

அம்புஜா யாருக்கும் அடங்காதவர். தந்தையின் கண்டிப்பை மீறி விமானப் பணிப்பெண் வேலையில் சேர்ந்தார். மேற்கத்திய கவுன் அணிந்தார். புகைபிடிக்ககூடத் துணிந்தார். ரங்கசாமி அயங்கார் அரண்டுபோனார். அவள் தன் மகளே இல்லை என்று சபித்து, “இனி என் முகத்தில் விழிக்காதே,” என்றார். அம்புஜா லட்சியமே செய்யவில்லை. வேதாவுடன் தொடர்பில் இருந்தார். அம்புஜா பெங்களூர் விமானத்தில் இறங்கியபோதெல்லாம் வேதா வீட்டுச் சாப்பாட்டுடன் தங்கையை எங்காவது சந்திப்பார். அம்மு எப்போதும் அம்மாவுடன் செல்வார். அம்புஜாவுக்கு அம்மு செல்லம். விதவிதமான உடைகளும் சாக்லேட் டப்பாக்களும் வாங்கிவருவார். அம்முவுக்குச் சித்தியின் உடையும் உருவமும் அட்டகாசப் பேச்சும் பிரமிப்பை அளிக்கும்.

அம்புஜா பிறகு சினிமாவில் சேர்ந்து நடிகையாகித் தன் பெயரை வித்யாவதி என்று மாற்றிக்கொண்டார். சென்னையில் தனியாக வாழ்ந்துவந்தார். ரங்கசாமி ஐயங்காருக்கு இதையெல்லாம் ஜீரணித்துக்கொள்வது மிகுந்த சிரமமாக இருந்திருக்கவேண்டும். அவருக்கு இன்னும் பெரிய அதிர்ச்சி காத்திருந்தது. சென்னையில் தான் மிகவும் வசதியாக வாழ்வதாகவும் வேதா குழந்தைகளுடன் வந்து தன்னுடன் தங்கினால் குழந்தைகளை நல்ல பள்ளியில்

சேர்த்து சௌகரியமான வாழ்வைத் தரமுடியும் என்றும் அம்புஜா ஆசைக்காட்டியதில், வேதாவுக்குப் புதிய வாசல் திறந்ததுபோல் இருந்தது. பிறந்தகத்தில் காலமெல்லாம் தங்கினாலும் குழந்தைகளுக்கு அப்படிப்பட்ட வாழ்க்கையைத் தன்னால் அளிக்கமுடியாது என்கிற முடிவில் தந்தையை எப்படியோ சமாதானப்படுத்தி சென்னைக்குப் புறப்பட்டார். குழந்தைகள் பள்ளியில் சேர்க்கப்பட்டார்கள். ஆனால் வித்யாவதியைச் சந்திக்க வந்த படத்தயாரிப்பாளர்கள் வேதாவுக்கும் சினிமாவுக்குத் தேவைப்பட்ட முகவெட்டு இருப்பதைக் கண்டு அவரையும் நடிக்க அழைத்தார்கள். தங்கையின் வசதிமிக்க வாழ்க்கையைக் கவனித்திருந்த வேதாவுக்கும் குழந்தைகளுக்குத் தான் விரும்பிய வாழ்வை அளிக்க இது ஒன்றே வழி என்று தோன்ற ஆரம்பித்திருந்தது. கெம்பராஜ் அர்ஸ் மறுபடி வாய்ப்பு அளித்தார், ஆனால் கதாநாயகி வேடம் இல்லை.

வேதா, சந்தியாவாக மாறினார். பல வாய்ப்புகள் வாயிலைத் தட்ட, குழந்தைகளுடன் நேரம் செலவிடுவது குறைந்து போனது.

அம்முவின் வாழ்வில் அது மிகப்பெரிய தாக்கத்தை ஏற்படுத்தும் ஆரம்பம்.

2

வாழ்க்கை இப்போது சரளமாக இருந்தது. அடுத்தடுத்து கிடைத்த வாய்ப்பில் திரைப்பட உலகில் சந்தியா கால் பதித்துவிட்டிருந்தார். கதாநாயகி பாகம் கிடைக்காதது பெரிய வருத்தமில்லை. பணம் கையில் புரள ஆரம்பித்ததும் கவலையில்லாமல் செலவழிக்க முடிந்தது. கார்வாங்க முடிந்தது; குழந்தைகளை வீட்டிற்கு அருகிலிருந்த ஹோலி ஏஞ்சல்ஸ் என்ற நல்ல கான்வென்ட் பள்ளியில் சேர்க்க முடிந்தது. அம்முவுக்கு நாட்டிய/சங்கீதப் பயிற்சிக்கு ஏற்பாடு செய்தார். அம்முவுக்கு நாட்டியம் சுத்தமாகப் பிடிக்கவில்லை. ஆசிரியர் எப்பவும் சிடுசிடுப்பார். யாரும் தன்னைக் கோபிப்பது, விமர்சனம் செய்வது அம்முவுக்குப் பிடிக்காது. அதிகமாக முரண்டு பிடிக்கவைக்கும் அந்தக் குணம் பிறவிப் குணம்போல வயதான பின்னும் கூடவே இருந்தது.

அம்மா சந்தியா படப்பிடிப்பிற்காக வீட்டில் இல்லாமல் போவதும் அவருக்குள் ஏக்கமாக வளர்ந்தது. அவருடைய சகோதரன் பப்புவுக்கு அவருடைய நண்பர்கள் விளையாட இருந்தார்கள். அம்மு பெண் என்ற காரணத்தால் தங்கள் விளையாட்டில் சேர்த்துக்கொள்ள மாட்டார்கள். பப்புவுக்கும் அவருக்கும் அடிக்கடி இதனால் சண்டை வரும். சந்தியாவுக்கு வேலை அதிகமாக இருந்ததால், வரும் வாய்ப்புகளை விடவும் மனமில்லாததால், குழந்தைகளைத் தன்னால் சமாளிக்கமுடியாது என்று மீண்டும் பெங்களூருக்குத் தனது பெற்றோர்களிடம் அனுப்பிவைத்தார்.

அம்முவும் பப்புவும் அடுத்த நான்கு ஆண்டுகள் பெங்களூரில் தாத்தா பாட்டியுடன் தங்கினார்கள். அம்மு பிஷப் காட்டன் பள்ளியில் படித்தார். அம்மா அருகில் இல்லாத ஏக்கம் அதிகரித்தது. அதை உணர்ந்து சந்தியா அடிக்கடி விடுப்பு கிடைக்கும்போதெல்லாம் அவர்களைப் பார்க்க வருவார். அவர்களுக்குப் படிப்பதில் விருப்பம் என்பதால் வரும்போதெல் லாம் நிறைய கதைப்புத்தகங்கள் வாங்கி வருவார். அது அவர்களுக்கு மிகுந்த மகிழ்ச்சியை அளிக்கும். புத்தகத்தில் ஆழ்ந்திருக்கும் நேரத்தில் சந்தியா திரும்பிச் செல்லும்போது வருந்தக்கூடத் தோன்றாது. ஆனால் அவர்கள் பெங்களூரில் அதிக நாள் தங்கமுடியவில்லை. அவர்களைக் கவனித்துக்கொண்டிருந்த சந்தியாவின் கடைசித் தங்கை பத்மா திருமணமாகிக் கிளம்பிப் போனார். சந்தியாவின் வயதான தாய் தந்தைக்குக் குழந்தைகளைக் கவனித்துக்கொள்வது சிரமம் என்று சந்தியா அவர்களை மீண்டும் சென்னைக்கு அழைத்துக்கொண்டு சென்றார். மீண்டும் அம்மாவுடன் இருப்போம் என்பது அம்முவுக்கு மிகவும் மகிழ்ச்சியை அளித்தது. ஆனால் சந்தியா அதிக மும்முரத்துடன் படப்பிடிப்பில் ஈடுபட்டிருந்ததால் சென்னைக்குச் சென்றபிறகும் அம்மாவுடன் எதுவும் பகிர்ந்துகொள்ள நேரம் கிடைக்கவில்லை.

சென்னை சர்ச் பார்க் கான்வென்டில் சேர்ந்தபோது அம்முவுக்குப் பத்துவயது. பள்ளியைப் பார்த்த மாத்திரத்தில் பிடித்துப்போனது. அதன் பசேலென்ற வரிசையான மரங்களும் கம்பீரமான கட்டடமும் மனத்தைக் கொள்ளைகொண்டன. கட்டிடத்துக்கு முன்னால் யேசுவின் சிலை இருந்தது. கைகளை விரித்தபடி, "வா வா, உன்னை ரட்சிப்பேன்," என்பதுபோல. கட்டடத்துள் நுழைந்தவுடன் எதிர்சுவரில் ஓர் ஓவியம் இருக்கும். கருணை ததும்பும் புன்னகையுடன் அவரையே பார்ப்பதுபோலத் தோன்றும். ரெவெரெண்ட் ஸிஸ்டர் நானோ நேக்லெ என்று சொன்னார்கள். அயர்லாண்ட் நாட்டைச் சேர்ந்தவராம். அவர்தான் அந்த அமைப்பைத் தொடங்கி ப்ரெஸெண்டேஷன் கான்வென்ட் என்று மதராசில் 1909ஆம் ஆண்டு ஆரம்பித்தாராம். அதுதான் பின்னால் சர்ச் பார்க் கான்வென்ட் என்று ஆனது என்று அறிந்துகொண்டார்.

ஜெயலலிதாவை எல்லா ஆசிரியைகளுக்கும் பிடிக்கும். அதுவும் தலைமை ஆசிரியை ஸிஸ்டர் ஸெலீனுக்கு 'அந்த அழகான' சின்னப்பெண்ணை மிகவும் பிடிக்கும். "உன் அழகான அம்மா எப்படி இருக்கிறாள்?" என்று அடிக்கடி கேட்பார். எனக்கே தெரியாது என்று அம்மு தனக்குள் சொல்லிக் கொள்வார். அவர் படிப்பில் மிகக் கெட்டிக்காரி என்று ஆசிரியைகள் மகிழ்ச்சி அடைந்தார்கள். சக மாணவிகள்

அவருடைய அழகைக்கண்டு பிரமித்தார்கள். பளீரென்று அசத்தும் ரோஜா நிறம். பளபளவென்ற அடர்த்தியான நீண்ட முடி. அழகிய கண்கள். அத்துடன் ஒரு நடிகையின் மகள் என்பது அவர்களுக்கு அதிக சுவாரஸ்யத்தை ஏற்படுத்திற்று. இந்தக் கடைசி விஷயம் தனக்கு எந்தக் கௌரவமும் அளிப்பதாக ஜெயலலிதா நினைக்கவில்லை. படிப்பில் முதன்மையில் இருக்கவேண்டும் என்று விரும்பினார். படிப்பு அவருக்கு அனாயாசமாக வந்தது. அவருடன் கூடப்படித்த சாந்தினி புலானி இப்போது பெங்களூருவில் வசிக்கிறார். ஜெயலலிதாவின் மிக நெருங்கிய பள்ளித் தோழி. வெகு உற்சாகத்துடன் அந்த நாட்களை நினைவு கூர்ந்தார். "டெஸ்ட் இருக்கும் நாள் அன்று எல்லாரும் விழுந்து விழுந்து படித்துவிட்டு வருவோம். 'நேத்து ராத்திரி வீட்டிலே ஏதோ விருந்துன்னு ஒரே அமர்க்களம். என்னாலே படிக்கவே முடியல்லே' என்று ஜெயா பள்ளிக்கு வந்ததும் சொல்வாள். மதிய உணவு விடுப்பின்போது படிக்கவேண்டியவற்றை ஒரு முறை படிப்பாள். டெஸ்டில் முதல் இடத்தில் தேறுவாள். ஷி வாஸ் அப்ஸொலூட்லி ப்ரில்லியன்ட்!" ஜெயலலிதாவே தனது அபார ஞாபக சக்தியைப் பற்றி எழுதியிருக்கிறார். 'நெப்போலியன் போனபார்ட் தன்னுடைய ராணுவ திட்டங்கள் போடப்பட்ட வரைபடங்களை எதிரியின் கைகளுக்குப் போய்விடக்கூடாது என்று எரித்துவிடச் சொல்வானாம். அவனுக்கு அந்த வரைபடங்களின் விவரங்கள் எல்லாம் மனப்பாடமாகியிருக்கும். அதுபோலத்தான் நானும். ஒருமுறை பார்த்தால், கேட்டால் போதும், மனசில் பதிந்துவிடும்.'

ஜெயா வெறும் புத்தகப்புழு அல்ல என்றார் சாந்தினி. சேஷ்டைகள் செய்யவும் ஜெயாவுக்குப் பிடிக்கும். தன்னுடைய பாக்கெட் மணியை ஐஸ்கிரீமுக்கும் பீடாவுக்கும் செலவழித்துத் தின்பதில் போட்டிகூட வைப்பார். ஒருமுறை அப்படி ஒரு போட்டியில் பீடா தின்று நாக்கு புண்ணாகிப் பலநாள் சாப்பிடக் கூட முடியவில்லை.

பள்ளியில் கிடைத்த பாராட்டெல்லாம் நன்றாகத்தான் இருந்தது. ஆனால் அம்மாவுடன் அந்த சந்தோஷத்தைப் பகிர்ந்து கொள்ள முடியாதது பெரிய ஏமாற்றமாக இருந்தது. ஒருமுறை 'அம்மா என்னுடைய ஆதர்சம்' என்ற தலைப்பில் அவர் எழுதிய கட்டுரைக்குப் பரிசு கிடைத்திருந்தது. அதைச் சொல்லி அம்மாவுக்குத் தன் வியாசத்தைப் படித்துக் காண்பிக்கவேண்டும் என்று மூன்று இரவுகள் காத்திருந்தார். அம்மாவைக் காணாமல் தூங்கிப்போனார். மூன்றாம் நாள் இரவு சந்தியா நேரம்கழித்து வீடு திரும்பியபோது அம்மு நடுக்கூடத்தில் சோபாவில் படுத்து உறங்குவதைக் கண்டார். மார்பில் ஒரு நோட்டுப்புத்தகம்

விரிந்திருந்தது. சந்தியா அவரை மெல்லத் தூக்கியதும் விழித்துக் கொண்ட அம்மு, தாயைக் கண்டதும் அழுதபடி தான் மூன்று நாட்கள் அவருக்காகக் காத்திருந்ததைச் சொன்னார். சந்தியா அவரை சமாதானப்படுத்திக் கட்டுரையைப் படித்துக் காண்பிக்கச் சொன்னார். பிறகு மகளைத் தழுவிப் பாராட்டி முத்தமிட்டு மன்னிப்பு கேட்டார். 'நான் என்ன செய்யட்டும்? என் வேலை அப்படி' என்றார்.

அப்படிப்பட்ட வேலையை ஜெயலலிதா வெறுத்தார். அம்மாவுக்காகக் காத்திருப்பது வழக்கமாகிப்போயிற்று. வீட்டுக்கு வரும் படத்தயாரிப்பாளர்கள், நடிகர்களைக் காணவே வெறுப்பாக இருந்தது. அந்த நினைவுகளிலிருந்தும் சூழலிலிருந்தும் தப்பவே வாசிப்பில் அதிக நேரம் செலவழித்தார். கைக்குக் கிடைத்த புத்தகத்தையெல்லாம் படித்தார். அவருக்கிருந்த பொது அறிவைக்கண்டு தோழிகள் வியப்பார்கள். அவருக்கு மருத்துவராகவோ வழக்குரைஞராகவோ அல்லது ஐ.ஏ.எஸ். படித்து இந்திய அரசு நிர்வாகியாகவோ ஆகவேண்டும் என்று ஆர்வம் இருந்தது. காற்றுக்குக்கூட சினிமாவின் பக்கம் திரும்புவதில்லை என்ற தீர்மானமான எண்ணம் இருந்தது. சின்ன வயசிலேயே புரிந்துபோனது, சினிமாவில் இருப்பவர்களை உலகம் கௌரவமானவர்களாக நினைக்காது என்று.

அப்போது 13 வயது. அவர்கள் தி.நகர். சிவஞானம் தெருவில் வசித்துவந்தார்கள். இரண்டு வீடு தள்ளி அவரது பள்ளியில் படிக்கும் ஒரு சீனியர் மாணவி வசித்தாள். ஜெயலலிதாவுடன் சிநேகிதம் பாராட்டி பேசப் வருவாள். "மொட்டைமாடிக்குச் சென்று பேசலாம் வா," என்று சொல்வாள். ஒரு சீனியர் மாணவி தன்னை மதித்துப்பேச வருவது ஜெயலலிதாவுக்கு மிக்க மகிழ்ச்சியாக இருந்தது. அவருக்குத் தெரியாது, மொட்டை மாடிக்கு அந்தப்பெண் போவது அவளுடைய காதலனுடன் சமிக்ஞையில் பேச என்று. அவன் ஒரு ஜைனர் சமூகத்து வணிகரின் மகன். அவனும் இரண்டு வீடு தள்ளி இருந்தான். அந்தப் பெண்ணும் அம்முவும் மாடியில் நிற்கும்போது அவனும் தனது மொட்டை மாடியில் நிற்பான். அந்தப் பெண்ணும் அவனும் சமிக்ஞையில் காதல் மொழி பேசுவார்கள். அம்முவுக்குத் தமாஷாக இருக்கும். அவனைத் தான் காதலிப்பதாக அந்தப் பெண் சொன்னாள். "என் வீட்டவர்களிடம் சொல்லிவிடாதே," என்றாள். தான் வரமுடியாத நாட்களில் "அந்தப் பையனுக்குச் சைகையால் சொல்லு," என்றாள். ஒரு நாள் அந்தப் பெண் வரவில்லை. அந்தப் பையன் அவனது மொட்டைமாடியில் நின்றிருந்தான், காதலியை எதிர்பார்த்து. ஜெயலலிதாவுக்கு ஒரு ரகசிய விளையாட்டில்

ஈடுபடுவதுபோல வேடிக்கையாக இருந்தது. தோழி வரவில்லை என்று சைகை காட்டினார். ஏன் என்றான் அவன். தெரியாது என்று அம்மு சிரித்தபடி தலையசைத்தார். இதையெல்லாம் அந்தத் தெருவில் பால் விற்பவள் பார்த்தாள். உடனடியாக அந்தப்பெண்ணின் வீட்டிற்குச் சென்று அவளுடைய தாயிடம் "உன் பெண்ணை அந்த நடிகை வீட்டுக்கு அனுப்பாதே. அந்தப் பெண்ணின் குணமே சரியில்லை. சினிமாக்காரியுடைய மக வேற எப்படி இருப்பா? உன் பெண்ணைக் கெடுத்துடுவா," என்று சொல்லியிருக்கிறாள். ஜெயலலிதாவுக்கு இதைப் பற்றி ஏதும் தெரியாது. அந்தப்பெண் அதற்குப் பிறகு வரவே இல்லை. ஏன் வரவில்லை என்று விசாரிப்பதற்காக ஜெயலலிதா அவள் வீட்டிற்குச் சென்றார். கதவைத் திறந்த தோழி அவரைக்கண்டதும் வீட்டுக்குள் வரவிடாமல் "இனி இங்கே வராதே," என்றாள். அந்தப் பால்காரி ரகசியத்தைச் சொல்லிவிட்டதாகச் சொன்னாள். பின்னாலேயே வந்த அவளுடைய தாய் கடுகடுத்தாள், ஜெயலலிதா தான் குற்றவாளி என்பதுபோல. அந்தப்பெண் வாயை மூடிக்கொண்டு நிற்பதைக் கண்டு ஜெயலலிதாவுக்கு மிகுந்த அதிர்ச்சி ஏற்பட்டது. மகா கோழை மட்டுமில்லை, உதவி செய்ய நினைத்த தன்னை ஏமாற்றியவள் இவள் என்று வெறுப்பு ஏற்பட்டது. வீட்டிற்கு வந்து வெகுநேரம் அழுதார். மிகக் கேவலமாக அவமானப்படுத்தப்பட்டதாகத் தோன்றிற்று. அம்மாவிடம் சொல்லக்கூட வெட்கமேற்பட்டது. அன்றிலிருந்து அந்தப் பெண்ணுடன் பேசுவதையே நிறுத்திக்கொண்டார்.

அம்முவை ஒரு நடிகையாக்கும் எண்ணமே சந்தியாவுக்கு இருக்கவில்லை. சொந்த அனுபவம் புகட்டியிருந்த ஞானத்தில் அந்த சங்காத்தமே மகளுக்குக் கூடாது என்பதில் உறுதியாக இருந்தாள். ஒரு நாள் சின்னப்பெண் அம்மு அவருடைய மேக்கப் சாமானை எடுத்து அரிதாரம் பூசி நின்றபோது மிகுந்த கோபத்துடன் "அது பக்கத்திலே நீ போகவே கூடாது," என்று அடித்தார். ஆனால் பெண் நாட்டியத்தில் நல்ல தேர்ச்சி அடைய வேண்டும் என்று விரும்பினார். பெங்களூரிலிருந்து அம்மு திரும்பி வந்தவுடனேயே பிரபல நடன ஆசிரியை கே.ஜே. சரஸாவைப் பயிற்சி அளிக்க நியமித்தார். ஜெயலலிதா பிறகு நல்ல நடனமணி ஆனாலும் தொடக்கத்தில் நடனம் கற்க விருப்பமிருக்கவில்லை. அழகும் புத்திசாலித்தனமும் கொண்ட அந்தப் பெண்ணுக்கு நல்ல எதிர்காலம் உண்டு என்று உணர்ந்து சரஸா மிக்க பொறுமையுடன் சொல்லிக்கொடுத்தார். ஜெயலலிதாவுக்கு வயது 12 நிரம்பும்போது அரங்கேற்றத்திற்குத் தயாராகிவிட்டார். அரங்கேற்றத்துக்கு சந்தியாவின் அழைப்பை

ஏற்றுப் பட உலகம் மொத்தமுமே வந்திருந்தது. சின்னஞ் சிறு அழகு பிம்பம் மின்னலைப்போல ஆடுவதைக் கண்டு சொக்கிப்போயிற்று. சிவாஜி கணேசன் தலைமை தாங்கினார். “ஜெயலலிதா என்னும் தங்கச்சிலையின் ஆட்டம் அபாரமாக இருந்தது,” என்று புகழ்ந்தார். “ஒரு நாள் மிகப்பிரபல சினிமா நட்சத்திரமாக மலர்வாள்,” என்று ஆசீர்வதித்தார். ‘லட்டுக் கன்னங்கள்’ கொண்ட அந்தச் சிறுமி ஒரு காலகட்டத்தில் தனக்கே நாயகியாக நடிப்பார் என்று அவர் நினைத்திருக்கமாட்டார். சந்தியாவுக்கும் அம்முவுக்கும் அவருடைய பாராட்டு மகிழ்ச்சி அளித்தாலும் அதைத் தீவிரமாக எடுத்துக்கொள்ளவில்லை. ஜெயலலிதாவுக்குப் படிப்பைப் பற்றிதான் ஆர்வம் இருந்தது.

ஜெயலலிதா அரசியலில் தீவிரமாக நுழையும்வரை மிக நெருக்கமான தோழியாக இருந்த ஸ்ரீமதி சாரி சொல்கிறார். “சர்ச் பார்க்கில் பள்ளிப்படிப்பு முடிந்ததும் நேரடியாக ஸ்டெல்லா மாரிஸ் கல்லூரியில் எல்லோரும் சேருவது வழக்கம். அதனால் நாங்கள் இருவரும் ஸ்டெல்லாவில் சேரப்போவதைப் பற்றிப் பேசுவோம். ஜெயாவுக்கு ஐ.ஏ.எஸ். அல்லது மருத்துவம் சேரவேண்டும் என்ற விருப்பம் இருந்தது. மேல் படிப்பைப்பற்றி அவளுக்கு நிறைய கனவுகள் இருந்தன. அவளுடைய அம்மா தன்னுடன் படப்பிடிப்புக்குக் கூப்பிடும்போது இஷ்டமில்லாமலே செல்வாள். படப்பிடிப்புச் சூழல் தனக்குப் பிடிப்பதே இல்லை என்பாள். அங்கிருக்கும் ஆண்கள் நாகரிகமில்லாமல் நடந்துகொள்வதாகவும் அவளை அசிங்கமாக வெறித்துப்பார்ப்பதாகவும் சொல்வாள்.” இருவரும் பள்ளியில் விடுப்பு நேரத்தில் வகுப்பறையில் அமர்ந்து பேசிக்கொண்டிருப்பார்கள். ஸ்ரீமதி தன் தோழிக்கு ஒரு விநோதமான குணம் இருந்ததைக் குறிப்பிட்டார். “ஜெயாவுக்கு நன்றாக ஓவியம் வரையும் ஆற்றலும் இருந்தது. கரும்பலகைக்குப் பின்னால் நின்று சில சித்திரங்கள் போடுவாள். கை வேகமாக சில சமயம் மிக மூர்க்கமாக ஆவேசத்துடன் கோடிழுக்கும்; அவனைப்பார் என்னை எப்படி வெறித்துப் பார்க்கிறான்’ என்று சொன்னபடி கோபத்துடன் அந்த உருவத்தின்மேல் கோடிழுத்து வெட்டுவாள். அவளுள் நிறைய அடக்கப்பட்ட கோபம் இருப்பதுபோல் இருக்கும். எனக்குப் பீதியளிக்கும். ஒரு நாள் அவள் ஒரு தாலியை வரைந்து அதன் மேல் குறுக்காகக் கோடிழுத்து, ‘அது அறுந்து தொங்கட்டும்!’ என்றாள். நான் பயந்து போனேன். யாரும் அப்படிப் பேசி நான் கேட்டதில்லை. அவளுள் வேறு ஒருத்தி இருப்பதுபோல் இருந்தது.”

ஸ்ரீமதி அதற்கு விளக்கம் கேட்டதில்லை. பழைமைவாத சூழலில் பாதுகாப்பாக வளர்ந்தவர் ஸ்ரீமதி. மனத்தில் பட்டதை

வெளிப்படையாகப் பேசும் சுதந்திரம் அவருக்கு இருந்ததில்லை. ஜெயலலிதா விவரிக்கும் சூழலைப் புரிந்துகொள்ள முடியவில்லை.

“ஜெயலலிதா சொல்வாள்: ‘நான் வீட்டுக்குப் போகும்போது இந்தத் தடியங்க உட்கார்ந்திருப்பாங்க. அவங்களைப் பார்க்க எனக்கு ஒரே எரிச்சலா இருக்கும். பல தினுசு ஆண்கள். உயரம், குட்டை, குண்டு, ஒல்லி, கருப்பு, எண்ணை வழியற மூஞ்சின்னு – அம்மா என்னை அங்கே உக்காந்து அவங்களோடு பேசிட்டிருன்னு சொல்லுவா. நா அதை வெறுக்கறேன். ஐ ஹேட் இட்!” அதைச் சொல்லும்போது முகத்தில் தெரிந்த ரௌத்திரம் ஸ்ரீமதிக்குக் குழப்பத்தை அளிக்கும். தனக்கு இஷ்டமில்லாததை அம்மா செய்யச் சொல்கிறார் என்கிற ஜெயலலிதாவின் கோபம் புரிந்தது. அந்த ஆவேசம் புரியவில்லை. மற்ற தோழிகள் வாழ்ந்ததுபோல் ஒரு சராசரி இயல்பான வாழ்க்கை வாழ வேண்டும் என்று அவர் விரும்பியிருக்க வேண்டும். ஸ்ரீமதியுடைய அம்மாவோ அப்பாவோ பள்ளியிலிருந்து அவரை அழைத்துச் செல்ல வண்டியெடுத்துக்கொண்டு வருவார்கள். “அவளுடைய வண்டி எப்பவும் தாமதமாகத்தான் வரும். அவளுடைய வண்டி வரும்வரை நான் காத்திருப்பேன். எங்கள் மெட்ரிகுலேஷன் பரீட்சையின்போது நடந்தது நினைவுக்கு வருகிறது. பரீட்சை எழுத நாங்கள் லேடி வெலிங்டன் கல்லூரிக்குச் செல்லவேண்டியிருந்தது. எங்களுடைய ‘ஹால் டிக்கெட்டுகளைப் பெற்றுக் கொண்டு எங்கள் வண்டிகளுக்காகப் பள்ளியின் வாசலில் காத்திருந்தோம். அவளுடைய வண்டி வரவே இல்லை. என் தந்தை என்னை அழைத்துப்போக வந்திருந்தார். ‘பரீட்சைக்குப் போக நேரமாச்சு. உன்னையும் ஸ்ரீமதியுடன் அழைத்துக்கொண்டு போகிறேன் வா’ என்றார் ஜெயாவிடம். சினிமா ஸ்டூடியோவில் என் தந்தை ஸ்டில் படங்கள் எடுப்பவர். ஜெயாவுக்கு அவரை நன்றாகத் தெரியும். முதலில் தயங்கிவிட்டுப் பிறகு வந்தாள். என் அப்பாவின் இந்தச் செய்கையை அவள் மறக்கவே இல்லை. ‘உன் அப்பா மட்டும் இல்லையென்றால் என்னால் பரீட்சை எழுதியிருக்க முடியாது’ என்று உணர்ச்சி பொங்கச் சொல்வாள். ‘பாரு, என்னுடைய வீட்டிலே யாருமே என் பரீட்சையைப் பத்திக் கவலைப்படல்லே’ என்பாள். அவள் மாகாணத்தில் இரண்டாவதாக வந்தாள். ஸ்கூலில் ‘பெஸ்ட் அவுட்கொயிங்’ மாணவி என்பதற்கான ஷீல்ட் வாங்கினாள். பரிசு அளிக்கும் விழாவுக்குக்கூட அவள் வீட்டிலிருந்து யாரும் வரவில்லை. ஜெயலலிதா தன் வீட்டு விஷயத்தைப் பற்றியோ அவளுடைய சகோதரனைப் பற்றியோ பேசவே மாட்டாள். ஆனால் படிப்பு

விஷயம் என்று வரும்போது மட்டும் தான் மேற்கொண்டு படிக்க வேண்டும் என்கிற அவளது விருப்பத்தை தன் அம்மா புரிந்துகொள்ளவே இல்லை என்பாள்."

ஜெயலலிதாவைப் பற்றி நினைவுகூரும்போது ஸ்ரீமதியின் முகத்தில் ஒரு பரவசம் படர்ந்தது. "ஜெயா ரொம்ப நல்ல சிநேகிதி. கனிவு, கருணை, பரந்த குணம் எல்லாம் கொண்டவள். அவளுக்கு எல்லா விஷயங்களிலும் அக்கறையும் ஆர்வமும் இருந்தது. அவளுக்கு இருந்த பொது அறிவு என்னை ஆச்சரியப்படுத்தும். ஒரு தடவை சாத்தனூர் அணைக்கு ஸ்கூலிலிருந்து சுற்றுலா சென்றோம். அப்போது அவளுக்கு எப்படி அணை கட்டப்படுகிறது, ஏன் கட்டப்படுகிறது என்பது பற்றி யெல்லாம் மிகத் துல்லியமாகத் தெரிந்திருந்தது. அவளிடமிருந்து தான் வாசிப்பு என்பதன் முக்கியத்துவத்தைத் தெரிந்து கொண்டேன். அவளுடைய வாழ்க்கையே திசை மாறிப்போனது எனக்கு வருத்தமாக இருக்கிறது. அவள் ஒரு மிகத் திறமைவாய்ந்த மருத்துவ ராகவோ ஐ.ஏ.எஸ் அதிகாரியாகவோ ஆகியிருப்பாள். அதைத்தான் அவள் விரும்பினாள்."

சர்ச் பார்க் கான்வென்ட் பள்ளி 'ரெவெரெண்ட் மதர் ஸெலின் ஸ்காலர்ஷிப்' என்று மறைந்த தலைமை ஆசிரியையின் பெயரில் ஆரம்பித்திருந்தது. அது முதலில் ஜெயலலிதாவுக்கு வழங்கப்பட்டது. ஆனால் ஜெயலலிதா அதை ஏற்கவில்லை. தனது தாய் தன்னை சினிமாவில் சேரச் சொல்வதால் தன்னால் படிப்பைத் தொடரமுடியாது என்று தெரிவித்ததால் ரிமா என்ற வேறொரு பெண்ணிற்குக் கொடுக்கப்பட்டது.

ஸ்ரீமதி தொடர்ந்தார். "காலேஜில் சேர வேண்டும் என்று அவள் மிகவும் தீவிரமாக இருந்தாள். ஆனால் அட்மிஷன் எல்லாம் தொடங்குவதற்கு முன்பே அவள் நடிப்பு ஷூட்டிங் என்று ரொம்ப பிஸியாகிவிட்டாள். அப்போது ஆயிரத்தில் ஒருவன் ஷூட்டிங் மும்முரமாக நடந்துகொண்டிருந்தது. அவள் என்னையே விண்ணப்பத் தாள் வாங்கச் சொன்னாள். 'நீ எந்த கோர்ஸ் எடுக்கிறியோ அதையே எனக்கும் போடு' என்றாள். நான் ஃபைன் ஆர்ட்ஸ் எடுத்தேன். அவளுக்கு அதையே போட்டு ஃபீசும் கட்டினேன். அவள் முதல் நாள் காலேஜுக்கு வந்தாள், கையை வீசிக்கொண்டு! எல்லோரும் அசெம்ப்ளியில் நின்றோம். 'ஐயோ இது என்ன ஒரு ஜெயில்லேர்ந்து இன்னொரு ஜெயிலுக்கு போறமாதிரி இருக்குமோ?' என்று முணுமுணுத்தாள். ஸ்டெல்லா மாரிஸ் மிகக் கட்டுப்பாடான ஸ்தாபனம். ஜெயா என்னுடன் வெறும் கையுடன் வகுப்புக்கு வந்தாள். ஆசிரியை சுசிலா மேரிக்கு ஜெயாவைப்பற்றி எதுவும் தெரியாது. அவளிடம்

என்னவோ கேள்வி கேட்டார். ஜெயா ‘என்னிடம் புத்தகம் இல்லை’ என்றாள். ஆசிரியைக்கு மகாக் கோபம் வந்தது. படபட வென்று சரமாரியாகத் திட்டினார். ‘எதுக்கு வகுப்புக்கு வரே பின்னே? பொம்மை மாதிரி அலங்கரித்துக்கொண்டு வரவா?’ என்றார். ஜெயா மதிய உணவுக்கு வீட்டிற்குச் சென்றவள் திரும்பி வரவில்லை. நான் போன் செய்து அவளைக்கேட்டேன் ஏன் அப்படி காணாமல் போனாள் என்று. ‘ஐயோ என்னால அந்தமாதிரி இடத்திலே இருக்கமுடியாது’ என்றாள். வேற ஏதாவது காலேஜுக்குப் போயேன் என்றேன். ‘இல்லே எனக்கு இப்பப் புரிஞ்சு போச்சு, நடிப்பும் படிப்பும் ஒரே சமயத்திலே தொடருவது முடியாத காரியம்னு’ என்றாள்.

ஸ்ரீமதிக்கு அது பெரும் ஏமாற்றத்தை அளித்தது. வருத்த மாகவும் இருந்தது.

அந்தச் சமயத்தில் உண்மையிலேயே ஜெயலலிதாவின் கால் திரைப்பட உலகில் ஆழப் புதைந்துவிட்டிருந்தது. அன்றைய சூப்பர் நாயகன் எம்.ஜி. ராமசந்திரனுடன் அவரது முதல் படம் தயாராகிக் கொண்டிருந்தது. எம்ஜிஆர் என்று சுருக்கமாக அழைக்கப்பட்ட அந்த மாபெரும் ஆளுமை அவருடைய வாழ்வில் நல்லதற்கோ கெட்டதற்கோ, மிகப்பெரிய மாற்றத்தைக் கொண்டுவருவார் என்று அவர் நினைத்திருக்கவில்லை. அது வேறு உலகம் – கனவுகளும் நிராசைகளும் கொண்ட உலகம் – பழிவாங்குபவர்களும் அசூயை பிடித்தவர்களும் நிரம்பிய இடம் – சகுனிகளும் தெய்வங்களும் உறவாடும் உலகம் என்பனவற்றையெல்லாம் அறியாமல் அவர் கண்ணை மூடிக்கொண்டு அதில் கால் வைத்தார்.

3

நட்சத்திர அந்தஸ்து வந்தது

மெட்ரிகுலேஷன் பரீட்சை முடிந்த பிறகு காலேஜ் திறக்கும்வரை இரண்டுமாதம் விடுப்பு இருந்தது. அப்போதுதான் விதி குறுக்கிட்டு வேறு திசைக்கு அவரை அழைத்தது. ஹோட்டல் உட்லாண்ட்ஸில் அன்று பெரிய விழாவுக்கு ஏற்பாடாகி யிருந்தது. சந்தியா பங்கு பெற்றிருந்த கர்ணன் திரைப்படத்தின் நூறாவது நாள் கொண்டாட்டம். ஜெயலலிதாவையும் சந்தியா அழைத்துச் சென்றார். விடுமுறை நாட்கள் என்பதால் ஜெயா உற்சாகமாகக் கிளம்பினார். முதல் முறையாகப் புடவை கட்டிச் சென்றார். அங்கு வந்திருந்தவர்கள் சந்தியாவின் பெண் மிக அழகிய யுவதியாக மலர்ந்திருந்ததைப் பார்த்து அசந்துபோனார்கள். அவர்களின் பார்வையில் இருந்த பிரமிப்பையும் பாராட்டையும் ஜெயலலிதா உணர்ந்தார். சந்தோஷமாக இருந்தது. ஆனால் அதற்குப் பிறகு நடந்ததை எதிர்பார்த்திருக்க வில்லை. விருந்து முடிந்து கிளம்பும் சமயத்தில் கர்ணன் படத்தின் தயாரிப்பாளரும் விருந்திற்கு ஏற்பாடு செய்திருந்தவருமான பி.ஆர். பந்துலு "எல்லாரும் போகட்டும், கொஞ்சம் காத்திரு, உன்னோடு கொஞ்சம் பேசவேண்டும்," என்று சந்தியாவிடம் சொல்லிவிட்டுப் போனார்.

எல்லோரும் சென்ற பிறகு அவர் மெல்லச் சொன்னார். "அடுத்த வாரம் சின்னத கொம்பே (தங்க பொம்மை) என்கிற ஒரு கன்னடப்படம் ஆரம்பிக்கப் போறேன். உன் பெண்ணை அதிலே

கதாநாயகியா நடிக்கவைக்க விரும்பறேன்," என்றார். அம்மாவுக்கும் பெண்ணுக்கும் தூக்கிவாரிப்போட்டது. அதுவரை மகள் சினிமாவில் பிரவேசிக்கக்கூடாது என்று பிடிவாதமாக இருந்த சந்தியா "அவ காலேஜிலே சேரணும், இன்னும் ரெண்டு மாசத்திலே," என்று தயக்கத்துடன் இழுத்தார். "ஓ, ஷூட்டிங்கெல்லாம் அதுக்குள்ள முடிஞ்சுடும்," என்றார் பந்துலு. மகள் எதிர்ப்பாளே என்று நினைத்த சந்தியா "நீ என்ன சொல்றே அம்மு?" என்று (கன்னடத்தில்) கேட்டார். எல்லாருடைய கவனிப்பையும் பெற்ற கிறக்கத்தினாலோ என்னமோ "சரின்னு சொல்லலாம், ரெண்டுமாசத்திலே முடியும்னா," என்று ஜெயலலிதா ஒப்புக்கொண்டது மிக வியப்பாக இருந்தது அவருக்கு. குடும்ப நண்பரான கல்யாண்குமார் – சொக்கண்ணா – அதில் கதாநாயகனாக நடிக்கிறார் என்பதும் ஜெயலலிதாவுக்கு மகிழ்ச்சியாக இருந்தது.

அன்றிலிருந்து நாட்கள் வெகு விறுவிறுப்புடன் நகர்ந்தன. மைசூரில் ஷூட்டிங் நடந்தது. *ஃபிலிம் நியூஸ்* என்ற சினிமா பத்திரிகைக்கு நிருபராக இருந்த ஆனந்தன் படப்பிடிப்பு பற்றின செய்தி எழுதுவதற்காக அழைக்கப்பட்டிருந்தார். அங்கு நடந்த ஒரு சம்பவத்தைப் பலவருஷங்கள் கழித்து நினைவுகூரும் போதும் வியப்பும் மகிழ்ச்சியும் குன்றாமல் சொன்னார்: ஜெயலலிதா, வைஜயந்திமாலாவைப் போல மண்டியம் ஐயங்கார் வகுப்பைச் சேர்ந்தவர். (வீட்டில் கன்னடம் அதிக சரளமாகப் பேசுவார்கள்) சுவாமினாதன் என்பவர் *கல்கியில்* எழுதிய கட்டுரை ஒன்றில் ஜெயலலிதா, 'நான் தமிழச்சி, என் தாய் ஸ்ரீரங்கத்தைச் சேர்ந்தவர்' என்று சொன்னதாக வெளியாகி இருந்தது. ஜெயலலிதா கன்னடக்காரர் என்று நம்பிய கர்நாடகத்தைச் சேர்ந்தவர்களுக்கு அது மிகுந்த கோபத்தை ஏற்படுத்திற்று. அப்போது ஜெயலலிதா நாட்டிய நிகழ்ச்சிகள் அளித்துக்கொண்டிருந்தார். மைசூரில் ஆண்டுதோறும் நடக்கும் தசரா விழாவில் அந்த ஆண்டு அவருடைய நடனத்துக்கு ஏற்பாடாகியிருந்தது. முன்பணமும் அனுப்பப்பட்டிருந்தது. அந்தக் கட்டுரை வெளியானதும் மைசூரில் இருந்த ஜெயலலிதாவின் உறவினர்கள் அவர் மைசூருக்கு வந்தால் உயிருக்கு ஆபத்து ஏற்படலாம் என்று எச்சரித்தார்கள். வட்டாள் நாகராஜின் தீவிர கன்னட அமைப்பான 'செலுவ கன்னட அமைப்பு' மிகவும் கோபமாக இருப்பதாகச் சொன்னார்கள். அதனால் ஜெயலலிதா தசரா விழாக்காரர்களுக்குத் தனக்கு உடம்பு சுகமில்லை என்றும் நிகழ்ச்சியை ரத்து செய்யுமாறும் எழுதிப்போட்டார். முன்பணமும் திருப்பி அனுப்பப்பட்டது. மூன்று மாதங்கள் கழித்து பந்துலு சாரின் படம் மைசூர் சாமுண்டி ஸ்டூடியோவில் ஏற்பாடாகியிருந்தது. 1964இல்

ஜெயலலிதாவுக்கு 16 வயதுதான். அவருக்கு நடன நிகழ்ச்சியின் தேதியும் படப்பிடிப்பு தேதியும் ஒன்றாக இருந்தது நினைவில்லை. தசரா விழாவின் அமைப்பாளரும் தீவிரக் கன்னட விசுவாசி. ஜெயலலிதா தங்களுக்கு முடியாது என்று சொன்ன தேதியில் படப்பிடிப்புக்கு வந்தது தெரிந்ததும் ஆத்திரமடைந்தார். ஷூட்டிங் நடந்தபோது ஜெயலலிதா தனியாக இருந்தார். அவருடன் நடித்த கல்யாண்குமார் வேறு ஒரு தளத்தில் இன்னொரு ஷூட்டிங்கில் இருந்தார். ஸ்டூடியோ மேலாளருக்கு வட்டாள் நாகராஜ் 100 ஆட்களுடன் ஜெயலலிதாவைத் தாக்க வருவதாகச் சேதி வந்தது. அவர் உடனடியாக வாயில் கதவைப் பூட்டச் சொன்னார். ஆனால் குண்டர்கள் கேட்டின் மேல் ஏறிக்குதித்துக் கையில் தடியுடன் வந்துவிட்டார்கள். 'சூளே மகளு ஜெயலலிதா எல்லி?' (அந்த சோரம் போனவளுடைய பெண் ஜெயலலிதா எங்கே?) என்று கத்தியபடி. ஸ்டூடியோவுக்குள் நுழைந்து, படப்பிடிப்பு நடக்கும் இடத்துக்குக் காவலுக்கு நின்றவர்களை அடித்துத் தள்ளி வந்துவிட்டார்கள். பந்துலு சார் பத்து பத்திரிகையாளர்களை (என்னையும் சேர்த்து) அழைத்து வந்திருந்தார் சென்னையிலிருந்து. நாங்கள் பத்துபேரும் ஜெயலலிதாவைச் சுற்றி வட்டமாக நின்றோம். பந்துலு கன்னடத்தில் அவர்களைப் போய்விடும்படி கெஞ்சிக் கேட்டார். வேறொரு தளத்தில் இருந்த ரவி என்ற கன்னட டைரக்டர் அங்கு வந்து அவர்களைப் போய்விடும்படி சத்தமிட்டார். அவர்கள் யார் சொல்லுக்கும் செவிமடுப்பதாக இல்லை. 'ஜெயலலிதா தான் கன்னடக்காரி இல்லை என்று சொன்னதற்கு மன்னிப்புக் கேட்க வேண்டும்' என்றார்கள். ஜெயலலிதா பதறவுமில்லை, பயப்படவும் இல்லை. நாற்காலியில் அமர்ந்திருந்தவர் எழுந்து நின்று, தூய கன்னடத்தில், "நான் எதற்கு மன்னிப்புக் கேட்கவேண்டும்? நான் தவறாக எதுவும் சொல்லவில்லையே? நான் தமிழச்சிதான், கன்னடக்காரி இல்லை!" என்றார் தீர்க்கமாக.

அதற்குள் போலீஸ் வந்துவிட்டது. கலகக்காரர்களை அதட்டிச் சமாதானப்படுத்தி அப்புறப்படுத்திற்று. ஷூட்டிங் ரத்தாக எல்லோரும் அவரவர் அறைக்கு அனுப்பப்பட்டார்கள். செய்தியாளர்கள் உடனடியாகச் செய்தியை சென்னைக்குத் தந்தி அடித்தார்கள். மறுநாள் சென்னையின் தினசரிகளில் கன்னடக்காரர்கள் ஜெயலலிதாவைக் கொல்ல முயற்சி செய்ததாகத் தலைப்புச் செய்தி வந்தது. சென்னைக்குத் திரும்பியதும் ஜெயலலிதா இந்திரா காந்திக்கு நடந்த விஷயத்தைப் பற்றிக் கடிதம் எழுதினார். தனக்கு உதவியாக இருந்த எல்லா பத்திரிகைகாரர்களுக்கும் நன்றி தெரிவிக்க சென்னையில் ஒரு விருந்துக்கு ஏற்பாடு செய்தார். சவேரா ஹோட்டலில் நடந்த

அந்த அழைப்புக்கு 100 பத்திரிகைக்காரர்கள் வந்தார்கள். மைசூருக்கு வந்திருந்த பத்திரிகைக்காரர்களை அங்கு கௌரவப் படுத்தினார்.

1964இல் நடந்ததை 2011இல் நினைவுகூர்ந்த ஆனந்தன் அதை இன்று நடந்ததைப்போலச் சொல்லிச்சொல்லி வியந்தார். “பதினாறு வயசுப்பொண்ணு, என்ன தைரியம், என்ன விவேகம். நாங்க எல்லாம் அசந்துபோனோம்!”

ஜெயலலிதாவைப் பொறுத்தவரை மைசூர் ஷூட்டிங்கிற்காகக் கடுமையாக உழைத்திருந்தாலும் அது தமாஷான அனுபவமாக மட்டுமே இருந்தது. சென்னை திரும்பியதும் அதைப்பற்றி மறந்தே போனார். சென்னை விஜயா ஸ்டூடியோவில் ‘சின்னத கொம்பே’ படத்தின் ‘ரஷ்’களை ஒருநாள் பந்துலு பார்த்துக்கொண்டிருந்தபோது டைரக்டர் ஸ்ரீதர் அந்தப்பக்கமாக வந்தவர் அவற்றை சுவாரஸ்யத்துடன் பார்த்தார். பல வெற்றிப் படங்களைத் தந்திருந்த செல்வாக்கு மிக்க இயக்குநருக்கு ஜெயலலிதாவின் பளிச்சென்ற உருவம் பிடித்துப்போனது. அவருடைய அடுத்த திட்டமான ‘வெண்ணிற ஆடை’ படத்துக்கு ஏற்ற முகம் என்று நினைத்தார்.

அவர் தனது எண்ணத்தை சந்தியாவிடம் தெரிவித்த தினத்தில்தான் ஜெயலலிதாவுக்கு மிகுந்த மகிழ்ச்சியை அளிக்கும் கடிதம் வந்தது. மெட்ரிகுலேஷன் பரீட்சையில் அவர் மாநிலத்தில் இரண்டாவதாக வந்திருந்ததால் மத்திய கல்வித்துறையிலிருந்து அவருடைய மேல் படிப்புக்கு ஸ்காலர்ஷிப் வழங்கப்படுவதாகத் தகவல் வந்தது. ஜெயலலிதாவுக்குத் தலைகால் புரியவில்லை. மனத்தில் ஆயிரம் கனவுகள் மலர்ந்தன. மேல் படிப்புக்கான திட்டங்கள் விரிந்தன. பந்துலு சாரின் படத்தில் நடித்தது விடுமுறை நாட்களில் மட்டும்தான் என்பதால் சினிமா அனுபவம் மனத்தில் ஒட்டாமல் இருந்தது. ஸ்ரீதரின் எண்ணத்தை சந்தியா ஜெயலலிதாவிடம் சொன்னபோது ஜெயா உடனடியாக அதை ஏற்க முடியாது என்றார். புகழ்பெற்ற இயக்குநரான ஸ்ரீதரின் வேண்டுகோளை மறுப்பது அசட்டுத்தனம் என்று சந்தியா வலியுறுத்தியபோது ஜெயலலிதாவுக்கு அம்மாவின் பேச்சு வியப்பையும் கோபத்தையும் அளித்தது. “என்னுடைய ஆசை என்னன்னு உனக்குப் புரியவே இல்லே பாத்தியா? அது முக்கியம்னு நீ நினைக்கவே இல்லே பாத்தியா?” என்று வெடித்தார். பெற்றவள் எப்படி தன்னைப் புரிந்துகொள்ளாமலே இருக்கிறாள் என்று வருத்தமும் துக்கமும் ஏற்பட்டது. அழுகை வந்தது. அவர் அழுது முடித்தபிறகு சந்தியா மெல்லச் சொன்னார். “நீ படிக்கணும்னுதான் நானும் நினைச்சேன்.

சினிமாத் தொழிலுக்கு நீ வரவே கூடாதுன்னுதான் நா உறுதியா இருந்தேன். ஆனா இப்ப நா ரொம்பப் பண நெருக்கடியிலே இருக்கேன். உங்க ரெண்டு பேருக்கும் என் கஷ்டம் தெரியக் கூடாதுன்னு அசட்டுத்தனமா ஆடம்பரமா இருக்க பழக்கிப் பிட்டேன். எனக்கு இப்ப முன்னைப்போல நடிக்க வாய்ப்பும் வரதில்லே. வருமானமில்லே. வாழ்க்கையை எப்படித் தொடரப் போறோம்னு கவலையாப் போன சமயத்திலே உனக்கு தெய்வமே வந்து உதவற மாதிரி பெரிய பேனர்லேந்து அழைப்பு வருது. அதை நழுவ விட்டோம்னா அப்புறம் யாரும் உன்னைத் தேடிக்கிட்டு வரமாட்டாங்க. கிடைச்ச வாய்ப்பை விடாதே, நீ கெட்டிக்காரி, புரிஞ்சுப்பே. பப்புவுக்கு நல்ல உடம்பு இல்லே. அவனைக்கூட நீதான் எனக்கப்புறம் பாத்துக்கவேண்டியிருக்கும். யோசிச்சு முடிவுக்கு வா. படிப்பை எப்பவேணாத் தொடரலாம். யோசிச்சுப்பாரு."

இரவு முழுவதும் ஜெயலலிதா அழுதவண்ணம் யோசித்தார். வசதிமிக்க வாழ்க்கையை இத்தனை நாள் தங்களுக்குக் கொடுக்க அம்மா எத்தனை கஷ்டப்பட்டிருப்பாள் என்று மெல்லப் புரிந்தது. குறைந்த வசதியுடன் வாழ்வது இனி சாத்தியமா என்று நினைக்கவே பயமாக இருந்தது. அம்மா சொல்வதுபோல படிப்பை ஒரு இடைவெளிக்குப் பிறகும் தொடரலாம்.

நடிப்பது என்ற முடிவு எடுத்தபிறகு வெற்று யோசனைக்கு அவர் இடம் கொடுக்கவில்லை. நடிப்பில் தன்னால் முடிந்த அளவுக்குத் திறனைக் காண்பிக்கவேண்டும் என்று நிச்சயித்துக் கொண்டார். குமுதத்தில் எழுதிய தொடரில் அதுபற்றி வருகிறது. 'என்னால் அசிரத்தையாக இருக்கமுடியவில்லை. எனக்கு ஒரு குணம் உண்டு. ஒரு வேலையை எடுத்தேனென்றால் என்னால் அரைகுறையாகச் செய்யமுடியாது, அது நாய்க்குட்டியைக் குளிப்பாட்டும் வேலையாக இருந்தாலும்! மிக முனைப்போடு செய்வேன். சினிமா விஷயத்திலும் அப்படித்தான். கஷ்டப்பட்டு முன்னுக்கு வந்தேன் என்கிற பேச்சே இல்லை. உடனடியாகப் பிரபலமானேன். மற்றவர் பொறாமைப்படும் அளவுக்கு வெற்றிபெற்றேன். அதுவும் தமிழ், தெலுங்கு ஆகிய இரண்டு மொழிகளில் முன்னணிக் கதாநாயகியாக—இந்த உலகில் எதையும் செய்ய என்னால் என்னைத் தயார்ப்படுத்திக்கொள்ள முடியும்.'

'வெண்ணிற ஆடை' படத்திற்குப் புதிய முகம் வேண்டும் என்கிற ஆர்வத்தில் தான் புக் செய்திருந்த அந்தப் பதினாறு வயது பள்ளிச் சிறுமியை ஸ்ரீதர் யோசனையுடன் பார்த்தார். அவருக்காக வரித்திருந்த பாகம் சிக்கலான ஆளுமை கொண்ட கதாபாத்திரம். பேதலிக்கும் நிலைக்குச் செல்லும் மன உலைச்சலில் சிக்கிக்

கொள்ளும் கதாநாயகி. திருமணமான கையுடன் விதவையாகும் பெண். அதிர்ச்சியில் மனம் பேதலித்துப்போன 17 வயது யுவதி. உளவியல் சிகிச்சையில் குணமாகிச் சிகிச்சை அளிக்கும் மருத்துவரிடம் காதல் கொள்ள ஆரம்பித்ததும் வருவது அதிக உணர்ச்சிப்போராட்டம். மருத்துவர் வேறு ஒரு பெண்ணைக் காதலிக்கிறார். பிறகு வரும் க்ளைமாக்ஸ். இந்தச் சிறுமியால் அதைக் கையாளமுடியுமா?

அவரது எதிர்பார்ப்பிற்கும் மேலாக அந்தச் சிறுமி கதாநாயகி ஷோபாவாகவே மாறி சினிமா விமர்சகர்களின் பாராட்டைப் பெற்றார்.

எதைச் செய்தாலும் நன்றாகச் செய்யவேண்டும் என்கிற எண்ணம் உந்துசக்தியாக இருந்தது. ஜெயலலிதாவுடன் பல படங்களில் நடித்திருந்த குமாரி சச்சு சொன்னார்: "ஜெயலலிதா இஷ்டமில்லாமல் நடிக்க வந்ததாகத் தோன்றாது. அவருக்குக் கொடுக்கப்பட்ட ரோலை உற்சாகமாக, முழு ஈடுபாட்டுடன் செய்வார். வளவளவென்று பேசும் ரகம் இல்லை. அவருடன் பேசினால் பேசுவார். அத்தனை சின்ன வயசிலும் ரொம்ப கம்பீரமாக நடந்துகொள்வார். கையில் ஒரு புத்தகத்தை வைத்துக் கொண்டு படிச்சுண்டிருப்பார். ஷாட்டுக்குக் கூப்பிடும்போது எழுந்துபோவார்."

ஜெயலலிதா ஒருமுறை சொன்னார்: "பின்னால் திரும்பிப் பார்த்து எனது முடிவுகளுக்காக வருத்தப்பட்டதே இல்லை." அதுவே வெற்றிக்கானாலும் தோல்விக்கானாலும் அவரது உந்து சக்தியாக இருந்தது.

செக்ஸ் பாம்ப் என்றும் செக்ஸ் ஸைரன் என்றும் பத்திரிகைகள் விவரித்தது வெறுப்பேற்றியது. "நான் அது இல்லை. அது அவர்களாக ஏற்படுத்திய பிம்பம். என் உருவத்தையும் இளமையையும் சினிமா உலகம் சூறையாட முயன்றதை நான் வெறுத்தேன்."

பதினாறு வயதில் இரண்டு படங்களில் நடித்திருந்த அனுபவம் மட்டுமே இருந்தது. ஆனால் முன்னேற்றம் என்பது தன்னிச்சையாக அவரது முயற்சி இல்லாமலே நாலுகால் பாய்ச்சலில் நகர்ந்தது. ஸ்ரீதரின் படத்தில் நடிக்கும்போதே பி.ஆர். பந்துலு அவரை எம்ஜிஆருடன் நடிக்க 'ஆயிரத்தில் ஒருவன்' படத்துக்கு புக் செய்தார். அவரைவிட எம்ஜிஆர் 31 வயது மூத்தவர் என்பது பெரிய விஷயமாக இருக்கவில்லை. எம்ஜிஆர் அப்போது புகழின் உச்சியில் இருந்தார். அவரைப் பித்துப்பிடித்ததுபோல நேசித்த தமிழ்ப் பெண் ரசிகைகள்

லட்சோபலட்சம். சினிமாவில் அவர் காட்டிய வீர சாகசங்கள் இளைஞர்களின் மனத்தைக் கொள்ளைகொண்டது. அவர் நடித்தால் படத்தின் வசூல் நிச்சயம். அவருடன் நடிக்க வாய்ப்பு கிடைக்கும் நடிகைகளின் அந்தஸ்து உயரும். இந்தப் பிரக்ஞை ஜெயலலிதாவுக்கு ஏதும் இல்லை. எம்ஜிஆர் பற்றின பிரமிப்பும் இல்லை.

'வெண்ணிற ஆடை' ஷூட்டிங் நடந்தபோது இன்னொரு தளத்தில் படப்பிடிப்பில் இருந்த எம்ஜிஆர் ஸ்ரீதரின் படப்பிடிப்பைப் பார்க்க வந்தார். ஒரு பெரிய கும்பல் அவருடன் வந்தது. ஜெயலலிதா ஓர் ஓரமாக நின்றார், எம்ஜிஆர் போன்ற ஒரு ஹீரோ உள்ளே நுழையும்போது எப்படி நடந்துகொள்ள வேண்டும் என்ற சினிமா மரபு தெரியாமல். ஸ்ரீதர் அவரை முன்னால் வரச்சொல்லி எம்ஜிஆருக்கு வணக்கம் தெரிவிக்கச் சொன்னார். அவர் எதிரில் கைகூப்பி அவர் நின்றபோது எம்ஜிஆருக்கு வேடிக்கையாக இருந்திருக்கும், பொம்மைபோல இருக்கும் இந்தச் சிறுமி தன்னோடு கதாநாயகியாக நடிக்கப்போகிறாள் என்பது. அவர் அவருடன் நடித்த முதல் சீனே முதல் இரவு சீன். அவருக்குக் கூச்சமாகவும் பயமாகவும் இருந்தது. 'நாணமோ' என்ற பாடல் ஒலிக்க ஆரம்பித்ததும் உடம்பு நடுங்கவே ஆரம்பித்துவிட்டது. எம்ஜிஆர். வெகு நேரம் அவரிடம் இதமாகப் பேசி ஆசுவாசப்படுத்த வேண்டியிருந்தது.

ஆனால் அடுத்த நாள் அதே பெண், கால்மேல் கால் போட்டு நாற்காலியில் உட்கார்ந்தபடி சீனியர் கலைஞர்கள் வந்தாலும் எழுந்து வணக்கம் சொல்லாமல் ஒரு புத்தகத்தில் ஆழ்ந்திருந்ததைக் கண்டு ஃபிலிம் யூனிட் அதிர்ச்சி அடைந்தது. இயக்குநர் பந்துலு ஸ்டூடியோ விதிமுறைகள், மூத்தவர்களுக்கு மரியாதைகாட்டுவது என்பதில் கறாராக இருப்பவர். "ஃபிலிம் துறையில் கடைப்பிடிக்கப்படும் மரபுகளைப்பற்றி உன் பெண்ணுக்குச் சொல்லிக்கொடு" என்று சந்தியாவிடம் சொன்னார். "அவ இப்பத்தான் இங்க நுழைஞ்சிருக்கா. . . இங்கே சரியா நடந்துக்கல்லேன்னா முன்னுக்கு வர்றது கஷ்டம்," என்றார் சூசகமாக. சந்தியா இதைத் தெரிவித்தபோது அம்முவுக்கு அடக்கமுடியாத கோபம் வந்தது. "இப்படியெல்லாம் அங்கே ரூல்ஸ் இருக்கும்னா நா நடிக்கவே போறதில்லே. எனக்கு இந்த வேலை வேண்டாம். நா படிக்கணும்னு உன்கிட்ட அப்பவே சொன்னேன். நீதான் என்னைப் பிடிச்சுத் தள்ளினே," காச்சு மூச்சு என்று கத்தினார். பிறகு அம்மாவுடன் சமாதானம் செய்துகொள்வதைத் தவிர வேறு வழி இருக்கவில்லை. சரியான சக்ரவியூகத்தில் சிக்கிக்கொண்டதுபோல இருந்தது. அபிமன்யு போல அதிலிருந்து வெளிவரும் யுக்தி அவருக்கும் தெரியாது.

அம்மா வகுத்த சக்ரவியூகம். அம்மாவோ அவர் ரூபத்தில் விதியோ. அதைப்பற்றி நினைப்பதே அலுப்பூட்டும் சோர்வைத்தரும் விஷயமாக இருந்தது. எந்த தடியன் ஸ்டூடியோவுக்குள் வந்தாலும் எழுந்து நிற்கவேண்டும் என்பது அபத்தமாகத் தோன்றிற்று. 'அது ஆண் உலகம்டீ. நீ பெண் என்கிறது மட்டுமில்லே, நேத்து நுழைஞ்சவ, வயசிலே சின்னவ. கால்மேல கால் போட்டு உட்கார்ந்திருந்தா சும்மா விட்டுடுவாங்களா?' 'அட சட், என்ன வியாக்கியானம் இது! இருக்கட்டும் அவள் போகப்போக அந்த ரூல்ஸையெல்லாம் மாற்றுவாள். நா அப்படித்தான் உட்காருவேன். கையிலே புத்தகம் வெச்சிருப்பேன். அங்க பேசற அசட்டுப் பேச்சுக்கெல்லாம் மத்த பொண்ணுங்க மாதிரி கெக்கே பிக்கேன்னு சிரிக்கமாட்டேன்.'

அம்மாவுக்கு வாக்கு கொடுத்திருந்தார். அம்மாவின் பொருளாதார நெருக்கடியைச் சமாளிக்க நடித்துச் சம்பாதித்து சகோதரன் பப்புவையும் பார்த்துக்கொள்வதாக. பப்புவுக்கு அடிக்கடி உடம்பு படுத்திற்று. அதனால் முறையாகப் பள்ளிக்குச் சென்று படிப்பை முடிக்க முடியவில்லை. ஜெயலலிதா பப்புவை நன்றாகக் கவனித்துக்கொண்டதாகவும் சந்தியா அகாலமாய் மறைந்தபிறகு ஸ்ரீவைஷ்ணவ சம்பிரதாயப்படி திருமணத்தைக்கூட முறையாக செய்துவைத்ததாகவும் சொல்லப்படுகிறது. போயஸ் கார்டன் வீடு கட்டி முடிந்தபிறகு அங்கு பப்பு தம்பதி அவருடன் வசித்தார்கள். பிறகு என்ன காரணத்தாலோ இருவருக்கும் மனஸ்தாபம் ஏற்பட்டு தொடர்பு அறுந்துபோயிற்று.

ஜெயலலிதாவின் நெருங்கிய தோழிகளுக்கோ அவரது பி.ஆர்.ஓக்களுக்கோ அல்லது செயலர்களுக்கோ அவருடைய அண்ணனுடன் இருந்த உறவைப்பற்றித் தெரியவில்லை. அது ஒரு புதிர்தான் என்றார் ஸ்ரீமதி. "எங்களுடன் அவள் குடும்ப விஷயத்தைப் பற்றிப் பேசவே மாட்டாள். அவளுடைய பிறந்தநாள் கொண்டாட்டத்துக்கு நாங்கள் போகும்போதும் பப்பு அங்கு இருந்ததில்லை. அந்த உறவு ஏன் அப்படி ரகசிய மாகக் கட்டிக்காக்கப்பட்டது என்பது புதிர்தான்." குமுதத்தில் ஜெயலலிதா எழுதிய வாழ்க்கைத்தொடரில் தன் அண்ணனைப் பற்றி மிகப்பிரியமாக எழுதியிருக்கிறார். பப்புவுடன் விளை யாடியது, சண்டைபோட்டது என்கிற விவரமெல்லாம் ஒரு சராசரி அண்ணன் தங்கை உறவாகத்தான் தெரிகிறது. சிவஞானம் தெருவில் இருக்கும் வேதா நிலையத்தில் – அதாவது சந்தியாவின் வீட்டில் பப்பு என்ற ஜெயகுமாரின் ஆஜானுபாகுவான முழு உருவம் கொண்ட இரண்டரை அடிக்குச் சட்டம்போட்ட புகைப்படம் நடுக்கூடச் சுவரில் மாட்டப்பட்டிருக்கிறது. நெற்றியில் ஸ்ரீசூரணமும் நாமமும் இட்டுப் பஞ்ச கச்ச வேஷ்டியில்

நல்ல ஆரோக்கியமான ஐயங்கார் பிராமணராகக் காட்சி அளிக்கிறார். சிவந்தநிறம்; களையான சிரித்த முகம். அண்ணனின் திருமணத்தை ஜெயலலிதா விமரிசையாக செய்ததாகத் தகவல். ஏன் உறவு முறிந்தது? "எங்களுக்கே தெரியல்லே" என்றார் (2011இல்) அண்ணனின் மனைவி விஜயலக்ஷ்மி. "அவருக்குத் தங்கைன்னா உசிரு. கடைசிவரை அதுதான் அவருக்குப் பெரிய ஏக்கம்."

ஜெயலலிதா மெல்ல மெல்ல சினிமா உலகத்தில் பழகும் விதத்தைக் கற்றார். ஸ்டூடியோவுக்குள் நுழைந்ததும் எல்லோருக்கும் வணக்கம் சொல்லிவிட்டு மேக்கப் போட்டுக்கொண்டு வந்து ஒரு மூலையில் கையில் புத்தகத்துடன் தனது ஷாட் தயாராகும் வரை நாற்காலியில் அமர்ந்து படித்துக்கொண்டிருப்பார். அவர் மிக வித்தியாசமான திமிர் பிடித்த பெண் என்று பொதுவாக நினைக்கப்பட்டது. ஆனால் நெருக்கடி சமயம் வரும்போது மற்ற பெண்கள் செய்யத் துணியாததை அவர் செய்வார் என்று யாரும் நினைக்கவில்லை.

'ஆயிரத்தில் ஒருவன்' படப்பிடிப்பு நடந்த சமயத்தில் இந்தி எதிர்ப்புப் போராட்டம் தமிழகத்தில் உச்சத்தில் இருந்தது. திராவிட முன்னேற்றக் கழகத்தின் தொண்டர்கள், உறுப்பினர்கள், கட்சியைச்சேர்ந்த எம்ஜிஆரும் பல நடிகர்களும் அதில் பங்கு பெறவேண்டும் என்று எதிர்பார்க்கப்பட்டது. ஆனால் கட்சித்தலைவர் சி.என். அண்ணாதுரை, நடிகர்கள் போராட்டத்தில் கலந்துகொண்டால் திரைத்துறைக்கு மிகுந்த பாதிப்பு ஏற்படும் என்ற கவலையில் அவர்களுக்கு விலக்கு அளித்தார். 'ஆயிரத்தில் ஒருவன்' கர்நாடகத்தைச் சேர்ந்த கார்வார் அருகிலிருந்த சின்னத்தீவில் அதிகபட்சம் படமாக்கப்பட்டது. படக்குழு ஒரு மாதத்திற்கு கோவாவில் தங்கியது. தினமும் விடியற்காலை கார்வாருக்கு ஒரு விசைப் படகில் எல்லோரும் கிளம்பி இரவு நேரம் கழித்துத் திரும்பு வார்கள். எல்லோருக்கும் ஒரே ஹோட்டலில் அறை கிடைக் காததால் வேறுவேறு காட்டேஜ்களில் தங்கினார்கள். அதிகாலை எல்லோரும் படகுக்கு வருவார்கள். தலைகளை எண்ணிப் பார்த்துவிட்டு எல்லாரும் வந்தபிறகு விசைப்படகு கிளம்பும். ஜெயலலிதாவுடன் சந்தியாவும் கோவா சென்றிருந்தார். ஒருநாள் அவருக்கு உடம்பு சரியில்லை என்று காட்டேஜில் தங்கிவிட்டார். ஜெயலலிதாவின் சிகை அலங்காரம் செய்யும் பெண் தாமதமாக வந்ததால் ஜெயலலிதா கிளம்புவதற்குத் தாமதமாகிவிட்டது. அவர் போய்ச் சேருவதற்குள் விசைப்படகு கிளம்பிவிட்டிருந்தது அதிர்ச்சி அளித்தது. பந்துலு ஓர் அவசரக்காரர். "எல்லாரும் வந்தாச்சா," என்று கேட்க ப்ரொடக்சன் மானேஜர் பெண்கள் காபினைப் பார்த்துவிட்டு அங்கே உட்கார்ந்திருந்த ஒரு பெண்ணை ஜெயலலிதா என்று

நினைத்து, புறப்பட சிக்னல் கொடுத்துவிட்டார். அந்தப்பெண் சண்டைக்காட்சிகளில் ஜெயலலிதாவுக்கு டூப்பாக நடிக்க வந்தவர். ஜெயலலிதா அரைமணி நேரத்துக்குப்பின் துறைமுகத்துக்கு வந்து நின்றபோது சுப்ரமணியம் பதறிவிட்டார். வேறு ஒரு படகு கிடைக்குமா என்று பார்த்தால் ஒன்று கூட இருக்கவில்லை. அங்கிருந்த ஒருவர் தரைமார்க்கமாகப் பத்துமைல் சென்றால் ஒரு மீன்பிடிக் கிராமத்தில் கட்டுமரம் கிடைக்கும் என்று சொன்னார். அது எப்படிப்பட்ட பயங்கரப் பயணமாக இருக்கும் என்று ஜெயலலிதாவுக்குத் தெரியாது. சுப்ரமணியம் அவரை அந்தக் கிராமத்துக்கு அழைத்துச் சென்று ஒரு கட்டுமரத்தில் ஒரு பணிப்பெண்ணுடன் அமர்த்தி அனுப்பினார். அன்று கடல் பெரிய கொந்தளிப்பில் இருந்தது. கட்டுமரம் பயங்கரமாக தத்தளித்தது. ஜெயலலிதாவுக்குப் பயத்தில் செத்துவிடுவோம் என்றிருந்தது. படகுக்காரன் குறுக்கு வழியில் சென்றதால் மற்றவர்கள் விசைப்படகில் வந்து சேருவதற்குள் அவர்கள் தீவை அடைந்தார்கள். ஜெயலலிதா இருந்த கோலத்தைப் பார்த்து பந்துலு அதிர்ச்சி அடைந்தார். ‘நீ எப்படித் தனியா வந்து நிக்கறே?’ என்று அவர் கேட்டதும் ஜெயலலிதாவுக்கு அழுகையும் கோபமும் பொங்கிக்கொண்டு வந்தது. “நீங்க எப்படி என்னை விட்டுவிட்டுக் கிளம்பலாம்?” என்று வெடித்தாள்.

‘ஆயிரத்தில் ஒருவன்’ அமோக வெற்றி கண்டது. பூங்கொடி பாத்திரத்தில் ஜெயலலிதா அற்புத அழகுடன் ஜொலித்தார். அந்தத் தீவின் இளவரசி அவர். மணிமாறன் (எம்ஜிஆர்) என்ற அடிமையிடம் காதல் கொள்கிறார். உடனடியாகத் தமிழ் ரசிகர் களின் மனத்தைக் கவர்ந்தார்.

எம்ஜிஆருக்கு அந்த நாசூக்குமிக்க பதின்வயதுச் சிறுமியைப் பிடித்துப்போனது. மற்ற ஹீரோயின்களிலிருந்து அவர் மாறுபட்டார். எந்த வம்பிலும் சிரத்தையில்லாமல், சதா புத்தகமும் கையுமாக இருந்த, கான்வெண்ட் ஆங்கிலம் பேசும் அந்த பால்வடியும் முகம் அவரை ஈர்த்தது. ஒரு காலத்தில் எம்ஜிஆர் தனக்கு ஆதர்ச மனிதராக, புரவலராக, நெருங்கிய நண்பருக்கு மேற்பட்ட உறவில் இருப்பார் என்று ஜெயலலிதா கற்பனைகூடச் செய்திருக்கமுடியாது. எம்ஜிஆர் அவருக்குத் தந்தை வயதில் இருந்தவர். இருவரும் சேர்ந்து 27 படங்களில் நடித்தார்கள். ரசிகர்களுக்கு வயது வித்தியாசம் தோன்றவே இல்லை. மிகப் பொருத்தமான ஜோடி என்று நம்பத் தொடங்கிவிட்டது ரசிகர் உலகம். அவர்கள் நடித்த படங்களெல்லாம் வெற்றிப்படங்கள் ஆகின. இஷ்டமில்லாமல் பட உலகில் கால்வைத்த ஜெயலலிதா பத்தே ஆண்டுகளில் நம்பர் ஒன் நட்சத்திரம் ஆனார். நடித்தது நூறு படங்களுக்குமேல். பல சூப்பர் ஹிட் படங்கள் – தமிழில்

82, தெலுங்கில் 26, கன்னடத்தில் ஐந்து என்ற பட்டியலில் மிக மோசமாகத் தோல்வி அடைந்த ஒரு இந்திப் படமும் ஆங்கிலப் படமும் உண்டு.

தமிழ் ரசிகர்களுக்கு, முக்கியமாக எம்ஜிஆர் ரசிகர்களுக்கு எம்ஜிஆருடன் ஜெயலலிதா ஜோடி சேர்வதுதான் அதிக விருப்பமாக இருந்தது. அவர்கள் இருவரிடையே ஒரு இயல்பான ரசாயன கலவை ஏற்படுவதுபோல இருந்தது. எம்ஜிஆரே ஜெயலலிதாவை எனக்கு ஹீரோயினாகப் போட்டால்தான் நடிப்பேன் என்று சொல்ல ஆரம்பித்தார்.

திரைப்படத் துறையைச் சேர்ந்த சிலர் கவலையுடன், மற்றும் பலர் அசூயையுடன் இந்தக் கர்நாடகத்திலிருந்து வந்த பிராமணச் சிறுமியிடம் எம்ஜிஆர் வெளிப்படையாகக் காட்டும் நெருக்கத்தையும் அன்பையும் கவனித்தார்கள். நிச்சயம் அதை யாரும் ரசிக்கவில்லை. அது அசம்பாவிதமானதாகப் பட்டது. எம்ஜிஆருக்கு இருந்த செல்வாக்கைக் கண்டு பயந்து வாயைத் திறக்காமல் இருந்தார்கள். ஆனால் எம்ஜிஆருக்கு நெருக்கமானவரும் படத்தயாரிப்பாளருமான ஆர்.எம். வீரப்பன் (ஆர்.எம்.வீ) அதை முளையிலேயே கிள்ளிவிட வேண்டும் என்று பரபரத்தார். அவருக்கு ஜெயலலிதாவிடம் ஏற்பட்ட வெறுப்பு புரிந்துகொள்ள முடியாததாக இருந்தது. பெரியாரின் சீடராக வளர்ந்து திராவிட இயக்கத்தில் பங்குபெற்றவர். பிறகு திமுகவில் உறுப்பினர் என்பதால் இருந்த பார்ப்பன துவேசமா அல்லது ஆண் ஆதிக்கத் திரைப்படச் சூழலில் ஒரு பார்ப்பனப் பெண் யாரையும் லட்சியம் செய்யாத செருக்குடன் வளைய வந்ததும் எம்ஜிஆர் போன்ற மாபெரும் ஆளுமையைக் கவர்ந்ததும் பொறுக்கவில்லையா என்று புரியவில்லை. மிகத் தீவிரமாக அவரின் நடிப்புத் தொழிலை நாசமாக்க முயன்றார். அவர் அனைத்திந்திய அண்ணா திராவிட முன்னேற்றக் கழகத்தில் உறுப்பினராகச் சேர்ந்தபோது எம்ஜிஆரிடம் நெருங்கவிடாமல் விலக்கிவைக்க பலவழிகளில் முயற்சி செய்தார். அரசியலில் அவருக்குக் கிடைத்த பொறுப்புகளையும் பதவிகளையும் பறிக்க வழிசெய்தார். ஆனால் அவர் வெட்ட வெட்ட மீண்டும் மீண்டும் துளிர்த்தது அவருடைய வீம்பும் பலமும். இந்த யுத்தத்தில் சோர்ந்துவிடக் கூடாது என்ற பிடிவாதம். தடங்கல்களை யெல்லாம் வெற்றிக்கான படிக்கட்டுகளாக மாற்றிக்கொள்ளும் தன்மான வெறி. அவரைச் சுற்றியிருந்த ஆண் சமூகத்துடன் அவருடைய யுத்தம் ஆரம்பமானது. அவர் அதையெல்லாம் எப்படி எதிர்கொண்டார் என்பதுதான் அவருடைய சரிதம் சொல்லும் கதை.

4

பல ஆண்டுகள் கழித்து 1984 இறுதியில், ஒருமுறை *இந்தியன் எக்ஸ்பிரஸ்* நிருபர் சுதாங்கன் ஜெயலலிதாவைக் கேட்டார் "யார் உங்களுடைய பர்ஸனல் எதிரி, ஆர்.எம். வீரப்பனா, கருணாநிதியா?" "கருணாநிதி என்னுடைய அரசியல் எதிரி. ஆர்எம்வீ எனது பர்ஸனல் எதிரி," என்றார் ஜெயலலிதா. அது மறுநாள் தலைப்புச் செய்தியாக வந்தது. ஜெயலலிதா அப்போது அஇஅதிமுகவின் முன்னணி உறுப்பினர்; கட்சியின் கொள்கைப் பரப்புச் செயலாளர். எம்ஜிஆர் தொலைவில் அமெரிக்காவின் ப்ரூக்லின் ஆஸ்பத்திரியில் நோய்வாய்ப் பட்டுப் படுத்திருந்த நேரம்; அவர் தலைவருடன் தொடர்புகொள்ள முடியாதபடி ஆர்எம்வீ சுவர் எழுப்பியிருந்தார்.

ஆர்.எம். வீரப்பனின் எதிர்ப்பும் விரோதமும் வெளிப்படையானதாக இருந்தது. தன்னுடைய எதிர்ப்பு நியாயமானது என்று அவர் வாதிட்டார். மக்களின் மதிப்பிலிருந்து அந்த மாபெரும் தலைவர் சரிந்து விடக்கூடாது என்கிற அக்கறையினாலேயே தான் அப்படி நடந்துகொண்டதாகச் சொன்னார். "எனக்கு அந்தம்மாகிட்ட தனிப்பட்ட விரோதம் எதுவுமில்லே. ஆனா ஒரு மாபெரும் தலைவரா உருவாகிக்கிட்டிருந்த ஒருத்தருடைய பிம்பத்தை உடைக்கிறமாதிரி அவங்க நடந்துக்கிட்ட

விதத்தை நாங்க சும்மா பாத்துக்கிட்டு இருக்கமுடியாது. ஜனங்க அவரை தெய்வமா மதிக்கிறாங்க. அந்தக் கடவுளும் சாமான்ய ஆளுதான்னு அவங்க நினைக்கக்கூடாதுனு. நாங்க ரொம்ப ஜாக்கிரதையா அவருடைய பிம்பத்தை வளர்க்கறோம். ரொம்ப நேர்மையானவர்; தாராளப் பிரபு; புகைபிடிக்கமாட்டார்; மது அருந்தமாட்டார்; நிச்சயம் ஸ்த்ரீலோலன் இல்லே; ஆனா இந்த அம்மா என்ன பண்ணுது? அவர் அப்படி ஒண்ணும் பெரிய ஆளு இல்லே, நான் சொல்றபடி ஆடுற ஆளுங்கிற பாவனையை செய்யுது. நடிகையா நுழைஞ்சதிலேர்ந்து திமிர்த்தனமா நடந்துக்கும். எம்ஜிஆர்னா எல்லா நடிகையும் பேசவே பயப்படுவாங்க. ப்ரொட்யூசர்களும் மத்தவங்களும் அவரைப் பார்க்க காத்துக்கிட்டு உட்கார்ந்திருப்பாங்க. இந்தம்மா வரும், யாரையும் எதுவும் கேக்காது, நேரா எம்ஜிஆருடைய மேக்கப் ரூமுக்குப்போகும். அதுக்கப்புறம் எம்ஜிஆர் வெளியிலே வரது எப்படி? எல்லாருக்கும் கடுப்பாயிடும்," என ஆர்எம்வீ சிரித்துக்கொண்டே தொடர்ந்தார். "அந்தம்மாவுடைய சூழ்ச்சியையெல்லாம் நா முறியடிச்சேன்னுதான் சொல்லணும். எம்ஜிஆரோட நடிக்க வேற ஹீரோயின்களை அமர்த்தி ஜெயலலிதாவைப் படத் தொழில்லேந்து ஓய்வுபெறவெச்சேன். எம்ஜிஆர் மேல இருந்த அவங்களுடைய பிடி விட்டுப்போச்சு. அரசியலிலேயும் அவங்களை நம்பமுடியாது, உங்க இடத்துக்கு வரப்பாப்பாங்க, காலை வாரி விட்டுடுவாங்க சமயம் கிடைச்சான்னு, எம்ஜிஆருக்குப் புரியவெச்சேன்."

இது அநியாயமான விமர்சனம் என்று *ஃபிலிம் நியூஸ்* ஆனந்தன் சொன்னார். "எம்ஜிஆருக்கு உண்மையிலேயே ஜெயலலிதான்னா ரொம்பப் பிரமை, கிட்டத்தட்ட பித்து இருந்தது. வீரப்பனாலே அதைத் தடுக்கமுடியல்லே. அவங்க நெருக்கத்தினாலே தன்னுடைய முக்கியத்துவம் போயிடும்னு அவருக்குப் பயம், பொறாமை." ஜெயலலிதா–எம்ஜிஆர் இடையே இருந்த உறவைப்பற்றி ஆனந்தன் தயக்கத்துடன் சொன்னார். "அவங்களுக்கிடையே இருந்த பர்ஸனல் உறவு எப்படின்னு யாராலேயும் உறுதியா சொல்லமுடியாது. ஜெயலலிதா படிச்சவ; கெட்டிக்காரி; எம்ஜிஆரோட பழகறது ரொம்ப கண்ணியமாத்தான் இருக்கும். யார்கிட்டயுமே, ஸெட்டிலே ஆகட்டும் வெளியிலே ஆகட்டும், அவங்க நடத்தை அத்துமீறினதாகவோ தப்பாகவோ இருக்காது.

"ரொம்ப கௌரவமாத்தான் இருக்கும். தன் ஷாட்டுக்குப் பிறகு படிச்சிக்கிட்டிருப்பாங்களே தவிர மத்தவங்களோட

அரட்டை அடிச்சு நான் பாத்ததில்லே. யாராவது பேச வந்தாங்கன்னா அவங்களுக்கும் ஒரு நாற்காலி இருக்கான்னு முதல்லே கவனிப்பாங்க. டான்ஸ் ப்ரோக்ராமுக்காகக் கேட்க யார் வந்தாலும் வீட்டுக்கு வாங்க பேசலாம் என்பாங்க. செட்டை விட்டு வெளியிலே போகமாட்டாங்க. எட்டு மணிநேர சூட்டிங்னாலும் அங்கேயேதான் இருப்பாங்க."

எம்ஜிஆருக்கு ஜெயலலிதாவின் அண்மை வேண்டும் என்று இருந்தால் அது ஜெயலலிதாவின் குற்றமல்ல என்றார் ஆனந்தன். "தன் ஹீரோயின்னா எம்ஜிஆர் ரொம்ப உரிமை கொண்டாடுவார் என்பது எல்லாருக்கும் தெரிஞ்ச விஷயம். ஜெயலலிதாவுடைய புத்திசாலித்தனமும் அழகும் அவருக்குப் பிடிச்சுப் போயிருக்கணும். மத்தவங்க என்ன சொல்லமுடியும்? எம்ஜிஆர் ரொம்ப சக்திவாஞ்ச ஆளு. அவரைப் பகைச்சுக்க எவனும் விரும்பமாட்டான். ஜெயலலிதாவும் ரொம்ப திமிர் பிடிச்சவதான். யார் பேச்சையும் லட்சியம் செய்யமாட்டா." சர்ச் பார்கில் ஜெயலலிதாவுடன் படித்த சாந்தினி உறுதியாகச் சொன்னார்: அவளுடைய திமிர் பக்கத்தை நான் பார்த்ததில்லை. அவளுக்குப் பாசாங்குத்தனம் பிடிக்காது. நேரிடையாகப் பேசுவாள். ஃபிலிம் துறையில் அதை ரசித்திருக்கமாட்டார்கள். உண்மையில் அவள் மிகவும் அன்பானவள். எனது இரண்டு பிரசவத்தின்போது, என்னையும் குழந்தையையும் பார்க்க ஆஸ்பத்திரிக்கு வந்தாள். அப்போது அவள் புகழ் பெற்ற நடிகை. என்னுடைய மாமனார் மாமியாருடன் புகைப்படம் எடுத்துக்கொண்டாள். ஆஸ்பத்திரி அலுவலர் எல்லாரும் என் அறைக்கு வந்துவிட்டார்கள் அவளைப்பார்க்க. தான் பெரிய ஆளாக அவள் நடந்துகொள்ளவே இல்லை. அவர்களுடன் மிக இயல்பாக இனிமையாகப் பேசினாள். அவளுடைய கார் ஓட்டுநரிடம் கூட அவள் தோரணையுடன் நடந்து நான் பார்த்ததில்லை. "அவளுடைய புத்திசாலித்தனமும் பாசாங்குத் தனமற்ற பேச்சுமே திரை உலகத்துக்குத் தவறான எண்ணத்தை ஏற்படுத்தியிருக்கும்" என்றார் சாந்தினி. "அவளுடைய எல்லா நடவடிக்கைகளிலுமே மூடிமறைக்கும் விஷயம் இருந்ததில்லை. எம்ஜிஆரின் செல்வாக்கை அவள் நிச்சயம் தனது நடிப்பிற்கோ அரசியலுக்கோ உபயோகித்துக்கொள்ளவில்லை. ஜனங்கள் அவளைப்பற்றி அப்படி நினைத்தால் அது அவர்களது அறியாமை. அவளாக திட்டம் போட்டு இரண்டிலேயும் நுழையவில்லை. அரசியலுக்கு எம்ஜிஆர்தான் அவளை அழைத்துப் பயிற்சி அளித்தார்."

"அவருக்குத் தன்மான உணர்வு அதிகம். யாருடைய தயவையும் அவர் விரும்பவில்லை," என்கிற கருத்தை

எழுத்தாளரும் ஜெயலலிதாவின் நட்பைப் பெற்றிருந்தவருமான சிவசங்கரி சொன்னார். அவரும் கெ.ஜே. சரஸாவிடம் நாட்டியம் பயின்றதால் சிறு வயதிலேயே நட்பு ஏற்பட்டது. ஷூட்டிங்கின் இடைவேளையின்போதெல்லாம் ஜெயலலிதா சிவசங்கரியுடன் பொழுதைக் கழிக்க வருவார். "ஒருமுறை நாள் முழுவதும் கோல்டன் பீச்சில் கழிக்கச் சென்றோம். சக நடிகர்களுடன் உரையாடுவது கஷ்டமாக இருப்பதாகச் சொல்வாள். அவர்கள் வேறு உலகில் இருப்பதாக அவளுக்கு அந்நியமாகத் தோன்றும். நான் எப்போதுமே அவளது இயல்பு வேறு துறைக்கானது என்று நினைப்பேன். சினிமாவை விட்டுவிட்டு மேல் படிப்புக்குப் போயேன் என்று சொல்வேன். மிகச் சுலபமாக அவள் ஐ.ஏ.எஸ் அல்லது ஐபிஎஸ் அதிகாரியாக சிறப்பாகப் பணியாற்றியிருப்பாள். அன்று நடந்த ஒரு சம்பவம் எனக்கு நினைவுக்கு வருகிறது. அவளுடைய டிரைவர் அவளிடம் வந்து அடுத்த காட்டேஜில் அன்றைய மிகப்பிரபலமான இயக்குநர் ஒரு கதை டிஸ்கஷனில் இருப்பதாகச் சொன்னார். ஜெயலலிதா அப்போதுதான் நடிப்புத் தொழிலில் கால் வைத்திருந்தார். ஆனாலும் டிரைவர் சொன்னதைக் கேட்டுப் பேசாமல் இருந்தார். அந்த இயக்குநரைப் பார்க்க எந்த ஆர்வத்தையும் காண்பிக்கவில்லை. சற்றுப் பொறுத்து டிரைவர் மறுபடி வந்து சொன்னார். ஜெயலலிதா அசையவில்லை. கடைசியில் அந்த டைரக்டரே அவரைத் தேடி வந்தார். அதுதான் அவருடைய இயல்பு. அவர் எந்தச் சலுகையையும் தேடிச் செல்லமாட்டார். தன்னுடைய கண்ணியத்தை இழந்ததே இல்லை."

"இவங்ககிட்ட எல்லாம் நாம் ரொம்பக் கண்டிப்பா இருக்கணும், இல்லேன்னா நம்மைக் கால்லே போட்டு தேய்ச்சுவிடுவான்கள் என்று ஜெயா சினிமாவில் சேர்ந்தபோது என்னிடம் சொல்வாள்," என்றார் ஸ்ரீமதி. "தான் மிகவும் எச்சரிக்கையுடன் இருக்கவேண்டும் என்கிற உணர்வு அவளுக்கு இருந்தது. எம்ஜிஆருடன் நடிக்க ஆரம்பித்தபோது மிகவும் அந்தஸ்தான இடத்துக்குள் கால் வைத்திருந்தாள். எல்லாரும் அவருடைய செய்கைகளைப் பூதக்கண்ணாடி கொண்டு பார்த்தார்கள். அவளது திறமையையும் ஆற்றலையும் எம்ஜிஆர் சிலாகித்தாலும் அவளைத் தன் கட்டுப்பாட்டுக்குள் வைத்துக்கொண்டதாக எனக்குத் தோன்றும். அவள் வாய்விட்டு என்னிடம் எதுவும் சொல்லாமல் போனாலும் அவளுக்கு அது பிடிக்கவில்லை என்று நான் நினைப்பேன். அவள் வெளிப்பார்வைக்கு யாரும் தன்னைக் கட்டுப்படுத்த முடியாது என்பதுபோன்ற ஒரு திடமான பெண்ணாகத்தான் தோன்றினாள்."

ஆர்எம்வீக்கு உள்ளூர ஒரு பயம் இருந்தது. எம்ஜிஆருக்கு ஜெயலலிதாவிடம் உணர்ச்சிப்பூர்வமான நெருக்கம் ஏற்பட்டு விட்டால் அவருடனான தன்னுடைய உறவு பலவீனப்பட்டுப் போகும் என்று. அந்தப் பெண்ணுக்குத் தந்தை ஸ்தானத்தில் இருந்த எம்ஜிஆர் அபத்த மோகத்தில் சிக்கியிருப்பதாக அவருக்கு எரிச்சல் வந்தது. அதற்கு அந்த மோகினியே காரணம் என்று கோபம் வந்தது. எம்ஜிஆருக்குக் கண்மூடித்தனமான மோகம் ஏற்பட்டிருந்தது வெளிப்படையாகத் தெரிந்தது. தன்னுடைய எல்லா படங்களிலும் ஜெயலலிதாதான் கதாநாயகியாக இருக்கவேண்டும் என்று அடம் பிடித்தார். ஆர்எம்வீ அதற்கு இணங்காதபோது ஆர்எம்வீயைக் காக்கவைத்தார் ஷூட்டிங்குக்குத் தேதி கொடுக்காமல், அல்லது ஷூட்டிங்குக்கே வராமல்... ராஜஸ்தானில் ஒரு ஷூட்டிங்கின்போது அங்கிருந்த பயங்கர வெப்பத்திலிருந்து ஜெயலலிதாவுக்குப் பாதுகாப்பளிக்க அதிக அக்கறை எடுத்துக்கொண்டார். தார் பாலைவனத்தில் 'அடிமைப்பெண்' படப்பிடிப்பு நடந்தது. அடிமைப் பெண்ணாக நடித்த ஜெயலலிதா வெறும் காலுடன் மணலில் நடக்க வேண்டியிருந்தது. கால் பொரிந்துவிட்டது. மிகவும் கஷ்டப்பட்டு அவர் சமாளிக்க முயன்றார். அவருடைய வேதனையைப் புரிந்து கொண்டு எம்ஜிஆர் அன்றைய படப்பிடிப்பு போதும் என்று நிறுத்தினார். இருந்தும் அந்த இடத்திலிருந்து வாகனத்துக்கு நெடும்தூரம் நடக்க வேண்டியிருந்தது. அவர் காலில் செருப்பில்லை. எம்ஜிஆர் யோசிக்கவில்லை. சரேலென்று அவரைத் தூக்கிக்கொண்டு வண்டிக்குச் சென்றார் சினிமா ஹீரோவைப்போல. மற்றவர்களிடமிருந்து அவர் வித்தியாச மானவர் என்று அவருள் நன்றி சுரந்தது. இன்னுமொரு சந்தர்ப்பத்திலும் எம்ஜிஆர் சமயோஜிதமாக அவரது உதவிக்கு வந்தார். எடையைக் குறைக்கும் முயற்சியில் ஜெயலலிதா சாப்பாட்டைக் குறைக்கப்போய் உடம்பில் நீர்ச்சத்து வற்றி ஒருநாள் மூர்ச்சையானார். அவருடைய மானேஜர் மூலம் தகவல் அறிந்து எம்ஜிஆர் உடனடியாக வந்தார். நர்ஸிங் ஹோமில் சேர்க்க ஏற்பாடு செய்தார். வீட்டில் அப்போது தங்கியிருந்த அவருடைய சித்திகளால் ஆஸ்பத்திரிக்குக் கிளம்பத் தாமதமாகிக் கொண்டிருந்தது. அவர்களைத் தேடிக்கொண்டு எம்ஜிஆர் உள்ளே சென்றபோது அவர்கள் இருவரும் ஜெயலலிதாவின் சாவிக்காக சண்டைபோட்டுக்கொண்டிருந்தது தெரிந்தது. அவர்களிடமிருந்து எம்ஜிஆர் சாவியைப் பிடுங்கிக்கொண்டு ஜெயலலிதாவுக்கு நினைவு திரும்பியதும் அவரிடம் விஷயத்தைச் சொல்லிச் சாவியைப் பத்திரமாக வைத்துக்கொள்ளச் சொன்னார். ரத்த

சம்பந்தம் உள்ளவர்களைக் கூட நம்பமுடியாது இனி என்கிற சேதி அவருக்கு அதிர்ச்சி அளித்தது. எம்ஜிஆர் காட்டிய கனிவும் சமயசஞ்சீவியாக செய்த உதவியும் நெருக்கத்தை ஏற்படுத்திற்று. அவர் இரவு நேரங்களில் பயணம் செல்ல நேரும்போது அவரது வண்டிக்குப் பின்னால் ஒரு எஸ்கார்ட் வண்டி செல்வதற்கு ஏற்பாடு செய்தார். 'கண்ணன் என் காதலன்' படத்தின் ஷூட்டிங்கில் ஜெயலலிதா மாடிப்படியிலிருந்து சக்கர நாற்காலியில் அமர்ந்தபடி உருண்டு விழவேண்டும். மதிய உணவுக்கு வீட்டுக்குச் செல்ல இருந்தபோது அடுத்து ஜெயலலிதா அந்த ஷாட்டில் நடிக்கவேண்டியிருந்ததை அறிந்து, எம்ஜிஆர் உடனடியாக செட்டுக்கு விரைந்து சக்கர நாற்காலி, கட்டப்பட்டிருந்த கயிறு எல்லாம் உறுதியாக இருக்கிறதா என்று சரிபார்த்துவிட்டே கிளம்பினார். இதுபோல எம்ஜிஆர் அவருக்குப் பிரத்யேக அக்கறைகாட்டிய பல தருணங்கள் இருந்தன. அவர் வீட்டைநோக்கி யாரோ கல்லெறிந்தார்கள் என்று அறிந்து ஸ்பெஷல் பாதுகாப்பு வீரர்களைக் காவலில் அமர்த்தினார் என்ற தகவலும் உண்டு. *ஃபிலிம் நியூஸ்* ஆனந்தன் அப்போது ஜெயலலிதாவின் பி.ஆர்.ஓ வாக இருந்தார். (ஜெயலலிதாதான் மாதச் சம்பளம் கொடுத்து பி.ஆர்.ஓ வைத்துக்கொண்ட முதல் நடிகை) எம்ஜிஆரைச் சுற்றி இருந்தவர்கள் ஜெயலலிதாவின் புகழைக் கண்டும் எம்ஜிஆரிடம் இருந்த அவளது நெருக்கத்தைக் கண்டும் பொறாமைப்பட்டார்கள் என்றார்.

"ஜெயலலிதா போயஸ் கார்டனில் பிரம்மாண்டமான வீடு ஒன்று கட்டிக்கொண்டிருந்தார். ஆனால் புதுமனை புகுவிழாவுக்கு முந்தியே அவங்க அம்மா சந்தியா காலமாயிட்டாங்க. மே 15ஆம் தேதி 1972இல் புதுமனை புகுவிழாவுக்கு ஏற்பாடு. சாஸ்திரப்படி ஹோமம் வளர்த்து நடந்தது. நான்தான் எல்லாருக்கும் அழைப்பிதழ் அனுப்பினேன். ஃபிலிம் இண்டஸ்ட்ரி ஆட்கள் அத்தனை பேரும் வந்திருந்தாங்க. சிவாஜி கணேசனுக்குக் காஷ்மீரிலே ஷூட்டிங் இருந்ததாலே அவர் வரல்லே. ஆனா எம்ஜிஆரும் வரல்லே. எல்லாருக்கும் ரொம்ப ஆச்சரியம். ஜெயலலிதா எம்ஜிஆருடைய சிநேகிதின்னு பரவலா பேச்சு இருந்ததாலே எம்ஜிஆரை எல்லாரும் எதிர்பார்த்தாங்க. வரல்லேன்னதும் ஏதோ பிணக்குன்னு நினைச்சாங்க. ஜெயலலிதா மறுநாளைக்குக் காலை ஷூட்டிங்குக்காகக் காஷ்மீர் போகவேண்டியிருந்தது. விமானத்திலே ஏறினதும் பாத்தா பக்கத்து சீட்டிலே எம்ஜிஆர் உக்காந்திருக்கார். என்ன சொல்றீங்க அதுக்கு? எம்ஜிஆருக்கு மத்தவங்க கண்ணுலே மண்ணைத் தூவத் தெரியும். வீரப்பனாலே அதத் தடுக்கமுடியல்லியே?"

எம்ஜிஆருக்கும் காஷ்மீரிலே இதயவீணை என்கிற படத்துக்கு ஷூட்டிங் இருந்தது. ஜெயலலிதாவுடைய ஷூட்டிங் சிவாஜி கணேசனோடு (சித்ரா பௌர்ணமி என்ற படம்) இருந்தது. ஆனா காஷ்மீர் போனதும் ஜெயலலிதாவைத் தன்னோடு அழைச்சுக்கிட்டுப் போயிட்டு அப்புறமா அவரை அவருடைய ஷூட்டிங் ஸ்பாட்டுக்கு – (40 மைல் தள்ளி இருந்தது) அனுப்பினார். ஜெயலலிதாவால ஒண்ணும் சொல்லமுடியாது. எம்ஜிஆருக்கு என்ன விருப்பமோ அதுதான் நடக்கும்."

ஆனந்தன் ஒரு விஷயத்தை நினைவு கூர்ந்தார். "அன்னமிட்ட கை படப்பிடிப்பு முடிஞ்சபிறகு ஜெயலலிதாவோடு ஒரு பாட்டு ஷூட் செய்யணும்னு எம்ஜிஆர் விரும்பினார். அது தேவை இல்லைன்னாரு ப்ரொட்யூசர். அதுக்காகப் படத்தை ரிலீஸ் பண்ணவிடாம ப்ரொட்யூசரை எம்ஜிஆர் ரொம்ப அலைக்கழிச்சார்."

'அன்னமிட்ட கை'தான் எம்ஜிஆர் ஜெயலலிதாவுடன் கடைசியாக நடித்த படம். ஆர்எம்வீயின் போதனையால் மஞ்சுளா, லதா ஆகிய ஹீரோயின்களோடு நடித்தார். அவற்றில் சில வெற்றிப்படங்களாயின. ஜெயலலிதாவுடன் நடித்தால் மட்டுமே படம் வெற்றி பெறும் என்பது வெறும் புரளி என்று பெருமைப்பட்டுக்கொண்டார் ஆர்எம்வீ.

ஜெயலலிதாவின் நெருக்கம் எம்ஜிஆருக்கு நல்லதல்ல என்பதனாலேயே அவ்வளவு கடுமையாக அந்த உறவை முறியடிக்க தான் முயன்றதாக ஆர்எம்வீ விளக்கினார்.

"எம்ஜிஆரின் மறுபக்கத்தை நான் பார்க்க விரும்பல்லே. மத்தவங்க எங்கிட்ட ஏதாவது அதைப்பத்திச் சொல்ல வந்தாங்கன்னா, நா அப்படியான்னு கேட்டுக்கிட்டு சும்மா இருந்துடுவேன். வெளி உலகத்துக்கு அது தெரியாமலிருக்கிறவரை நா அதைப்பத்திக் கவலைப்படல்லே. ஆனா இந்த அம்மா வேணுமின்னே எம்ஜிஆரோட பலவீனங்களை வெளிக்காட்டப் பார்த்தப்ப அதை எப்படி அனுமதிக்கமுடியும்? எம்ஜிஆர் ரொம்பப் பெரிய பீடத்திலே இருந்தார். நாங்க அப்படி வெச்சிருந்தோம் அவரை. மக்கள் அவரை நேசிச்சாங்க. தப்பு பண்ணவங்க அவரை நெருங்கவே பயப்பட்டாங்க. பெண்களுக்கு அவர் தெய்வம் மாதிரி. புகை பிடிக்கமாட்டார். சாராயம் தொடமாட்டார். பெண்கள் கிட்ட மென்மையா நடந்துக்குவார். அவர் தங்களை ரட்சிக்கவந்தவர்னு பெண்கள் நினைச்சாங்க. மிகவும் முக்கியமா பல திமுக காரங்க மாதிரி, ஸ்த்ரீ லோலன்னு

அவருக்குப் பேரில்லே. அந்தமாதிரியான பிம்பத்தை நாங்க ரொம்ப ஜாக்கிரதையா எம்ஜிஆரைச் சுத்தி எழுப்பியிருந்தோம். அதை அந்த அம்மா வேணும்னே உடைக்கப் பார்த்துச்சு.

"அப்ப ஒரு வதந்தி கிளம்பிச்சு. ஏ.வி.எம் தயாரிப்பிலே ஜப்பான் நாட்டிலே நடக்கப்போற உலகம் சுற்றும் வாலிபன் பட ஷூட்டிங்குக்கு எம்ஜிஆரோட ஜெயலலிதாவும் போகப் போறாங்கன்னு. ஒரு செய்தித்தாள்லே ஒரு விஷமக் குறிப்பு வந்திருந்தது – எம்ஜிஆர் ஜப்பானுக்கு ஷூட்டிங்குக்காகப் போகல்லே, ஜெயலலிதாவோட உலகம் சுற்றப்போறார்னு செய்தி. நா *1953*லே இருந்து எம்ஜிஆரோட உதவியாளரா இருந்து *1962*லே தயாரிப்பாளரானேன். நாங்க 'நாடோடி மன்னன்', அப்புறம் 'அடிமைப்பெண்' தயாரிச்சோம். ரெண்டும் பெரிய வெற்றிப்படங்கள். *1965*லே ஆயிரத்தில் ஒருவன் படத்தை எனக்குச் சொல்லாம எம்ஜிஆர் வினியோகஸ்தர்களுக்குக் கொடுத்தபோது நா அலுவலகம் போறதை நிறுத்தினேன். கோபத்திலே போகல்லே. அவருக்குக் காரணம் தெரியும்; ஆனா என்னை ஏன் வர்றதில்லேன்னு கேட்கல்லே. என் சம்பளம் மட்டும் தவறாம எனக்கு வந்துடும். *1970*லே வெளிநாட்டிலே ஒரு படம் எடுக்கலாம்னு ஒரு ஐடியாவை *ஆனந்தவிகடன்* உதவி ஆசிரியர் மணியன் சொன்னார். அவர் எம்ஜிஆரோட நல்ல நண்பர். ஜப்பான்லே எக்ஸ்போ கண்காட்சி நடக்கிறதா இருந்தது. அந்தச் சமயத்திலே அங்கே படம் எடுத்தா தமிழ் ஆடியன்ஸுக்கு வித்தியாசமா இருக்கும்னு மணியன் சொல்லவே கதைய அதுக்குத் தகுந்த மாதிரி எழுதணும், போகிறதுக்கு ஏற்பாடு பண்ணுவோம்னாங்க. மணியன் ஏற்கனவே ஒரு மாசமா ஜப்பான்லே இருந்தார் பட ஷூட்டிங்குக்கு ஏற்பாடு செய்ய. நாங்க கதை எழுதறதிலேயும் பாட்டு ரெக்கார்டிங்லேயும் ரொம்ப மும்முரமானோம். ஜெயலலிதா அதிலே நடிக்கக்கூடாதுன்னு நா ரொம்பத் தீவிரமா இருந்தேன். மணியன் முன்னேற்பாடு எல்லாம் பண்ணிட்டதாலே ஜப்பானுக்கு நாங்க போய் படம் எடுத்தாகணும் என்கிற கட்டாயம் எங்களுக்கு இருந்தது. எம்ஜிஆரும் தன் பங்குக்கு ஏற்பாடுகள் செஞ்சிட்டிருந்தார். என்னைக் கூப்பிட்டனுப்பிச்சார். நா அவரைப் பார்க்க விரும்பல்லே. நா ஜப்பானுக்கு வரல்லே, உடம்பு சரியில்லேன்னு சொல்லிவிட்டேன். நேர வந்து எனக்குக் காரணம் சொல்லுன்னு சொல்லி அனுப்பினவுடனே நா என் மனசைத் திறந்து நினச்சதைச் சொல்லியே ஆகணும்னு போனேன்.

"ஊரிலே பலவிதமா பேச்சு இருக்குன்னேன். எம்ஜிஆர் படத்திலே நடிக்கப்போகல்லே ஜப்பானுக்கு, ஜெயலலிதாவோட

உலகம் சுத்தப்போறாங்கனு பேசிக்கிறாங்க. எதிர்க்கட்சி காங்கிரஸ் பத்திரிகை *நவ சக்தி*யிலே தினமும் உங்க ரெண்டு பேரையும் இணைச்சு ஏதேனும் ஒரு சேதி வந்துகிட்டிருக்கு. நீங்க திமுகவிலே முக்கிய பொறுப்புலே (பொருளாளர்) இருக்கிறவங்க. எதிர்க்கட்சி நடத்தற தினசரி ஒண்ணு உங்க சொந்த வாழ்க்கையைப் பத்தி கன்னாபின்னான்னு எழுதுது. உங்க நல்ல பேரைக் கெடுக்கணும்னே செய்யப்படற சதி இதுன்னு உங்களுக்குப் புரியுதா இல்லையானு எனக்குத் தெரியல்லே. அது எழுதியிருக்கிற மாதிரி, ஜெயலலிதா உண்மையிலேயே உங்களோடு ஜப்பான் போறாங்கன்னா நா எதுக்கு அதுக்கு சாட்சிமாதிரி கூட வரணும்?”

எம்ஜிஆர் நிதானமா பதில் சொன்னார். ‘நா அதெப்பத்தி விசாரிச்சாச்சு. அவங்க எழுதறதை நிறுத்திட்டாங்க’.

“இருந்தும் என் மனசிலிருக்கறதையெல்லாம் கொட்டிடணும்னு நினைச்சேன்.”

“பேர் கெட்டுப்போனது போனதுதான். நாங்க உங்களை ரொம்ப உசத்தியான இடத்திலே வெச்சிருக்கோம். ஒரு நடிகையும் உங்க அறைக்குள்ள சுலபமா நுழைய முடியாது. அவங்களாலே அப்படி நினைக்ககூட முடியாது. ஏன்னா, உங்ககிட்ட அப்பாயின்ட்மென்ட் வாங்காம ஒரு மந்திரியோ அதிகாரியோ தொழிலதிபரோ கூட உங்களைப்பாக்கமுடியாது. ஆர். சுந்தரம் கூட ஒரு நடிகரையும் போய்ப் பார்க்காதவர், உங்களைப் பார்க்க காத்துக்கிட்டிருப்பார். பக்ஷி ராஜா, ஸ்ரீஸ்ரீ ராமுலு நாயுடு, இவங்கள்ளாம் யாரையும் பாக்கப் போகாதவங்க உங்களைப் பார்க்க வராங்க. நா இன்னும் கொஞ்சம் விரிவாச் சொல்றேன். நீங்க உங்க ஒப்பனை அறையிலே உக்காந்திருக்கீங்க ஷூட்டிங்க்கு தயார் செய்துக்க. நீங்க ஏற்கனவே லேட்டு ஷாட்டுக்கு. வெளியிலே ஒரு கூட்டம் காத்துக்கிட்டிருக்கு உங்களைப்பார்க்க. மந்திரிங்க, அதிகாரிங்க, ப்ரொட்யூஸருங்கன்னு. அப்ப இந்தம்மா வருது. நேரா உங்க அறைக்குப்போய் கதவைத் திறந்து உள்ளே நுழையுது. அதுக்கப்புறம் நீங்க மறுபடி வெளியிலே வர ஒரு மணி நேரம் ஆகுது. வேற எந்த நடிகையும் முன்னணி நடிகை சரோஜாதேவிகூட உங்களுடைய முன் அனுமதி இல்லாம உள்ளே நுழையத் துணியமாட்டாங்க. இந்த அம்மா ஏன் அப்படி செய்யுதுன்னு உங்களுக்குத் தெரியுமா? இதைச் சொல்றதுக்குத்தான் – ஏன் நீங்கள்ளாம் இவரை ரொம்பப் பெரிய ஆளுன்னு நடத்தறீங்க, அவரும் சாமான்ய ஆளுதான்னுகாட்ட.

இப்ப அது வெறும் உள்ளூர் விஷயமா நிக்காது போலிருக்கு. சர்வதேச சேதியா போயிரும்போல இல்லே இருக்கு? நாங்க எதுக்கு அங்க வாட்ச்மேன் மாதிரி வரணும்? தேவையா?"

"அரை மணி நேரம் வாயே திறக்காம என் பேச்சை அவர் கேட்டார். நா அங்கேயிருந்து கிளம்பிவந்தப்புறம் சொல்லி அனுப்பினார், 'அம்மு வரமாட்டா, வேற ஆர்டிஸ்டைப் போடுங்கன்னு.' நாங்க அதுக்கப்புறம் மஞ்சுளாவையும் லதாவையும் செலெக்ட் செஞ்சோம். என்ன தப்பு செஞ்சாலும் அதை மக்கள் ஏத்துப்பாங்கன்னு அவர் நினைக்கிற அளவுக்கு ஜெயலலிதாவுடைய அகங்கார நடத்தையுடைய தாக்கம் இருந்தது. அதை நினைச்சுதான் நாங்க கவலைப்பட்டோம்."

"எம்ஜிஆரிடம் ஜெயலலிதா மரியாதை இல்லாமல் நடந்து கொண்டார் என்ற குற்றச்சாட்டு நியாயமற்றது, அவருடைய சுபாவத்தைப் புரிந்துகொள்ளாத பேச்சு," என்றார் குமாரி சச்சு.

"ஜெயலலிதாவுடைய இயல்பு அது. யாரையும் ஒரு தேவதை ஸ்தானத்திலெ வெச்சு பயந்து மரியாதை கொடுக்கணும்னு நினைக்கமாட்டார். அவர் எதுக்காக எம்ஜிஆருடைய பேரைக் கெடுக்கணும்? எம்ஜிஆர்தானே அவருடைய ஆற்றலைப் பார்த்து அரசியலுக்கு அழைச்சிண்டு வந்தார்? தன்னுடைய இடத்தை நிரப்ப அவருக்குத் தகுதி இருந்ததுன்னு அவருக்குத் தெரிஞ்சிருந்தது."

"ஜெயலலிதாவுக்குக் கூட்டம்னா பிடிக்காது. தங்கிட்ட யாரும் நெருங்கி வந்து பேசறது சுத்தமா பிடிக்காது. அரசியலுக்கு வந்தப்புறம் எப்படி மாறிட்டான்னு நானே ஆச்சரியப்படுவேன். பெரிய கூட்டத்திலே பேசறதும், தொண்டர்களைச் சந்திக்கறதும்னு எப்படி செய்யறான்னு. எம்ஜிஆர்தான் அந்த மாற்றத்தைக் கொண்டு வந்தார். செட்டிலே ஜெயலலிதாவுக்கு விசேஷமா அவர் கவனம் கொடுத்ததாவோ, நெருக்கமா இருந்ததாவோ நான் நினைச்சதே இல்லே. அவர் ரொம்பக் கண்டிப்பானவர். எல்லாரும் அவர் இருக்கும்போது சர்வ ஜாக்கிரதையா வேலையை செய்வோம்".

"எல்லார் கவனத்திலும் படாத ஒரு விஷயமும் இருந்தது. ஜெயலலிதாவுக்கே நாளாக நாளாக அலுப்பூட்டும் வகையில் எம்ஜிஆரின் கட்டுப்பாடு அதிகரித்தது. அவளுடைய எல்லா செயல்பாடுகளையும் கண்காணிக்கவும் – அவள் அணியும் உடையைக்கூட – கட்டுப்படுத்தவும் துவங்கினார். அவருடைய பணத்தைக்கூட எம்ஜிஆர்தான் தன் கட்டுக்குள் வைத்திருந்தார். செலவுக்கு அவர் எம்ஜிஆருடைய சுமுகம் பார்த்துப் பெற வேண்டியிருந்தது. பல சமயங்களில் அவருக்கு இது மிகுந்த மன

உலைச்சலைத் தந்தது. மூச்சு முட்டிற்று. உறவை முறித்துக்கொள்ள வேண்டும்போல் இருந்தது. எம்ஜிஆருடன் அடிக்கடி வாக்கு வாதத்தில் இறங்கவேண்டியிருந்தது. அவள் தன்னுடன் சிங்கப்பூருக்கு வர மறுத்தபோது எம்ஜிஆருக்கு அசாத்திய கோபம் வந்தது. அது வேறு கதை.

ஆனந்தன் அந்தக்கதையை உணர்ச்சிபொங்கச் சொன்னார்.

"அப்போதெல்லாம் ஜெயலலிதா நிறைய நடனக் கச்சேரி செய்வாங்க. நிறைய மாணவிகளை வெச்சு நாட்டிய நாடகங்களும் செய்வாங்க. காவேரி தந்த கலைச்செல்வின்னு ஒரு பிரம்மாண்ட தயாரிப்பு. குரு தண்டாயுதபாணி பிள்ளை தயாரிச்சது. ரொம்ப வெற்றிகரமா அநேகமா சென்னையிலே அத்தனை சபாவிலேயும் நடந்து பாராட்டப்பட்டது. நிகழ்ச்சி நடக்கிற தினத்தன்னிக்கு சினிமாத்துறை கூட ஜெயலலிதாவுக்கு சௌகரியமா ஒத்துழைக்கும். 4 மணியோட அவங்க ஷூட்டிங்கை முடிச்சுக்கும். வெளிநாடுலேந்தெல்லாம் அந்த நிகழ்ச்சிக்கு அழைப்பு வந்தது. பல நாடுகளில் அடுத்தடுத்துச் செய்ய ஒரு உலகப்பயணம் போகலாம்னு முடிவாச்சு. அதுக்கு ரொம்பவும் நுணுக்கமா ப்ளான் போட்டார் ஜெயலலிதா. அவருடைய கெட்டிக்காரத்தனத்தைப் பார்த்து நா அசந்துட்டேன். காஸ்டியூம், மேக்அப் சாமான் மருந்துகள்னு எவ்வளவு யோசனை பண்ணணும்? ஆர்கெஸ்டிராகாரங்களை அழைச்சிட்டுப்போனா அதிக செலவாகும்னு டேப் பண்ணிட்டாங்க, எம்ஜிஆர் ஏற்பாடு பண்ணின சங்கர் கணேஷ் மூலமா. ஆனா ஜெயலலிதா அந்தச் செலவுக்குத் தன் சொந்தப் பணத்தைத்தான் செலவழிச்சாங்க. எல்லா ஏற்பாடுகளும் செஞ்சாச்சு, முன்பணம் வாங்கியாச்சு. அப்பத்தான் எம்ஜிஆர் ஒரு பிரச்சினையைக் கிளப்பினார்!"

"அந்தச் சமயத்தில் (1978) சிங்கப்பூரிலே உலகத் தமிழ் மாநாடுக்கு ஏற்பாடாகியிருந்தது. எம்ஜிஆர்தான் சிறப்பு விருந்தினர். ஜெயலலிதா தன்னோடு சிங்கப்பூர் வரணும்னு எம்ஜிஆர் சொன்னார். அங்கிருந்து நீ உன் டான்ஸ் டூருக்குப் போகலாம்னார். ஜெயலலிதா மறுத்துட்டாங்க. 'என் ப்ரோக்ராமை இப்ப மாத்தமுடியாது'ன்னு. அப்ப எம்ஜிஆர் சீஃப் மினிஸ்டர். தனக்குக் கெட்டபேர் வரும்னாலும் பரவாயில்லேன்னு தைரியமா முடியாதுன்னு சொன்னாங்க பாருங்க எனக்கு ரொம்ப ஆச்சரியம். அவங்க இடத்திலே வேற யாராவது இருந்திருந்தா எம்ஜிஆரோட பயணம் செய்யறது பெருமைன்னு தண்டனிட்டிருப்பாங்க. எம்ஜிஆருக்குக் கோபம் வந்துடுத்து. 'நீ வரத்தான் போறே. என்னை மீறி நீ எப்படி உன் டான்ஸ் டூருக்குப் போவேன்னு நா பார்க்கறேன்னு' சவால் விட்டார்."

“ஜெயலலிதாவுக்கு வந்ததே பாக்கணும் கோவத்தை. வீட்டுக்கு வந்ததும் டான்ஸ் டூரை மொத்தமா கான்ஸல் பண்ணிட்டாங்க. வாங்கின முன்பணத்தை திருப்பி அனுப்பினாங்க. எல்லா ஆர்டிஸ்ட்டுக்கும் கொடுக்கவேண்டிய சம்பளத்தைக் கொடுத் தாங்க. டான்ஸ் குழுவையே கலைச்சுட்டாங்க. எம்ஜிஆருடைய தயவுக்காகக் கெஞ்ச அவங்களுக்கு இஷ்டமில்லே. சிங்கப்பூருக்கும் போகல்லே.”

எம்ஜிஆருடனான ஜெயலலிதாவின் உறவு எழுபதுகளின் மத்தியில் சிக்கலானது. ஆர்எம்வீயின் விடா முயற்சியால் எம்ஜிஆர் வேறு கதாநாயகிகளுடன் நடிக்க ஆரம்பித்தார். ஆனால் எம்ஜிஆருக்கு ஜெயலலிதாவின் மீது இருந்த பிரமையோ மோகமோ அடிநாதமாக அவருள் இருந்த வண்ணம் இருந்ததற்கான அடையாளங்கள் மீண்டும் மீண்டும் முறிந்ததாக நினைக்கும் நிலையில் புதுப்பித்து வந்ததிலிருந்து தெளிவாயிற்று. இடைப்பட்ட காலத்தில் எம்ஜிஆர் திமுக அரசியலில் ஆழ்ந்து இருந்தார். கருணாநிதியின் ஆட்சியில் அவர் கட்சியின் பொருளாளராக இருந்தார். கருணாநிதிக்கும் அவருக்கும் இடையே ஏற்பட்ட தீவிர கருத்து வேறுபாடு அவரை மற்ற யோசனையில் லயிக்கமுடியாமல் செய்தது. கருணாநிதியைச் சமாளிக்க அவர் பல வியூகங்கள் வகுக்கவேண்டியிருந்தது. எம்ஜிஆரின் அபரிமிதமான மக்கள் செல்வாக்கு தனக்கு சவால் என்று கருணாநிதி உணர ஆரம்பித்திருந்தார். உண்மையில் எம்ஜிஆரின் உதவி இல்லாமல் அவரால் முதலமைச்சர் பதவிக்கு வந்திருக்கமுடியாது என்பது எல்லோருக்கும் தெரிந்த விஷயம்.

1969ஆம் ஆண்டு பிப்ரவரி மாதம் திமுகவின் முதல் முதலமைச்சர் சி.என். அண்ணாத்துரை மறைந்தபோது யார் அவரிடத்தில் பதவிக்கு வருவது என்ற கேள்வி கட்சியில் எழுந்தபோது நெடுஞ்செழியன்தான் கட்சியின் மூத்த தலைவர் என்றாலும் எம்ஜிஆர் மிக வலுவாகக் கருணாநிதியின் பெயரை முன்மொழிந்ததாலேயே கட்சியின் பெருவாரியான உறுப்பினர்கள் கருணாநிதியை முதல்வராகத் தேர்ந்தெடுத்தார்கள். எம்ஜிஆரின் செல்வாக்கு தொண்டர்களிடையே அப்படிப்பட்டதாக இருந்தது. இருந்தும் கருணாநிதி சாமர்த்தியமாக அமைச்சரவையில் எம்ஜிஆரைச் சேர்த்துக்கொள்ளாமல் கட்சியின் பொருளாளர் ஆக்கினார். எம்ஜிஆர் அப்போது திரைப்பட நடிப்பிலும் மிக மும்முரமாக இருந்தார். ஜெயலலிதாவின் நட்பும் அப்போது நெருக்கமாக இருந்தது. ஆனால் விரைவிலேயே எம்ஜிஆருக்கும் கருணாநிதிக்கும் இடையே கருத்து வேற்றுமை மிகத் தீவிர மானது.

அதற்கும் ஆர்எம்வீ விநோதமாக ஜெயலலிதாவைக் குற்றம் சாட்டினார்.

"1971 மாநில அசெம்ப்ளி தேர்தல்லே திமுக ஜெயிச்சதுக்கு முக்கிய காரணம் கடைசி கட்டத்திலே எம்ஜிஆர் பிரச்சாரம் பண்ணினதாலே. கருணாநிதிக்கு இஷ்டமில்லே. நான்தான் வலியுறுத்திச் சொன்னேன் எம்ஜிஆர் செய்யணும்னு. இல்லேன்னா காமராஜர் சொன்னமாதிரி காங்கிரஸ் ஜெயிச்சிருக்கும். நிறைய இடங்கள்லே ரொம்பக் கொஞ்சமாத்தான் வாக்கு வித்தியாசம் இருந்தது. வெற்றிக் கொண்டாட்டத்துக்குத் தொண்டர்கள் ரெண்டு மாலையை எடுத்துட்டு வராங்க. ஒண்ணு கருணாநிதிக்கு, இன்னொண்ணு எம்ஜிஆருக்கு. கருணாநிதிக்குப்போட்டாச்சு, – நம்ம ஆளைக்காணோம்! நேபாளத்துக்குப்போயிட்டார் ஒரு முஸ்லிம் மாதிரி வேஷம் போட்டுக்கிட்டு, இந்தம்மாவோட! திரும்பி வந்தவுடனே என்ன செய்யறார்? நேர கருணாநிதிகிட்டப் போயி மந்திரிப்பதவி கேக்கறார்! என்ன வேடிக்கை பாருங்க. திடீர்னு எப்படி வருது இந்த ஆசை இந்த கிங் மேக்கருக்கு? இந்தம்மா தூண்டிவிட்டிருக்கு, கேட்கச் சொல்லி. இவர் கேட்டதும் கருணாநிதி – 'நீ சினிமாவை விட்டுப்புட்டு அப்புறம் வா'ங்கறார் முகத்திலே அடிச்சமாதிரி. இந்த அவமானம் நம்ம ஆளுக்குத் தேவையா?"

"நேபாளத்துக்குக் கிளம்பி மாயமானதும் எல்லாரும் கவலையோட தேட ஆரம்பிச்சாங்க. அரசு அதிகாரிகள் கடைசியிலே கண்டுபிடிச்சாங்க. கட்சிக் கூட்டத்துக்கு வரணும்னு செய்தி அனுப்பினாங்க. அவருக்கு நேரத்துக்கு வந்து சேரமுடியல்லே. டைரக்ட் ஃப்ளைட் கிடைக்காததாலே பெங்களூருக்குப் போய் அங்கிருந்து இந்து பேப்பருடைய பார்சல் ஃப்ளைட்லே வந்தார். நா விமான நிலையத்துக்குப்போனேன் அவரை அழைச்சிட்டு வர. என்னை லௌஞ்சுக்கு வரச்சொல்லி 'நா ஒரு குண்டைத் தூக்கிப்போடப் போறேன்'னு சொன்னார். அப்புறம் சொல்றார் 'நா அமைச்சர் பதவி கேக்கப்போறேன்'னு. அப்பலேந்து ஆரம்பிச்சது கருணாநிதியோட யுத்தம். 1972லேதான் முடிவுக்கு வந்துது. இந்த விரோதம் தொடங்கினதுக்கு முக்கிய காரணம் ஜெயலலிதாதான். ஏன் சொல்றேன்னா, அதுவரை எம்ஜிஆருக்கு அமைச்சர் ஆகணும் என்கிற ஆசையே இருக்கல்லே. அரசியல் பதவி வகிக்கணும்னும் நினைக்கலே. கிடைச்ச சந்தர்ப்பத்தைப் பயன்படுத்தி அவங்கதான் விரோதத்தைத் தூண்டிவிட்டது. அந்த அளவுக்கு அவரைப் பேதலிக்க வெச்சுடுச்சு அந்தம்மா."

"என்னைப் பொறுத்தவரை எம்ஜிஆர் நடிகராகவும் இருந்துட்டு அரசியல் பதவியும் வகிக்கக்கூடாதுன்னு நினைச்சேன்.

அதுக்கு முதல்லே அவர் தன்னைத் தயார்படுத்திக்கணும்னு நினைச்சேன். அவருக்கு இன்னும் சினிமாவிலே நிறைய ரோல் கிடைச்சவண்ணம் இருந்தது. 1972இலிருந்து 77 வரை பெரிய பேனர்லே நடிச்சார். மதுரையை மீட்ட சுந்தரபாண்டியன் தான் கடைசி. அது தோல்விஅடைஞ்சுது. 1971இல் 'ரிக்ஷாக்காரன்' மாபெரும் வெற்றி அடைஞ்சுது. அதுக்குத்தான் தேசிய விருது கிடைச்சுது. அதனாலெ நா அப்ப நினைச்சேன், அரசியல் பதவிக்குப் போயிட்டா நடிப்பிலே கவனம் சிதறிப்போயிடும்னு. கருணாநிதி அரசிலே மந்திரிப்பதவி கிடைக்காமப் போன சாக்கா சண்டை பெரிசாகி கட்சி உடைஞ்சு எம்ஜிஆர் புதுசா கட்சி ஆரம்பிச்சதும் இந்தம்மா மெல்ல விலகிப்போச்சு, இனிமே இந்த ஆளுக்கு சினிமாவிலேயும் செல்வாக்கு இல்லே, அரசியல்லேயும் இல்லேங்கற நினைப்புலே."

ஆர்எம்வீயின் குற்றச்சாட்டு அதீதமானதாக இருந்தது. ஜெயலலிதாவுக்கு அப்போது வயது 22கூட முடியவில்லை. எம்ஜிஆரோ ஐம்பதுக்குமேல் வயதானவர் என்பது மட்டுமல்ல, அரசியலில் ஆழ்ந்த அனுபவமுள்ளவர். அரசியலைப்பற்றி எதுவுமே தெரியாத இன்னும் பதின்வயதுச் சிறுமிபோல் இருந்த ஜெயலலிதாவின் 'போதனை' அவரை மாற்றிவிட்டது, தரமிழக்கச் செய்தது என்று சொல்வது அபத்தமாக இருந்தது. ஆனால் அவர் மேற்கொண்டு விளக்கமளித்தபோது அவரது பிரச்சினை என்னவென்று புரிந்தது.

"எனக்கு அவங்ககிட்ட என்ன பிடிக்கல்லைன்னா, எந்தத் துறையாயிருந்தாலும் எம்ஜிஆருடைய பெருமையிலே தனக்கும் பங்கு இருக்கணும்னு நினைச்சதுதான். அவரைத் தன் இஷ்டப்படி வளைக்கப் பாக்கிறது மத்தவங்களை நெருங்கவிடாம செய்யறது... இதெல்லாம் ஒரு மனுஷனுடைய முன்னேற்றத்தைத் தடுக்கும். பெண்ணுக்கு வரம்பு இருக்கு. இன்னிக்கு பெண் சக்தின்னு பேசறோம். அந்த சக்தி மகத்தானது. அந்த சக்தியை நம்ம பெண்கள் மிதமாஅடக்கி வாழ்ந்து வந்ததாலேதான் நம்ம கலாச்சாரம் பெருமைப்படக் கூடியதா இருக்கு. இயற்கையின் விதிப்படி ஆணுக்கும் பெண்ணுக்கும் வித்தியாசம் இருக்கா இல்லையா?"

திமுக பிளந்ததற்கு ஜெயலலிதா ஒரு முக்கிய காரணம் என்றார் ஆர்எம்வீ அழுத்தமாக. ஆனால் பிளவு எப்படியும் நிகழக்கூடிய ஒன்று என்று எல்லாருக்கும் தெரிந்துபோயிருந்தது. தன் பதவிக்கு ஆபத்து விளைவிக்கக்கூடிய ஒரு ஆளுமையின் வளர்ச்சி முதலமைச்சர் கருணாநிதிக்கு நிச்சயம் ரசிக்கக் கூடியதாக இருக்கவில்லை. அவர் பதவிக்கு வருவதற்குக்

காரணமாக இருந்த ஆளாக இருந்தாலும்! எம்ஜிஆரின் புகழ் பரவிவந்த வேகத்தின் வீச்சு கருணாநிதிக்குக் கவலையளித்தது. 1971 மாநிலத் தேர்தலுக்குப் பிறகு கட்சிப் பொருளாளராக இருந்த எம்ஜிஆர் மாநில அவை உறுப்பினராகவும் தேர்தலில் தேர்வாகி வந்திருந்தார். அவர் அதிருப்தியில் இருந்தது வெளிப்படையாகத் தெரிய ஆரம்பித்தது. கட்சிக்கூட்டத்தில் நிர்வாகத்தைப் பற்றி ஏடாகூடமாகக் கேள்வி எழுப்ப ஆரம்பித்தார். வேறு யாராவதாக இருந்தால் அடக்கிவிடுவது சுலபம். ஆனால் எம்ஜிஆரின் அடித்தள பலம் அசுரத்தனமாக இருந்தது. அதன் ஒவ்வொரு நடவடிக்கையும் கருணாநிதியைக் கலங்க வைத்தது.

"1971ல் மதுரையில் கட்சி மாநாடு ஒண்ணு நடந்துது" என்று ஆர்எம்வீ புன்னகையுடன் நினைவு கூர்ந்தார். "எம்ஜிஆர் பேசினார். அதற்குப் பிறகு கருணாநிதி பேசணும். லட்சம் பேருக்கு மேல கூட்டம் வந்திருந்தது. எம்ஜிஆர் பேசி முடிச்சதும் கூட்டம் எழுந்திருச்சுப் போக ஆரம்பிச்சது. கருணாநிதிதான் கட்சித் தலைவர். தன் பேச்சாலே கூட்டத்தைக் கட்டுப்படுத்த முடியல்லேங்கறது அவருக்கு ரொம்பப் பெரிய அதிர்ச்சியா போச்சு. பேசும்போது தடுமாறி, மூர்ச்சையாயிட்டார். நிஜம்மா தான். கட்சிக்கு ஒரே தலைவர்தான் இருக்கமுடியும். தன் காலடி மண் நழுவறமாதிரி அவருக்கு இருந்திருக்கும். எம்ஜிஆரோட பிரபலத்துக்கு முன்னாலே தான் தோத்துப்போனமாதிரி அவருக்குத் தோணிப்போச்சோ என்னவோ"

கருணாநிதி பதவிக்கு வருவதற்கு எம்ஜிஆர் முக்கிய காரணமாக இருந்திருந்தாலும் கருணாநிதி அதற்கு ஏற்ற அங்கீகாரம் கொடுக்கத் தவறினார் என்று ஆர்எம்வீ ஒப்புக்கொண்டார். அது நிச்சயமாக எம்ஜிஆருக்கு ஏமாற்றமாக இருந்திருக்கும். கட்சிப் பொருளாளர் என்ற பதவி வெறும் அலங்காரச் சொல். கட்சிப்பணம் கையாள்வதெல்லாம் கருணாநிதியின் பிடியில் இருந்தது. எம்ஜிஆரின் நட்சத்திர செல்வாக்கைக் குலைக்க கருணாநிதி சில அசட்டு முயற்சிகளில் ஈடுபட்டார். எம்ஜிஆருக்குப் போட்டியாக 1972இல் தான் ஸ்க்ரிப்ட் எழுதிய படத்தில் தன் மகன் மு.க. முத்துவைக் கதாநாயகனாக நடிக்க வைத்தார், எம்ஜிஆர் என்கிற மக்கள் அபிமான நட்சத்திரத்துக்கு மாற்று இருக்கமுடியாது என்பதைப் புரிந்துகொள்ளாமல். முத்து எம்ஜிஆரின் நடிப்பைக் காப்பியடித்து ஓடி ஆடியதைக்கண்டு ஆடியன்ஸ் நகைத்துக் கேலிசெய்தனர். எம்ஜிஆர் ரசிகர்மன்றம்போல் முத்துவிற்கு ரசிகர்மன்றங்கள் ஆரம்பிக்கப்பட்டன. முதலமைச்சருக்கு ஜால்ரா அடித்த அதிகாரிகளும் காவல்துறையினரும் கட்சிக்காரர்களும்

எம்ஜிஆர் ரசிகர்மன்ற உறுப்பினர்களை அதில் சேருமாறு கட்டாயப்படுத்தினார்கள். எம்ஜிஆர் ரசிகர் மன்றங்கள் வெகுண்டு எதிர்த்தன. தெருவுக்குச் சென்று போராட்டம் நடத்தின. 800 மன்றங்கள் கட்சியிலிருந்து (திமுக) விலகிவிடுவதாக கோஷமிட்டன. அதன் விளைவாக முத்து ரசிகர்மன்றங்கள் கலைக்கப்பட்டன. முத்துவின் நடிக வாழ்வு அத்தோடு முடிவுக்கு வந்தது. ஆனால் எம்ஜிஆருக்குப் பொறுமை போய் விட்டது. கருணாநிதிக்குச் சவால் விடும் தருணத்திற்குக் காத்திருந்தார். நிறைய ஊழல் புகார்கள், உயர்மட்டத்தில் நடப்பதாக, வந்தவண்ணம் இருந்தன. கட்சிக் கணக்குகளில் தவறு இருப்பதாகவும் அதைப் பற்றின விளக்கங்கள் வேண்டும் என்றும் கட்சிப் பொருளாளர் என்கிற தகுதியில் எம்ஜிஆர் சொன்னார். பொருளாளர் என்று பேரே தவிர தன் கையில் அதிகாரம் ஏதும் கொடுக்கப்படாததைச் சுட்டிக்காட்டினார். அவருடைய கேள்விக்குக் கருணாநிதியிடமிருந்து பதில் வராமற் போகவே பொது மேடைகளில் எம்ஜிஆர் கட்சிப் பணிகளில், அரசு நிர்வாகத்தில் நடக்கும் ஊழலைப்பற்றிக் கடுமையாக விமர்சனம் செய்ய ஆரம்பித்தார். அமைச்சர்களும் மாநில அவை உறுப்பினர்களும் தங்கள் சொத்துக்கணக்கைச் சமர்ப்பிக்க வேண்டும் என்றார். கட்சித்தலைவர்கள் பதற்றத்துடன் கூடினார்கள் கருணாநிதியின் தலைமையில். பொது மேடையில் கட்சியின் கண்ணியத்துக்கு விரோதமாகப் பேசியதற்கு எம்ஜிஆர் பகிரங்கமாக மன்னிப்பு கேட்கவேண்டும்; மன்னிப்பு கேட்டால் மன்னித்துவிடுவோம் என்று தீர்மானம் போடப்பட்டது. "நான் தலைவர் அண்ணா வகுத்த பாதையிலிருந்து விலகவில்லை என்கிற காரணத்தால் மன்னிப்பு கேட்கமுடியாது" என்றார் எம்ஜிஆர்.

அதற்குப்பிறகு கட்சியின் நிர்வாகக்குழு எம்ஜிஆரைக் கட்சியிலிருந்து வெளியேற்றிற்று. ஒரு வாரம் கழித்து 1972 அக்டோபர் 18ஆம் தேதி எம்ஜிஆர் தனது புதிய கட்சியை அறிவித்தார். கட்சியில் இருந்த அவருடைய அபிமானிகள் ஆயிரத்துக்கும் மேற்பட்ட ரசிகமன்றங்கள் போன்றோருடைய ஆதரவுடன் அண்ணா திராவிட முன்னேற்றக்கழகம் - பிறகு (அவசரகால ஆட்சியின்போது மாநிலக்கட்சிகள் கலைக்கப்படும் என்றிருந்த அச்சுறுத்தலால்) அனைத்திந்திய அண்ணா திராவிட முன்னேற்றக் கழகமாக உருவானது. கருணாநிதி அதை வெறும் கானல் நீர் என்று ஒதுக்கினார். 'கொள்கையும் தியாகமும் இல்லாமல் ஆரம்பிக்கப்படும் எந்தக்கட்சியும் நிலைக்காது. திமுக ஒரு இரும்புக்கோட்டை. அதை எவராலும் அசைக்கமுடியாது' என்று சூளுரைத்தார். எம்ஜிஆரைக் கட்சியைவிட்டு நீக்கியது மாபெரும் வரலாற்றுப்பிழை என்று கருணாநிதி அப்போது

உணரவில்லை. அரசியலில் மிகவும் தேர்ச்சி பெற்ற புத்தி தீட்சண்யமிக்க கருணாநிதி அதை உணராமல் போனது ஆச்சரியம். துக்ளக் ஆசிரியர் சோ ராமசாமி, 'அது ஒரு இமாலயத் தவறு' என்று தனது பத்திரிகையில் தலையங்கத்தில் எழுதினார். 'இனி வாக்கு வங்கி எம்ஜிஆரிடம் இருக்கும்; கட்சி கருணாநிதியிடம் இருக்கும்.'

அப்படித்தான் நடந்தது என்றார் சோ. "எம்ஜிஆரின் செல்வாக்கைக் கருணாநிதி குறைவாக மதிப்பிட்டார். நான் தமிழ்நாடு முழுவதும் எம்ஜிஆருடன் பயணம் செய்திருக்கிறேன். மக்கள் கூட்டம் அவரைத் தெய்வமாக வழிபடுவதைப் பார்த்திருக் கிறேன். அவர் ஒரு நல்ல மனுஷன், அவருடைய எண்ணங்கள் நல்லவை என்று அவர்கள் நம்பினார்கள்."

எம்ஜிஆருடைய ரசிகர்கள் அவர்தான் கட்சி என்று நினைத் தார்கள். 'அப்படிப்பட்டவரைக் கட்சியைவிட்டு விலக்கினது அபச்சாரம்' என்றார் ஆர்எம்வீ. ஆனால் அவர்தான் கட்சி உடைந்ததற்கு ஜெயலலிதாவைக் குற்றம் சாட்டவும் செய்தார். 21 வயது நடிகை, ஆணாதிக்கத் தமிழகத்து அரசியல் கணக்குகள்பற்றி அறியாதவள், அதில் எந்தவகையாகப் பங்கேற்றிருக்க முடியும் என்று அவர் யோசிக்காததற்கு மரபுசார்ந்த எண்ணங்களைத்தவிர வேறு காரணம் இருக்கமுடியாது. அவரே ஒரு காலகட்டத்தில் அந்த அரசியல் குட்டையில் மாட்டிக்கொள்வார்; ஆண் உலகம் வியக்கும் வகையில் மீண்டு வருவார் என்று அவர் அன்று நிச்சயம் கற்பனை கூடச் செய்திருக்கமாட்டார்.

ஜெயலலிதாவின் தாய் சந்தியா திடீரென்று 1971இல் இறந்தது மிகப்பெரிய அதிர்ச்சியாக இருந்தது. வெளியுலகத்துக்கும் ஜெயலலிதாவுக்கும் இடையே சந்தியா பாதுகாப்பு அரணாக இருந்துவந்தார். ஆசையாகக் கட்ட ஆரம்பித்த போயஸ் கார்டன் வீடு புகுவிழாவைக்கூடக் காணாமல் அம்மா இறந்தது தாங்கமுடியாததாக இருந்தது. 21 வயதில் அநாதையாகிவிட்டது போன்ற ஒரு வெறுமை படர்ந்தது அம்முவுக்கு. அதனூடே நெருக்கமான உறவினர்கள் தன்னை ஏமாற்றப் பார்க்கிறார்கள் என்ற உணர்வு அயர்ச்சியை அளித்தது. சினிமா உலகத்தில் அவரைக் கவிழ்க்கவே எல்லோரும் காத்திருந்ததாகத் தோன்றிற்று. எம்ஜிஆரின் அதீதக் கட்டுப்பாடும் கண்காணிப்பும் அதிகாரமும் குரல்வளையை நெருக்குவதுபோல அவருக்குச் சோர்வைக் கொடுத்தது. அவளுக்குப் பி.ஆர்.ஓ.வாக இருந்த ஆனந்தன் அவர் பட்ட வேதனையை மௌனமாகக் கவனித்தவர்.

"எம்ஜிஆர் ஒரு சர்வாதிகாரியாத்தான் ஜெயலலிதாவை நடத்துவார். திடீர்னு ப்ரொட்யூசர்கிட்ட சொல்வார் படப்

பூஜைக்கு ஜெயலலிதாவை அழைக்கணும்னு, அவங்களைக் கேக்காம. ஜெயலலிதா உடனே தன்னுடைய ஷூட்டிங்கை ரத்து செஞ்சுட்டுப் போகணும், இல்லேன்னா எம்ஜிஆருக்குக் கோவம் வரும். ஐயோ, ஜெயலலிதாவை அந்த ஆள் ரொம்ப இம்சை செஞ்சிருக்கார்" என்றார் ஆனந்தன். 1972இல் எம்ஜிஆர் திமுகவிலிருந்து பிரிந்து புதிய கட்சி தொடங்கி அரசியலில் ஆழ்ந்துபோனதும் இருவருக்கும் இடையே இருந்த நெருக்கம் குறைந்து போனது. உணர்வு ரீதியாகவும் விலகிப்போனார்கள்.

அந்தக் காலகட்டத்தில் போயஸ்கார்டன் வீட்டிற்குத் தினமும் சென்ற ஆனந்தன், ஜெயலலிதா வேறு நடிகர்களுடன் நடிக்க ஆரம்பித்ததை விளக்கினார்.

"ஜெயலலிதா 90 படம் முடிச்சிருந்தாங்க. சிவாஜி கணேசனோடு நடிச்ச 'பாட்டும் பரதமும்' படம் கிட்டத்தட்ட முடிஞ்சு போச்சு. அப்ப ஒரு விஷமக்கார பத்திரிகையாளர் ஒரு பிரபல பத்திரிகையிலே ஜெயலலிதா சொல்லாததையெல்லாம் எழுதிட்டான். சிவாஜி கணேசன் ரொம்ப சிக்கலான ஆசாமி, அவரோட நடிக்கிறது ரொம்பக் கஷ்டம், நடிகைகள் தங்கள் ஷூட்டிங்கை கான்ஸல் செஞ்சுட்டு தன்னுடைய படப்பூஜைக்கு வரணும்னு சொல்வார் அப்படி இப்படின்னு எழுதிட்டான். உண்மையிலே அதெல்லாம் எம்ஜிஆருக்குத்தான் பொருந்தும். அந்த பத்திரிகையாளர் ஜெயலலிதாவைத் தூண்ட நினைச்சான் போலிருக்கு. அதைப்படிச்சுட்டு சிவாஜிக்கு ரொம்ப கோபம் வந்துட்டது. ஷூட்டிங்கைக் கான்ஸல் பண்ணிட்டார். ஜெயலலிதா அந்தப் படத்துக்காக ரொம்ப உழைச்சிருந்தார். கஷ்டப்பட்டு டயட்லே இருந்து ஸ்லிம்மா ஆகியிருந்தார். சிவாஜியின் கோபம் ஆறலே. தப்பபிப்பிராயம் தங்கிப்போச்சு. ரெண்டுபேரும் மிச்சப் படத்தை ஏனோதானோன்னு செஞ்சு முடிச்சாங்க. படம் பெரிய தோல்வி. அதுக்கு அப்புறம் சிவாஜி ஜெயலலிதாவோட நடிக்க மறுத்துட்டார்."

"சிவாஜியும் எம்ஜிஆரும் அவங்களோடு நடிக்காம போனதும் கொஞ்சம் சிரமம்தான். வருஷத்துக்கு 20 படம் பண்ணிகிட்டிருந்த ஒரு முன்னணி கதாநாயகி என்ன செய்ய முடியும்? இரண்டாவது படிநிலையிலே இருந்த ரவிச்சந்திரன், முத்துராமன், ஜெய்சங்கர் போல மத்த நடிகர்களோடு நடிக்கவேண்டியதாச்சு. ஆனா எம்ஜிஆர் அப்பவும் அவங்களை நிம்மதியா இருக்க விடல்லே. ரொம்பக் கொடுமை அது. ஒரு ஷூட்டிங்குக்கு ஜெய்சங்கரோடு ஜெயலலிதா ஹைதராபாத் போகவேண்டியிருந்தது. ஜெய்சங்கரோடு அவங்களுக்கு ரகசிய

உறவு இருக்கறதா ஒரு வதந்தி இருந்தது. எம்ஜிஆருக்கு அந்த ஷூட்டிங் பத்தித் தெரிய வந்ததும் ஜெயலலிதாகிட்ட அதைக் கான்ஸல் செய்யச் சொன்னார். அவ முடியாதுன்னா. டேட் எல்லாம் ஏற்கனவே நிச்சயம் செஞ்சாச்சு இன்னும் நாலு நாளிலே ஷூட்டிங் ஆரம்பிக்கணும்னா. எம்ஜிஆர் அப்ப முதலமைச்சர். அவராலே அவ மனசை மாத்தமுடியல்லே. மனுஷன் என்ன செஞ்சார் தெரியுமா? ஜெய்சங்கரைக் கான்ஸல் பண்ண வெச்சார்! ஜெய்சங்கர் மனைவிக்கு ஃபோன் செஞ்சு உன் புருஷன் உயிரோடு இருக்கணும்னா ஜெயலலிதாவோட நடிக்க இருக்கிற ஷூட்டிங்கை கான்ஸல் பண்ணச் சொல்லுன்னு பயமுறுத்தினாங்க. ஜெய்சங்கருக்கு கான்ஸல் செய்யறதைத்தவிர வேற வழியிருக்கல்லே."

"அதற்குப் பிறகு ஜெய்சங்கரின் இடத்தில் முத்துராமனைப் போட்டார்கள். ஜெயலலிதா முத்துராமனுடன் நடித்துப் படத்தை முடித்துக் கொடுத்தார். தொடர்ந்து தெலுங்கிலும் கன்னடத்திலும் நடிப்பதில் மிகவும் மும்முரமானார். அப்போதுதான் தெலுங்கு நடிகர் ஷோபன் பாபுவுடன் நட்பு ஏற்பட்டது. ஷோபன் பாபு எம்ஜிஆரைவிட வயதில் இளையவர். அது தீவிரமான நட்பாக மலர்ந்தது. அதைப்பற்றி ஜெயலலிதாவே தனது (பாதியில் முடிந்த) சுயசரிதையில் குறிப்பிட்டிருந்தார். அவருடைய நெருங்கிய தோழிகள் சாந்தினிக்கும் ஸ்ரீமதிக்கும் அதைப்பற்றித் தெரிந்திருந்தது. ஷோபன் பாபுவைத் திருமணம் செய்துகொள்ள வேண்டும் என்று ஜெயலலிதா விரும்பினார், மற்ற பெண்கள் போல இயல்பான வாழ்க்கை வாழவேண்டும் என்று ஆசைப்பட்டார் என்று அவர்களுக்குத்தெரிந்திருந்தது. ஆனால் அந்தத் திருமணம் நடக்கவில்லை." சாந்தினி புலானி சொன்ன கதையோ வேறு மாதிரி இருந்தது. சாந்தினிக்கு அது எந்த வருஷம் என்று சரியாக நினைவில்லை. 1977 அல்லது 1978 இருக்கலாம் என்றார். சாந்தினியையும் அவருடைய கணவர் பங்கஜ் புலானியையும் ஜெயலலிதா போயஸ் கார்டன் வீட்டுக்கு விருந்துக்கு அழைத்திருந்தார். விருந்துக்குப்பிறகு ஒரு பிரம்மாண்டமான புகைப்பட ஆல்பத்தைக் காண்பித்தார். அதில் அவருக்கும் சோபன் பாபுவுக்கும் நடந்த திருமணப் புகைப்படங்கள் இருந்தன. "சரியான ஐயங்கார் பிராமணமுறைத் திருமணம் சாஸ்திரிகள் செய்வித்த ஃபோட்டோவோட. அந்த ஆல்பம் எத்தனை பெரிசு தெரியுமோ. ஒரு பெரிய மேஜை முழுக்க அடைத்தது. நாங்கள் படங்களைப் பார்க்க மேஜையைச் சுற்றி நடக்கவேண்டியிருந்தது. ஜெயா ரொம்ப மகிழ்ச்சியா இருந்தா. 'அவர் ஒரு அற்புத மனிதர். நா ரொம்ப சந்தோஷமா

இருக்கேன்'என்றாள். மணப்பெண் மாதிரி கன்னம் சிவந்துபோச்சு வெக்கத்திலே. அவ ரொம்ப சந்தோஷமா இருந்ததை என்னாலே புரிஞ்சுக்க முடிந்தது."

ஆனால் அந்த ஆல்பம் ஒரு புதிராகவே இருக்கிறது. மற்றவர்கள் சொல்லும் தகவல்படி அந்தத் திருமணம் நடக்கவே இல்லை. ஆல்பத்தைப்பற்றி சாந்தினி சொன்னபோது அவருடைய கணவர் பங்கஜ் புலானியும் கூட இருந்து அதை ஆமோதித்தார். இருவரும் சேர்ந்து பொய் சொல்லவேண்டிய அவசியம் இல்லை. பின் எதற்கு அந்தப் புகைப்படங்கள்? (ஜெயலலிதாவைத் தாக்கும் சமயத்தில் சில பத்திரிகைகளிலும் முரசொலியிலும் விஷமத்தனமாக அவை வெளியாகும்) ஜெயலலிதாவும் சோபன் பாபுவும் ஒத்திகை பார்த்தார்களா, சாஸ்திரிகள் சகிதமாய்? அத்தனைச் சிறுபிள்ளைத்தனம் இருந்திருக்குமா? அல்லது அவளைத் திருப்திப்படுத்தவேண்டுமென்று சோபன் பாபு நடித்தாரா?

ஜெயலலிதாவின் இன்னொரு நெருங்கிய தோழி ஸ்ரீமதி, ஆல்பத்தைப் பற்றித் தனக்குத் தெரியாது என்கிறார். "ஜெயாவுக்கு ஷோபன் பாபு திருமணமானவர் என்று தெரியும். அது தெரிஞ்சும் அவர்மேல ஆசைகொண்டாள் என்கிறது நிஜம். என்னை அவருக்கு அறிமுகப்படுத்தினாள். அவர் கலர்கலரா ஒரு சில்க் லுங்கி கட்டியிருந்தது எனக்கு ஞாபகம் இருக்கு. ரொம்ப வசீகரமா இருந்தார். ரொம்ப சுவாரஸ்யமா பேசுவார். கெட்டிக்காரர், படிப்பாளின்னு எனக்குப் புரிஞ்சுது. அதுதான் அவளுக்கு அவரை ரொம்பப் பிடிச்சுப்போச்சுன்னு நினைக்கிறேன். அவளுடைய ரசனைகள் அவருக்கும் இருந்தது. புத்தகங்களைப் பத்தி அவரோடு நிறைய பேசமுடிஞ்சது. அவளை மாதிரியே அவரும் அளவாத்தான் பேசுவார். ஜெயா ஆண்களோடு பழகும்போது ரொம்ப கண்ணியமா பழகுவா. யாரோட பழகணும், யாரை நெருங்க விடக்கூடாது என்கிறதிலே கவனமா இருப்பா. அவ அம்மா இறந்தபோது அவளுக்கு 21 வயசுதான். கட்டுப்பாடா இல்லாமலிருந்திருந்தா சீரழிஞ்சு போயிருப்பா. சாதாரணமா அவ தன் உணர்ச்சிகளைக் காண்பிக்கமாட்டா. அப்படிப்பட்டவ, ஷோபன் பாபு இருக்கிற சமயத்திலே ரொம்ப சந்தோஷமா தெரிவா. உண்மையிலேயே அவரை விரும்பினான்னு நா நினைப்பேன். அவரைப்பத்திப் பேசும்போது உணர்ச்சி வசப்படுவா. ஐயங்கார் முறைப்படி கல்யாணம் செய்துக்கணும்னு ஆசைப்பட்டா, வைஜயந்திமாலா, டாக்டர் பாலியை செய்துண்ட மாதிரி. டாக்டர் பாலியும் ஏற்கனவே திருமணமானவர்தானே. அவளுக்குத் தெரியும் அந்த மாதிரிக் கல்யாணம் சட்டப்படி செல்லாதுன்னு. இருந்தும்

சோபன் பாபுவை அதுக்கு சம்மதிக்க வெச்சான்னு நினைக்கிறேன். அது சினிமா உலகத்திலே சாதாரணமா நடக்கறதுதான். நிறைய நடிகர்களுக்கும் அரசியல்வாதிகளுக்கும் ரெண்டு மனைவிகள் இருந்தார்கள். அது தப்புன்னு யாரும் நினைக்கலே. ஒரு சின்னத் தாலி ஒரு கோவில்லையோ வீட்டிலேயோ கட்டினா அந்த உறவை நியாயப்படுத்தினமாதிரி, புனிதப்படுத்தினமாதிரி ஒரு பாதுகாப்பு உணர்வும் நிம்மதியும் வருது பெண்களுக்கு. ஜெயலலிதா மாதிரியான பெண்ணும் அப்படி நினைச்சது எனக்கு ஆச்சரியமாத்தான் இருந்தது. என்னை ஐயங்கார் தாலி ஒண்ணு பண்ணிக்கொண்டு தரச் சொன்னா. ஒரு முகூர்த்தநாள் பார்த்து அன்னிக்குக் காலையிலே தன் வீட்டிலே எளிமையா நடக்கற கல்யாணத்துக்கு வரணும்னு சொன்னா. நல்லியிலே ஒன்பது கெஜப் புடவையும் ஆறு கெஜப் புடவைகளும் வாங்கியாச்சுன்னா. அன்னிக்குக் காலையிலே ஆறுமணிக்கு எனக்கு ஃபோன் பண்ணி 'ஸ்ரீமதி, நீ வரவேண்டியதில்லே. கல்யாணம் நின்னுபோச்சு'ன்னு சொல்லி ஃபோனைக் கீழே வெச்சுட்டா."

ஸ்ரீமதி பிறகு, "கல்யாணம் ஏன் நின்றுவிட்டது?" என்று கேட்டதற்கு ஷோபன் பாபுவின் மனைவி தரப்பிலிருந்து எதிர்ப்பு வந்ததாகச் சொன்னார். *ஃபிலிம் நியூஸ்* ஆனந்தன் தனக்குக் கல்யாண ஏற்பாடு பற்றி ஏதும் தெரியாது என்றார். "அந்த மாதிரி ஒரு ப்ளான் அவங்களுக்கு இருந்ததான்னு எனக்கு சந்தேகம். ஆனா சோபன் பாபு மேல அந்த அம்மாவுக்குப் பிரியம் இருந்ததுன்னு தெரியும்." அவர் ஜெயலலிதாவுடைய பி.ஆர்.ஓ.வாக இருந்தபோது சோபன் பாபு அடிக்கடி போயஸ் கார்டனுக்கு வருவார். அவர்களது திருமணத்தை நிறுத்தியது எம்ஜிஆர்தான் என்று ஒரு வதந்தி இருந்தது. "எம்ஜிஆரைப் பொறுத்தவரை எதுவேணா அவரால சாத்தியம்தான்" என்றார் ஆனந்தன்.

திருமணம் நின்றதற்கு எது காரணமாக இருந்தாலும், ஜெயலலிதா சோபன் பாபுவுடன் தனக்கிருந்த நட்பைத் தனது கட்டுரையில் வெளிப்படுத்தியது அவரது எதிரிகளுக்கு அவரைத் தாக்க அரசியல் ஆயுதமாயிற்று. வம்பர்களுக்கு மெல்ல அவல் கிடைத்ததுபோல் ஆயிற்று.

ஜெயலலிதா ஒழுக்கமற்றவர், எம்ஜிஆர் போன்றவர்களுடன் பழகும் தகுதி அற்றவர் என்று சொன்னார்கள். கருணாநிதி வெகு காலத்துக்கு அதை ஒரு ஆயுதமாக உபயோகித்தார். 2009இல்கூட அவர் நான்காவது முறையாக முதலமைச்சராக இருந்தபோது, தன்னுடைய குடும்பத்தினருக்கு மத்திய அமைச்சரவையிலும்

நாடாளுமன்றத்திலும் இடம் கிடைக்க அவர் எடுக்கும் முயற்சியை விமர்சித்து, அவருடைய சக்தியெல்லாம் மனைவியின் குடும்பத்தையும் துணைவியின் குடும்பத்தையும் பராமரிக்கவே செலவாகிப்போவதாக ஜெயலலிதா விமர்சித்தபோது, *முரசொலியில்* ஜெயலலிதா சோபன் பாபுவுடன் இருக்கும் புகைப்படங்களை வெளியிட்டு, 'நீ என்ன கண்ணகியா' என்று மோசமாகத் தாக்கி எழுதினார்.

ஆசைப்பட்ட திருமணம் நின்று போனது. எம்ஜிஆர் விலகிப்போனார். உறவினர்கள் நம்பமுடியாதவர்களாகத் தோன்றினார்கள். ஜெயலலிதாவுக்கு எல்லாமே வெறுத்துப் போயிற்று. இஷ்டமில்லாமல் நுழைந்திருந்த பட உலக உறவும் இனி தேவை இல்லை என்று பட்டது. ரோல்கள் கிடைக்காததால் அல்ல. பாலாஜி, தேவர் ஃபிலிம்ஸ் போன்ற பெரிய பேனர்களின் அழைப்பு இருந்தது. புகழ் மங்கவில்லை. இருந்தும் இனி நடிப்பு வேண்டாம் என்று முடிவு கட்டினார். அந்த நாட்களில் எழுத ஆரம்பித்தார். *துக்ளக், விகடன், குமுதம், கல்கி* போன்ற பத்திரிகைகளில் எழுதத் தொடங்கினார். *துக்ளக்கின்* ஆங்கிலப் பதிப்பில் தொடர் கட்டுரைகள் எழுதினார். *குமுதத்தில்* எழுத ஆரம்பித்த சுய சரிதை – சொல்லத்தான் நினைக்கிறேன் – 24 வாரங்கள் வெளிவந்தது திடீரென்று ஏப்ரல் 1979இல் நிறுத்தப்பட்டது. எம்ஜிஆருக்கு ஜெயலலிதா என்ன எழுதிவிடுவாரோ என்ற பயமாக இருக்கவேண்டும். *குமுதத்துக்கு* எம்ஜிஆரிடமிருந்து அதை நிறுத்தும்படி உத்தரவு சென்றது. அப்போது எம்ஜிஆர் முதலமைச்சர். ஜெயலலிதா பொதுவாழ்விலிருந்து தானாகவே விலகிப்போனது ஆர்எம்வீக்கு மிகுந்த நிம்மதியை அளித்திருக்கும். அரசல் புரசலாக எம்ஜிஆருடனான ஜெயலலிதாவின் உறவு பற்றி அவர் காதில் விழுந்த விஷயங்கள் அவருக்குச் சங்கடத்தை முன்பு அளித்தன. எம்ஜிஆர் ஜெயலலிதாவுடன் நேபாளத்துக்குச் சென்றது அங்கு திருமணம் செய்துகொள்ள என்றும் அங்கு திருமணம் நடந்தது என்றும் வதந்தி உலவியது. ஆச்சரியமாக, ஜெயலலிதா தன்னிடம் அதைப்பற்றிச் சொன்னதாக சாந்தினி புலானி சொன்னார். எம்ஜிஆரைத் தான் காதலிப்பதாகவும் அவர் ஒருத்தரே தன் வாழ்வில் இருக்கக்கூடிய ஆண் என்றும் ஜெயலலிதா சொன்னதாகவும் சாந்தினி சொன்னார். "நான் அதிர்ச்சி அடைந்தேன். சோபன் பாபுவுடன் அவளுடைய உறவு முறிந்துபோயிருந்தது. ஆனால் எம்ஜிஆர் எத்தனை வயதானவர் உன்னைவிட, அவரையா கல்யாணம் செய்துக்கப்போறே? என்று நான் கிட்டத்தட்ட கத்தினேன். 'பிரியத்துக்கு வயது ஒரு தடையில்லை' என்றாள் அவள். 'அவராலேதான் நான் என் தொழில்லே இவ்வளவு முன்னேற்றமடைஞ்சேன். அவர்

தான் எனக்கு எல்லாம்' என்றாள். அதுக்காகக் கல்யாணம் செய்துக்கணுமா என்று எனக்கு அதிர்ச்சியாத்தான் இருந்தது. கல்யாணம் செய்துகொண்டாளான்னு தெரியாது. அப்புறம் ஒரு சேதியும் கிடைக்கல்லே."

அந்த வதந்தியைப் பற்றிக் குறிப்பிடும்போது ஆர்எம்வீயின் முகம் சங்கடத்தில் கறுத்தது. 'அதெல்லாம் புரளி' என்றார் அவசரமாக. "அப்படி ஏதாவது நடந்திருந்துதுன்னா அவர் இறந்தப்ப அந்தம்மா சும்மா இருந்திருக்காது. சோபன் பாபுவோட அவங்களுக்கு இருந்த உறவைப்பத்தி எல்லாருக்கும் தெரியும். அவங்களே எழுதியிருக்காங்க. வேற உறவுகளும் இருந்தது. அப்படிப்பட்ட பெண்மணி சொல்றதையெல்லாம் எப்படி நம்பமுடியும்?"

கிட்டத்தட்ட பத்து ஆண்டுகள். தன்னுடைய நிம்மதி முடிவுக்கு வரும் என்று ஆர்எம்வீ நினைக்கவில்லை. எம்ஜிஆர் தனக்குத் தெரியாமல் ஜெயலலிதாவைக் கட்சியில் சேர்த்து அரசியல் பிரவேசம் செய்ய வைத்தது நினைவுக்கு வரும் போதெல்லாம் இப்பவும் கன்னத்தில் அடித்தாற்போல் இருந்தது. "எம்ஜிஆர்மேல தப்பு இல்லே. அந்தம்மாதான் மயக்கிட்டது அவருடைய வயசு காலத்திலே."

5

கடலூரின் தெருக்களும் கடற்கரைச் சாலைகளும் கோலாகலமாகக் காட்சி அளித்தன, திருவிழாக்காலம் போல. முக்கியமான தெருக்களிலெல்லாம் எம்ஜிஆர் கையை அசைத்தபடி காட்சி அளித்தார். வருவோர் போவோர் கழுத்தை உயர்த்தி அந்தப் பிரம்மாண்ட கட்–அவுட்களை வேடிக்கை பார்த்தார்கள். அவர்களின் அபிமான முதல்வர், தொப்பி, கருப்புக்கண்ணாடி, முழுக்கைச் சட்டை, கைக்கடிகாரமும்தான். அவரைவிட கவர்ச்சியாக அவருக்கு அடுத்தாற்போல புதிதாகக் கட்–அவுட்டுகள் – ஓ, செல்வி ஜெயலலிதா சிரித்த முகத்தோடு – எத்தனை அழகு? எம்ஜிஆர் அண்ணனோடு எத்தனைப் படங்கள்லே நடிச்சிருக்கிறார்!

இப்ப கட்சியிலேயும் சேர்ந்தாச்சாம். கட்சிக்குக் கொண்டாட்டம். ஆனா ஒரு நடிகை கட்சிப்பணி என்ன செய்யப்போறாங்க? வெறும் அலங்காரமா இருப்பாங்க. போதுமே, கூட்டம் சேரும்.

அண்ணன் நடித்த படங்களின் சினிமா பாட்டுக்கள் ஒலித்தவண்ணம் இருந்தன. தொண்டர்கள் காத்திருந்தார்கள். 1982ல் ஒரு புழுக்கமான மாலைப்பொழுது. அஇஅதிமுகவின் மாபெரும் மாநாடு ஒன்று கடலூரில் ஏற்பாடாகியிருந்தது. கட்சியில் புதிதாகச் சேர்ந்திருந்த ஜெயலலிதாதான் அன்றைய நட்சத்திரப் பேச்சாளர். 'பெண்ணின்

பெருமை' என்கிற தலைப்பில் பேசப்போகிறாராம். பேச்சைக்கேட்கும் ஆர்வம் யாருக்கும் இல்லை. அந்த அழகான முகத்தைப் பார்த்தாலே போதும். எம்ஜிஆரும் மற்ற தலைவர்களும் மேடையில் அமர்ந்திருந்தார்கள். ஆயிரக்கணக்கான மக்கள் குழுமியிருந்த கூட்டத்தின் ஆரவாரத்தில் கடலோசை அடங்கியிருந்தது. ஜெயலலிதா அழகாக நடந்து ஒலிபெருக்கியின் முன் நின்று பேச ஆரம்பித்ததும் உருவத்தை மட்டும் பார்க்க வந்திருந்த கூட்டம் நிமிர்ந்து உட்கார்ந்தது. ஜெயலலிதாவின் பேச்சு ஆணித்தரமாகவும் கம்பீரமாகவும் கேட்பவரைச் சுண்டியிழுத்தது. பேச்சு முடிந்ததும் கரகோஷம் வானைப் பிளந்தது.

"எம்ஜிஆர் போட்ட கணக்கு தப்பவில்லை. மாநாட்டில் ஜெயலலிதாவைப் பேச வைத்தால் பெண்கள் அதிகபட்சம் கவரப்படுவார்கள் என்று நினைத்தார். அவருக்கு எப்பவுமே பெண் வாக்காளர்களின் ஆதரவு உண்டு. ஜெயலலிதா மாநாட்டில் பேசப்போகிறார் என்று கேள்விப்பட்டதும் திமுக ஆதரவுப் பெண்களும் சேர்ந்துகொண்டார்கள். 'முதல்முறையாக தமிழ்நாட்டில் ஒரு அரசியல் கட்சி அந்த வகையில் பெண்களின் ஆதரவைப்பெற்றது' என்றார் எம்ஜிஆரின் நெருங்கிய நண்பரும் ஆதரவாளருமான பண்ருட்டி ராமச்சந்திரன்.

1982, ஜுன் மாதம் 4 அன்று ஜெயலலிதா முறைப்படி ஒரு ரூபாய் கட்டணம் செலுத்தி அஇஅதிமுகவின் உறுப்பினரானார். திரை நடிகர்கள் பலர் அரசியலில் இருந்தாலும் ஜெயலலிதாவின் வருகை பல விமர்சனங்களையும் விஷம அறிக்கைகளையும் கிளப்பிற்று. அவரது வருகை தமிழக அரசியலில் எந்த தாக்கத்தையும் ஏற்படுத்தாது என்று அநேகமாக எல்லாரும் நினைத்தார்கள். ஒரு கவர்ச்சி நடிகை கட்சியில் சேர்ந்தது அரசியல் முக்கியத்துவம் கொண்டதாகச் சிலர் அபிப்பிராயப்பட்டார்கள். கடலூரில் ஜெயலலிதா அலங்கார ரதத்தில் ஊர்வலமாக எல்லா முக்கிய சாலைகளிலும் அழைத்துச் செல்லப்பட்டார். அதை திமுகவின் *முரசொலி* நாளிதழ் 'கடலூர் காபரே' என்று விமர்சித்தது.

ஜெயலலிதாவின் அறிவாற்றலை அறிந்தவர்கள் அவர் அரசியலில் சேர்ந்தது அவருக்கும் கட்சிக்கும் நல்லது என்றார்கள். பிரபல பட அதிபரும் இயக்குநருமான முக்தா ஸ்ரீனிவாசன் முன்பே சொல்லியிருந்தார்– "ஜெயலலிதா சினிமா உலகுக்குப் பொருத்தமில்லாதவர். அரசியலில் புகுந்திருந்தால் ஆண்களையெல்லாம் மிஞ்சிவிட்டிருப்பார்." ஜெயலலிதாவே ஒரு பத்திரிகை பேட்டியில் சொன்னார், நடிப்பும் நாட்டியமும் தனக்கு எப்பவுமே பிடித்தமான தொழிலாக இருக்கவில்லை என்று. அவருடைய தோழிகளும் ஆசிரியைகளும் கூட அவருடைய

புத்திசாலித்தனத்தை வேறு தொழிலுக்கு உபயோகமாக செலவழித்திருக்கவேண்டும் என்று நினைத்தார்கள். அவருடைய அதிபுத்திசாலித்தனமும் அறிவாற்றலும் சினிமாக் கும்பலில் ஜெயலலிதாவைத் தனிமைப்படுத்திற்று, அவரால் அதோடு ஒட்ட முடியவில்லை என்றார் ஸ்ரீமதி. தானே அப்படி உணர ஆரம்பித்ததாகவும் மக்களுக்குச் சேவை செய்யும் தொழிலாக அரசியலை எண்ணி அதில் சேர முடிவு செய்ததாகவும் ஜெயலலிதா அந்தப் பேட்டியில் சொன்னார். அவர் சொல்லாமல் விட்ட காரணங்கள் இருந்தன. இனி படிப்பைத் தொடரமுடியாது . வேறு துறைக்குச் செல்லவும் கல்வித்தகுதி இல்லை. காதல் திருமண எண்ணம் ஈடேறவில்லை. இரண்டாந்தரக் கதாநாயகர்களுடன் அவருக்கு ஆர்வமில்லாத நடிப்புத்துறையில், வாய்ப்புகளும் குறைந்துபோன நிலையில், இனி என்ன செய்யமுடியும் என்று தீவிரமாக யோசித்தபோது அரசியல் ஒன்றே சுவாரஸ்யமான துறை என்று பட்டது. எம்ஜிஆருடன் விட்டுப்போயிருந்த உறவை மீண்டும் புதுப்பித்துக்கொண்டால் மட்டுமே தனக்கு வழிபிறக்கும் என்று அவர் உணர்ந்தார். முக்கியமாக எம்ஜிஆர் இப்போது அதிக பலத்துடன் இரண்டாம் முறை முதல்வராகியிருந்தார். இடைப்பட்ட காலத்தில் ஏற்பட்ட கசப்பை மறந்து நட்பைப் புதுப்பித்துக்கொண்டால் தனது ஆற்றலை வெளிப்படுத்தி அவரது அன்பைப் பெறலாம் என்று அவருக்கு நம்பிக்கை இருந்தது.

அரசியல் ஒன்றே தான் தேர்ந்தெடுக்கக்கூடிய துறை என்ற முடிவுக்கு வருவதும் அத்தனை சுலபமாக இருக்கவில்லை. அவருக்குத் தெரியும் ஒரு பெண் அரசியல்வாதி எப்படிப்பட்ட பேச்சுக்களை ஆண் ஆதிக்கம் மிக்க தமிழக அரசியல் சூழலில் கேட்க வேண்டியிருக்கும் என்று. ஆனால் ஒரு நடிகையாக ஏற்கெனவே பலவிதமான ஏச்சுக்களையும் விமர்சனங்களையும் கேட்டு அவற்றை ஒதுக்கித்தள்ளும் பக்குவம் அவருக்கு இருந்தது. அரசியலிலும் வரும் சவால்களை ஏற்கத் தன்னைப் பழக்கிக்கொள்ள வேண்டுமென்று உறுதி ஏற்பட்டது. உடனடியாகவே ஒரு அனுபவம் கிடைத்தது. மகாத்மா காந்தியின் சொற்களை மேற்கோளாக உபயோகித்து அவர் சொல்லியிருந்தார்: “மனித இனத்துக்கு உபயோகமாக இருக்கவேண்டும் என்பதற்காகவே இந்த உடல் நமக்கு அளிக்கப்பட்டிருக்கிறது. நமக்கு இறைவனைத் தெரியாமல் இருக்கலாம்; ஆனால் இறைவனின் படைப்பு தெரியும். அந்தப் படைப்புக்குச் சேவை செய்வதே இறைவனின் சேவை.” திமுக எம்எல்ஏ ரெஹ்மான்கான் அந்த வார்த்தைகளை அசிங்கமாகத் திரித்துப் பத்திரிகைக்கு அறிக்கைவிட்டார்: “பொதுமக்களின் சேவைக்காகத் தனது உடல் இருப்பதாக

ஜெயலலிதா சொல்கிறார். தமிழகத்து இளைஞர்களே, அதை உபயோகித்துக்கொள்ள வாருங்கள்." கருணாநிதியின் தமக்கை மகன் முரசொலி மாறன், "ஜெயலலிதாவின் அரசியல் பிரவேசம் திமுகவை ஒன்றும் செய்துவிடாது" என்றார். "ஏற்கனவே தரம் தாழ்ந்திருக்கும் அரசியல் இன்னும் அதல பாதாளத்துக்குச் செல்லும்."

அரசியலில் நுழையும் முடிவைத் தான் சட்டென்று எடுக்கவில்லை என்று அவர் ஒரு பத்திரிகைக்கு விளக்கினார். எம்ஜிஆரின் வற்புறுத்தலினாலோ அல்லது அரசியல் பதவி தேடியோ தான் அரசியலில் நுழையவில்லை என்று அவர் விளக்குவதுபோல அது இருந்தது. அந்தத் துறை பற்றின எண்ணம் தோன்றியதும் அவர் அஇஅதிமுக அலுவலகச் செயலர், ப.உ. சண்முகத்தைத் தொடர்புகொண்டு கட்சி அறிக்கையை வரவழைத்து இரண்டு மாதங்கள் அதை நுணுக்கமாகப் படித்தார். அதன் பிறகுதான் தனது இயல்புக்கு ஏற்ற கொள்கையுடைய கட்சி என்ற முடிவுக்கு வந்தார். ஆரம்பப் பள்ளிகளில் செயல் படுத்தப்பட்டிருந்த முதலமைச்சரின் மதிய உணவுத் திட்டம் அவரை வெகுவாகக் கவர்ந்தது. பல்லாயிரக்கணக்கான ஏழைக் குழந்தைகளின் பசியாற்றியது மட்டுமல்லாமல், அதன் விளைவாக ஆரம்பப் பள்ளியில் அதிக அளவு குழந்தைகள் சேர்ந்து படிக்க ஆரம்பித்திருப்பது அவருக்கு அசாதாரண சாதனையாகப் பட்டது.

'அரசியலில் சேரும் முடிவு என்னுடையது. யாரும் அழைத்து நான் அதில் நுழையவில்லை,' என்று ஜெயலலிதா வேலை மெனக்கெட்டு சொன்னதன் காரணம், அப்படிச் சொல்லுமாறு எம்ஜிஆர் தரப்பில் கேட்டுக்கொள்ளப்பட்டது என்பதுதான். எம்ஜிஆர்தான் அவர் அரசியலுக்கு வரவேண்டும் என்று விரும்பியதாக அவருக்கு நெருக்கமாக இருந்தவர்கள் சொன்னார்கள். பொதுவாக இருவருக்கும் இடையே இருந்த உறவு கிட்டத்தட்ட பத்து ஆண்டுகள் இற்றுப் போயிருந்தது. எப்படி மீண்டும் இணைந்தார்கள்?

மிக அதிகமாக அதிர்ச்சி அடைந்தவர் ஆர்எம்வீதான், சந்தேக மில்லாமல். அவர் இப்போது எம்ஜிஆரின் அமைச்சரவையில் அமைச்சராக இருந்தார். தான் மிக சாமர்த்தியமாக ஜெயலலிதாவை எம்ஜிஆர் வாழ்விலிருந்து வெளியேற்றிவிட்டதாக நிம்மதியுடன் இருந்தார் அதுவரை. எம்ஜிஆர் வேறு நடிகைகளுடன் நடிக்க ஆரம்பித்ததும் ஜெயலலிதாவும் வேறு நடிகர்களுடன் நடிக்க ஆரம்பித்தது எம்ஜிஆருக்கு எரிச்சலை ஏற்படுத்தியிருந்தது. அதோடு நிற்காமல் ஜெயலலிதா அவரை விமர்சித்தும்கூட எழுத

ஆரம்பித்திருந்தார். எம்ஜிஆர் அரசியலில் அதிக மும்முரமானதும் ஜெயலலிதாவுடன் தொடர்பை முற்றிலும் விடுவித்துக்கொண்ட மாதிரி இருந்தது. 'சனி ஒழிந்தது' என்றிருந்தது ஆர்எம்வீக்கு. ஆனால் எதிர்பாராமல் ஒருநாள் உறவு புதுப்பிக்கப்பட்டுவிட்டது தெரிந்தபோது தூக்கிவாரிப்போட்டது.

சென்னையில் ஒரு நாட்டிய அரங்கேற்றம் நடந்தது. ஆர்எம்வீயைத் தலைமைதாங்க அழைத்திருந்தார்கள். பாதி நிகழ்ச்சி முடிந்தபிறகுதான் அவர் முதல் வரிசையில் ஜெயலலிதா அமர்ந்திருந்ததைப் பார்த்தார். நாட்டியமாடிய பெண் அவருடைய உறவுக்காரப்பெண் என்பதால் அவர் அழைக்கப்பட்டிருந்ததாக ஆர்எம்வீ அறிந்துகொண்டார். ஆர்எம்வீ அவரைப் பார்த்துப் பல ஆண்டுகள் ஆகியிருந்தன. அவர் தன் தலைமை உரையில் ஜெயலலிதாவின் நடன ஆற்றலைப் புகழ்ந்தார். நடனம் ஆட நினைக்கிறவர்கள் அவருடைய விடா முயற்சியைப் பின்பற்றவேண்டும் என்றார். ஆர்எம்வீ வீட்டுக்குத் திரும்பியதும் எம்ஜிஆரிடமிருந்து ஃபோன் வந்தது. எம்ஜிஆர் பரிகாசமாகக் கேட்டார். "எப்படி அவரை அவ்வளவு புகழ்ந்தீங்க?"

துணுக்கென்றது ஆர்எம்வீக்கு. 'யார் சொன்னது உங்களுக்கு?' என்றார் தயக்கத்துடன். 'அம்மு சொன்னார்' என்று சொல்லி விட்டு எம்ஜிஆர் ஃபோனை வைத்துவிட்டார். "அதை அவர் சிரிச்சுக்கிட்டே சொன்னாரோ என்னமோ, எனக்கு நெஞ்சிலே திக்குனு ஆச்சு. சரிதான் இது அபாயத்துக்கு அறிகுறின்னு நினைச்சேன். இதுக்குத் தாக்கம் இல்லாம போகாதுன்னு தோணிப்போச்சு."

மதுரையில் உலகத் தமிழ்நாடு நடக்கவிருந்தது. ஆர்எம்வீதான் ஏற்பாடுகளைக் கவனித்தார். எம்ஜிஆர் அவரைக் கூப்பிட்டு விழாவில் ஜெயலலிதாவின் நாட்டிய நாடகம் இடம்பெறணும் என்றார். அது உத்தரவாக இருந்தது ஆர்எம்வீக்குப் பிடிக்கவில்லை. ஆனால் முதலமைச்சரின் விருப்பத்தை எதிர்க்க முடியவில்லை. அத்தனை இறுக்கமான முள் வேலியைத் தான் பின்னியிருந்தும் ஜெயலலிதாவால் எப்படி மறுபடி உறவைப் புதுப்பிக்க முடிந்தது என்று அவருக்கு வியப்பு ஏற்பட்டது. விசாரித்துப் பார்த்தபின் விவரம் கிடைத்தது. எம்ஜிஆர் அரசாங்க ரீதியாக அமெரிக்கா சென்றிருந்தபோது, உடல் இளைக்கவேண்டிய சிகிச்சைக்காக ஜெயலலிதா அப்போது அமெரிக்காவில் இருந்திருக்கிறார். *ஆனந்தவிகடன்* உதவி ஆசிரியர் மணியன் இருவருக்கும் இடையே ஒரு சந்திப்புக்கு ஏற்பாடு செய்திருக்கிறார். "தலைவரின் மனசை மாற்ற, ஒரே ஒரு சந்திப்பு அவங்களுக்குப் போதுமானதாக இருந்தது."

இப்போது கட்சியில் சேர்ந்துவிட்டார். ஆர்எம்வீக்குத் தெரியும், ஜெயலலிதாவால் வெறும் அலங்காரமாகக் கட்சியின் உறுப்பினராக உட்காரமுடியாது. 'சும்மா இருக்கிற ஜென்மம் இல்லே அது. அவங்களுக்கு ஆசை அதிகம். கர்வம் அதிகம். தனக்கு மிஞ்சி எவனும் இல்லேங்கிற நினைப்பு உண்டு. எம்ஜிஆரோட தனக்கு இருக்கற நெருக்கத்தைக் காட்டி அவங்க வாரிசு நான்னு சொன்னாலும் சொல்லுவாங்க. என்னை லேசா யாரும் எடுத்துக்க முடியாதுன்னு ஒரு பேட்டியிலே சொன்னாங் களாம்.'

அன்றிலிருந்து ஆர்எம்வீக்கு மறுபடி அந்த மாபெரும் சுமையைச் சுமக்க வேண்டியிருந்தது. 'இந்தத் தீமையிலேந்து தலைவரைக் காப்பாத்தியாகணும்.'

மூத்த பத்திரிகையாளரும் சில ஆண்டுகளுக்கு ஜெயலலிதா வின் அரசியல் சொற்பொழிவுகளை எழுதியவருமான சோலை, அன்றைய அரசியல்வாதிகளை நுட்பமாக எடை போட்டவர். ஜெயலலிதாவை அரசியலுக்குக் கொண்டுவர வேண்டும் என்பது எம்ஜிஆரின் முடிவு என்றார். அன்றைய நாட்களைப் பற்றிப் பேசுவதே மிகுந்த உற்சாகமாக இருந்தது சோலைக்கு. "முதல்வர் பதவிலே இருந்ததாலே எம்ஜிஆருக்கு வேலைப்பளு அதிகமாப்போச்சு. முன்ன மாதிரி பொதுக்கூட்டங்களுக்குப் போக முடியல்லே. பேசமுடியல்லே. அதிமுகவிலே பேசறதுக்கு ஆள் இல்லேங்கற தெம்புலே திமுக தலைவர் கருணாநிதி கூட்டத்துக்குக் கூட்டம் எம்ஜிஆரைத் தாக்கிப்பேச ஆரம்பிச்சார். இதுக்கு இடையிலே ஜெயலலிதாவே எம்ஜிஆரோட திரும்பவும் தொடர்பு வெச்சுக்கிட்டது. சோபன் பாபுவை நம்பி ஏமாந்துபோச்சு. அந்த ஆளைக் கல்யாணம் செய்துக்கணும்னு நினைச்சது நடக்கல்லே. திரும்பி வந்ததும் எதுவும் எதிர்பார்க்காமத்தான் வந்துச்சு பாவம். ஆனா அது வந்தது எம்ஜிஆருக்கு நல்ல காலம். கருணாநிதிக்கு சவால் விடக்கூடிய ஒரு ஆள் எம்ஜிஆருக்குத் தேவைப்பட்டது. கூட்டம் சேரும்படி கவர்ச்சியா இருக்கணும்; எம்ஜிஆருக்கு சாதகமா மக்களைத் திருப்பணும். ரெண்டு பொம்பிளைங்களை – லதாவையும் வெண்ணிற ஆடை நிர்மலாவையும் பேச வெச்சுப் பார்த்தார். ஓர்க் அவுட் ஆகல்லே. ஜெயலலிதா திரும்பி வந்ததும் அதைப் பொதுகூட்டங்களுக்கு உபயோகிச்சுக்கலாம்னு நினைச்சார். முதல் அரசியல் பேச்சு கடலூரிலே ஆச்சு.

"அப்புறம் பெரியகுளம் இடைத்தேர்தல் வந்தது. அங்கே கடுமையான போட்டி. திமுகதான் ஜெயிக்கும்போல இருந்தது. அப்பத்தான் பிரச்சாரத்துக்கு ஜெயலலிதாவை அறிமுகப் படுத்தலாம்னு எம்ஜிஆர் நினைச்சார். அதுக்கு முந்தி ஜெயலலிதா

தானாகவே பெரியகுளம் பிரச்சாரத்துக்குப் போகப்போறதா அறிக்கை விட்டுது. அப்ப எம்ஜிஆர் அதை அனுப்பக் கூடாதுன்னு முடிவெடுத்தார். தொண்டர்கள் எல்லாம் அதுபின்னாடி ஓடுவாங்க, வேலை செய்யமாட்டாங்கன்னு அவர் நினைச்சார். ஆனா பெரியகுளத்திலே எப்படியோ அஇஅதிமுக ஜெயிச்சுது ஜெயலலிதா போகாமலேயே.

“அதுக்கப்புறம் திருச்செந்தூர் இடைத்தேர்தல் வந்துது. நா அப்ப அதிமுக பேப்பர் *அண்ணா*வுக்கு ஆசிரியரா இருந்தேன். என்னையும் அரங்கநாயகம் என்கிற இன்னொருத்தரையும் பிரச்சாரத்துக்கு மானேஜரா எம்ஜிஆர் நியமிச்சார். என்னைத் திருச்செந்தூருக்குப் போகச் சொன்னார். அங்கே ஜெயலலிதாவை அனுப்பப் போறார்னு எனக்குத் தெரியாது. கே.பி. கந்தசாமிதான் வேட்பாளர். ரொம்ப செல்வாக்கான ஆளு. ரெண்டுநாள் கழிச்சு எம்ஜிஆர் என்னைக் கூப்பிட்டு, ‘அம்மு வரா. நீ மதுரைக்குப் போயி அவளை ஏர்ப்போர்ட்டிலேந்து அழைச்சிட்டு வரணும். அவளுக்கு 15 நிமிசம் பேசும்படியா சில வரிகள் எழுதிக்கொடுக்கணும்’ அப்படின்னார். எனக்கு சங்கடமாப் போச்சு. எனக்கு அவங்களைத் தெரியாதேன்னேன். ‘அவளுக்கு உன்னைத் தெரியும்’னாரு. நா விமான நிலையத்துக்குப்போய் நின்னபோது ஜெயலலிதாவே என்னைக் கண்டுபிடிச்சு நேரே வந்துது. ‘மிஸ்டர் சோலை, கார்லே முன்னால சீட்லே உட்காருங்க’ன்னுது. என்னை யாரும் மிஸ்டர் சோலைனு சொன்னதில்லே. நாங்க உட்காந்தப்புறம், திருச்செந்தூர் சாலையிலே வண்டி கிளம்பினபிறகு, குறிப்பை யெல்லாம் தயார் பண்ணிட்டீங்களான்னு கேட்டுது. ‘ஆமாம்மா, தயாராயிருக்கு’ன்னேன். ‘அதை எனக்குப்படிச்சுக் காட்டுங்க’ன்னாங்க. படிச்சேன். ‘மறுபடி படியுங்க’ன்னுது. படிச்சேன். ‘மறுபடி படியுங்க’ன்னு மூணாவது முறை சொன்னாங்க. மறுபடி படிச்சேன். ‘இப்ப நா சொல்றேன், சரியா இருக்கான்னு பாருங்க’ன்னு ஒரு வார்த்தைப் பிசகாம சொன்னாங்க. நா குரல் ஏத்த இறக்கத்துக்கு மட்டும் கொஞ்சம் டிப்ஸ் கொடுத்தேன். அன்னிக்கு அஞ்சு இடத்திலே கூட்டம் இருந்தது. அஞ்சு இடத்திலேயும் அதுக்கு செம கைத்தட்டல் கிடைச்சுது. எம்ஜிஆர் வேற பக்கம் பிரச்சாரத்திலே இருந்தார். இரவு பத்து மணிக்கு ‘எப்படிப்போச்சு?’ன்னு கேட்டார். ரொம்ப நல்லா பேசினாங்கன்னேன். ‘அவ்வளவுதான்’னாரு. ஜெயலலிதாவுக்கு உடனடி வெற்றின்னுதான் சொல்லணும். அவங்களுக்கு வந்த கூட்டத்தைப் பார்த்து திமுக திகைச்சுபோச்சு. கருணாநிதியுடைய நக்கல் பேச்சுக்கு அவங்களாலே தைரியமா சவால் விடுக்க முடிஞ்சுது. ரொம்ப சரியா பதிலடி கொடுக்கத் தெரிஞ்சுது. இப்ப

திமுக மாவட்ட செயலாளர் எல்லாம் ஸ்டாலினை வளர்க்கப் பார்க்கிறமாதிரி, அதிமுகவுடைய மாவட்டச் செயலாளர்கள் ஜெயலலிதாவை வளர்க்கத் தயாரா இருந்தாங்க. கட்சி முழுவதுமே அவங்களுக்கு ஆதரவா இருந்துது. தலைவருக்கு அப்புறம் 'அம்மா'ன்னு சொல்ல ஆரம்பிச்சுட்டாங்க. ஒரு சமயத்திலே எனக்கு வேலைப்பளு அதிகமாப் போனதா பட்டுது. வேற யாரையாவது ஏற்பாடு செய்யுங்க, எனக்குப் பத்திரிகை வேலை இருக்குன்னேன் எம்ஜிஆர்கிட்ட. 'நீ முடியாதுன்னா அவளை வேற யாரை நம்பிக் கவனிக்கச் சொல்லட்டும்'னு கேட்டார். அதனாலே நா தொடர்ந்து ஜெயலலிதாவுக்குச் சொற்பொழிவு எழுதினேன். ராஜீவ் காந்தி வந்தப்ப, நா தமிழ்லே எழுதிக்கொடுத்ததை அழகா ஆங்கிலத்திலே மொழியாக்கம் செஞ்சு பேசினாங்க. எங்கிட்ட ரொம்ப மரியாதையா கண்ணியமா நடந்துப்பாங்க. கட்சிக்காரங்ககிட்ட ஆணவமா நடந்துப் பாங்கன்னு சொல்றதெல்லாம் தப்பு. உண்மையில்லே. ரொம்ப நல்லா வளர்ந்து வந்தாங்க.

"ஆனா கட்சியிலே சகுனிகளும் இருந்தாங்களே, அதிலே முதன்மையா இருந்தவரு ஆர்எம்வீ. அவங்க ஜெயலலிதாவை எப்படியாவது ஒழிக்கணும்னு குறியா இருந்தாங்க. ஆர்எம்வீக்கு, எம்ஜிஆருக்குப் பிறகுத் தலைவராகணும்னு ஆசை. ஜெயலலிதா வளர்ந்தா தனக்கு ஆபத்துன்னு அவருக்குப் பயம். ஜெயலலிதாவை சூர்ப்பனகை, வசந்தசேனைன்னு இன்னும் என்னென்னவோ மோசமான வார்த்தைகள் சொல்லி ஏசுவார், எம்ஜிஆர் இருக்கும்போதே. எம்ஜிஆர் அதைக் கண்டுக்கவே மாட்டார். எம்ஜிஆரோட பிம்பத்தைக் காப்பாத்தறதுக்காக ஜெயலலிதாவை ஒழிக்க நினைச்சதா ஆர்எம்வீ சொல்றதெல்லாம் சும்மா வேஷம். ஜெயலலிதா ஒண்ணும் எம்ஜிஆர் பேரைக் கெடுக்கல்லே. எம்ஜிஆருடைய புகழைக் கெடுக்க யாராலையும் முடியல்லே. ஜெயலலிதாவுக்குச் சொந்தத்தகுதி இருந்துச்சு, வளர்ந்தாங்க. எம்ஜிஆர் அவங்களைக் கொள்கைப்பரப்புச் செயலாளரா ஆக்கினாரு. அப்பத்தான் ஆர்எம்வீ, எஸ்.டி. சோமசுந்தரம் போல சிலபேரு அவங்களுக்கு எதிரா வேலை செய்ய ஆரம்பிச்சாங்க. ஆனா எல்லா மாவட்டச் செயலாளர்களும், தொண்டர்களும் ஜெயலலிதாவுக்கு ஆதரவா இருந்தாங்க. எப்பவுமே பெரிய குரூப்பா யாரும் அவங்களை எதிர்த்ததில்லே. மத்தவங்க கட்சியிலே சீனியர்களா இருந்திருக்கலாம். ஆனா கட்சி யாரை ஏத்துக்குதோ, மக்கள் யாரைத் தேர்வு செய்யறாங்களோ அவங்கதான் வெற்றி அடையமுடியும். அவங்க முயற்சியெல்லாம் கடைசியிலே தோத்துப்போச்சு.

எம்ஜிஆருக்கு ஜெயலலிதாமேல ரொம்பப் பிரியம் இருந்ததுங்கறதிலே சந்தேகமில்லே. அவங்க ரெண்டுபேருக்கும் இடையிலே உடலுறவு இருந்தா அது இயல்பானதுன்னு ஜனங்க நினைச்சாங்க. ஆனா தங்கள் நெருக்கத்தை அவங்க மத்தவங்க எதிர காண்பிச்சதே இல்லே. ரெண்டு பேருமே ரொம்ப கண்ணியமா இருப்பாங்க."

எம்ஜிஆருக்கு நெருங்கியவராக இருந்த பண்ருட்டி ராமச்சந்திரன் பல வருஷங்கள் கழித்து ஒரு பேட்டியில் எம்ஜிஆருக்கு ஜெயலலிதாவிடம் மிகுந்த பிரியம் இருந்தது உண்மைதான் என்றார். ஜெயலலிதாவின் ஆற்றலையும் உணர்ந்திருந்தார் என்றார். இல்லாவிட்டால் பத்து ஆண்டு இடைவெளிக்குப்பிறகு அவரை ஏன் கட்சியில் சேர அழைத்துக்கொள்ள வேண்டும்? காமம், குரோதம் ரெண்டும் இருந்த உறவு அது. ஜெயலலிதாவின் கோபதாபங்கள் எல்லாம் எம்ஜிஆருக்குப் பழக்கம்தான். ஆனால் அதை அவர் பொருட்படுத்தவில்லை. அதெல்லாம் அவருக்கு வேடிக்கையாக இருந்திருக்கும். ஒரு சமயம் தான் பிடித்திருந்த தொலைபேசியைப் பண்ருட்டி ராமச்சந்திரன் கையில் கொடுத்தார். மறுமுனையில் ஜெயலலிதா எம்ஜிஆரை அட்டகாசமாகத் திட்டிக்கொண்டிருந்தார். எம்ஜிஆர் அதை வேடிக்கையாக எடுத்துக்கொண்டாரே தவிர தவறாகவே எடுத்துக் கொள்ளவில்லை, ஜெயலலிதாவை அவர் நேசித்ததாலேயே அது சாத்தியமானது. எம்ஜிஆர் உயிருடன் இருக்கும்போதே அவரது பிரதிநிதியாக ஜெயலலிதாவை மக்கள் ஏற்றுக் கொண்டார்கள் என்றுதான் சொல்லவேண்டும். எம்ஜிஆருடைய ரசிகர்களையெல்லாம் ஜெயலலிதாவால் கவர முடிந்தது. அதனால்தான் பின்னாட்களில் எம்ஜிஆரின் வாக்கு வங்கி அவர் பக்கம் முழுசாக வந்தது. ஆனால் கட்சியின் மற்ற தலைவர் களுக்குச் சில கட்சிக்காரர்களின் ஆதரவு மட்டுமே இருந்தது.

எம்ஜிஆரின் ஆதரவும் நம்பிக்கையும் இருக்கும்வரை சகுனிகளையெல்லாம் சமாளித்துவிடலாம் என்று ஜெயலலிதா நினைத்தார். எம்ஜிஆருடனான தனது உறவைப்பற்றி அதிமுகவின் உறுப்பினரான பிறகு ஓர் ஆங்கிலப் பத்திரிகைக்குக் கொடுத்த பேட்டியில், 'எம்ஜிஆருடனான எனது உறவு ஸ்பெஷலானது' என்றார். "என்னைவிட வயதில் ரொம்ப மூத்தவரானாலும் செட்டில் நேரம் கிடைத்தபோதெல்லாம் பல விஷயங்களைப் பற்றிப் பேசிக்கொண்டிருப்போம். அவர் ஒரு அறிவுஜீவி. நிறைய படிப்பார். நாங்கள் அறிவியல், தத்துவம், இலக்கியம் எல்லாம் அலசுவோம். எங்கள் இரண்டு பேருக்கும் கர்நாடக சங்கீதம், ஜோசியம் எல்லாவற்றிலும் ஆர்வம் இருந்தது. இருவருக்கும்

ஒத்துப்போகும் விஷயங்கள் நிறைய உண்டு" என்றார். "அவர்தான் எனக்கு எல்லாமே. என் தந்தை, தாய், பிதாமகர், நண்பர், ஞானி, வழிகாட்டி. என்னை அவர் என்றும் கைவிடமாட்டார். அவரை நம்பி வந்தவர் எவரையும் அவர் கைவிட்டதே இல்லை."

'அவர் என்னுடைய காதலர்' என்று மட்டும் சொல்லவில்லை. ஆனால் தொண்டர்கள் அதை நம்பினார்கள். அதனாலேயே ஜெயலலிதா அவர்களுக்கு முக்கியமானவராக அவர்களது அன்பைப் பெறத்தக்கவராக ஆனார். அவர்கள் எம்ஜிஆரை 'அண்ணன்' என்று பாசத்தோடு அழைத்தார்கள். ஜெயலலிதாவை இப்போது 'அண்ணி' என்று சொல்ல ஆரம்பித்தார்கள்.

கட்சியின் கொள்கைப் பரப்புச் செயலாளரான பிறகு ஜெயலலிதாவின் மதிப்பு கிடுகிடுவென்று உயர்ந்தது. தான் ஒரு முன்னாள் நடிகை என்ற பிம்பத்தைத் தனது புறத்தோற்றத்தில் அவர் மாற்றினார். மிக எளிய, அதிமுக சின்னத்தின் கரை போட்ட வெள்ளைப்புடவையோடும் குறைந்தபட்ச அணிகலன்களோடு தொண்டர்களுள் ஒருவராக வளைய வந்தபோது அவரது அழகையும் கம்பீரத்தையும் கண்டு தொண்டர்கள் நெகிழ்ந்தார்கள். தன் பணியில் தான் தீவிரமாக இருந்ததை அவர் உடனடியாகத் தன் செயல்பாடுகளில் காண்பிக்கத் தொடங்கினார்.

"அவங்க மிகையா அலங்காரம் செய்து நான் பார்த்ததே இல்லை" என்றார் சோலை.

"நகைகூட சில சமயம் ஒண்ணுமே போட்டுக்க மாட்டாங்க. அந்த வெள்ளைச் சேலைதான் கட்சி பார்டரோட. இருந்தும் ரொம்ப அசத்தலா பளீர்னு அழகா இருப்பாங்க. கூட்டம் அதைப் பாக்கவே முந்திக்கிட்டு வரும். காந்தம் மாதிரி இருக்கும் அந்த வசீகரம். ஆயிரக்கணக்கா ஜனங்க வரும். கருணாநிதியைத் தாக்கிப் பேசும்போதுதான் அட்டகாசமா இருக்கும். ஜனங்க கைத்தட்டி ஆர்ப்பரிப்பாங்க. ஜெயலலிதா கேள்வி கேக்கறதை ஒரு வழக்கமா வெச்சுக்கிட்டாங்க. 'அந்தக் கருணாநிதியுடைய விஷமப் பேச்சை நீங்க ஒத்துக்குவீங்களா? சரிம்பீங்களா?'ன்னு கேட்ட உடனே கூட்டம் 'மாட்டோ'ம்னு திரும்பக் கத்தும்."

"எம்ஜிஆரோட மதிய உணவுத் திட்டத்தையும் மற்ற வளர்ச்சிப்பணிகளையும் அவருடைய நல்ல குணத்தையும் பாராட்டிப் பேசுவாங்க. 'நா உங்களைக் கேக்கறேன். நீங்க சொல்லுங்க. புரட்சித் தலைவர் பக்கம்தானே நீங்க?' அதுக்கு வானைப் பிளக்கிற மாதிரி கூட்டம் 'ஆமாம்'னு கத்தும். தமிழ்நாடு முழுவதும் அவங்க நடத்தின பயணமெல்லாமே பெரிய

வெற்றியா அமைஞ்சுது. அதையெல்லாம் கவனமா அந்த சகுனிக் கும்பல் பார்த்துக்கிட்டு இருந்தது. எம்ஜிஆருக்குச் செய்யப்பட்ட அதே மாதிரியான பயண ஏற்பாடுகள் அந்தம்மாவுக்கும் செய்யப்பட்டதைப் பொறாமையோடு பார்த்தது. ஜெயலலிதா ஒரு பொக்கிஷம் போல எம்ஜிஆருடைய பிம்பத்தை வளர்க்கிறதைக் கண்டு திகைச்சுப்போச்சு. ஜெயலலிதா பேசற கூட்டங்கள்லே அமைச்சர்கள் மேடையிலே உட்காரக்கூடாதுன்னு வேற எம்ஜிஆர் உத்தரவு போட்டார். பத்திரிகைகள்லே கூட அதைப்பத்திக் கடுமையா விமர்சனம் வந்துச்சு."

மேடைப் பேச்சோடு ஜெயலலிதா நிறுத்திக்கொள்ளவில்லை. கொள்கைப்பரப்புச் செயலாளர் பதவியில் தனது அதிகாரத்துக்கு வரம்பே இல்லை என்று நினைத்தவர்போல நடந்துகொண்டார். அவரது தோரணையிலிருந்து அவரது செய்கைகளுக்கு எம்ஜிஆரின் அங்கீகாரம் இருந்ததாகத் தொண்டர்கள் நினைத் தார்கள். அதிமுக அலுவலகம் எப்பவும் பரபரப்பாக இருக்க ஆரம்பித்தது. தினமும் கட்சி அலுவலகத்துக்குக் கறாராக ஜெயலலிதா சென்றுவிடுவார். கட்சிப் பணியாளர்கள் வந்து தன்னைப் பார்த்துத் தங்கள் குறைகளைச் சொல்லச் சொன்னார். அவர்கள் கொடுத்த மனுக்களோடு எம்ஜிஆருக்குத் தனது சிபாரிசுகளையும் சேர்த்து எழுதி அனுப்பிவைப்பார். கட்சியில் இருந்த நிர்வாகக் குறைகளைக் கவனிக்கும் பொறுப்பையும் தானாக மேற்கொண்டார். மதிய உணவுச் சமையல் கூடங்களுக்கு அறிவிக்காமல் திடீரென்று சென்று சோதனை செய்வார். வேலையை ஒழுங்காகச் செய்யாதவர்களை அதட்டி நடவடிக்கை எடுப்பார். எம்ஜிஆரின் சம்மதத்துடனேயே அவர் செய்வதாக எல்லோரும் நம்பினார்கள். அவை உறுப்பினர்கள் தங்கள் தொகுதி வேலையைக் கவனிக்காமல், எம்ஜிஆரின் ராமாவரம் தோட்டத்தில் உலவிக்கொண்டிருந்தால் அவர்களது கட்சிப்பதவி பறிக்கப்பட்டது. மூத்த உறுப்பினர்கள் கட்சிக் கூட்டத்துக்கு வராமல் போனால் அவர்களிடம் விளக்கம் கேட்கப்பட்டது. கட்சியில் நல்ல பேச்சாளர்கள் இருக்கவில்லை. பேச்சுப்பயிற்சி அளிக்க முகாம்கள் ஏற்பாடு செய்யலாம் என்று எம்ஜிஆரிடம் சொன்னார். எம்ஜிஆருடைய மதிய உணவுத் திட்டத்தைப் பிரபலமாக்க பேச்சாளர்களுக்குப் பயிற்சி அளித்தார்.

அவர் செல்லும் வேகத்தைக் கண்டு கட்சியின் மூத்த உறுப்பினர்கள் பீதியடைந்தார்கள். ஒரு எதிர்ப்பு அணி உருவானது. அவரைப்பற்றி அவதூறுகள் பரப்பப்பட்டன. கட்சியில் ஜெயலலிதா சமீபத்தில்தான் சேர்ந்திருந்தாலும் அவருக்கு அமைச்சர் பதவி கிடைத்துவிடுமோ என்று மூத்த உறுப்பினர்கள் அச்சப்பட்டார்கள், எம்ஜிஆரின் திட்டம்

புரியாமல். எம்ஜிஆருக்கு அவர் சார்பாகத் தில்லியில் ஆங்கிலம் பேசும், புத்திசாலியான நபர் தேவைப்பட்டது. ஜெயலலிதா வுக்கு இந்தியும் சரளமாகப் பேசத்தெரியும். கவர்னர் குரானா வீட்டுத் திருமண அழைப்புக்குச் சென்றிருந்தபோது ஜெயலலிதா கவர்னர் குடும்பத்தினருடன் சரளமாக இந்தியில் உறவாடியதைக் கவனித்திருந்தார். 1984, மார்ச் 24ஆம் தேதி அன்று ஜெயலலிதா ராஜ்ய சபாவுக்கு முன்மொழியப்பட்டதாக எம்ஜிஆர் அறிவித்தார். மூத்த உறுப்பினர்களுக்கு அமைச்சர் பதவி தப்பிற்று என்று ஆசுவாசம் ஏற்பட்டது. இருந்தும் எம்ஜிஆர் அவருக்குக் கொடுக்கும் முக்கியத்துவம் உறுத்திய வண்ணமாகவே இருந்தது. ஜெயலலிதாவுக்கு மேலவையில் கொடுக்கப்பட்ட 185–நெ. இருக்கையில்தான் 1963இல் சி.என். அண்ணாதுரை அமர்ந்திருந்தார். ‘அதிர்ஷ்டத்தைப் பார்றா . . . துவக்கத்திலேயே வந்த கௌரவம் . . .’

பல வருஷங்கள் கழித்து குமுதத்தில் ‘எம்ஜிஆர் யார்?’ என்ற தலைப்பில் ஆர்எம்வீ எழுதிய கட்டுரைத் தொடரில் ஜெயலலிதா எம்.பி. ஆனதைப்பற்றி எழுதினார். (ஜெயலலிதா 1996 தேர்தலில் தோற்று, பிறகு ஊழல் புகாரில் சிறையில் இருந்தபோது):

“அதுதான் நாடகத்தின் அடுத்த காட்சி. மற்றவர்களைப் போல எனக்கு இது கோபத்தை ஏற்படுத்தவில்லை. நான் சும்மா வேடிக்கை பார்த்தேன். எனக்குத் தெரியும், இது ஜெயலலிதாவுடைய சுபாவத்தை எம்ஜிஆர் புரிந்துகொள்ள ஒரு வாய்ப்பாகும் என்று. ராஜ்ய சபா உறுப்பினராக்கி, தமிழ்நாடு இல்லத்திலே ஒரு ஸ்பெஷல் அறை ஏற்பாடு செய்து, பீடத்திலே ஏற்றின பிறகுதான் அவருக்குப் புரிந்தது, அந்த அம்மாவை நம்பமுடியாது என்று. சில மாதங்களிலேயே ஜெயலலிதாவுடைய கொள்கைப்பரப்புச் செயலாளர் பதவி பறிக்கப்பட்டது.”

ஜெயலலிதாவின் பிறவிக் குணமோ, பலவீனமோ எந்த இடத்தில் இருந்தாலும் எல்லார் கவனத்தையும் பெற்றுவிடும் வசீகரம் இருந்தது. சுபாவமாகப் பேரவா இருந்தது, தன்னை மற்றவரைவிட ஆற்றல்மிக்கவளாகக் காண்பிக்கும் ஆர்வம் இருந்தது. தனது வசீகரத்தைப் பற்றின பிரக்ஞையும் இருந்தது. ராஜ்ய சபாவில் அவர் பேசிய கன்னிப்பேச்சு பிரபல எழுத்தாளர் குஷ்வந்த்சிங்கின் பாராட்டைப் பெற்றது. அழகும் புத்திசாலித்தனமும் ஒருங்கே பெற்ற தமிழ்ப் பெண் என்று புகழ்ந்தார். உறுப்பினர்கள் மட்டும் மயங்கவில்லை, பிரதமர் இந்திரா காந்திகூட அவரது பேச்சை ரசித்துப் பாராட்டினார். ஜெயலலிதாவைப் பிடித்துப்போனதில் அதுவரை யாருக்கும்

கிடைக்காத கௌரவம் ஜெயலலிதாவுக்குக் கிடைத்தது. யூகோஸ்லாவிய அதிபருக்கு ஏற்பாடாகியிருந்த விருந்துக்கு ஜெயலலிதாவும் அழைக்கப்பட்டார். புதிதாக ராஜ்யசபைக்குள் நுழைந்திருந்த அவர், பழம் தின்று கொட்டை உமிழ்ந்த அரசியல் ஜாம்பவான்களுக்குச் சமதையாக அமர்ந்தார்.

ஜெயலலிதா நாடாளுமன்ற விவாதங்களில் பங்கேற்கத் துரிதமாகக் கற்றார். அவருக்குத் துணையாக சோலையையும் தில்லிக்கு எம்ஜிஆர் அனுப்பியிருந்தார். தமிழ்நாடு இல்லத்தில் பக்கத்துப் பக்கத்து அறையில் இருந்தார்கள். 'அவங்க ரொம்ப சீக்கிரம் நாடாளுமன்றத்திலே எல்லாருடைய கவனத்தையும் பெற்றாங்க' என்றார் சோலை. "இந்திரா காந்தி வெள்ளிக்கிழமை மன்றத்துக்கு வருவாங்க. கேள்வி நேரத்திலே கேட்கவேண்டிய தலைப்புகள் எங்களுக்கு முதல் நாள் கொடுக்கப்படும். உப கேள்விகள் எல்லாம் தயார் செய்வோம். அது கேட்கப்பட்டதுன்னு செய்தியிலே ஃப்ளாஷ் பண்ணுவாங்க. எம்ஜிஆர் ஒருதடவை, 'சோலை, நீ ரொம்ப நல்லா அவளை கவனிச்சுக்கறே.' அப்படின்னார். ஜெயலலிதா இந்திரா காந்தியைச் சந்திக்கணும்னு எம்ஜிஆர் விரும்பினார். அதுக்கென்ன அண்ணே இப்ப அவசரம்னு கேட்டேன். 'நான் போக முடியாததால, அம்மு சந்திச்சா நல்லது'ன்னார். ஜி. பார்த்தசாரதி அதுக்கு ஏற்பாடு செஞ்சாங்க. அந்தச் சமயத்திலே யூகோஸ்லாவிய அதிபர் இந்தியாவுக்கு வந்தார். பிரதமர் அவருக்குக் கொடுத்த மதிய உணவுக்கு 16 விருந்தினர்கள்தான் அழைக்கப்பட்டிருந்தாங்க. எதிர்க் கட்சியைச் சேர்ந்த மூணு பேர் அழைக்கப்பட்டிருந்தாங்க. அதிலே ஒருத்தர் ஜெயலலிதா. இந்திரா காந்திக்கும் ராஜீவ் காந்திக்கும் இடையே ஜெயலலிதாவை உட்காரச்சொன்னாங்க. அப்ப இந்திரா காந்தியை ஒரு அப்பாயின்ட்மென்ட் கேட்டாங்க. இந்திராகாந்தி மறுநாளைக்கே நேரம் ஒதுக்கிக்கொடுத்தாங்க. நாங்க அதுக்காக தயார் செய்யவேண்டியிருந்தது. கேரளாவிலே காங்கிரஸ், முஸ்லிம் லீக்கோட கூட்டணி வெச்சிருந்தது. தமிழ் நாட்டிலே அது திமுகவோட கூட்டணி வெச்சிருந்தது. எங்க கோரிக்கை என்னன்னா தமிழ்நாட்டிலே அது அதிமுகவோட கூட்டணி வைக்கணும் என்கிறது. இதை பிரதமர்கிட்ட வலியுறுத்திச் சொல்லணும்னேன். ஜெயலலிதாவுக்குப் பத்து நிமிஷம்தான் கொடுத்திருந்தாங்க. ஆனா முப்பது நிமிஷம் பேசிக்கிட்டிருந்தாங்க. இந்திரா காந்திக்கு ஜெயலலிதாவை ரொம்பப் பிடிச்சுப்போச்சு. உடனடியா ஆக்சன் எடுத்தார். நாங்க திரும்பி வந்த விமானத்திலே மூப்பனார் இருந்தார். அதிமுகவோட கூட்டணி வைக்க அப்துல் சமதைச் சந்திக்க

இந்திரா காந்தி அவரை அனுப்பியிருந்தார். ஜெயலலிதாவுக்கு விஷயத்தைக் கிரகிக்கிற ஆற்றல் இருந்தது. அதைத் தெளிவா ஆங்கிலத்திலே சொல்லவும் தெரிஞ்சிருந்தது. அப்படித்தான் ஈழம் விஷயத்திலே எம்ஜிஆர் குழம்பித் தடுமாறியிருந்தபோது, நா எழுதிக்கொடுத்த பேச்சை கிரகிச்சு அழகா தெளிவா ஆங்கிலத்திலே மொழிபெயர்த்து ஜெயலலிதா நாடாளுமன்றத்திலே பேசிக் கைத்தட்டல் வாங்கினாங்க. அதுதான் கடைசியிலே நின்னுது. இந்திரா காந்தி, 'இந்தப் பொண்ணு சமீபத்திலே வந்தவ. எவ்வளவு தைரியமா பேசி எல்லாரையும் முட்டாளாக்கிட்டா!'ன்னு தன் அமைச்சர்கள்கிட்டச் சொன்னாங்களாம்.

"ஆனா இந்திரா காந்தியைச் சந்திச்ச பிறகு உடனடியா ஜெயலலிதா அதைப்பத்தி தலைவர்கிட்ட பேசல்லே. பேசியிருக்கணும். அவர்தானே அவங்களை அனுப்பிச்சது? தலைவருக்குக் கவலை, சந்திப்பு எப்படிப் போச்சோன்னு, தெரிஞ்சுக்க ஆர்வமா இருக்காரு. தயவுசெஞ்சு தலைவர்கிட்ட சந்திப்பைப்பத்திப் பேசிடுங்கன்னேன். செஞ்சா போச்சுன்னாங்களே தவிர, செய்யலே. எம்ஜிஆர் என்னைக் கூப்பிட்டு என்ன ஆச்சுன்னாங்க. அன்னிக்கே நாங்க சென்னைக்குக் கிளம்பினோம். விமானத்திலே நான் அவங்களை, 'என்ன நீங்க தலைவர்கிட்ட சொல்லலியா பிரதமரை சந்திச்சது பத்தி?'ன்னு கேட்டேன். 'நாம எப்படியும் அவரை நேர சந்திக்கப்போறோம். அப்ப விவரம் சொன்னா போச்சுன்னு நினைச்சேன்'னாங்க. இது ரொம்ப மரியாதைக் குறைவுன்னு நா நினைச்சேன். இந்த மாதிரி தலைவரை தனக்குச் சமமான ஆள்மாதிரி நடத்தறது தப்பான சமிக்ஞை கொடுக்கும். கொடுத்தது. அவரை ரொம்ப பெரிய ஆளா உருவாக்க அவர் திட்டம் போட்டிருந்தார். இந்த மாதிரியான அலட்சியத்தைப் பார்த்து அவ தன் சாமர்த்தியத்தைக் காட்டப் பார்க்கிறான்னு தோண ஆரம்பிச்சுடுத்து. தூபம் போடவேற அவரைச் சுத்தி ஆளுக்கா பஞ்சம்? கட்சியுடைய மூத்த உறுப்பினர், அமைச்சர், எஸ்.டி. சோமசுந்தரம் எதிர்ப்புக்கொடி தூக்கினார். அவரோட நிறைய ஆட்கள் சேர்ந்து எதிர்த்தாங்க."

"அவர்களைத் திருப்திப்படுத்தவோ அல்லது ஜெயலலிதாவின் 'திமிருக்கு'க் கடிவாளம் போடவோ எம்ஜிஆர், ஜெயலலிதாவைக் கொள்கைப் பரப்புச் செயலாளர் பதவியிலிருந்து நீக்கிட்டதாக அறிக்கை விட்டார். தில்லிக்குச் சென்று தன்னுடைய அனுமதி இல்லாமல் பல அரசியல் பிரமுகர்களை ஜெயலலிதா பார்த்ததாகவும் தன் பெயருக்குக் களங்கம் விளைவித்ததாகவும் எம்ஜிஆர் சொன்னதாக ஆர்எம்வீ சொன்னார். எம்ஜிஆர் எல்லா உறுப்பினர்களுக்கும் தெளிவாச் சொன்னார். எந்த

உறுப்பினராவது ஜெயலலிதா மூலமா காரியம் சாதிக்கலாம்னு நினைச்சா அவங்க அவகூட போகலாம். இதைவிட வலுவா எப்படிச் சொல்லமுடியும்?"

ஆர்எம்வீ ஒரு விஷயத்தைச் சொல்லாமல் விட்டார். அறிக்கை விடுவதற்கு முன் ஜெயலலிதாவின் விரோதி எஸ்.டி. சோமசுந்தரத்தை அமைச்சரவையிலிருந்து நீக்கியிருந்தார். சில நாட்களுக்குப்பிறகு சோமசுந்தரம் கட்சியின் பொதுக்குழு விலிருந்தும் நீக்கப்பட்டார். ஜெயலலிதாவுக்குக் கொடுத்த முக்கியத்துவத்தினால் கட்சி இரண்டாகப் பிளந்து நிற்பதை எம்ஜிஆர் உணர்ந்தார். கொள்கைப் பரப்புச் செயலாளர் பதவியை அவரிடமிருந்து பறித்தது நிலைமையைச் சமாளிக்கதான்.

ஜெயலலிதா சொல்லியிருந்தது அவருக்குத் தெரியுமோ என்னவோ? 'அவர் தன்னை நம்புபவர் யாரையும் கை விட்டதில்லை.'

ஆனால் அவர்மேல் எம்ஜிஆருக்கு இருந்த நம்பிக்கை விரலிடுக்கில் சரியும் ஆற்று மணலைப்போல தளர்ந்து வந்தது. அதற்கான அறிகுறிகள் தென்பட்டன. அடுத்து வந்த சோதனைகளின் முன்னெச்சரிக்கை அது என்று ஜெயலலிதா உணரவில்லை.

6

அஇஅதிமுகவில் இரண்டு அணிகள் உருவாகி விட்டன. ஜெயலலிதாவை எதிர்க்கும் அணி, கட்சித்தலைவர்கள் பலர் கொண்டதால், வலுப்பெற்று வந்தது. பொதுக்கூட்டங்களில் ஜெயலலிதா வைத் தாக்கிப்பேச ஆரம்பித்துவிட்டார்கள். ஜெயலலிதாவை ஆதரித்த தொண்டர்படையும் சளைக்கவில்லை; திரும்பத் தாக்கிற்று. எம்ஜிஆர் கண்டும் காணாமல் இருந்தார். அவருக்குப்பின் இப்படித்தான் இருக்கப்போகிறது என்ற உணர் வினாலோ அல்லது உடல்நிலை மோசமாகியதாலோ அதில் பட்டுக்கொள்ளாமல் இருந்தார். 1984 அக்டோபர் 5ஆம் தேதி திடீரென்று உடல்நிலைக் கோளாறாகி சென்னை அப்போல்லோ மருத்துவ மனையில் சேர்க்கப்பட்டார். ஸ்ட்ரோக் வந்து பேசமுடியாமல் போயிற்று. சிறுநீரகம் வேலை செய்யவில்லை. அதோடு சிலகாலமாகவே நீரிழிவு இருந்ததைக் கவனிக்காமல் விட்டிருந்தார். தனது உடல் ஆரோக்கியத்தை மிக மிக ரகசியமாகவே வைத்திருந்தார். அப்பல்லோ மருத்துவமனைக்கு அழைத்துச் செல்லும்போது கூட 'யாருக்கும் தெரியக்கூடாது' என்று பதற்றத்துடன் சைகைக் காட்டினார். அதனால்தான் ஜெயலலிதாவுக்கு செய்தி அதிர்ச்சி அளித்தது.

மூத்த தலைவர்களே விஷயம் வெளியில் தெரியக்கூடாது என்பதில் சர்வ ஜாக்கிரதையாக இருந்தார்கள். எதிர்க்கட்சிக்கும் பொதுமக்களுக்கும் விஷயம் தெரிந்தால் அனர்த்தமாகிவிடும் என்று பயந்தார்கள். எம்ஜிஆரின் முகம் இப்போது சவக் களையாக இருந்தது. அந்த முகத்தை வெளியிட்டால் இறந்தேவிட்டார் என்று மக்கள் நினைப்பார்கள். பிறகு ரகளை ஆகிவிடும் தமிழ்நாடு முழுவதும். விசிட்டர்கள் யாரையும், முக்கியமாக ஜெயலலிதாவை அனுமதிக்கக் கூடாது என்பதில் ஆர்எம்வீயும் மற்றவர்களும் மிகத் தெளிவாக இருந்தார்கள். 'அந்தம்மாவுக்கு நாடகமாடச் சொல்லியா தரணும்? வெளியிலே போயி இனிமே எம்ஜிஆராலே சிஎம்மா இருக்கறது கஷ்டம், பிழைப்பாரோ இல்லையோ சந்தேகம்னு சொல்லும்.'

மற்ற எத்தனையோ பேர் எம்ஜிஆரைப்போய்ப் பார்த்துவிட்டு வருவதை ஜெயலலிதாவின் ஆதரவாளர்கள் கவனித்தார்கள். கவிஞர் வாலி சென்றார். ஆர்எம்வீ அடிக்கடி சென்றார். ஆனால் நேற்றுவரை கொள்கைப்பரப்புச் செயலாளராக இருந்த ஜெயலலிதாவுக்கு அனுமதி இல்லை. என்ன அக்கிரமம்டா இது என்று மாய்ந்தார்கள்.

விஷயம் அதைவிட மோசம் என்றார் சோலை. "எம்ஜிஆரை அப்போல்லோல சேர்த்தப்புறம் ஜெயலலிதாவை ஒழிச்சுப்பிடணும்னு அந்த ஆளுங்க முடிவு பண்ணிட்டாங்க. அவங்களை அடிச்சு நொறுக்கவும் திட்டம் போட்டிருந்தாங்க. அது தெரிய வந்து டாக்டர் பிரதாப் ரெட்டி ஜெயலலிதாவை 'ஆஸ்பத்திரிக்கு எம்ஜிஆரைப் பார்க்க வராதே'ன்னு சொல்லிட்டாரு. லிஃப்ட்டுலே இருக்கும்போது என்னவேணா நடக்கலாம் இல்லே?"

எம்ஜிஆரின் உடல்நிலையினால் நெடுஞ்செழியன் இடைக் கால முதல்வர் பணியாற்றினார்.

மாநில அவை தேதி குறிப்பிடப்படாமல் ஒத்திவைக்கப்பட்டது. அமைச்சரவை முழுவதுமே மருத்துவமனையில் முகாமிட்டது. அமெரிக்காவிலிருந்து மூன்று துறையைச் சேர்ந்த மருத்துவர்கள் வரவழைக்கப்பட்டார்கள். ஆனால் 18ஆம் தேதிக்குள் எம்ஜிஆரின் நிலை மிகவும் கவலைக்கிடமாகிப் போனதால் நியூயார்க்கில் இருக்கும் ப்ரூக்லின் மருத்துவமனைக்கு அவரை அழைத்துச் சென்றார்கள். இதை அறிந்ததும் ஜெயலலிதா இடிந்து போனார்.

உண்மையிலேயே ஜெயலலிதாவுக்கு எம்ஜிஆரின் உடல் நிலைப்பற்றி சந்தேகம்கூட இல்லாமலிருந்தது எப்படி என்று வியப்பாக இருக்கிறது.

நம்பகமான தகவல்களின்படி (முக்கியமாக சோலை சொன்னது) அதற்குச் சில மாதங்கள் முன்வரை எம்ஜிஆரைத் திருமணம் செய்துகொள்ள ஜெயலலிதா மிகத் தீவிரமாக இருந்தார். அவர்களுக்கு ஏற்கெனவே நேபாளத்தில் திருமணம் ஆனதாக ஒரு வதந்தி பரவிக்கொண்டிருந்தது. அதைப்பற்றி ஜெயலலிதாவின் நெருங்கிய பள்ளித்தோழி சாந்தினி, ஜெயலலிதாவே தன்னிடம் சொன்னதாகச் சொல்லியிருந்தார். ஆனால்அது உண்மையில்லை என்றார் சோலை.

“உறவை சட்டபூர்வமாக்கணும்னு ரொம்ப முயற்சி எடுத்தாங்க. ஆனா அது நடக்கல்லே. எம்ஜிஆர் முதல்முறை முதல்வர் ஆனபோது ஜெயலலிதா ரொம்ப நச்சரிச்சாங்க கல்யாணம் செய்துக்க. எம்ஜிஆர் கூடக் கொஞ்சம் அரைகுறை சம்மதத்திலே இருந்தார். ஆனா சின்னப்பா தேவர் கடுமையா எச்சரிச்சார். ‘தம்பி, எத்தனைப் பெண்களை வேணும்னாலும் வச்சுக்குங்க, ஆனா இரண்டாம் கல்யாணம் செய்துக்கற தப்பை மாத்திரம் செய்யாதீங்க. செஞ்சீங்க, இந்த ஃபீல்டைவிட்டுப் போயிடுங்க.’ அப்படித்தான் அப்ப கல்யாணம் நடக்காம போச்சு. இல்லேன்னா நடந்திருக்கும். எம்ஜிஆர் இரண்டாம் முறையா முதலமைச்சர் ஆனதும், 1983லே ஜெயலலிதா மூகாம்பிகை கோயிலிலே திருமணம் செய்துக்கணும்னு முடிவு செஞ்சாங்க. என்னைக் கூப்பிட்டு ‘அண்ணே, நாளைக்கு நாம ஒரு எடத்துக்குப் போறோம். தயார் செஞ்சுக்கிட்டு வாங்க’ன்னாங்க. சித்த நேரம் பொறுத்து எம்ஜிஆர் என்னைக்கூப்பிட்டு, ‘நாளைக்கு நா ஊரிலே இருக்கமாட்டேன். அம்முவைக் கொஞ்சம் சமாளி. போயஸ் கார்டனுக்குப் போய் அவளைக் கவனிச்சுக்க’ன்னார். என்ன விஷயம்னு கேட்டேன். ‘அப்புறமாச் சொல்றேன்’னார்.”

“நா போயஸ் கார்டனுக்குப் போனேன். ஜெயலலிதா ரொம்ப சந்தோஷமாத் தெரிஞ்சாங்க. ‘நாம ஒருத்தருக்காகக் காத்திருக்கணும்’னாங்க. நாங்க 12 மணிவரை காத்திருந்தோம். யாரும் வரல்லே. நாங்க போறதா இருந்த வெஸ்ட் கோஸ்ட் எக்ஸ்ப்ரெஸ் 12 மணிக்குக் கிளம்பிடும். எம்ஜிஆர் வரவே இல்லே. மூகாம்பிகை கோயிலுக்குப் போயி கல்யாணம் செய்துக்கிற ப்ளான் இருந்திருக்கும்னு நா யூகிச்சேன். அது எம்ஜிஆரைத் தொந்திரவு செய்திருக்கும். ஆனா எம்ஜிஆர் ஜானகியோட எங்கேயோ

தொடர்புகொள்ள முடியாத இடத்துக்குக் கிளம்பிப்போயிட்டார். தன்னை அவர் ஏமாத்திட்டார்னு ஜெயலலிதாவுக்குப் புரிஞ்ச உடனே அதுக்கு வந்துதே பார்க்கணும் கோபம். கைக்குக் கிடைச்ச எல்லாத்தையும் எடுத்து விட்டெறிஞ்சுது. சாமானையெல்லாம் எடுத்து உடைச்சுது. கன்னாபின்னான்னு கத்திச்சு. ரொம்ப நேரம் சமாதானமாகல்லே. அப்புறமா எம்ஜிஆர் எங்கிட்ட சொன்னார் 'அம்மு கல்யாணம் செய்துக்கத் தொந்தரவு பண்ணினா, நா சரின்னேன்'னு. அதுதான் அவருடைய பலவீனம். தன்னுடைய முடிவுகள்லே உறுதியா இருக்கமாட்டார். ஜெயலலிதாவுடைய உணர்வுகளை அவர் சீரியஸ்ஸா எடுத்துக்கவே இல்லே. அவளை ஏமாத்தறமே என்கிற நினைப்போ குத்த உணர்வோ அவருக்கு இருக்கல்லே. பாவம், அந்தப்பொண்ணு, எல்லாரும் அதை உபயோகிச்சுக்கிட்டு கடைசியிலே நட்டாத்திலே விட்டாங்க."

எம்ஜிஆர் இப்போது அமெரிக்காவுக்குச் சென்றுவிட்டது இன்னும் அதிக பிரச்சினைகளை உருவாக்கிற்று. கட்சியின் மூத்த உறுப்பினர்கள் வேண்டுமென்றே அவரை ஓரம்கட்டினார்கள். இந்திரா காந்தியின் ஆதரவைக்கோரினார் ஜெயலலிதா என்று சொல்லப்படுகிறது. பிரதமருக்குத் தன்னைப் பிடிக்கும் என்று ஜெயலலிதாவுக்குத் தெரியும். இந்திரா காந்தி தன் கோரிக்கையைப் பரிசீலித்து நடவடிக்கை எடுப்பார் என்ற நம்பிக்கை ஜெயலலிதா வுக்கு இருந்தது. அஇஅதிமுகவுடன் காங்கிரஸ் கட்சி கூட்டணியில் இருந்தது. எம்ஜிஆருக்கு ஏதேனும் ஆயிற்றென்றால் தன்னுடைய நிலைமையைப் பலப்படுத்திக் கொள்ளும்படியாக இந்திரா காந்தி உதவுவார் என்ற எதிர்பார்ப்பு இருந்தது. ஜெயலலிதாவின் மனத்தில் என்ன இருந்தது என்று யாருக்கும் தெரியாது. அரசியலில் அனுபவமிருக்கவில்லை. அவருடைய எதிரிகளோ பழம்தின்று கொட்டை உமிழ்ந்த ஜாம்பவான்கள். ஒரு பெண்ணை அடக்கியாள வேண்டியது அவசியம் என்று நினைப்பவர்கள். அவர்களுக்குள்ளேயே அதிகாரத்துக்கான போட்டி இருந்தது. அவர்கள் தன்னைத் தனிமைப்படுத்துவதையும் தன்னை வேண்டுமென்றே பழிவாங்குவதையும் இந்திரா காந்தியிடம் ஜெயலலிதா தெரிவித்ததாகத் தெரிகிறது. இந்திரா காந்தி அனுதாபப்பட்டாலும் சற்றுப் பொறுமையாக இருக்கும்படி சொல்லியிருக்கிறார். ஆனால் அக்டோபர் 31ஆம் தேதி இந்திரா காந்தி படுகொலை செய்யப்பட்டது மிகப்பெரிய அதிர்ச்சியை ஜெயலலிதாவுக்கு அளித்தது. அவர் நம்பியிருந்த ஒரே நபரும் இப்போது இல்லை.

இந்திரா காந்தியுடன் தனக்கு இருந்த தொடர்பைப்பற்றி ஒரு இரங்கல் கட்டுரை எழுதிக் *குமுதம்* பத்திரிகைக்கு

அனுப்பினார். அவருடைய சுயசரிதையைக் கேட்டுவாங்கிப் பிரசுரித்த (பாதியில் நிறுத்திய) அதே பத்திரிகை இப்போது ஆர்எம்வீயின் உத்தரவினால் பிரசுரிக்க மறுத்தது. ஜெயலலிதா சளைக்காமல் அதை *ஜூனியர் விகடனு*க்கு அனுப்பினார். அதில் கவர் ஸ்டோரியாக வெளியானது.

எம்ஜிஆர் இல்லாத சந்தர்ப்பத்தை ஜெயலலிதாவின் விரோதிகள் நன்றாக உபயோகித்துக் கொண்டார்கள். அவரைத் தாக்கவும் அவமானப்படுத்தவும் என்னவெல்லாம் செய்ய முடியுமோ அவையெல்லாவற்றையும் செய்தார்கள். எம்ஜிஆர் தில்லி தமிழ்நாடு இல்லத்தில் தனக்காக ஒதுக்கியிருந்த பிரத்தியேக அறையை இனி ஜெயலலிதாவுக்குத் தரக்கூடாது என்று எம்ஜிஆருக்குத் தெரிவிக்காமல் முடிவெடுத்தார்கள். நாடாளுமன்ற அமர்வுக்காகத் தில்லிக்கு ஒருநாள் இரவு பதினோரு மணிக்குப் போய்ச்சேர்ந்தபோது தமிழ்நாடு இல்லத்தில் அவருக்குத் தரப்பட்டிருந்த அறையை இப்போது தருவதற்கில்லை என்று இல்லத்தவர் சொன்னபோது ஜெயலலிதாவுக்கு அதிர்ச்சியும் அடங்காத கோபமும் ஏற்பட்டன. சில மத்திய அமைச்சர்களைத் தொடர்புகொள்ள முயன்றார். கடைசியில் துணை ஜனாதிபதி வெங்கட்ராமனைத் தொடர்பு கொள்ளமுடிந்தது. அவருடைய அதிகாரிகள் ஒரு ஐந்து நட்சத்திர ஹோட்டலில் அறை ஏற்பாடு செய்தார்கள்.

எம்ஜிஆரோடு தொடர்பும் கொள்ள முடியவில்லை, அவரது உடல்நிலை பற்றின விவரமும் தெரியவில்லை. ஜெயலலிதாவுக்கு ஆதரவாகக் கட்சியிலிருந்த திருநாவுக்கரசர் அமெரிக்கா சென்று எம்ஜிஆரைப் பார்த்து ஜெயலலிதா பேரில் அவருக்கு ஏதேனும் வருத்தம் இருந்தால் அதைத் தீர்க்க முயற்சி செய்யலாம் என்கிற எண்ணத்துடன் பார்க்க முயன்றபோது, திருநாவுக்கரசரைப் பார்க்க எம்ஜிஆருக்கு விருப்பமில்லை என்று தகவல் கிடைத்தது. ஜெயலலிதாவின் பரிதவிப்பு அதிகரித்து வந்தது. அஇஅதிமுகவின் நாடாளுமன்றத் துணைத்தலைவர் என்ற அவரது பதவி – எம்ஜிஆர் அளித்தது – பறிக்கப்பட்டது. அது ப்ரூக்லின் மருத்துவமனையிலிருந்து வந்த எம்ஜிஆரின் ஆணை என்றது விரோதிகள் குழு.

அதற்குமேல் ஜெயலலிதாவால் பொறுக்கமுடியவில்லை. அப்போதிலிருந்து சரமாரியாக அந்தக் 'கிழட்டு'க்கும்பலை விமர்சனம் செய்வது வழக்கமாயிற்று. பத்திரிகையாளர்களை அழைத்து, வசைபாடினார். எம்ஜிஆர் பல பொறுப்புகளைத் தன்னிடம் கொடுத்திருந்ததையும் அவர் இல்லாத சமயத்தில்

பொறாமைப் பிடித்த கிழடுகள் தன்னை வேண்டுமென்றே கட்சியில் ஓரம்கட்டி அவமானப்படுத்துவதையும் விலாவாரியாக விவரித்தார். ஆர்.எம்.வீதான் அதற்கு சூத்திரதாரி என்று சுட்டிக்காட்டினார். அவருடைய கோபத்திற்கும் வெறுப்பிற்கும் அணைபோட முடியாதுபோல் இருந்தது. பத்திரிகையாளர்களின் சந்திப்பு தினசரி வேலையாகிப் போயிற்று. அவருக்குத் தெரியும் தமிழ்ப் பத்திரிகைகள் அரசுக்குப் பயப்படும், அவர் சொல்வதைப் போட விரும்பாது என்று. ஆகையால், ஊர் உலகத்துக்கெல்லாம் பறை கொட்டுவதுபோல ஆங்கில நாளிதழ்களையும் வாரப்பத்திரிகை நிருபர்களையும் போயஸ் கார்டனுக்கு அழைத்து அழகிய கான்வென்ட் ஆங்கிலத்தில் நெருப்பாக வார்த்தைகளை உமிழ்ந்தார். நிருபர்களுக்கு ஏக உற்சாகம். உப்புச்சப்பற்ற அமைச்சர்களின், அதிகாரிகளின் பேச்சுக்களைக் கேட்டு அலுத்திருந்த அவர்களுக்கு, சொகுசான போயஸ் கார்டன் வீட்டில் ஒரு அழகிய, ஆத்திரம் கொண்ட புத்திசாலிப்பெண், முன்னாள் நடிகை, ஆங்கிலத்தில் பேட்டி கொடுப்பது அவர்கள் வாழ்வில் அபூர்வமாக நிகழும் ஒன்று. எல்லோரும் புதையல் கிடைத்ததுபோல பக்கம் பக்கமாகப் பேட்டியைப் போட்டார்கள், அவருடைய அழகிய புகைப்படத்துடன். அகில இந்தியாவும் அறிந்துகொண்டது அவரது சிக்கலைப்பற்றி. என்ன அக்கிரமம் நடக்கிறது தமிழ்நாட்டில் என்று மாய்ந்தது.

அவருடைய வார்த்தைகள் அவரை மீறிப் பாய்ந்தன. அந்தக் 'கிழட்டுக்' கும்பலோடு அவர் பேச்சு நிற்கவில்லை. அடிமனத்திலிருந்த சந்தேகமும் பயமும் தன்னை இருட்டில் வைத்துவிட்டார்கள் என்கிற ஆத்திரத்தின் உந்துதலில் சொல்லக்கூடாத சொற்கள் வெளியேறின. அவர்கள் வைத்த பொறியில் வகையாக சிக்கிக்கொண்டதை உணராமல்.

"எம்ஜிஆருடன் எனக்கு இருந்த நெருக்கத்தினால் நான் அரசியலில் சுலபமாக அடி வைத்தேன் என்று மக்கள் பேசலாம். ஆனால் அதற்குப்பிறகு நிகழ்ந்ததெல்லாம் எனது சொந்த உழைப்பால்தான். நான் கட்சியில் சேர்ந்தபோது நிர்வாகம் என்று ஒன்று இருக்கவே இல்லை. கந்தலாகிப் போயிருந்தது. இப்போது இருப்பதெல்லாம் நான் சீரமைத்தது. அதற்காக நான் கடுமையாக உழைத்தேன். அடியிலிருந்து கட்சியை வளர்த்திருக்கிறேன், எம்ஜிஆருடைய ஆசியுடன்தான். ஆனால் நான் யாருடைய செல்லப்பிள்ளையும் இல்லை. நான் ஒன்றும் துணைத்தலைவர் பதவிக்காகச் சண்டை போடவில்லை. எனக்கு அது முக்கியமில்லை. விஷயம் என்னவென்றால் இந்தச் சிலர்

என்னை விரட்டப்பார்ப்பதை நான் அனுமதிக்கவேண்டுமா? ஏன் என் அலுவலகத்தினரைப் பயமுறுத்துகிறார்கள்? முகத்தில் அமிலம் வீசிவிடுவோம் நீ வீட்டைவிட்டு வெளியேறினால் என்று என்னைப் பயமுறுத்துகிறார்கள். நான் பயந்தவள் அல்ல. ஒருமுறைதான் சாகமுடியும். நான் ஓட மாட்டேன். நான் ஆயிரக்கணக்கான கட்சித் தொண்டர்களுக்காகச் சண்டை போடுகிறேன். தலைமைக்கும் பாதுகாப்புக்கும் வழிநடத்தலுக்கும் அவர்கள் என்னை நம்புகிறார்கள். நான் அவர்களுக்குக் கடமைப்பட்டிருக்கிறேன். ஜெயலலிதா கேட்டுக்கொண்டார் என்பதற்காக அவர்கள் கட்சிக்கு வாக்களித்தார்கள். நான் கடைசிவரை போராடுவேன்."

அதோடு ஜெயலலிதா நிறுத்திக்கொள்ளவில்லை. பிறகு சொன்ன வார்த்தைகள் பாணமாக எம்ஜிஆரையே தாக்குவதாக அமைந்தன. அன்றிலிருந்து ஜெயலலிதா பேசுவதெல்லாம் அவருக்கு எதிராகப் போனது.

"நான் சந்தேகப்படுவது உண்மை என்றால், எம்ஜிஆருடைய மூளைச் செயல்பாடு சரியில்லை என்றால் அவர் இந்தக் கும்பலால் சிறைப்படுத்தப்பட்டிருக்கிறார் என்று அர்த்தம். இவர்களின் சூழ்ச்சிபற்றி அவர் அறியமாட்டார் என்று அர்த்தம். இது மக்களை ஏமாற்றும் பம்மாத்து மட்டுமல்ல, அவர்கள் அன்புசெலுத்தும், பூஜிக்கும் ஒரு தலைவருக்குச் செய்யும் கொடுமை."

எம்ஜிஆரின் மூளை செயல்படுவதைப் பற்றின தனது சந்தேகத்தை அவர் ஊடகத்திடம் பரப்புவதையும், வீரப்பனின் 'கருப்புப்பணம்', முசிறிப்புத்தனின் (அனைத்துலக எம்ஜிஆர் ரசிகர் மன்றத் தலைவர்) 'கோழைத்தனம்', 'உபயோகமற்ற' நெடுஞ்செழியன் (இடைக்கால முதல்வர்) ப.உ. சண்முகத்தின் (அதிமுக பொதுச் செயலாளர்) 'பொறாமை', ஜானகி எம்ஜிஆரின் 'சட்டபூர்வமான மனைவியா' என்கிற கேள்வி என்று நெருப்பைக் கக்குவதுபோல பேசுவதை வெகுகவனமாகவும் துரிதமாகவும் வீரப்பனும் அவரது கூட்டாளிகளும் ப்ரூக்லினுக்கு ஃபாக்ஸ் மூலம் செய்தி அனுப்பியவண்ணம் இருந்தார்கள்.

ஓர் அரசியல்வாதியாக ஜெயலலிதாவுக்கு முதிர்ச்சி இருக்கவில்லை. தன்னுடைய சந்தேகங்களையும் கோபத்தையும் வெளியுலகுக்குச் சொல்வதால் ஏற்படக்கூடிய விளைவுகளை அவர் அறிந்துகொள்ளவில்லை. அவர் பேச்சில் இருந்த ஆணவமும் அவருடைய ஆங்கில ஞானத்தினால் தான் மற்றவர்களைவிட புத்திசாலி என்ற நினைப்பும் பேச்சும் கட்சியின் எல்லா மூத்த

உறுப்பினர்களையும் கோபப்படுத்தின. தலைவருடன் இருந்த நெருக்கத்தாலேயே முன்னுக்கு வந்திருந்த ஒரு பெண், தலைவரின் மூளைச்செயல்பாடு குறித்துப் பொது மேடையில் சந்தேகத்தைக் கிளப்புவதா? எம்ஜிஆரின் வாரிசாக அந்தப்பெண் எந்த ஆதாரத்தில் தன்னை நிலைநாட்டப் பார்க்கிறார்? அவர்களுக்கு நிச்சயமாகத் தெரியும், எம்ஜிஆரின் ஆதரவு இல்லாமல் போனால் ஜெயலலிதாவுக்குப் போக்கிடம் இருக்காது.

ஜெயலலிதா எதற்கும் கவலைப்படவில்லை. தில்லிக்குச் சென்றார். தமிழ்நாட்டில் நிலவும் நிலைமையைப்பற்றி அங்கு ஆளும் காங்கிரஸ் தலைவர்கள், அமைச்சர்கள் பலரைச் சந்தித்துப் பேசினார். இதுவும் அவருக்கு எதிராகப் போயிற்று. அஇஅதிமுக அரசைக் கலைக்க காங்கிரஸ் கட்சியுடன் ஒரு ஏற்பாடு செய்யவே தில்லி போனார் என்கிற வதந்தி பரப்பப் பட்டது. இந்திரா காந்திக்கு ஜெயலலிதாவைப் பிடித்திருந்தது என்று அரசியல் வட்டாரங்களில் எல்லோருக்கும் தெரிந்திருந்தது. தாயின் எண்ணமே இந்திராவின் மரணத்துக்குப்பின் ஆட்சிக்கு வந்திருந்த மகன் ராஜீவுக்கும் இருக்கும் என்று அவர்கள் அனுமானித்தார்கள். ஆனால் ஆங்கிலப் பத்திரிகைகளில் வர ஆரம்பித்த சரமாரியான அவரது வெறுப்பைக் கக்கும் நேர்காணல்கள் அவரது அரசியல் முதிர்ச்சியைப் பற்றின சந்தேகத்தைக் காங்கிரஸ் கட்சித் தலைவர்களுக்கு ஏற்படுத்திற்று.

எம்ஜிஆர் இன்னும் ப்ரூக்லினில் இருந்தபோது நாடாளு மன்றத் தேர்தல் அறிவிப்பு வந்தது. டிசம்பரில் தேர்தலைச் சந்திக்க ராஜீவ் முடிவு செய்தார். மாநில தேர்தலையும் பொதுத் தேர்தலுடன் நடத்த அஇஅதிமுக முடிவெடுத்தது. தலைவர் நாட்டில் இல்லாமல் போனாலும் தேர்தல் பணிகள் மும்முரமாக நடந்தன. காங்கிரசுடன் அஇஅதிமுகவுக்குக் கூட்டணி இருந்தது. அஇஅதிமுக நிச்சயமாக வெல்லும். எம்ஜிஆரின் உடல்நலக்குறைவினாலும் இந்திராகாந்தியின் படுகொலையினாலும் என்று ஆர்எம்வீ நம்பினார். ஜெயலலிதா பிரச்சாரத்தின் பக்கம் தலைகாட்டக்கூடாது என்று பிடிவாதமாக இருந்தார். அவருடைய ஆதரவாளர் யாருக்கும் சீட்டும் கொடுக்கவில்லை, பிரச்சாரப் பணிகளும் அளிக்கப்படவில்லை. சோலைக்கு அது சரியென்று படவில்லை.

"எனக்குக் கவலையாப் போச்சு." என்றார் சோலை. "எனக்குக் காங்கிரசிலிருந்த நிர்மலா தேஷ்பாண்டேயைத் தெரியும். அவங்க இந்திரா காந்திகிட்ட ரொம்ப நெருக்கமா இருந்தவங்க. ஜெயலலிதாவைப் பிரச்சாரத்துக்கு அனுமதிக்கல்லேன்னா

ஜெயிக்கிறது கஷ்டமாப் போயிரும்னு சொன்னேன். அவங்க ராஜீவ் காந்திக்கிட்ட சொன்னதும் ராஜீவ், ஆர்எம்வீ குரூப்கிட்டே சொன்னார், 'ஜெயலலிதாவைப் பிரச்சாரம் பண்ண விடுங்க இல்லேன்னா கூட்டணியிலே அதிமுக இருக்காது'ன்னு எச்சரிச்சார். ஆர்எம்வீ வாய் மூடிக்கிட்டார். தவிர அவங்க பக்கம் நல்ல பேச்சாளர் யாரும் இருக்கல்லே. சமயமும் அப்ப நெருக்கடியா இருந்தது. ஜனங்களுக்கு எம்ஜிஆர் திரும்பி வருவாரான்னு சந்தேகம் வந்திருந்தது. ஜெயலலிதாவோட என்னைப் போகச் சொன்னாங்க. ஆனா ஜெயலலிதாவுக்கே நம்பிக்கை இல்லே தலைவர் திரும்பிவருவார்னு. நா உறுதியாச் சொன்னேன் அவர் வந்துடுவார்னு. எனக்கு ஏழு நாடுகளுக்கு வரச்சொல்லி ஒரு அழைப்பு வந்திருந்தது. அதற்கு எம்ஜிஆர்கிட்டேயிருந்து அனுமதி வேண்டியிருந்தது. அதனாலே நா ஒரு கடிதம் அவருக்கு அனுப்பியிருந்தேன். அவர்கிட்டேந்து பதில் வந்தது. 'சோலை எங்கேயும் போகக்கூடாது இப்ப, நா வந்தபிறகு நானே அனுப்பறேன்'னு கடிதம் வந்தது. அதனாலே நா உறுதியா நம்பினேன், அவர் நல்லா ஆயிட்டார்னு. ஜெயலலிதாவுக்குச் சித்த சமாதானமாச்சு."

"எல்லா இடத்திலேயும் ஜெயலலிதாவுக்கு அஞ்சு நிமிஷம் தான் இருந்தது. அவங்க ரெண்டே வரிதான் சொல்வாங்க. 'தலைவர் நல்லா இருக்கார். நல்ல ஆரோக்கியமா திரும்ப வருவார். உங்களையெல்லாம் சந்திச்சு நன்றி சொல்ல வருவார். நானும் வரவா அவங்க கூட?'ன்னு கேப்பாங்க. கூட்டம் 'வாங்க! வாங்க!'ன்னு சொல்லும் உற்சாகமா."

"ஜனங்களுக்கு அதும்மேல அத்தனை அன்பு இருந்தது. கட்சியிலே இருந்த எதிரிகளையும் மீறித்தான் அது வளர்ந்துது. அதுக்குக் கிடைச்ச மக்கள் வரவேற்பைப் பார்த்து மறுபடி ஆரம்பிச்சாங்க அவரை தூஷிக்க. திருநாவுக்கரசரோட உறவு வெச்சிருக்கான்னாங்க. அது சுத்தப் பொய். ஆனா எல்லாத்தையும் இந்தச் சகுனிங்க, எம்ஜிஆருக்குக் காதிலே ஓதினாங்க".

ஜெயலலிதாவுடைய சாதுர்யமான உணர்ச்சிபூர்வமான பிரச்சாரமும் அவங்களுடைய வசீகரமும் மந்திரம்போல ஒர்க் அவுட் ஆச்சு என்றார் சோலை. "ஜனங்க ஜெயலலிதா பேச்சை நம்பினாங்க. தலைவர் திரும்பி வருவார்னு நிம்மதியா வாக்களிச்சாங்க. அதுவும் எப்படி? அமோகமா."

ஆனால் ஆர்எம்வீயோ, ஜெயலலிதாவின் பங்கு பிரச்சாரத்திற்கு இடையூறாக இருந்தது என்றார். ப்ரூக்லினில்

எம்ஜிஆர் உடல் தேறி நடமாடும், செய்தித்தாள் படிக்கும் காட்சிகளை மிகச் சாமர்த்தியமாகப் படமெடுத்துப் பிரச்சாரத்தின் கடைசிக் கட்டத்தில் காட்டியதாலேயே கட்சிக்குப் பெரும்பான்மை எண்ணிக்கை கிடைத்தது என்றார்.

ஒன்றரை மாதம் கழித்து பிப்ரவரி 2, 1985 அன்று அவர் சென்னைக்குத் திரும்பியபோது அவரால் நடக்கமுடியுமா என்று ஜனங்களுக்குச் சந்தேகமாக இருந்தது. ஆனால் அவர் வேகமாக நடந்து அங்கு காத்திருந்த ஆயிரக்கணக்கான அபிமானிகளுக்குக் கையசைத்துவிட்டுக் காத்திருந்த வண்டியில் ஏறி அமர்ந்தார். மக்கள் அவரைக்கண்டு மகிழ்ச்சியில் கண்ணீர் வடித்தார்கள். அவர்களுடைய ரட்சகர், தெய்வம் வந்துவிட்டார் சௌக்கியமாக, – அற்புதம் அது.

ஆனால் ஜெயலலிதாவால் அவரைப் பார்க்கமுடியாமல் போனது விசித்திரம். மீனம்பாக்கம் விமான நிலையத்தில் அவர் காத்திருக்க, எம்ஜிஆருடைய விமானம் ஸெண்ட் தாமஸ் மௌண்ட் ராணுவ தளத்தில் இறங்கிற்று. அங்கு ஆர்எம்வீ ஒரு மாபெரும் வரவேற்பு நிகழ்ச்சிக்கு ஏற்பாடு செய்திருந்தார்.

ஜெயலலிதாவுக்கு அது தெரியாமல் போனது விநோதம் தான்.

7

எம்ஜிஆர் திரும்பி வந்துவிட்டார். ஜெயலலிதா பயந்தபடி இல்லாமல், உடல் தேறி! மூளையும் சுறுசுறுப்பாகச் செயல்பட்டது, வந்ததுமே ஆரம்பித்த அரசு சார்ந்த செயல்பாடுகளில் அது தெரிந்தது. பேச்சு மாத்திரம் தெளிவாக இருக்கவில்லை.

ஜெயலலிதாவுக்கு மூக்குடைந்த மாதிரி ஆனது. ஏன் அப்படிப் பதற்றப்பட்டு என்னென்னவோ பேசினோம் என்றிருந்தது. சகுனிகள் மூலம் அவருக்கு எல்லாம் எட்டியிருக்கும். கூட்டிச்சொல்லி அவருடைய மனத்தைக் கெடுத்திருப்பார்கள். அவரிடம் தன் பங்கை விளக்க வேண்டும் என்று ஜெயலலிதாவுக்குப் பரபரத்தது. அவரை ஒரு முறை பார்த்தால் போதும், அவர் உருகிவிடுவார். அவருக்குத் தெரியும். அந்த அளவுக்கு உங்களுடைய ஆட்கள் என்னைத் துன்புறுத்தியதால்தான் ஆத்திரத்தில் நான் அப்படிப் பேச நேர்ந்தது என்று விளக்கவேண்டும். ஆனால் அவரைப் பார்க்க எம்ஜிஆர் எந்த ஆர்வமும் காட்டவில்லை. அந்தக் கும்பல்தான் அதற்கும் காரணம் என்று அவர் நினைத்தார். அவரைக் கோபப்படுத்தியிருப்பார்கள், இல்லாததையும் பொல்லாததையும் சொல்லி. ஆனால் அவர் செய்தது முட்டாள்தனம். அவருடைய மூளை வேலை செய்கிறதோ இல்லையோ என்கிற சந்தேகத்தை அவர் மக்கள் மனத்தில் விதைத்திருந்தார். எவ்வளவு

பெரிய தவறு அது? எம்ஜிஆர் வந்தவுடனேயே அவரது கட்டுக்குள் அரசு இயந்திரம் வந்துவிட்டது தெரிந்தது. அவருக்குத் தான் முட்டாளாக்கப்பட்டதாகத் தோன்றிற்று.

அதிமுகவுக்குள் உட்கட்சிப் பூசல் நிறைய இருந்தது. எம்ஜிஆர் அதை எப்படி கையாளப்போகிறார் என்று அரசியல் நோக்கர்கள் ஆவலுடன் கவனித்தார்கள். ஜெயலலிதாவின் எதிரிகள் அவரை அடிக்கடி அவருடைய வீட்டில் சந்தித்தார்கள். ஆனால் ஜெயலலிதாவின் கோரிக்கை மூன்று வாரங்கள் கழித்துதான் ஏற்கப்பட்டது. அதுவும் செயலகத்தில் சந்திக்கும்படி செய்தி வந்தது. அதற்குள் சகுனிகளுக்குச் சக்திவாய்ந்த இலாகாக்கள் வழங்கப் பட்டன. ஆர்எம்வீக்குப் பலதுறைகளின் பொறுப்பு அளிக்கப் பட்டது. ப.உ. சண்முகத்துக்கு அமைச்சர் பதவி கிடைத்தது. அதிலிருந்து அவர்கள் மீது எம்ஜிஆருக்குக் கோபமில்லை என்று உறுதியாயிற்று. அதே சமயத்தில் ஜெயலலிதாவுடைய ஆதரவாளர் திருநாவுக்கரசரிடம் இருந்த முக்கிய துறைகள் பறிக்கப்பட்டன. அவரைக் கட்சியில் ஓரம்கட்டி எத்தனை அவமானப்படுத்தினார்கள் என்று எம்ஜிஆருக்கு நிச்சயம் தெரிந்திருக்கவில்லை.

நேரில் கண்டபோது அவருக்கு அதிக நேரம்கூட ஒதுக்கப் படவில்லை. அவரால் விவரமாக எதுவும் சொல்லமுடியவில்லை. அரசுச் செயலர் பக்கத்தில் நிற்கும்போது அந்தரங்கமாக என்ன பேசமுடியும்? ஜெயலலிதாவைப் பொது இடத்தில் விமர்சிக்கக் கூடாது என்று கட்சிக்காரர்களுக்கு ஓர் அறிக்கை விட்டதைத்தவிர அவருக்கென்று தலைவர் எந்தச் சலுகையும் காட்டவில்லை. அவர் உடைந்துபோனார். அவருடன் எம்ஜிஆருக்கு இருந்த பழைய நெருக்கத்தின் அடையாளம் காணாமல் போயிருந்தது. இது யாரோ வேறு ஆள்போல இருந்தது. அவருக்குப் பீதி அளித்தது. அவருக்குத் தெரியும் எம்ஜிஆர் என்ன நினைக்கிறார் என்ன திட்டம் வைத்திருக்கிறார் என்று யூகிப்பது கடினம் என்று. முன்பிருந்த உடல் ஆரோக்கியம் இல்லாமல்போனாலும், பேச்சுக்குழறினாலும் அவர் இன்னமும் அசாத்திய சக்தி வாய்ந்தவராக இருந்தார். அவரை எதிர்த்து அவருடைய கோபத்துக்கு ஆளாக யாருக்கும் துணிவிருக்கவில்லை. ஆனால் ஜெயலலிதா அசட்டுப்பெண், துணிந்தார். இப்போது அவர் கோபப்படுகிறாரே என்று மாய்ந்து போகிறார். காக்கவைப்பது என்பது எம்ஜிஆர், அவரைத் தண்டிக்கும் வழி, ஜனவரி 1985இல் எல்லை மீறியதற்கு. எம்ஜிஆர் எப்பவுமே ஊடகங்களைச் சற்று எட்டவே வைத்திருப்பார். தன்னுடைய கட்சிக்காரர்களும் ஊடகங்களுடன் பேசுவதையோ பேட்டி கொடுப்பதையோ

விரும்பாதவர். ஜெயலலிதா 1983–84இல் கொள்கைப்பரப்புச் செயலாளராக இருந்தபோது ஊடகங்களுக்கு அணுக முடியாதவராக இருந்தார். இந்தக் கட்டுப்பாடு மிகப் புனிதமாகக் காக்கப்பட்டு வந்தது. அதை அவர் உடைத்தார். அதுவும் எம்ஜிஆர் ஊரில் இல்லாதபோது; உடல்நலம் குன்றித் தீவிர சிகிச்சைக்காகப் பல்லாயிரம் மைல்களுக்கு அப்பால் அந்நிய மருத்துவமனையில் படுத்திருந்தபோது. அவரது எதிரிகளின் தொந்தரவு பொறுக்காமல் பேசத்துணிந்தார் என்றாலும் உள்கட்சிப் பூசலை அவர் பொது இடத்தில் கடை பரப்பினார்; எதிர்க்கட்சியான திமுகவின் எள்ளலுக்கும் பரிகாசத்துக்கும் அவர் கட்டிக்காத்த கட்சியை உள்ளாக்கினார். எம்ஜிஆருக்கு அவர் செய்த துரோகம் அது. நான் அப்படியெல்லாம் சொல்லவில்லை என்று மழுப்பமுடியாது. எல்லாம் அச்சில் இருந்தது.

எம்ஜிஆரின் கோபம் நியாயமானது. தன்னுடைய மூளையின் செயல்பாட்டைப்பற்றி அவர் பொதுவெளியில் கேள்வி எழுப்பி மக்களின் மனத்தில் சந்தேகத்தை விதைத்தது ஜெயலலிதா தனக்கு செய்த நம்பிக்கைத் துரோகம் என்று வெகுண்டார். அதைத் தவிர அவருடைய அகம்பாவப்பேச்சு அதிர்ச்சி அளித்தது. அஇஅதிமுக ஒரு ஜனநாயகக் கட்சி, எம்ஜிஆரின் பிரத்தியேகச் சொத்து இல்லை என்று சொன்னது ஆங்கில ஏடுகளிலும் வந்திருந்தது. இப்படிப்பட்ட வாக்கியங்கள் அவர் ஆரம்பித்து வளர்த்த கட்சியில் பிளவு ஏற்படுத்தும் என்று எரிச்சலடைந்தார். கட்சி அவருடைய ஆக்கத்தில் வந்தது. அவரது ஆளுமையால் வளர்ந்தது. அவராலேயே கட்சி இருந்தது. அவர் ஒருமுறை, (உங்களுக்குப்பிறகு கட்சியின் கதி என்னவாக இருக்கும் என்ற கேள்விக்கு) ஃபிரெஞ்சு அரசன் லூயீ 15 சொன்னது போல 'எனக்குப் பிறகு பிரளயம்' என்றிருந்தார். ஜெயலலிதா தில்லிக்குச் சென்று மத்திய அரசு அமைச்சர்களைச் சந்தித்துப் பேசியதும் உள்கட்சி விஷயங்களை விளம்பரப்படுத்தியதும் அவர்களுடன் என்ன ரகசிய ஒப்பந்தம் வைத்துக்கொள்ளச் சென்றாரோ என்ற சந்தேகத்தை எழுப்பியது. தவிர ஜானகியைப் பற்றின அவரது பேச்சு அநாகரிகத்தின் எல்லையைத் தொட்டிருந்தது. அதற்கு மன்னிப்பு கிடையாது.

ஜெயலலிதா எம்ஜிஆரைச் செயலகத்தில் சந்தித்தபோது தன்னைத் துணை முதல்வராக ஆக்கவேண்டும் என்று கேட்டதாகவும் எம்ஜிஆர் திட்டவட்டமாக மறுத்ததாகவும் ஆர்எம்வீ சொன்னார். எம்ஜிஆர் சாமர்த்தியமாக ஜெயலலிதாவின் ஆதரவாளர்களை மாநகராட்சித் தலைவர்களாக ஆக்கினார். அதற்குப் பிறகு மூன்று வாரங்களுக்குப் பேச்சு சிகிச்சைக்காக

ஜப்பான் கிளம்பிப்போனார், அவருக்கு எந்தப் பதவியும் பொறுப்பும் தராமல்.

எம்ஜிஆர் அவருடைய பொறுமையைச் சோதித்தார். ஜெயலலிதா பல கடிதங்கள் அவருக்கு எழுதினார். முழுநீள வெள்ளைத் தாளில் குண்டு குண்டாகத் தமிழ் எழுத்துக்கள் சங்கிலி கோத்தது போல உணர்ச்சிபொங்க காதல் சொட்ட பக்கம் பக்கமாக ஓடின. என்னை மன்னியுங்கள், உங்களைப் பார்க்க எனக்கு சந்தர்ப்பம் கொடுங்கள் என்று கெஞ்சினார். ஆர்எம்வீ ஆதரவாளர்கள் அவர் இல்லாத சமயம் தன்னை எப்படி அவமதித்துக் கேவலப்படுத்தினார்கள் என்றும் பொதுவெளியில் தாக்கினார்கள் என்றும் சுட்டிக்காட்டினார். தன் செலவுக்கும் பணத்துக்கும் அவரை நம்பி ஜெயலலிதா இருந்தார் என்பது கடிதங்களிலிருந்து தெரிகிறது. அவர் சம்பாதித்த பணம்கூட எம்ஜிஆரின் கட்டுப் பாட்டில் இருந்தது வியப்பாக இருக்கிறது. அந்தக் கடிதங்களை எம்ஜிஆர் வாசிக்க நேர்ந்ததா அல்லது அவரது எதிரிகளின் கையில் சிக்கிற்றா என்று அவருக்குத் தெரியவில்லை.

ஜெயலலிதாவின் ஆதரவாளர்கள் அவரைப் பொறுமையாக இருக்கும்படி சொன்னார்கள். அவரை எம்ஜிஆர் மீண்டும் கொள்கைப் பரப்புச் செயலாளராக நியமிப்பார் என்று நம்பிக்கை அளித்தார்கள். அவரிடமிருந்து அப்பொறுப்பு பறிக்கப்பட்டபிறகு அது வேறு யாருக்கும் கொடுக்கப்படவில்லை . தவிர, எம்ஜிஆர் இப்போது அநேகமாகக் குணம் பெற்றிருந்தாலும் இன்னும் பொதுக்கூட்டத்தில் பேசும் திறன் பெற்றிருக்கவில்லை. கூட்டம் சேர்க்க கவர்ச்சியான நல்ல பேச்சாளர் தேவையாக இருந்தது அவருக்கு. உங்களைத்தான் அவர் அழைப்பார், பாருங்கள் என்றார்கள்.

ஜெயலலிதாவுக்குத் தெரியும், ஒரு முறை தலைவரை நேரில் சந்தித்தால், அவர் மனசு மாறிவிடும். அப்படித்தான் நடந்தது. வெளிநாட்டிலிருந்து தில்லியில் இறங்கிய சமயம் எப்படியோ அவரைச் சந்தித்தார். அது மிகவும் உணர்ச்சிபூர்வமான சந்திப்பாக இருந்திருக்கவேண்டும். அதன் விளைவு துரிதமாகத் தெரிந்தது. சென்னைக்குத் திரும்பியதுமே 1985, செப்டம்பர் 5ஆம் தேதி ஜெயலலிதாவுக்கு மீண்டும் கொள்கைப் பரப்புச் செயலாளர் பதவி அளிக்கப்பட்டது. தகவல் துறை ஆர்எம்வீயிடமிருந்து பறிக்கப்பட்டது. அதற்குப் பதில் பொதுப்பணித்துறை கொடுக்கப் பட்டது. எம்ஜிஆரின் வழக்கம் அது. யாரை ஆதரிக்கிறார், ஒதுக்குகிறார் என்று புரியாமல் குழப்புவது. இரு குழுக்களுக்கு இடையே நடக்கும் சண்டையைச் சமாளிக்கும் யுக்தி தற்காலிக

அமைதியை ஏற்படுத்திற்று. அவருக்கு இதைச் செய்ய ஜெயலலிதா தேவைப்பட்டார். அவருக்கு லேசாகச் சலுகைகாட்டினால் மற்றவர்கள் சற்று அடங்கி இருப்பார்கள்.

தனக்கும் ஜெயலலிதாவுக்கும் இடையே இணக்கம் ஒன்று மில்லை என்று ஆர்எம்வீ நினைக்கும்படி அவரை பிப்ரவரி 1986இல் நடந்த உள்ளாட்சித் தேர்தல் பிரச்சாரத்துக்குச் செல்ல வேண்டாம் என்றார். மருத்துவர்கள் ஆலோசனையின் பேரில் எம்ஜிஆரும் செல்லவில்லை. அதோடு அவருக்கே தன்னுடைய அப்போதைய உடல் நிலையில் பேச்சும் தெளிவாக இல்லாத சங்கடத்தில் மக்கள் முன் நிற்பதற்குத் தயக்கமாக இருந்தது. தனது 'என்றும் பசுமை' பிம்பம் உடைந்துவிடும் என்று அச்ச மேற்பட்டது. சினிமா நட்சத்திரமாக, வசீகரமான சிரிப்புடன் அவர் காதல்மொழி பேசும் காட்சிகளைக் கண்டு மையல் கொண்ட லட்சோப லட்சம் பெண்களின் அன்பு, அவருக்கு மாபெரும் பெண்கள் வாக்கு வங்கியாக மாறியிருந்தது. அவர்கள் இப்போது பார்த்தால் அதிர்ச்சி அடையமாட்டார்களா? கண்ணாடிமுன் நிற்கும்போதெல்லாம் தன் உருவம் மாறிப்போன போக்கைக்கண்டு அவருக்கே ஒவ்வொரு முறையும் அதிர்வு ஏற்பட்டது. அழுகை வந்தது. அவர் பேசியது மற்றவர்களுக்குப் புரியாதபோது எரிச்சல் வந்தது. சோர்வு ஏற்பட்டது. இந்த தனது உடல்நிலை மாற்றத்தாலேயே ஜெயலலிதாவைப் பார்க்கவும் பேசவும் கூச்சப்பட்டாரோ என்னவோ. ஜெயலலிதாவின் இளமை, மெத்தென்ற பளீர் அழகு, சுறுசுறுப்பு, படபடப்பான பேச்சும் சிரிப்பும் துடிப்பும் தங்கள் உறவில் இருந்த நகைமுரணை அவருக்கு உணர்த்தியிருக்கும். அவர் அருகில் வர முயற்சி செய்யச் செய்ய எம்ஜிஆருக்கு அவர்மேல் சந்தேகம் வந்தது. சற்றும் பொருத்தமில்லாத இந்த உறவு நீடிக்க அவர் ஏன் விரும்பவேண்டும்? ஏதேனும் உள்நோக்கம் இருக்குமோ? அவருடைய அண்மையை எம்ஜிஆர் தவிர்க்க முயன்றது அவருள் தனிமை உணர்வை ஏற்படுத்தும் என்று அவர் நினைக்கவில்லை. இப்போது அவர் நம்பியது ஒரே ஒரு நபரை மட்டும்தான். அவர் அருகில் அல்லும் பகலும் இருந்து கவனித்துக்கொள்ளும் ஜானகியை மட்டுமே. தேர்தல் பிரச்சாரத்துக்கு ஜெயலலிதாவை எம்ஜிஆர் அனுப்பாததற்கு இன்னொரு காரணமும் இருந்தது. அவர், மக்களைத் தன்னுடன் வந்து சந்திப்பதாகச் சொல்லியிருந்தது எம்ஜிஆருக்குத் தெரியும். ஜெயலலிதா இப்போது தனியாகச் சென்றால் அவருடைய ஆரோக்கியத்தைப்பற்றி மக்களுக்குச் சந்தேகம் வரும்.

தேர்தல் பணிகளை ஆர்எம்வீ, வி.ஆர். நெடுஞ்செழியன், எஸ். ராகவானந்தம், செ. மாதவன், கே. காளிமுத்து ஆகியோர் அடங்கிய குழு கவனித்துக்கொண்டது. ஜெயலலிதா ஆதரவாளர்கள் கவனமாக ஒதுக்கப்பட்டார்கள். ஆர்எம்வீயின் விசுவாசிகளுக்கு மட்டுமே டிக்கெட் கொடுக்கப்பட்டது. உள்ளாட்சித் தேர்தலில் உள்ளூர் செல்வாக்கு கொண்ட வேட்பாளர்களே வெல்வார்கள் என்பதை அலட்சியம் செய்தார் ஆர்எம்வீ. அதிமுக ஆட்சியைப் பற்றி நிறைய அதிருப்தி இருந்தது. ஊழல் புகார்கள், நிர்வாகப்பணிகளின் தேக்கம் என்று பலவகைப் புகார்கள் இருந்தன. அதிமுக, உட்கட்சிப் பூசலில் சிக்கியிருந்த காங்கிரஸ் கட்சியுடன் வேறு கூட்டணியில் இருந்ததால் மொத்தமாகக் களையிழந்திருந்தது. இதைப் பயன்படுத்தி எதிர்க்கட்சித் தலைவர் மு. கருணாநிதி மிகக் கடுமையாகப் பிரச்சாரத்தில் ஈடுபட்டார். மிகக் கவனமாக வேட்பாளர்களைப் பொறுக்கி நிறுத்தினார். எம்ஜிஆரும் ஜெயலலிதாவும் பிரச்சாரத்துக்குச் செல்லாததும் அதிமுகவை பலவீனப்படுத்திற்று. அதிமுக பதினோரு இடங்கள் மட்டுமே கைப்பற்றி எல்லா மாவட்டங்களிலும் படுமோசமாக தோற்றது. திமுக 64 இடங்களிலும் அதன் கூட்டணிக் கட்சிகள் ஆறிலும் வென்றன.

தேர்தல் பிரச்சாரத்துக்கு ஜெயலலிதா செல்வது அவசியம் என்பதைத் தேர்தல் முடிவுகள் தெரிவித்தன. ஆர்எம்வீ குழு சரியாக உழைக்கவில்லை என்று குற்றம்சாட்ட ஜெயலலிதாவுக்கு வாய்ப்பும் கிட்டிற்று. தேர்தல் முடிவுகள் எம்ஜிஆருக்குக் கவலையளித்தன. தன்னுடைய ரசிகர்மன்றங்களை மீண்டும் ஊக்கத்துடன் செயல்படுத்திப் புகழைப் பரப்பச் செய்யவேண்டும் என்கிற யோசனை வந்தது. அவருடைய ஆரோக்கியம் சற்று சீரடைந்திருந்தது; பார்க்கவும் அம்சமாகியிருந்தார். ஜூலை 13-14, 1986 அன்று மதுரையில் ஒரு மாபெரும் ரசிகர்மன்ற மாநாடு ஏற்பாடு செய்தார். ஏற்பாடு செய்யும் பணிகளில் ஜெயலலிதாவின் ஆதரவாளர்களுக்கு முக்கிய பொறுப்புகளைக் கொடுத்தார். ஜெயலலிதா ஆதரவு அணிக்கும் அவரை எதிர்க்கும் அணிக்கும் இடையே நடந்துவந்த மௌன யுத்தத்தில் ஜானகி எதிரணியில் இருந்தார் என்பதில் சந்தேகமில்லை. எம்ஜிஆர் மறுபடி ஜெயலலிதாவுடன் தொடர்பு வைப்பதில் அவருக்கு விருப்பமில்லாவிட்டாலும் எம்ஜிஆரின் முடிவுகள் அரசியல் சம்பந்தப்பட்டவை என்று புரிந்துகொண்டு பேசாமல் இருந்தார். தங்களிடையே எந்தக் கருத்து வேறுபாடும் இல்லை என்று காண்பிப்பதுபோல எம்ஜிஆர் இருவருடனும் சேர்ந்து விமானத்தில் மதுரைக்குச் சென்றார்.

ஜெயலலிதா மிகவும் மகிழ்ச்சியுடன் இருந்தார். ஊர்வலம் செல்வதற்குமுன் கட்சிக்கொடியை அசைத்து ஆரம்பித்து வைத்தார். நிறைவு தினத்தன்று எம்ஜிஆர் பேசுவதற்கு முன் மேடையில் பேசினார். தங்க முலாம் பூசப்பட்ட ஆறு அடி வெள்ளி வேலை எம்ஜிஆருக்குப் பரிசளித்தார். எம்ஜிஆரின் காலைத்தொட்டு வணங்கினார். கடலாய்க் கூடியிருந்த மக்கள் கூட்டம் கைதட்டி ஆர்ப்பரித்தது. அவருக்கு ஏதாவது முக்கிய பொறுப்பும் பதவியும் எம்ஜிஆர் தருவதாக அறிவிப்பார் என்று எதிர்பார்க்கப்பட்டது. ரசிகர்மன்றங்களுக்குத் தலைவியாகவும் அறிவிக்கலாம். ஆனால் எதுவுமே நடக்கவில்லை. அவருடைய ஆதரவாளர்களுக்கு ஏமாற்றமாக இருந்தது. அவரும் எதிர்பார்த்திருந்தார். அது தங்களது உறவில் ஒரு மாற்றத்தை ஏற்படுத்தும் என்று நினைத்தார். முக்கியமாக தன்னுடைய அந்தஸ்து உயர்ந்தால்தான் எதிரிகளின் வாய் அடங்கும். ஆனால் அவருக்கு இன்னும் பெரிய அதிர்ச்சி காத்திருந்தது. விழா முடிந்ததும் அவர் பக்கமே திரும்பாமல் எம்ஜிஆர், ஜானகியுடன் கிளம்பிப்போனார். அவருக்கு முகத்தில் அடித்தாற்போல் இருந்தது. எம்ஜிஆர் தன்னைப் போற்றுவார், முக்கிய பதவி அளிப்பார், பொன்னாடை போர்த்துவார் என்ற கற்பனையில் அவர் இருந்திருந்தார். தன்னிடம் முன்பின் அறியாதவர்போல அத்தனைத் தொண்டர்களின் முன்னால் ஒரு வார்த்தை பேசாமல், தன் பக்கமே பார்க்காமல் கிளம்பிச் செல்வார், தன்னை அவமானப்படுத்துவார் என்று ஜெயலலிதா நினைத்திருக்கவில்லை. எல்லோரும் நினைத்தார்கள் அவர் எம்ஜிஆருக்கு மிகவும் நெருக்கம் என்று. அவரை அண்ணி என்று அன்புடன் அழைத்தார்கள். தாங்கமுடியாத கோபத்துடன் ஜெயலலிதா சாலைவழியாக சென்னைக்குக் காரில் பயணித்தார்.

ஊர் திரும்பியதும் சும்மா இருக்கமுடியவில்லை. ஜானகிக்குக் கிடைத்த வாழ்வு தனக்குக் கிடைக்காமல் போனதே என்கிற ஆங்காரமாகவும் அது இருந்திருக்கக்கூடும். ‘நான் எந்த வகையில் குறைந்துபோனேன்’ என்கிற ஆத்திரமாக இருந்திருக்கும். அந்த அவமானத்தைத் தன்னால் பொறுக்க முடியாதுபோல் இருந்தது. அதற்கு ஒரு வடிகால் வேண்டியிருந்தது. தன் புதிய சிநேகிதி சசிகலாவிடம் ஜானகியைப் பற்றி என்ன சொன்னார் என்று தெரியாது. ஆனால் அவர் பிறகு எம்ஜிஆருக்கு மன்னிப்புகேட்டு எழுதியதிலிருந்து ஏதோ தகாத வார்த்தைகளால் திட்டியிருப்பார் என்று யூகிக்கலாம். அதன் விளைவாக எம்ஜிஆரின் கோபம் அதிகரித்ததும் தெரிகிறது.

“தயவு செய்து என்னை மன்னியுங்கள், உங்கள் மனத்தைப் புண்படுத்தியிருந்தால்” என்று முழு நீளத்தாளில் குண்டு

கையெழுத்தில் கடிதம் எழுதினார். எம்ஜிஆருக்கு அவர் எழுதின கடிதமெல்லாம் ஆர்எம்வீ கும்பல் கையிலும் திமுகவினர் கையிலும் நகலெடுக்கப்பட்டு உலவின.

"நான் யாரிடமும் இனிமேல் ஜானகியைப் பற்றிப் பேச மாட்டேன். எனக்கு மிகவும் வருத்தமேற்பட்டதால் ஏதோ தவறிச் சொல்லியிருப்பேன். மதுரையில் நடந்தது எனக்கு மிகவும் அதிர்ச்சி அளித்ததால் என் சிநேகிதி சசியைக் கூப்பிட்டு மனசிலிருந்ததைக் கொட்டிவிட்டேன். இனிமேல் வாயைத் திறக்க மாட்டேன். நான் நடந்துகொண்டதை மறந்துவிடுங்கள். தயவுசெய்து என்மேல் கோபப்படாதீர்கள். எனக்கு வேறு யார் இருக்கிறார்கள்? உங்களை விட்டுவிட்டு நான் எங்கே போவேன்? நான் உங்கள் அம்மு இல்லையா? நாளை உங்களைச் சந்திக்க எனக்கு அனுமதி அளியுங்கள். இன்னும் என்னைத் தண்டிக்காதீர்கள். என் அன்புக்கு எல்லை இல்லை என்று உங்களுக்கு இன்னுமா விளங்கவில்லை? அதில் எந்த மாற்றமும் இல்லை. நான் சாகும்வரை இருக்காது. உங்களை மிகவும் காதலிக்கிறேன். உங்களை விரும்புகிறேன்."

அந்தப் புதிய சிநேகிதி சசிகலாவுக்குச் சொந்த ஊர் மன்னார்குடி. மிக நாசூக்கான பழக்கவழக்கங்களும் கான்வென்ட் படிப்பும் அசாதாரண புத்திசாலித்தனமும் கொண்ட ஜெயலலிதாவுக்கு, பள்ளிப்படிப்புகூட முடித்திராத சின்ன டவுனிலிருந்து சென்னை யில் குடியேறியிருந்த சசிகலா எப்படி அத்தனை அந்தரங்கத் தோழி ஆகமுடிந்தது என்பது ஆச்சரியமான விசயம். எம்ஜிஆர் மருத்துவப் பரிசோதனைக்கு அமெரிக்கா சென்றிருந்த போது, ஜெயலலிதாவின் போயஸ் கார்டன் வீட்டின் நிர்வாகத்தை சசிகலா எடுத்துக்கொண்டது நம்ப முடியாத கதை. உணர்வு ரீதியாக மிகவும் பலவீனமாக இருந்த ஜெயலலிதாவின் இயலாமை யைத் தக்க சமயத்தில் சசிகலா பயன்படுத்திக் கொண்டதுபோல இருந்தது. எம்ஜிஆரின் பாராமுகமும் கட்சியில் சகுனிகள் கொடுத்து வந்த தாக்குதல்களும் அவர்கள் வாயை அடக்க முடியாமல் தான் கையைக் கட்டிக்கொண்டு இருக்கவேண்டிய அவஸ்தைகள் செருக்கு மிகுந்த ஜெயலலிதாவுக்கு அசாத்தியமான மன உளைச்சலை அளித்திருக்கும் என்பதில் சந்தேகமில்லை. எல்லாரையும் விட தான் அதிக புத்திசாலி என்ற எண்ணம் பிறவிக் குணமாக இருந்தது. அரசியல் ரீதியாகத் தான் பூஜ்யம் என்கிற ஏமாற்றம் சதா துன்புறுத்தியது. அவருடைய பிரலாபங்களைக் கேட்டு ஆமோதிக்கும் செவிகள் தேவைப்பட்டனவா? அனுதாபம் மிகுந்த வார்த்தையைச் சொல்லக்கூடிய ஒரு நபர் கிடைத்தவுடன், சுயக் கட்டுப்பாடு தளர்ந்துபோனதா?

சசிகலா பொது நிகழ்ச்சிகளை வீடியோ படம் பிடிப்பார், என்றார் சோலை. பல ஆண்டுகள் கழித்து அதை நினைவு கூரும்போதும் சோலையின் குரலில் திகைப்பு தொனித்தது.

"அவ்வளவுதான் எங்களுக்கு அவளைப்பத்தித் தெரியும் அப்ப. வாடகைக்கு வீடியோ படங்கள் கொடுக்கிற கடையை போயஸ் கார்டன்லே வெச்சிருந்தா. ஜெயலலிதா அங்கேயிருந்துதான் படங்கள் வாங்கிப் பார்க்கும். அவருடைய சிநேகத்தை எப்படி யாவது பிடிக்கணும்னு சசிகலாவுக்கு எண்ணம்போல. ஜெயலலிதா பெங்களூர்ல இருக்கிற ஜிண்டாலுக்குப் போனா உடம்பு இளைக்க. நாங்க, கட்சியைச் சேர்ந்த பிரேமா என்கிற பெண்ணைத் துணைக்கு அனுப்பிச்சோம். அங்க இவளும் போய் நிக்கிறா! அங்க தன்னை ஜெயலலிதாகிட்ட அறிமுகப்படுத்திக்கிட்டா. எத்தனை ப்ளான் பாருங்க. அப்புறம் கடலூர் கலெக்டர் சந்திரலேகா இவளுக்குக் கடலூர்லே நடந்த கட்சி மாநாட்டை வீடியோ படம் எடுக்க அனுமதிச்சாங்க. சசிகலாவுடைய புருசன் நடராஜன் அவங்ககிட்டதான் வேலைபார்த்தார். சசிகலா கெட்டிக்காரிங் கிறதிலே சந்தேகமில்லே. அதுக்கப்புறம் ஜெயலலிதா பேசற நிறைய கூட்டங்களை கவர் பண்ண சந்தர்ப்பம் கிடைச்சுது. அதோட நிக்கல்லே, ஜெயலலிதாவோட நெருக்கம் ஏற்பட்டு போயஸ் கார்டன் வீட்டுக்குள்ளேயே வந்து இருக்கிற அளவுக்குப் போச்சு. 'நீங்க எதுக்குக் கவலைப்படறீங்க. உங்க வீட்டை நா பார்த்துக் கறேன்' சமையல் அறையிலேந்து தோட்டம் வரைக்கும்னு சொல்லி யிருக்கு. ஜெயலலிதாவுக்கு யாராவது அப்படிப் பொறுப்பை எடுத்துக்கமாட்டாங்களான்னு இருந்த சமயம் அது. அந்த அளவுக்கு நம்பிக்கை ஏற்படுத்திட்டா. எம்ஜிஆர் அமெரிக்காவுக்குச் செக் அப்புக்குப் போயிருந்தார். அவர் திரும்பி வந்தபோது போயஸ் கார்டன் வீட்டுக்குள்ளே அஞ்சாறு மன்னார்குடி ஆட்கள் புகுந்திருந்தாங்க. அவருக்கு அது பிடிக்கல்லே. ஜெயலலிதாவைப் பார்க்கறதை நிறுத்திட்டார். நான் கேட்டேன் ஜெயலலிதாவை, இந்த ஆளுங்களை நம்பி ஏன் உள்ளே விடறீங்கன்னு. மத்தவங்க பேச்சைக் கேட்கிற வழக்கம் இல்லே அதுக்கு."

தனது பொருமலைக் கேட்டுக்கொள்ள ஒரு தோழி கிடைத்த தெம்பில் மதுரையிலிருந்து தணியாத கோபத்துடன் திரும்பிய ஜெயலலிதா, சசிகலாவிடம் வெடித்தார். யாரிடம் என்ன பேசுகிறோம் என்கிற நிதானம் இல்லாமல் ஜானகியைப்பற்றி நாகரிகமற்ற வார்த்தைகளால் திட்டியிருப்பார் என்று சோலை நினைத்தார். எம்ஜிஆரின் செவிக்கு அவர் சசிகலாவிடம் சொல்லும் வார்த்தைகள் எல்லாம் போகக்கூடும் என்கிற யோசனை ஜெயலலிதாவுக்கு இல்லாமல் போனதால் கூச்ச மில்லாமல் வார்த்தைகள் விழுந்திருக்கும். எம்ஜிஆரின்

கோபத்துக்கு அதுதான் காரணம். அவருக்குத் தெரிந்துவிட்டது என்று உணர்ந்ததும்தான் அப்படிப்பட்ட கெஞ்சல் கடிதம். அவர் செவிகளுக்கு தான் பேசியது எப்படி சென்றது என்று சசிகலாவிடம் விளக்கம் கேட்டாரா என்று தெரியாது.

நம்பத்தான் முடியவில்லை. பின்னாட்களில் ஜெயலலிதா இரும்பு மனுஷியாக அறியப்பட்டவர். அகந்தை மிக்கவராக ஆணவத்துடன் ஆண்களை ஆட்டிப் படைத்தவர். யாரிடமும் எம்ஜிஆராக இருந்தாலும் இப்படிக் கெஞ்சி இறைஞ்சியது ஆச்சரியமாக இருக்கிறது. எம்ஜிஆர் சொல்வதைக்கூட கேட்காமல் இருந்த காலம் இருந்தது. ஆனால் இந்தக் கடிதமும் இன்னும் பல கடிதங்களும் சொல்லும் கதையே வேறு. அந்தக் கடிதங்கள் எல்லாம் பல நகல்கள் எடுக்கப்பட்டு எல்லார் கையிலும் எப்படிப்போய்ச் சேர்ந்தது என்பது மர்மம். அவை இன்னமும் திமுகவினரிடம் சுற்றிக்கொண்டிருக்கின்றன. ஜெயலலிதா ஏதாவது அவரது குடும்பத்தைப்பற்றிச் சீண்டும்போதெல்லாம் கருணாநிதி முரசொலியில் கடிதங்களை வெளியிடுவார். தான் எழுதிய கடிதங்கள் இல்லை அவை என்று ஜெயலலிதா மறுத்ததில்லை. ஆனால் வேடிக்கை, அந்தக்கடிதங்கள் காண்பிக்கும் முகத்துக்கும் பிறகு வெளிப்பட்ட அவரது ஆளுமைக்கும் சற்றும் சம்பந்தமில்லை. ஒரு புத்திக்கூர்மையுள்ள பெண்ணாகத் தன் வாழ்வைத் தனது கட்டுக்குள் வைத்திருக்கும் துணிச்சலான பெண்ணாக அந்தக்கடிதங்கள் அவரைக் காண்பிக்கவில்லை. ஒரு தோற்றுப்போன பெண்ணின் கதறலாக, பீதியும் கலக்கமும் கொண்ட, முழுகும் நிலையில் பரிதவிக்கும் பேதையாகத் தெரிகிறார். அந்தப் பரிதவிப்பு எதனால்? உண்மையிலேயே அது காதலா அல்லது நிராதரவானதன் தவிப்பா? அவரைவிட இரண்டு பங்கு வயதானவரும் உடல் நலமில்லாமல் இருப்பவருமான ஒரு மனிதரிடம் எல்லையில்லா காதல் ஏற்படுவது சாத்தியமா? அதுவும் எப்படிப்பட்ட மனிதர்? அவரது வாழ்வைக் கட்டுப்படுத்தியவர். அவருடைய உணர்ச்சிகளைச் சீண்டி அவரைத் தனது வெற்றிக்காக உபயோகித்தவர். அப்படிப்பட்டவரிடம் எப்படி அளவில்லாக் காதல் இருக்கமுடியும்? அவர்கள் இருவருக்கும் இடையே எலிக்கும் பூனைக்கும் இடையே இருக்கும் நட்புதான் இருந்தது என்று அவரைச் சுற்றி இருந்தவர்கள் எல்லாருக்கும் தெரியும். எவ்வளவோ முறை மூச்சுமுட்டி அவர் அந்த உறவைத் துண்டித்துக்கொள்ள முயன்றிருக்கிறாரே?

எதிர்காலத்தைப் பற்றின கவலையும் பயமும் அவரைப் பீடித்திருக்கவேண்டும். அந்தப் பயம் அவரை விபரீத எல்லைக்கு இட்டுச் சென்றது. எம்ஜிஆர் அதிகநாள் உயிர் வாழமாட்டார் என்று அவர் உணர்ந்திருந்தார். அவருக்கு அதிகாரபூர்வமான

பதவியைக் கொடுக்காமல் எம்ஜிஆர் இழுத்தடித்துக் கொண்டிருந்ததே அவரது பரிதவிப்புக்குக் காரணம். அவருடன் நேரிடையாகச் சந்தித்துப்பேச வாய்ப்பு கிடைக்காதது பரிதவிப்பை அதிகரித்தது. எம்ஜிஆருக்கு எழுதிய கடிதங்களில் அவர் கேட்டுக்கொண்டே இருந்தார். "எனக்கு எந்தவித அதிகாரமும் பொறுப்பும் கொடுக்கப்படவில்லையானால் நான் ஏன் இங்கு இருக்கவேண்டும்? இதையெல்லாம் நான் எப்படி புரிந்துகொள்வது? நான் பேசாமல் மூட்டைக்கட்டி எங்கேயாவது போக வேண்டியதுதான்."

அவர் அந்தச் சகுனிகளைப் பற்றிச் செய்யும் புகாரையெல்லாம் எம்ஜிஆர் இப்போது நம்புவதில்லை. அவர்கள் தனக்குக் கொடுத்த தொல்லைகளைப் பற்றிச் சொன்னதையும் அவர் நம்பவில்லை. அவரைத் தொலைத்தே தீருவது என்று அவர்கள் கங்கணம் கட்டிக்கொண்டு துன்புறுத்திய விஷயம் எம்ஜிஆர் செவியில் விழவே இல்லை. எம்ஜிஆருடைய மனசை அவர்கள் இவருக்கு எதிராக மாற்றியிருந்தார்கள். ஆமாம் ஜெயலலிதா எம்ஜிஆருடைய மனைவியைப் பற்றியும் அவருடைய உடல் நிலையைப் பற்றியும் சில மோசமான வார்த்தைகள் சொன்னார்தான். இருந்தாலும் என்ன, ஜெயலலிதாவை அவருக்குத் தெரியாதா? மற்றவர்கள் செய்த விஷமத்தனமே, அவருக்கு ஏற்பட்ட ஏமாற்றமே அப்படி வெடிக்கக் காரணம் என்று எம்ஜிஆருக்குப் புரியவில்லையா? அவர் அமெரிக்காவிலிருந்து திரும்பியதிலிருந்து சித்தம் போக்கு, சிவன் போக்கு என்றிருக்கிறார். அவர் மனத்தில் என்ன இருக்கிறது என்று புரியவில்லை. ஜானகிக்கு, 'மனைவி' என்ற ஸ்தானத்தைப் பெற்றவளுக்கு, இவளைக்கண்டு சிரிப்பாக இருக்கும். ஒரு வேசியைவிடக் கேவலம் என்று தன்னைப்பற்றி நினைக்கலாம். இதைவிட அவமானம் வேறு இருக்கமுடியாது என்று ஜெயலலிதாவுக்குத் தோன்றிற்று.

உணர்ச்சிபூர்வமாகக் காதல் சொட்டக் கடிதம் எழுதுவது ஒன்றே அந்தக் கிழவரின் மனசை நெகிழ்விக்கும் என்று ஜெயலலிதா நினைத்தார். மனசு இளகிய நிலையில் தனக்கு ஒரு அதிகாரமிக்க பதவியைக் கொடுத்தால், அவர் இறந்தபிறகு தன்னால் பிறரைச் சமாளிக்கமுடியும். எம்ஜிஆர் என்ற சொல் மந்திரச் சொல். அது அவருக்கு வேண்டியிருந்தது மக்களின் மனங்களை வெல்ல. ஒரு பெண்ணின் தற்காப்பு வியூகம் அது. எம்ஜிஆரின் அரசியல் வாரிசு தான்தான் என்று மக்களிடம் செல்ல அவருக்குத் தலைவரால் அங்கீகரிக்கப்பட்ட பட்டம் தேவைப்பட்டது. அவரைப் பிடுங்கக் காத்திருந்த நரிகளிடமிருந்து தப்பிக்கவும்தான். அவர் ஏதேனும் செய்தாகவேண்டும், காலம் தாழ்த்தாமல்.

ஆனால் எம்ஜிஆர், அவரது பதற்றம் அதிகரிக்கும் வகையில் மௌனமாகிவிட்டார். உடல்நிலை இன்னும் மோசமாயிற்றோ அல்லது சகுனிகள் அவரை அண்டவிடாமல் செய்துவிட்டார்களோ. ஜெயலலிதாவுக்கு மண்டை வெடித்துவிடும்போல் இருந்தது. அவருடைய பயத்துக்குக் காரணம் இருந்தது. இலங்கைப் பிரச்சினை தமிழ் நாட்டில் பெரிய அளவில் தாக்கத்தைக் கிளப்பியிருந்தது. இந்திய அமைதிப்படை யாழ்ப்பாணத்தில் இருந்ததை எதிர்த்து எதிர்க்கட்சிகள், முக்கியமாக திமுக சாலை, ரயில் மறியல் போராட்டத்தில் ஈடுபட்டன. அதிமுக உட்கட்சிப்பூசலிலும் நோய்வாய்பட்ட முதல்வருடனும் போராடிக்கொண்டிருந்தது. முதல்வர் அநேகமாகப் பேசுவதில்லை, அப்படிப் பேசினாலும் யாராலும் அவர் சொல்வதைப் புரிந்துகொள்ள முடியவில்லை. அவர் ஒன்று சொன்னால் அது தப்பர்த்தம் கொள்ளப்பட்டுக் குழப்பம் ஏற்படுகிறது. அப்படித்தான், வீட்டு வரி ஏற்றப்பட்டதற்கான விளக்கத்தை அவர் அளித்தபோது, நிதி அமைச்சர் நெடுஞ்செழியன் வேறு ஓர் விளக்கம் கொடுத்தார். முதலமைச்சர் பார்வைக்குச் சென்ற கோப்புகள் மலைபோல் குவிந்தன; அல்லது கையெழுத்திடப்படாமல் திருப்பி அனுப்பப்பட்டன. அதிகாரிகளுக்கு யார் சொல்லைக் கேட்பது என்று தெரியவில்லை. பல மாதங்களாக அமைச்சரவைக் கூட்டம் கூடவில்லை. கட்சித் தொண்டர்களும் மூத்த உறுப்பினர்களும் ராமாவரம் தோட்டத்தில் எந்நேரமும் தவம் கிடந்தார்கள் அவரைப் பார்க்க. தன் பதவியைத் தற்காலிகமாகவும்கூட இறக்கிவைக்க எம்ஜிஆர் தயாராய் இருந்ததாகத் தெரியவில்லை. தனக்குச் சாவே இல்லை என்று நம்பினாரோ இல்லை மக்களின் முதல்வர் தான்தான் தன் மூச்சு உள்ளவரை என்று நினைத்தாரோ!

ஜெயலலிதாவுக்குப் பொறுக்கவில்லை. இந்த நாடகத்தில் தன் பங்கு ஏதுமில்லை என்கிற துணிச்சலுடன் பிரதமர் ராஜீவ் காந்திக்கு ஒரு கடிதம் எழுதினார். ராஜீவ் காந்திக்குத் தன்மேல் கரிசனம் உண்டு என்று அவருக்குத் தெரியும். தமிழ்நாட்டில் நடக்கும் விஷயத்தையெல்லாம் எழுதி, எம்ஜிஆர் எப்படி செயலிழந்து அவருடைய ஜால்ராக்களின் கட்டுப்பாட்டில் இருக்கிறார் என்று தெரிவித்தார். எம்ஜிஆரை அவருடைய உடல்நிலை காரணமாகப் பதவி விலகச் செய்து அவரிடத்தில் தன்னை முதலமைச்சர் ஆக்கக் கோரியதாகச் சொல்லப்படுகிறது. பிரதமர் ஸ்தானத்தில் இருப்பவர் அத்தகைய சூழலில் என்ன செய்வார் என்பதை அவர் உணரவில்லை.

“அந்தக் கடுதாசி எழுதினது பெரிய தப்பு” என்றார் சோலை. “அது எம்ஜிஆருக்கே திருப்பி வந்தது. ராஜீவ் காந்திக்கு

ஒண்ணும் புரியல்லே. அவருக்கு எரிச்சலாயிடுச்சு. அதிமுகவோட அடுத்த தேர்தல்லே கூட்டணி வைக்க வேண்டாம்னு முடிவு செஞ்சுட்டாங்க. ஜெயலலிதா ராஜீவ் காந்திக்கு ரெண்டு மூணு கடிதம் எழுதினாங்க. அது தெரிஞ்சு எம்ஜிஆருக்கு ரொம்பக் கோபம் வந்துடுச்சு. அந்தக் கடிதாசிகளை மட்டும் அவங்க எழுதாம இருந்திருந்தா, அவங்கதான் தன்னுடைய வாரிசுன்னு எம்ஜிஆரே சொன்னாலும் சொல்லியிருப்பார். என்னிடம் 'இனிமே அவளைப்போய்ப் பார்க்காதே'ன்னு சொன்னார். அத்தோட ஜெயலலிதாவோட உறவு எனக்கு விட்டுப்போச்சு."

மரணத்திலும் எம்ஜிஆர் வென்றார். 1987, 24 டிசம்பர் அதிகாலை அவரது இதயத்துடிப்பு நின்றபோது அவரது விருப்பப் படியே ஆயிற்று. முதல்வராக, மக்களின் தலைவராகவே பதவி ஹோதாவில் இருந்தபடி இறந்தார். கடைசிநாள் வரை மூளை செயல்பட்டுப் பூரணப் பிரக்ஞையோடு இருந்தார். தனது வாரிசை முன்மொழியும் எண்ணம் அவருக்கு இருக்கவே இல்லை. தன் மறைவுக்குப் பிறகு ஏற்படப்போகும் அமளி துமளியைப்பற்றியும் அவர் கவலைப்படவில்லை.

8

அவருக்கு இரவெல்லாம் தூக்கம் வரவில்லை. அதற்குக் காரணம் இருந்தது. அதற்கு முந்தைய நாள்தான், அதாவது டிசம்பர் 23 அன்று கொள்கைப் பரப்புச் செயலாளர் பதவிக்கு அளிக்கப்பட்டிருந்த அதிகாரபூர்வத் தொலைபேசி, எண் 479090 – ஜெயலலிதாவுடைய அறையிலிருந்து, முதல்வரின் ஆணைப்படி நீக்கப்பட்டிருப்பதாக அறிவிக்கப்பட்டது. காரணம் எதுவும் சொல்லப்பட வில்லை. செய்தி வந்ததும் ஏற்பட்ட கோபமும் துக்கமும் அவமானமும் தாங்க முடியாததாக இருந்தது. அவருக்குத் தெரியும் இது எம்ஜிஆர் செய்த வேலை இல்லை என்று. அவர் ஒருபோதும் இத்தனைக் கீழ்த்தரமாக நடந்துகொள்ளமாட்டார். இதற்குப் பின்னால் இருந்தது யார் என்று தெரிந்தாக வேண்டும் என்று ஆத்திரம் வந்தது. எம்ஜிஆரைத் தொடர்புகொள்ள முயன்றார். எம்ஜிஆருடைய அந்தரங்க உதவியாளர், அவர் கிடைப்பதற்கில்லை, அப்பாயின்ட்மென்ட் கொடுக்கவும் இயலாது என்றுவிட்டார். ஒரு அரைமணிநேரம் பார்த்தால் போதும் அவர் உருகி விடுவார் என்று பரபரத்தார். அதற்கு வழியில்லாமல் போயிற்று.

மறுநாள், 24ஆம் தேதி அதிகாலை தொலை பேசி அலறினபோது ஏதோ விபரீதச் செய்தி என்று உள்ளுணர்வு அடித்துக்கொள்ள அவர் விரைந்து எடுத்தபோது அந்தப் பயங்கர வார்த்தை களை ஒரு கட்சித்தொண்டர் சொன்னார்: "தலைவர் இறந்துட்டாங்க." அவர் அதிர்ந்துபோனார். அவருள் ஏற்பட்ட உணர்ச்சிக்கொந்தளிப்பு அசாதாரணமாக

இருந்தது. ஒரு கிராமத்துப் பெண்ணைப்போல மார்பை அடித்துக்கொண்டு ஒப்பாரிவைத்துக் கதறவேண்டும்போல் இருந்தது. அவருக்குத் துக்கத்தைவிட ஏமாற்றப்பட்டது போல் இருந்தது. துரோகம் இது என்று கத்தவேண்டும்போல் இருந்தது. தன்னை இப்படி முச்சந்தியில் நிறுத்திவிட்டு அவர் எப்படிப் போகலாம்? அவர் அதிகநாள் உயிரோடு இருக்கமாட்டார் என்று தெரிந்திருந்தாலும் இப்படி திடீரென்று வீட்டிலேயே இறந்துவிடுவார் என்று யாரும் நினைத்திருக்கவில்லை. 21ஆம் தேதிகூட, ஜவஹர்லால் நேருவின் சிலையை ராஜீவ் காந்தி திறந்துவைக்க சென்னைக்கு வந்தபோது அந்த நிகழ்ச்சிக்கு வந்த எம்ஜிஆர் நலமாகத்தான் தெரிந்தார். 24ஆம் தேதி, அதாவது அன்றைய தினம் எம்ஜிஆர் கலந்துகொள்ள வேண்டிய நிகழ்ச்சி ஒன்று இருந்தது அவருக்குத் தெரியும். அதிபர் வெங்கட்ராமன் எம்ஜிஆர் மருத்துவப் பல்கலைக்கழகத்தைத் திறந்துவைக்க வரவிருந்தார். எல்லா நாளிதழ்களும் நிகழ்ச்சி நிரலை விளம்பரப்படுத்தியிருந்தன.

அவர் இறந்துவிட்டார் என்ற பிரக்ஞை ஜெயலலிதாவைச் செயலிழக்கச் செய்தது. திக்பிரமை பிடித்த நிலையில் கார் ஓட்டுநரைக் கூப்பிட்டு ராமாவரம் தோட்டத்துக்கு விடச்சொன்னார். அவருடைய வண்டி வாசலுக்குச் சென்றபோது உள்ளே செல்ல அனுமதி மறுக்கப்பட்டது. அவர் வண்டியிலிருந்து இறங்கி உள்ளே கட்டடத்து வாசல் கதவுக்கு ஓடினார். வாசல் கதவு தாழிடப்பட்டிருந்தது. வெகுநேரம் தட்டியபிறகு திறந்தது. எம்ஜிஆரின் உடல் எங்கே வைக்கப்பட்டிருக்கிறது என்று எவரும் சொல்லவில்லை. அவர் மேலும் கீழுமாக ஓடினார். எல்லா அறைக்கதவுகளும் அவர் முகத்தில் அறைந்தாற்போல மூடிக்கொண்டன. அவர் செய்வதறியாமல் திகைத்தார். இறந்தவர் அவருடைய பிதாமகர் மட்டுமல்ல அவருடன் உணர்வு ரீதியாக மிக நெருக்கமாக இருந்தவர். எம்ஜிஆருடைய முகத்தைப்பார்க்க, உயிரற்ற முகத்தைப்பார்க்க அவருக்கு அனுமதி மறுக்கப்படுகிறது. இத்தகைய நிலைமை ஒரு நாள் வரக்கூடும் என்று அவர் நினைத்திருக்கவில்லை. மூன்றாவது மாடியில் ஒரு மூடிய கதவின் முன் அவர் நிற்கையில் யாரோ சொன்னார்கள், சடலம் பின் வாசல் வழியாக ராஜாஜி ஹாலுக்கு எடுத்துச் செல்லப்படுகிறது என்று. அவர் தடதடவென்று கீழிறங்கியதும் ஆம்புலன்ஸ் வண்டி வாயிலைத் தாண்டிக் கிளம்புவதைக் கண்டார். தனது வண்டியில் அமர்ந்து மார்பு படபடக்க ராஜாஜி ஹாலுக்கு விடச்சொன்னார். ராஜாஜி ஹாலுக்குள் நுழைந்ததும் முண்டியடித்துச் சடலத்துக்குத் தலைப்பக்கத்தில் இடம்பிடித்துக் கொண்டார். எம்ஜிஆர் அவருக்குப் பிடித்த முழுக்கைச்

சட்டை, மயிர்த்தோல் தொப்பி, கருப்புக்கண்ணாடி— உடையில் படுத்திருந்தார், பாசாங்குத்தனத்திலிருந்து விடுபட்டவராய். அந்த உயிரற்ற உடலைப் பார்க்கப்பார்க்க அவருக்குத் துக்கம் பொங்கிக்கொண்டு வந்தது. 'என்னை ஏமாற்றிவிட்டு எப்படிச் சென்றீர்கள்' என்று அந்தத் தோள்களை உலுக்கவேண்டும்போல் இருந்தது. அவருடைய அம்மா சந்தியாவிடம், 'உன் அருமை அம்முவை நான் பார்த்துக்கொள்வேன், கவலைப்படாதே' என்று சொன்ன கதாநாயகப் புருஷன். 'எப்படி என்னை அம்போ என்று விட்டுச் சென்றீர்கள்?'

கண்ணிலிருந்து ஒரு பொட்டு நீர் வரவில்லை. வாய் புலம்பவில்லை. இரண்டு நாட்கள் – முதல் நாள் 13 மணிநேரம், இரண்டாம் நாள் 8 மணிநேரம் – எம்ஜிஆரின் தலைமாட்டில் அவர் சிலைபோல நின்றிருந்ததைப் பார்த்தவர்கள் பிரமித்தார்கள். மனோதிடத்தால் அவரால் நிற்க முடிந்தது. உடலில் களைப்பும் ஏற்படவில்லை, ஆனால் சுற்றிலும் நின்ற பெண்கள் அவரது உடலையும் உள்ளத்தையும் குத்திப் புண்ணாக்கினார்கள். காலை மிதித்தார்கள், கிள்ளினார்கள்; எப்படியாவது அவரைக் கிளப்பப் பார்த்தார்கள். அவர் எதையும் பொருட்படுத்தாமல் அசையாமல் நின்றிருந்தார், தன் சுற்றுப்புறத்தையே மறந்தவர்போல். ஒரே ஒரு கேள்வி மூளையை ஆக்கிரமித்திருந்தது. இனி என்ன செய்யப்போகிறோம்? அவருக்கு வயசு 38. திருமணமாகாமல் தனியாக இருக்கும் பெண். இப்போது உயிரில்லாமல் படுத்துக் கிடக்கும் ஆளால் நிர்க்கதியாய் விடப்பட்டவர். 'உனக்குப் பிரகாசமான எதிர்காலம் காத்திருக்கிறது, வா', என்று ஆசைகாட்டி அரசியலுக்கு இழுத்து வந்த, தலைவர் என்று போற்றப் படும் மேதகை இன்று இல்லை. கட்சித்தொண்டர்கள், எம்ஜிஆருக்குப்பின் இவர்தான் என்று அது ஏதோ இயல்பாக நடக்கக்கூடியது போல நினைத்தார்கள், அவர் இன்று வெறும் பூஜ்யமாகிப் போனவர் என்று தெரியாமல். பூஜ்யம் – தலைவருக்கு அருகில் நிற்கக்கூட இடத்திற்குப் போராடிக்கொண்டிருக்கும் பிச்சைக்காரி. தோல்வியை அவர் ஏற்றதில்லை. தலை குனியும் பழக்கம் இல்லை. சிலைபோல நின்ற அந்த நீண்ட பொழுதில் அவருடைய மனசு வெகுத் தீவிரமாகத் தனக்கு நேர்ந்த அவமானத்தையும் துரோகத்தையும் பழிவாங்குவது எப்படி என்று யோசித்தது. முகம் சோகப் பிம்பமாக இருந்ததே தவிர மனத்தில் வீசிய சூறாவளி வெளியில் தெரியவில்லை. தூர்தர்ஷனுடைய வீடியோ கேமராக்கள், பத்திரிகை, தினசரிகள் அதிமுக கட்சிக்கரை போட்ட வெள்ளைப் புடவையில் சோகமே உருவாக எம்ஜிஆரின் தலைமாட்டில் 21 மணிநேரம் நிற்கும் அந்த அழகிய உருவத்தைப் படம் பிடித்தன.

உடல் பீரங்கி வண்டியில் வைக்கப்படும்போது அவர் கூடவே சென்றார். அவரது உடல் மீது ஒரு மலர் வளையத்தை வைக்க முயன்றார். ராணுவ வீரர்கள் வண்டியில் அவர் ஏற உதவினார்கள். உடனே பின்னாலிருந்து கோபக்குரல்கள் கேட்டன. அவருடைய எதிரிகளில் ஒருவரான கே.பி. ராமலிங்கம் (எம். எல்.ஏ.) ஆக்ரோஷத்துடன் அவரை நோக்கி வர, ஜானகியின் உறவினன் சிறு வேடம் தரிக்கும் தீபன் என்ற சினிமா நடிகர் அவருடைய தலையைத் தாக்கி வண்டியிலிருந்து கீழே தள்ளஆரம்பித்தார். வீரர்கள் அதிர்ச்சி அடைந்தார்கள். தீபனைக் கோபித்தார்கள். ஆனால் ஒரு முரட்டுக்காளைபோல தீபன் முன்னேறி மீண்டும் தள்ள ஜெயலலிதா வண்டியிலிருந்து கீழே விழுந்தார். அடிபட்டுக் கையிலும் முகத்திலும் சிராய்ப்பு ஏற்பட்டதை விட தன்னை இப்படியும் பொது இடத்தில் கொடூரமாக ஒருத்தன் அவமானப்படுத்த முடியுமா என்ற அதிர்ச்சி தாங்க முடியாததாக இருந்தது. தீபனும் ராமலிங்கமும் அவரை 'போடி கேடுகெட்ட விபச்சாரி!' என்று சொன்னது செவியில் நெருப்பாகத் தகித்தது.

இனிமேல் சவ ஊர்வலத்துக்குச் செல்வதில்லை என்று அவர் வெறுப்புடன் வீட்டிற்குக் கிளம்பினார். அவருடைய காண்டெஸ்ஸா காரில் வீரர்கள் இருவர் துணைக்குச் சென்றார்கள். வீட்டிற்குச் சென்றதும் ஆளுநர், முதன்மைச் செயலாளர் காவல்துறை ஐ.ஜி ஆகியோருக்குத் தான் தாக்கப்பட்டது பற்றி ஒரே மாதிரியான தந்தியை அனுப்பினார்.

உடனடியாக அவரைப் பேட்டிகாண வந்த ஒரு பிரபல ஆங்கிலப் பத்திரிகையிடம் 'ஒரு சிறிய கும்பல் என் அருமைத் தலைவரின் உடல் அருகில் நான் செல்லக்கூடாது என்பதில் தீவிரமாக இருந்தது. ஆரம்பத்திலிருந்து என்னை அவமானப்படுத்திற்று," என்றார். கட்சியில் அவரை ஓரங்கட்டப் பார்க்கும் அந்தக் கும்பலை எப்படி சமாளிக்கப்போகிறார் என்று நிருபர் கேட்டதற்கு, "நான் அண்ணாவின், புரட்சித்தலைவரின் வழியைப் பின்பற்றி மக்களிடம் எடுத்துச் செல்வேன். அண்ணா இறந்தபோது புரட்சித்தலைவர் திமுகவின் பொருளாளராக மட்டுமே இருந்தார். முக்கியமானவர்களில் நான்காம் இடத்தில் இருந்தார். இப்போது அவர் இல்லாத நிலையில் நான் ஐந்தாவது இடத்தில் இருக்கிறேன்" என்றார்.

அவரைப் பார்க்க கட்சித் தொண்டர்கள், தலைவர்கள், எம்.பிக்கள், எம்எல்ஏக்கள் பெரும் எண்ணிக்கையில் வந்தபோது அவருடைய தன்னம்பிக்கை பெருக்கெடுத்தது. மறுநாளும் தொண்டர்களும் தலைவர்களும் கூட்டம் கூட்டமாக வந்து

அவரைப் புரட்சித்தலைவரின் வாரிசாக, கட்சித் தலைவராக ஏற்க உறுதி அளித்தார்கள். தொண்டர்கள் பலர் வெளிப் படையாகவே “எங்களுக்கு ஒரு வசீகரம் மிக்க தலைவர் தேவை” என்றார்கள். “அது ஜெயலலிதாவுக்கு மட்டுமே பொருத்த மானது” என்றார்கள். அவருக்கு அது பெரும் சமாதானத்தை அளித்தது. எம்ஜிஆர் வாய்திறந்து தனக்குப்பின் அவர்தான் என்று சொல்லாவிட்டாலும் தொண்டர்களிடம் அவருடைய செல்வாக்கு குறையவில்லை. “மக்கள் அல்லவா யாருக்குப்பின் யார் என்று ஜனநாயகத்தில் தீர்மானிக்கிறார்கள்? அண்ணா யாரையும் தனது வாரிசாக அறிவிக்கவில்லையே” என்றார் அவர். ஆகையால் எம்ஜிஆர் தனது வாரிசு யார் என்று சொல்லாவிட்டால் என்ன? அவருக்கு நம்பிக்கை இருந்தது – மக்களின் முன் நின்றால் அவர்கள் தன்னைத்தான் தேர்ந்தெடுப்பார்கள் என்று. ஆனால் இப்போது உடனடியாக தேர்தல் நடத்தவேண்டிய தேவை இருக்கவில்லை. அ இஅதிமுக பெரும்பான்மை பலம் பெற்று ஆட்சிக்கு வந்திருந்தது. இன்னமும் இரண்டு ஆண்டுகள் மிச்சம் இருந்தன. ஆனால் முதல்வர் பதவிக்கு யாரைத் தேர்ந்தெடுக்கப்போகிறார்கள்?

முறைப்படி கட்சியின் மூத்த தலைவர் நாவலர் நெடுஞ்செழியன் பதவிக்கு வந்திருக்கவேண்டும். ஆனால் கட்சியில் அதுவரை காணாத போட்டி இருந்தது. கட்சி மூன்று அணிகளாகப் பிரிந்திருந்தது. ஒன்று ஆர்எம்வீயை ஆதரித்தது. இன்னொன்று அதுவரை அரசியலில் முகம் காட்டியிராத சாதுப் பெண்மணி யான ஜானகி ராமச்சந்திரனை ஆதரித்தது. மூன்றாவது அணியோ வசீகரம் மிக்க முன்னாள் நடிகையை ஆதரித்தது.

ஆர்எம்வீ, முதல்வராகவேண்டும் என்ற ஆசை தனக்கு இருக்கவில்லை என்றார். நெருங்கிய கட்சி நண்பர்கள் கட்டாயப் படுத்தினார்கள் என்றார். ஆனால் ஜானகி அவரைக் கூப்பிட்டு தன்னை ஆதரிக்கும்படி கேட்டுக்கொண்டதாகவும் தனக்கு வாயடைத்துப் போனதாகவும் சொன்னார். ‘அதுக்கும் மேல நா என்ன செய்யமுடியும்? சரின்னேன். கீழே ஒரு ஜோசியர் உட்கார்ந்திருந்தார். அவர் சொன்னாராம் ஜானகி நிச்சயமா முதல்வர் ஆவாங்கன்னு.’

ஜெயலலிதாவின் ஆதரவாளர்களுக்கு ஜானகியை முன்னிறுத்துவது அதிர்ச்சி அளித்தது. நெடுஞ்செழியனுக்கும் கோபம் வந்தது. யார் போட்டிக்கு வந்தாலும் சவால் விட தான் தயார் என்றார். ஜெயலலிதா அவருக்குத் தன் ஆதரவு உண்டு என்று தெரிவித்தார். கட்சிக்காரர்களும் தொண்டர்களும் ஆதரிக்க முன் வந்தாலும் ஜெயலலிதா தன்னை முன்னிறுத்திக் கொள்ளவில்லை என்பது சுவாரஸ்யம் தரும் விஷயம். எம்ஜிஆர்

உயிருடன் இருந்தபோது ஆர்எம்வீ குழுவினர் அவரைப் பேராசைப் பிடித்தவர், எம்ஜிஆர் நோய்வாய்ப்பட்டு செயலிழந்து போய்விட்டார் என்பதால் தன்னை முதல்வராக்கும்படி ராஜீவ் காந்தியிடம் சென்று கேட்டுக்கொண்டதாக குற்றம் சாட்டியிருந்தனர். அவர் உண்மையிலேயே அப்படிக் கேட்டிருப்பாரா என்பது சந்தேகம். 1987இல் ராஜீவ் காந்திக்கு அவர் அப்படியான ஒரு கடிதம் எழுதியதாக பிரபல ஆங்கில வார இதழ் *தி இல்லஸ்டிரேடட் வீக்லி ஆஃப் இந்தியா* அதன் நகல் என்று ஒன்றை வெளியிட்டது. ஆனால் அதில் எழுதப்பட்ட ஆங்கிலம் தப்பும் தவறுமாக இருந்தது. அவர் நிச்சயம் அத்தனை தப்பான ஆங்கிலத்தை எழுதியிருக்கமாட்டார். வார இதழும் அது ஆதாரபூர்வமானது என்று சொல்லவில்லை.

ஜெயலலிதா புத்திசாலி என்பதில் சந்தேகமில்லை. மக்களால் முறையாகத் தேர்ந்தெடுக்கப்பட்டுப் பதவிக்கு வருவதே அவரது தகுதிக்கு நிரூபணமாக இருக்கும் என்று நினைத்தார். தேர்தலுக்கு இன்னும் இரண்டு ஆண்டுகள் இருந்தாலும் அதற்குள் கட்சியில் தனது பலத்தை அதிகரித்துக்கொள்வது முக்கியம் என்று நினைத்தார்.

ஆனால் நெடுஞ்செழியனுக்கு ஆதரவு அதிகரிக்காமல் போனது அவர்கள் எதிர்பாராதது. அதிமுகவைச் சேர்ந்த 97 எம்எல்ஏக்கள் தாங்கள் ஜானகியை ஆதரிப்பதாகக் கையெழுத் திட்ட ஒரு குறிப்பை ஆளுநர் எஸ்.எல். குரானாவிடம் சமர்ப் பித்தார்கள். ஜெயலலிதா அணி அதை ஆட்சேபித்தது. இடைக்கால முதல்வராகப் பணியாற்றும் நெடுஞ்செழியனே தொடர்ந்து இருக்கவேண்டும் என்றும் அவரது பலத்தை நிரூபிக்க அழைக்கப்படவேண்டும் என்றும் சொன்னார். அவர் பக்கம் முப்பது எம்எல்ஏக்கள் இருந்தார்கள். நெடுஞ்செழியன் தனக்கு எழுபது பேர் இருப்பதாகச் சொன்னார். இரண்டுமாகச் சேர்ந்து பெரும்பான்மை பலம் கிடைக்கும் என்ற எண்ணம் இருந்தது. ஆனால் ஆளுநருக்கு நம்பிக்கை வரவில்லை. ஜானகியைப் பதவியேற்க அழைத்தார். ஜோஸ்யர் சொன்னது சரிதான். ஜானகிக்கு முதல்வராகும் ராசி இருந்தது. ஜனவரி 7ஆம் தேதி 1988 அன்று ஜானகி பதவியேற்றார். ஜனவரி 28க்குள் சட்ட சபையில் அவர் தனது பலத்தை நிரூபிக்க வேண்டும் என்று சொல்லப்பட்டது.

ஆளும் கட்சியின் பலவீனமான தருணத்தைத் தனக்குச் சாதகமாக்கிக் கொள்ள தமிழக காங்கிரஸ் கட்சி முயன்றது. அதற்கு சட்டசபையில் 32 உறுப்பினர்கள் இருந்தார்கள். 1967இல் திமுக காங்கிரஸைத் தோற்கடித்து ஆட்சியைப் பிடித்த பிறகு, கடந்த 23 ஆண்டுகளாகப் பதவி சுகம் காணாமல் இருந்த காங்கிரஸ்

மீண்டும் பதவிக்கு வரத் துடித்தது. ஜானகி அதனுடைய ஆதரவை நம்பி இருந்தார். காங்கிரஸ் தலைமையகம் யாருடனும் அணிசேர வேண்டாம் என்று நினைத்தது. ஆனால் ஐந்து உறுப்பினர்கள் அதை மீறி ஜானகிக்கு ஆதரவு தர முடிவெடுத்தனர். சபைக்கு அவர்கள் வந்து சேரத் தாமதம் ஆனது. சபாநாயகர் பி.ஹெச். பாண்டியன், ஜானகியின் ஆதரவாளர். தன்னிச்சையாக முடிவு எடுப்பதில் பேர் போனவர். அந்த ஐந்துபேர் வந்து சேரும் வரை சபையை ஒத்திவைப்பதாக அறிவித்தார். இது சட்டசபை விதிகளுக்கு மாறானது என்று எதிரணி கூச்சலிட்டது. அந்த ஐந்துபேர் வந்த பிறகும் நம்பிக்கை வாக்கெடுப்பு எடுக்காமல் ஜெயலலிதா அணியைச் சேர்ந்த ராஜாராம், ஜானகி அணியுடன் இணைந்துவிட்டார் என்று பாண்டியன் அறிவித்தார். அதோடு நிற்காமல், ஜெயலலிதா அணியின் 32 உறுப்பினர்கள் கட்சித்தாவல் குற்றத்திற்காக 1985 சட்டத்தின் அடிப்படையில் கட்சியிலிருந்து நீக்கப்படுகிறார்கள், அதனால் நம்பிக்கை வாக்கெடுப்பில் கலந்துகொள்ளும் தகுதி இல்லாதவர்கள் என்றும் பாண்டியன் அறிவித்தார். இத்தகைய சட்டத்துக்குப் புறம்பான அவரது செய்கையால் சபையில் வெடித்த கோபமும் கூச்சலும் குழப்பமுமாக ஏக ரகளை ஆனது. திடீரென்று சில குண்டர்கள் – பாண்டியன் வரவழைத்ததாக நம்பப்படுகிறது – சபையில் நுழைந்து ஜெயலலிதாவின் ஆதரவாளர்களையும் காங்கிரஸ் உறுப்பினர்களையும் தாக்க ஆரம்பித்தார்கள். உறுப்பினர்கள் ஒருவரையொருவர் அடித்தும் ஒலிபெருக்கியைப் பிடுங்கியும் வீசி எறிவதுமாக சபை ரணகளமாகக் காட்சி அளித்தது. யாரோ காவல் துறைக்குச் சொல்ல, முதல்முறையாக தமிழக சட்டசபைக்குள் காவலர்கள் நுழைந்தார்கள், கலவரத்தில் ஈடுபட்டவர்களை அடித்து அடக்க.இத்தனை அமளிக்கு இடையில் நம்பிக்கை வாக்கெடுப்பில் ஜானகி அரசு வென்றதாக சபாநாயகர் அறிவித்தார்.

    சபையில் நடந்தவற்றைக் கேள்விப்பட்டதும் இனி ஒரு நிமிடம் கூடத் தாமதிப்பதற்கில்லை என்று ஜெயலலிதா உணர்ந்து கொண்டார். ஜனநாயகம் கொலை செய்யப்பட்டது என்று அறிக்கை விட்டு, ஜானகி அரசை உடனடியாக ஆளுநர் நீக்க வேண்டும் என்ற கோரிக்கை விடுத்தார். காங்கிரஸ் அதிமுக உறுப்பினர்கள் ஆளுநரைச் சந்தித்து நடந்த அமளியைப் பற்றின விரிவான விவரத்தை அளித்தார்கள். அதை ஆளுநர் மத்திய அரசுக்கு அனுப்பித் தமிழகத்தில் அவசர காலச் சட்டம் கொண்டுவரப்பட வேண்டும் என்று ஆலோசனை தெரிவிக்க, மத்திய அரசும் அதை ஏற்றது. ஜெயலலிதா எதிர்பார்த்திருந்த திருப்புமுனை நினைத்ததைவிட விரைவாக வந்தது.

9

தமிழ்நாட்டில் அவசரகாலச் சட்டம் அமலில் இருந்தது. ஆளுநர் குரானாவின் இடத்தில் பி.ஸி. அலெக்சாண்டர் வந்திருந்தார். அரசியல் கட்சிகள் எல்லாம் அடுத்த ஆறுமாதத்துக்குள் நடக்கவிருந்த தேர்தலுக்கு மும்முரமாகக் களவேலை செய்ய ஆரம்பித்திருந்தன. அஇஅதிமுக இரண்டாகப் பிளந்திருந்தது. ஜானகி அணியைக் கட்சியின் ஜாம்பவான்களான ஆர்.எம். வீரப்பன், செ. மாதவன், எஸ்.ராகவானந்தம், ஹெச்.வீ.ஹண்டே, கே.காளிமுத்து உள்ளிட்டோர் ஆதரித்தார்கள். எம்ஜிஆர் அரசில் எல்லோரும் அமைச்சர்களாக இருந்தவர்கள். அடுத்ததாக ஜெயலலிதாவின் அணியில் பெரிய பெயர்கள் ஏதும் இல்லை. தன்னுடைய பலம் கட்சியின் கடைநிலைத் தொண்டர்களின் ஆதரவில் இருந்ததாக அவர் நம்பினார். அன்று, அவர் தாக்கப்பட்ட அன்று, அவர்களுடைய அன்புத் தலைவரின் இறுதிச் சடங்கு முடிவதற்கு முன்பே அவமானப்பட்டு, காயம்பட்டு, அவர் வீடு திரும்பிய போது, தங்களுடைய அன்பையும் ஆதரவையும் தெரிவிக்க அவருடைய வாசலில் வந்து நின்றார்கள் தொண்டர்கள். வெளியே சென்னை சோகத்தில் மூழ்கியிருந்தது. தனது சோகத்துக்கு வடிகால் தேடி வாகனங்களையும் கடைகளையும் நொறுக்கித் தள்ளிற்று; தீ வைத்தது; கருணாநிதியின் சிலையை உடைத்தது. 'தலைவர் செத்தப்புறம், சென்னை நாசமாப் போகட்டும்!' என்று தற்கொலையில் இறங்கியது.

தொண்டர்களும் மாவட்டச் செயலாளர்களும் அரசு நிர்வாகம் சீட்டுக்கட்டுக் குலைந்ததுபோல சீர்குலைந்து போனதைக் கண்டு திகைத்தார்கள். அதைவிட 'அண்ணிக்கு' பொதுமக்கள் முன்பு நேர்ந்த தாக்குதலை நினைத்துத் துக்கமும் அதிர்ச்சியும் அடைந்தார்கள். 'அண்ணன் உயிரோடு இருந்தவரை எந்தப் பயலுக்குத் தைரியம் வரும் அண்ணிமேல் கைவைக்க? கவலைப்படாதீங்க, நாங்க இருக்கோம்; நம்புங்க, ஜனங்க ஆதரவு உங்களுக்குத்தான்' என்று சொல்லவேண்டும் போல் இருந்தது. அவர் வெளியில் வந்து முகத்தைக் காண்பிக்க மாட்டாரா என்று அவர்கள் காத்திருந்தார்கள். அவருக்கு இருந்த மனநிலையில் யாரையும் பார்க்க விருப்பம் இருக்கவில்லை. இருந்தும் அவர்களுக்கு நன்றி கூற பால்கனிக்குச் சென்றார். அவரைக் கண்டதும் அவர்கள் உற்சாகமாகக் கோஷமிட்டார்கள். 'வாழ்க தலைவி! வாழ்க வருங்கால தமிழக முதல்வர்!' அவர்தான் தங்களது நம்பிக்கை நட்சத்திரம் என்று இவர்கள் நம்பியதுபோல் இருந்தது. அதுவரை கல்லாக இறுகியிருந்த மனசு இளகிப் பொங்கிற்று. எம்ஜிஆர் சவத்தின் அருகில் ஒரு பொட்டு நீரும் சிந்தாத கண்ணில் இன்று நீர்துளிர்த்தது. 'இவர்களது அன்புக்கு நான் அருகதை ஆவேனா?' அவர் தொண்டர்களைப் பார்த்துக் கை கூப்பினார். "தயவு செய்து எனக்கு எந்தப் பட்டமும் வேண்டாம். எனக்குப் பணமோ பதவியோ தேவை இல்லை. என் தலைவர் எனக்கு இட்ட பணியை நான் செய்ய உங்களது உதவி மட்டும் போதும்" என்றார். அதற்கு மேல் அங்கு நின்றால் அழுகை வெடித்துவிடுமோ என்று பயந்தார். ஜானகி முதல்வராகப் பதவியேற்ற பிறகும் தொண்டர்கள் ஒருமனதாக அவரைக் கட்சியின் பொதுச் செயலாளராகத் தேர்ந்தெடுத்திருந்தார்கள். 'ஜெயலலிதா வாழ்க!' என்று அவர்கள் கோஷமிட்டது லாயிட்ஸ் தெரு அதிமுக தலைமையகத்தின் மூலை முடுக்கிலெல்லாம் எதிரொலித்தது. மனசு நெகிழ்ந்த நிலையில் அவர் சொன்னார், "நான் அரசியலைவிட்டுப் போய்விடவேண்டும் என்று திட்டமிட்டிருந்தேன். தலைவர்தான் என்னைத் தடுத்தார். அவருடைய தாயார் சத்தியாவின் படத்தின்மேல் என் உள்ளங்கையை வைத்து நான் அரசியலை விட்டுப் போகமாட்டேன் என்று சத்தியம் செய்யச் சொன்னார். புரட்சித்தலைவருக்குக் கொடுத்த வாக்கினாலேயே நான் அரசியல்லே இருக்கணும்." அவர்கள் மீண்டும் கோஷமிட்டார்கள். 'ஆமாம் நீங்க இருக்கணும்.' 'புரட்சித்தலைவர் வாழ்க! புரட்சித்தலைவி வாழ்க!' தொண்டர்களுடைய அங்கீகாரம் மிகப்பெரிய தெம்பை அவருக்கு அளித்திருந்தது.

அவர் சொன்னதெல்லாம் அண்டப்புளுகு என்றார் ஆர்எம்வீ. "அவங்களை அரசியலுக்குக் கொண்டுவரணும்னு

எம்ஜிஆர் நினைக்கவே இல்லே. தன்னுடைய வாரிசுன்னு சொல்லவும் இல்லே. தலைவருக்குத் தெரியும், அந்தம்மாவை நம்பமுடியாதுன்னு. கடைசிக் காலத்திலே கட்சியிலேந்து ஓரம்கட்டினாரு. கொடுத்திருந்த எல்லா பதவிகளையும் திருப்ப வாங்கிட்டாரு. அவங்களைப் பார்க்கக்கூட விரும்பல்லே." கடுப்புடன் ஆர்எம்வீ லேசாகச் சிரித்தார். "அவங்க இரண்டாந்தர நடிகையா இருந்தாங்க. இப்ப திடீர்னு முதல்தர நடிகை ஆயிட்டாங்க!"

ஆர்எம்வீக்கு ஒரு விசுவாசக்கும்பல் இருந்தது. எம்ஜிஆர் அமெரிக்க மருத்துவமனையில் இருந்தபோது, ஜெயலலிதாவின் ஆதரவாளர்களை ஒதுக்கிவிட்டுத் தனது ஆட்களுக்குத் தேர்தலில் அவர் சாமர்த்தியமாக டிக்கெட் அளித்திருந்தார். இப்போது அவர்கள் சபதமெடுத்தார்கள், 'அந்த நாசகாரக் கூத்தாடியைப் பூண்டோடு அழிப்போம்' என்றார்கள். 'தேர்தலுக்குப்பிறகு பாருங்க, அது விலாசமில்லாம போயிடும்' என்று தம்பட்டம் அடித்தார்கள்.

ஜானகி முதலமைச்சரானபோது ஜெயலலிதாவும் நெடுஞ்செழியனும் அஇஅதிமுகவின் அலுவலகக் கட்டடத்திற்கான போராட்டத்தில் தோல்வி அடைந்தார்கள், அது முன்னேற்பாடாக விளம்பரப்படுத்தித் தெருவில் இறங்கி நடத்தப்பட்ட துடிப்பான போராட்டமாக இருந்தபோதிலும்! காவலர்கள் வந்து எல்லோரையும் கைது செய்து அழைத்துக்கொண்டு போனார்கள். இரண்டு அணியும் தாங்கள்தான் உண்மையான அஇஅதிமுக என்று சொந்தம் கொண்டாடிக் கட்டடத்தைக் கைப்பற்ற நினைத்தது. ஜனாதிபதி ஆட்சி என்றானதும் எல்லாம் அர்த்தமற்றுப்போயிற்று. இனி மக்கள் யாரைத் தேர்ந்தெடுக்கிறார்களோ அவர்களுக்குத்தான் கட்சியும் கட்டடமும் என்று தெளிவானது.

இரண்டு அணிக்கும் கடுமையான போட்டிப் பிரச்சாரம் ஆரம்பமானது. ஜெயலலிதா இப்போது சுதந்திரமாகச் செயல்பட்டாலும் இந்தப் போராட்டத்தின் விளைவு எப்படி இருக்கப்போகிறது என்று யோசனையாக இருந்தது. தனக்கும் தனது அணிக்கும் கணிசமான செல்வாக்கு இருக்கும்படியாக வாக்கு வந்தால்தான் அவளது எதிரிகளின் மூக்குடையும். பொது ஜன வாக்குப் பெறுவதற்குக் கடுமையாக உழைக்கவேண்டும். அவர் கட்சியின் நிர்வாகக் கட்டமைப்பைச் சீரமைத்துப் புதிய உறுப்பினர் சேர்க்கும் வேலையை முடுக்கிவிட்டார். *தமது எம்ஜிஆர்* என்ற நாளேடு ஒன்றை அவரே ஆரம்பித்தார். தனது பிரச்சாரத்துக்கான யுக்திகளை மிகுந்த யோசனையுடன்

திட்டமிட்டார். அவர் மக்களைச் சந்திப்பார், அவர்களுக்குப் பிடித்தமான – எம்ஜிஆர், புரட்சித்தலைவர் – என்ற மந்திரச் சொல்லைச் சொல்லி தன் வசம் ஈர்ப்பார். அந்த மந்திரத்தைப் போகும் இடமெல்லாம் ஜெபித்து ஏழைகளின் இதயத்தை வெல்லுவார். தான் தலைமை ஏற்றதற்குக் காரணமே எம்ஜிஆர் அதைத்தான் விரும்பினார் என்று அவர் வலியுறுத்தியதை மக்கள் நம்ப ஆரம்பித்திருந்தார்கள். தினமும் *நமது எம்ஜிஆரில்* அதை உறுதிப்படுத்த எம்ஜிஆருடனான ஏதேனும் சிறிய சம்பவம் நினைவு கூரப்படும். கட்சி விளம்பரங்களிலும் எம்ஜிஆரின் விருப்பத்தை அவர் தொடருவதாக சொற்கள் இருக்கும். எம்ஜிஆருக்குக் கொடுத்த வாக்குக்காகவே அவர் அரசியலில் இருப்பதாகச் சொன்னது பல விதத்தில் மக்களிடம், எம்ஜிஆர் விசுவாசிகளிடம் நல்ல தாக்கத்தை ஏற்படுத்திற்று. அவர் எந்த சுயநல பேராசையாலும் தேர்தலில் இறங்கவில்லை என்று அவர்களை நம்பவைத்தது. எம்ஜிஆரின் தாயின் புகைப்படத்தில் கைவைத்துப் புரட்சித்தலைவர் சத்தியம் செய்யச்சொன்னார் என்று அவர் சொன்னது மிக வலுவாக அவர்களை நெகிழ்வித்தது. ஜெயலலிதாதான் புரட்சித்தலைவர் விரும்பிய வாரிசு என்பதற்கு இதைவிட வேறு என்ன நிரூபணம் தேவை?

அவர் புயல்வேகத்தில் எல்லா மாவட்டங்களுக்கும் சென்று பொதுக்கூட்டங்களில் பேசினார். எம்ஜிஆருக்குப் பின் வேறு எந்த அரசியல் தலைவருக்கும் இவருக்கு வந்ததைப்போல மக்கள் கூட்டம் வரவில்லை என்று எல்லா நாளிதழ்களும் பிரமிப்புடன் எழுதின. ஆயிரக்கணக்கான மக்களின் முகங்களைப் பார்க்கும்போது அவருக்கு மிதமிஞ்சிய சமாதானம் ஏற்பட்டது. நெஞ்சுகொள்ளாத மகிழ்ச்சி ஏற்பட்டது. ஒவ்வொரு கூட்டத்துக்குப் பிறகும் அவருடைய தன்னம்பிக்கை அதிகரித்தது. என்ன சோதனை வந்தாலும் மக்களின் ஆதரவைத் தன்னால் ஈர்க்கமுடியும் என்ற எண்ணம் கிறக்கத்தைத் தந்தது.

அவருடைய எதிரிகள் அவருக்கு வந்த கூட்டத்தைக் கண்டு திகைத்துப்போனார்கள். ஒரு நடிகையைப் பார்க்க ஓடி வரும் கும்பல் என்று முதலில் அலட்சியமாக இருந்தார்கள். ஆனால் நாளுக்கு நாள் கூட்டம் அதிகரிப்பதன் செய்தி அறிந்து கலவரமடைந்தார்கள். எம்ஜிஆருக்கு வந்ததைப்போல உற்சாகத்துடன் ஆர்ப்பரிக்கும் கூட்டம். கதை தலைகீழாகப் போய்விட்டதா? ஆர்எம்வீக்கும் அவருடைய சகாக்களுக்கும் நம்ப முடியவில்லை. ஜனங்கள் ஒரு முன்னாள் நடிகையைத் தேர்ந்தெடுக்கும் அளவுக்கு முட்டாளாகிப் போனார்களா?

வாஸந்தி

அதுவும் எப்படிப்பட்டவர்? தலைவரின் இடத்தை அபகரிக்க சூழ்ச்சி செய்தவர். அவர் தங்களை ரட்சிக்கப் போகிறார் என்று நம்புகிறார்களா? என்ன செய்வது என்று புரியாமல் தவித்தவர்கள் தங்களுக்குத் தெரிந்த வித்தையைக் காட்ட ஆரம்பித்தார்கள். அவரைப்பற்றித் தினம் அவதூறு பரப்பினார்கள். ஆண்களை மயக்குபவர், விபச்சாரி, ஏமாற்றுபவர், இப்போது மக்களை ஏமாற்றப் பார்க்கிறார் என்றார்கள்.

ஜெயலலிதா சாது இல்லை. சாட்டையாக அவர்களது ஒவ்வொரு ஏசலுக்கும் பதிலடி கொடுத்தார். அவர்களது மொழியைவிட இவரது பதில் நாகரிகமாக இருக்கவில்லை. அவர்களுடைய பாணியிலேயே பதிலடி கொடுப்பதைத் தவிர வேறு எதுவும் உதவாது என்று சினிமாவில் நடித்த காலத்திலேயே ஜெயலலிதாவுக்குத் தெரியும். அவருடைய சிநேகிதி ஸ்ரீமதியிடம் சொல்லியிருக்கிறார்– "நீ சும்மா இருந்தியானா அவங்க உன்னைக் கால்லெ போட்டுத் தேச்சுடுவாங்க." ஆனாலும் ஆத்திரம் வந்தால் அவர் பேச்சு எல்லை மீறும்; அதிர்ச்சி அளிக்கும். எம்ஜிஆரைக் கொலை செய்தார் ஜானகி என்ற குண்டைத் தூக்கிப்போட்டார். புரட்சித்தலைவர் குடித்த மோரில் விஷத்தைக் கலந்து ஜானகி கொடுத்ததால்தான் அவர் இறந்தார் என்றார் கூசாமல்.

சூறாவளிப் பயணமும் நெருப்பாய்க் கக்கும் வார்த்தைகளுமாக வெறி பிடித்தவர்போல அவர் பிரச்சாரத்தில் ஈடுபட்டார். மக்களின் வாக்கு மட்டுமே அவரது இலக்காக இருந்தது. நல்ல வேளையாக ஜானகி அணி சில முட்டாள்தனங்கள் செய்தது. மத்திய காங்கிரஸ் அரசு ஜானகியின் அரசைக் கவிழ்த்ததால் இப்போது ஜானகி அணி காங்கிரசுக்கு எதிராகச் செயல்பட்டது. அதன் விளைவாக திமுகவின் பக்கம் அது நகர்ந்ததைக் கண்டு எம்ஜிஆரின் விசுவாசிகள் எரிச்சல் அடைந்தனர். அதனால் ஜெயலலிதா அணியும் காங்கிரசும் இணையும் சந்தர்ப்பம் கிட்டிற்று. ஆனால் கூட்டணி ஏற்படவில்லை, சீட்டுப் பங்கீடு விஷயத்தில் ஏற்பட்ட கருத்து வேறுபாட்டினால். ஜி.கே. மூப்பனார் தலைமையில் இருந்த தமிழக காங்கிரசுக்குத் தனியாக நிற்கவேண்டும் என்றிருந்தது. குழம்பிய குட்டையில் மீன் பிடிக்கலாம். கைநழுவிப்போன ஆட்சியைப் பிடிக்க இது நல்ல சந்தர்ப்பம் என்று நினைத்தது. ஜெயலலிதா காங்கிரஸை ஒரு பொருட்டாகவே நினைக்கவில்லை. திமுகவே தனது அரசியல் எதிரி என்று தீர்மானித்துப் பிரச்சாரத்தில் திமுகவைத் தாக்கினார். அதுதான் எம்ஜிஆரின் வியூகமாக இருந்தது. அதற்குப்பின் வந்த நாட்களில் கருணாநிதி அவருடைய ஒரே

எதிரியாகிப் போனார். அந்த விரோதம் ஒரு காவியப் போராக மாறியது மட்டுமல்ல, தமிழ்நாட்டு அரசியலைத் தலைகீழாக மாற்றிற்று.

காங்கிரஸ் கட்சியில் இணைந்திருந்த நடிகர் சிவாஜி கணேசன், மத்திய அரசு ஜானகியின் அரசைக் கவிழ்த்தபோது கருத்து வேறுபட்டு காங்கிரஸிலிருந்து விலகித் தனிக் கட்சி ஆரம்பித்து (தமிழ் மக்கள் முன்னணி) ஜானகி அணிக்கு ஆதரவு அளித்தார். ஜெயலலிதாவுக்கு வந்த கூட்டம் பெருகிற்றே தவிர குறையவில்லை. அவருடைய பேச்சிலும் நடத்தையிலும் ஆளுமையிலும் மாற்றம் ஏற்பட்டிருந்தது. அவரே கட்சியை முன்னெடுத்துச் செல்லும் தலைவியாகத் தோற்றமளித்தார். இது, அவரை எப்பவும் ஆதரித்துவந்த வி.ஆர் நெடுஞ்செழியன், பண்ருட்டி ராமச்சந்திரன், எஸ். திருநாவுக்கரசர் போன்ற சில மூத்த தலைவர்களைச் சங்கடப்படுத்திற்று. அவருடைய நோக்கமும் இலக்கும் என்ன என்று அவர்களுக்குப் புரியவில்லை. அவரே தலைவியைப்போல நடந்துகொள்வதை அவர்களால் ஏற்க முடியவில்லை. அவர் பணத்தை அதிகமாகச் செலவழிப்பதாக, தேர்தல் நிதியைத் தவறாகப் பயன்படுத்துவதாக அவர்கள் நினைத்தார்கள். சுபாவத்தில் ஊதாரியான அவருக்கு என்றுமே தன்னுடைய வரவு செலவுகளைக்கூட ஒழுங்காகக் கணக்கு வைத்துப் பழக்கமில்லை. அதனாலேயே அவருடைய நெருங்கிய உறவினர்கள் அவரை ஏமாற்றினார்கள். கடைசியில் எம்ஜிஆர் அவருடைய பணவிவகாரங்களைத் தமது கட்டுக்குள் வைத்துக்கொள்ள ஆரம்பித்ததும் கைச் செலவுக்கும் எம்ஜிஆரிடம் அவர் கையேந்த வேண்டியிருந்தது. இப்போது பணவிவகாரங்களில் தில்லுமுல்லு செய்வதாக அவர்கள் குற்றம்சாட்டியபோது அல்லது சந்தேகப்பட்டபோது குழப்பம் ஏற்பட்டது. மூத்த தலைவர்கள் அவரைவிட்டுப்பிரிந்து வேறு கட்சி ஆரம்பித்த போது மிகுந்த கோபம் ஏற்பட்டது. ஆனால் திருநாவுக்கரசர் சில நாட்கள் கழித்து மன்னிப்பு கேட்டு அவருடன் மீண்டும் சேர்ந்துகொண்டார்.

தேர்தல் களத்தில் அவர் தனியாகப் பல எதிரிகளை எதிர் கொள்ளவேண்டியதாயிற்று, சக்ரவியூகத்தில் மாட்டிக்கொண்ட அபிமன்யுவைப்போல. ஆனால் விரைவிலேயே எம்ஜிஆருடன் இருந்த மூத்த தலைவர்களுக்கோ அவர்கள் ஆதரித்த ஜானகிக்கோ கட்சியை நடத்தும் ஆற்றலும் வாக்காளர்களை வசீகரிக்கும் ஈர்ப்பும் இல்லை என்று தேர்தல் முடிவுகள் தெரிவித்தன. அஇஅதிமுக பிளவுபட்டிருந்ததால் வாக்குகள் சிதறிப்போனது திமுகவுக்கு லாபமாயிற்று. 202 இடங்களில் போட்டியிட்டு

151இல் வெற்றிபெற்றுப் பெரும்பான்மைப் பலம் பெற்று ஆட்சியைப் பிடித்தது. ஆனால் அது எதிர்பார்க்கப்பட்ட செய்தி. எதிர்பாராதது – ஜானகி அணி ஒரே ஒரு இடத்தில் மட்டுமே வென்று படுதோல்வி அடையும் என்பது. எம்ஜிஆரின் தொகுதியான ஆண்டிப்பட்டியில் நின்ற ஜானகி தோல்வி அடைந்தார். பல மூத்த தலைவர்கள் ஜாமீன் தொகையை இழந்தார்கள். ஜெயலலிதா அணி 27 இடங்களில் வெற்றி பெற்றது. முதல் முறையாக தேர்தலைச் சந்தித்த ஜெயலலிதாவுக்குப் போடி நாயக்கனூரில் அமோக வெற்றி கிடைத்தது. காங்கிரசுக்கு 26 இடங்களில் வெற்றி. அரசியலில் புதுமுகம் என்று கருதப்பட்ட ஜெயலலிதா சட்டமன்றத்தில் எதிர்க்கட்சித் தலைவி ஆனார்.

ஜோதிடர் பேச்சை நம்பித் தேர்தலில் நின்ற ஜானகிக்கு இதயம் பலவீனம். தேர்தலில் ஏற்பட்ட அதிர்ச்சித் தோல்வி தாங்கமுடியாததாக இருந்தது. 'போதுமடா சாமி' என்று தோல்வியை ஏற்றுத் தனது அணியை ஜெயலலிதா அணியுடன் சேரும்படி வேண்டுகோள் விடுத்து அரசியலிலிருந்து விலகிக் கொள்வதாகச் சொன்னார். ஜெயலலிதாவின் தலைமையில் ஒன்றுபட்ட கட்சிக்கு இலைச் சின்னமும் கட்சியின் சொத்துக்களும் வந்து சேர்ந்தன.

தேர்தலுக்குப்பின் நடந்த பத்திரிகையாளர் கூட்டத்தில் ஜெயலலிதா கம்பீரமாகச் சொன்னார்: "அஇஅதிமுகவின் தலைவி நான்தான். என் சொல்லுக்கு மட்டுமே எல்லோரும் கட்டுப்படவேண்டும். யாராவது பொறுப்பில்லாமல் பேசினால் அதை எவரும் பொருட்படுத்தக்கூடாது."

தேர்தலின்போது மதுரை கிழக்கு, மருங்காபுரி தொகுதிகளில் விசைக்கோளாறினால் வாக்கெடுப்பு ஒத்திவைக்கப்பட்டிருந்தது. அவற்றில் இடைத்தேர்தல் நடந்த போது இலைச்சின்னத்தில் போட்டியிட்ட ஜெயலலிதாவின் கட்சி இரண்டு தொகுதிகளிலும் வெற்றி பெற்றது. பல வருடங்கள் கழித்து ஆட்சிக்கு வந்திருந்த திமுக தலைவர் கருணாநிதி உணர்ந்து கொண்டார் – இனி ஜெயலலிதா என்ற அந்த முன்னாள் நடிகை, ஒரு பார்ப்பனப் பெண் – அலட்சியப்படுத்தக்கூடிய எதிரி அல்ல என்று. எத்தகைய நகை முரண் அது! திராவிடச் சித்தாந்தத்தில் ஊறி, பிராமண எதிர்ப்பைக் கொள்கையாகவே கடைப்பிடித்த அவர் ஆட்சிபீடத்தில் அமர்ந்திருக்க, எதிர்க்கட்சித்தலைவியாக ஒரு பெண், அதுவும் பிராமண வகுப்பைச்சேர்ந்தவர் சட்ட மன்றத்தில் அமர்வதா? அதை முளையிலேயே கிள்ளவேண்டாமா?

அதைச் செய்வது சிரமமில்லை. அவருக்கு எத்தனை அரசியல் அனுபவம் இருக்கிறது? திமுகவை எத்தனைக் கட்டுக்கோப்பாக அவர் வளர்த்து வந்திருக்கிறார்? மக்களின் சினிமா மோகத்தாலேயே எம்ஜிஆரின் கவர்ச்சியுடன் அவரால் போட்டியிட முடியாமல் போனது. எம்ஜிஆரின் இடத்தை இந்தப் பெண், நேற்று அரசியலுக்கு வந்தவர் கைப்பற்ற முடியாது. இருந்தும் ஆரம்பத்திலேயே அவரது பிராமணத்திமிரை அடக்கவேண்டும். அரசியல் சாணக்கியத்தில் நிபுணரான அவருக்கு அதைச் செய்ய எத்தனையோ வழிகள் இருந்தன.

அஇஅதிமுகவில் தேர்தலுக்குப்பின் சில புகார்கள் எழுந்தன. பணம் கட்டி சீட் கிடைக்காமல்போன வேட்பாளர்கள் பணத்தைத் திரும்பக் கேட்டார்கள். கட்சிப்பணம் செலவழிந்து போனதால் ஜெயலலிதாவால் பணத்தைத் திருப்ப இயலவில்லை. அத்துடன் பணம் கேட்க வந்தவர்களிடம் நடராஜன் மோசமாக நடந்துகொண்டார். துப்பாக்கியைக் காட்டி மிரட்டவும் செய்தார். கொலை மிரட்டல் விடுக்கப்பட்டது என்று பலர் போலீஸில் பதிவு செய்தார்கள். அதைத் திமுக ஊதிப்பெரிதாக்கியது. ஜெயலலிதாவுக்கும் நடராஜனுக்கும் எதிராக , ஊழல் – கொலை மிரட்டல் குற்றங்களுக்காக வழக்குப்பதிவு செய்யப்பட்டது. போலீஸின் தொந்தரவும் மிரட்டலும் சகிக்கமுடியாமல் போன ஒரு தருணத்தில்தான் சட்டமன்ற உறுப்பினர் பதவியை ராஜினாமா செய்துவிடுவதாக சபாநாயகருக்குக் கடிதம் எழுதி வைத்தார். ஆனால் கட்சித்தொண்டர்கள் கெஞ்சிக் கேட்டுக்கொண்டதால் கடிதத்தை அனுப்பவில்லை. ஆனால் எப்படியோ அந்தக் கடிதம் பற்றிய தகவல் ஊடகத்துக்குச் சென்று ஜெயலலிதா ராஜினாமா செய்துவிட்டதாகத் தெரிவித்தன. அதேபோல விநோதமாக சபாநாயகரின் கைக்கும் கடிதம் சென்றது. அதையறிந்த ஜெயலலிதா கடிதத்தைத் தான் அவருக்கு அனுப்பவே இல்லை என்று விளக்கி ஒரு கடிதம் எழுத, அவர் ராஜினாமா செய்யவில்லை, அவையில் எதிர்க்கட்சித் தலைவியாகத் தொடருவார் என்று சபாநாயகர் அறிவித்தார். எப்படி அப்படி ஒரு குழப்பம் ஏற்பட்டது, யார் செய்த சூழ்ச்சி அது என்று யாருக்கும் தெரியவில்லை. ஜெயலலிதா சித்த சுவாதீனமற்றவர் என்று திமுக வதந்தி பரப்பிற்று.

அதற்குப்பிறகு நடந்த விஷயம் இன்னும் கேவலமானது. மார்ச் 25, 1989, தமிழக வரலாற்றில் ஒரு மிக முக்கிய திருப்பத்தை ஏற்படுத்தக்கூடிய நாள் என்று யாரும் நினைத்திருக்கவில்லை. அன்று திமுக அரசு தமிழக பட்ஜெட்டைச் சட்டமன்றத்தில்

சமர்ப்பிக்கவேண்டியிருந்தது. முதலமைச்சர் கருணாநிதிதான் நிதி அமைச்சரும்கூட. பட்ஜெட் சொற்பொழிவை வாசிக்க அவர் முற்படும்போது, காங்கிரஸ் கட்சியின் துணைத்தலைவர் குமரி அனந்தன் எழுந்து, அவையின் எதிர்க்கட்சித்தலைவர், ஜெயலலிதாவைக் காவல்துறை மிக மோசமாக நடத்தியது உரிமை மீறல் என்றும் அந்த விவகாரம் அவை நடவடிக்கை ஆரம்பிக்கும் முன் விவாதிக்கப்படவேண்டும் என்றும் அவையின் அனுமதி கோரினார்.

ஜெயலலிதா உடனே எழுந்து, முதலமைச்சரின் கீழ் பணிசெய்யும் காவல்துறை அவருடைய தூண்டுதலினாலேயே அப்படிச் செய்ததாகக் குற்றம் சாட்டினார். தன்னுடைய தொலைபேசியும் ஒட்டுக்கேட்கப்படுவதாகச் சொன்னார். இந்த நடவடிக்கைகள் ஒரு சட்டமன்ற உறுப்பினரின் உரிமைமீறலாகும் என்றும் இது பதவித் துஷ்பிரயோகம் என்றும், முதல்வரும் போலீஸ் கமிஷனர் பி. துரையும் தண்டனைக்கு உரியவர்கள் என்றும் சரமாரியாகக் குற்றச்சாட்டுகளை அடுக்கினார். அவரது வெற்றியைக் கண்டு கடுப்படைந்திருந்த ஜானகி அணியைச் சேர்ந்த பி.ஹெச். பாண்டியன் ஜெயலலிதாவுடைய பேச்சுக்கு எதிர்ப்பு தெரிவித்துப் பேசிய ஆபாச வார்த்தைகள் அவைக்குறிப்பிலிருந்து நீக்கப்பட்டன. இதே பி.ஹெச் பாண்டியன் பிறகு ஒரு காலத்தில் அவருடைய காலில் விழுந்து வணங்குவார் என்று அன்று யாரும் நினைக்கவில்லை. பாண்டியனின் ஆபாசப் பேச்சைக்கேட்டு வெகுண்ட ஜெயலலிதாவின் ஆதரவாளர்கள் கோபத்துடன் வாக்குவாதத்தில் ஈடுபட, சபாநாயகர் பட்ஜெட் படிக்கப்படவேண்டியது எல்லாவற்றையும்விட முக்கியமானது என்பதால், அன்று விவாதத்திற்கு அனுமதிக்கமுடியாது என்றார்.

அதையடுத்துக் களேபரம் துவங்கியது. அடிதடியும் மைக்கைப்பிடித்து எறிவதுமாக அவை யுத்தக்களமாக மாறியது. இந்த அமளிக்கு இடையில் ஜெயலலிதா, கிரிமினல் குற்றம் சாட்டப்பட்ட கருணாநிதி பட்ஜெட்டைப் படிக்க அனுமதிக்கப் படக்கூடாது என்றார். அதற்குக் கருணாநிதி சோபன் பாபுவுடன் இருந்த அவருடைய உறவைக் குறிப்பிட்டுச் சில வார்த்தைகள் சொன்னார் என்றும் அது அவைக்குறிப்பிலிருந்து நீக்கப்பட்டதாகவும் சொல்லப்படுகிறது. அதைக்கேட்டதும் மிகுந்த ஆத்திரத்துடன் ஒரு அஇஅதிமுக உறுப்பினர் கருணாநிதியைத் தாக்கப்போக முதல்வர் தடுமாறியதில் அவரது மூக்குக்கண்ணாடி கீழே விழுந்தது. காகிதக்கட்டுகளும் ஒலிபெருக்கிகளும் ஆயுதங்களாகின. பட்ஜெட் காகிதங்கள்

கிழிக்கப்பட்டன. செருப்புகளும் புத்தகங்களும் ஜெயலலிதாவின் தலையில் விழுந்தன. *தி இந்து* பத்திரிகையில் வந்த செய்தியின்படி, 'ஜெயலலிதா கண்ணில் நீர் தளும்ப தலையைக் கையில் பிடித்தபடி அமர்ந்திருந்தார்.' *தி சண்டே* பத்திரிகை இன்னும் விவரமாக வர்ணித்தது. "சண்டை இன்னும் மோசமாகிப்போக ஜெயலலிதா அவையை விட்டுக் கிளம்ப முயன்றார். அப்போதுதான் திமுக வைச் சேர்ந்த துரைமுருகன், அவருடைய புடவைத்தலைப்பை உருவ முயல்வதுபோல இழுத்தார். அதிர்ச்சியடைந்த ஜெயலலிதா தடுமாறிக் கீழே விழுந்தார். தக்க சமயத்தில் திருநாவுக்கரசர் விரைந்து துரைமுருகனின் மணிக்கட்டைப் பலமாகப் பிடித்துத் தாக்கிய வேகத்தில் ஜெயலலிதா விடுபட்டு எழுந்து அதிமுக உறுப்பினர்களின் உதவியுடன் அவையிலிருந்து வெளியே வரமுடிந்தது."

அன்று அனுபவித்த அவமானம் ஆயுசுக்கும் மறக்கமுடியாத தாக இருந்தது. அவருள் தகித்த கோபம் கங்குகளாய் நிரந்தரமாக மனத்தில் இடம்பிடித்தது. அந்தக் கோபமே அவரது அரசியலை அன்றிலிருந்து இயக்கிக்கொண்டு சென்றது. தமிழ்நாட்டின் தலைவிதியை மாற்றிற்று. தேசிய அளவிலும் தாக்கத்தை ஏற்படுத்திற்று. அவர் அவையை விட்டு வெளியேறியபோது சொன்ன வார்த்தைகள் பாஞ்சாலி சபதம்போல சக்திவாய்ந்ததாக இருந்திருக்கவேண்டும். 'ஒரு பெண் கண்ணியமாக நடத்தப்படும் காலம் வரும்வரை நான் இந்த அவையில் கால் வைக்கமாட்டேன்' என்றார். மனத்துக்குள், 'நான் முதல்வராகத்தான் இதனுள் கால் வைப்பேன்' என்றுதான் சபதம் செய்துகொண்டதாகப் பிறகு ஒரு நேர்காணலில் – சிமி க்ரேவால் என்ற முன்னாள் நடிகை ஒரு தொலைக்காட்சி சானலுக்கு எடுத்த பேட்டியில் சொன்னார்.

அவருடைய உள்ளார்ந்த வீம்பையும் சபதத்தையும் திமுக உணர்ந்திருந்தால் எல்லா உறுப்பினர்களும் நகைத்திருப்பார்கள். அவருடைய சாதித்திமிர் என்று ஏசியிருப்பார்கள். முன்னாள் நடிகை, திராவிட இயக்கத்தில் சம்பந்தமில்லாத ஒரு பிராமணப்பெண் – தமிழகத்தின் முதல்வராவதா? நல்ல கதை.

வீட்டிற்குத் திரும்பியதும் தனக்கு நேர்ந்ததைத் தந்தி மூலம் ஆளுநர், போலீஸ் கமிஷனர், பிரதமர் எல்லோருக்கும் தெரிவித்தார். பிரபல ஆங்கில இதழ்களுக்குப் பேட்டி அளித்தார். நாடு முழுவதும் அவருக்கு நேர்ந்த அவமானமும் பாலியல் அத்துமீறலும் தலைப்புச் செய்தியாகப் பரவி அதிர்ச்சியை ஏற்படுத்திற்று. அன்றிலிருந்து அதுவே அவருடைய ஆயுதமாயிற்று. மக்களின்

அனுதாபத்தைப் பெறும் வியூகமாயிற்று. தமிழகத்து அரசியல் நாடகத்தில் அவரே மானபங்கப்படுத்தப்பட்ட பாஞ்சாலி. கருணாநிதியோ துரியோதனன். திமுகவினர் காமவெறிபிடித்த துச்சாதனன்கள். இந்தப் பாஞ்சாலியின் மானத்தைக் காப்பாற்ற எவரும் இல்லை. அவரேதான் போராடவேண்டும். போராடும் துணிச்சலும் பழிவாங்கும் வெறியும் நிறையவே இருந்தன. அவருக்கு மற்றவர்களிடம் இல்லாத அனுகூலம், அவருடைய வசீகரம். கூட்டத்தைக் கிறங்க வைக்கும் ஆளுமை. இப்போது மக்களின் அனுதாபமும் சேர்ந்துகொள்ளும். கட்சித்தொண்டர்கள் அவருக்காக உயிரையும் கொடுப்பார்கள். தொண்டர்கள் அவருக்குத்தேவை என்பதுபோல, ஜெயலலிதாவும் அவர்களுக்குத் தேவை.

மகா சூட்சுமம் மிகுந்த அரசியல் தலைவரான கருணாநிதி அவரை எடைபோடத் தவறினதற்கு, ஒரு பெண்ணால் என்ன செய்துவிடமுடியும் என்கிற அலட்சியம் காரணமாக இருந்திருக்கக்கூடும்.

திராவிடச் சித்தாந்தத்தில் ஆழ்ந்த 'ஒரு கலாச்சாரம் அவரை நிராகரிக்கும்' என்று கருணாநிதி நினைத்ததுபோல இருந்தது.

ஆனால் பாஞ்சாலியாக உருமாறியிருந்ததை கருணாநிதி உணரவில்லை. அது பெண்கள், பொதுமக்கள், மனத்தில் ஏற்படுத்தக்கூடிய தாக்கத்தை அவர் அறியவில்லை.

அரசியலில் அவர் போட்டிருந்த கணக்கை அது தலைகீழாக மாற்றும் என்று நிச்சயமாக நினைக்கவில்லை.

10

அனலாய் வார்த்தைகள் தெறித்தன. எதிரில் இருந்த கூட்டம் கட்டுண்டு அமர்ந்திருந்தது. பெண்களின் கண்களில் நீர் நிறைந்தது. அவருடைய அடங்காத கோபம் கூட்டத்தைத் தொற்றிக்கொண்டது போல இருந்தது. மக்கள் தன் பக்கம் என்று உள்ளுணர்வு எப்போதோ அவருக்கு உணர்த்தி யிருந்தது. அதன் பிரக்ஞை அவரை மேலும் உசுப்பிவிடும்.

குரலை உயர்த்தி, கண்ணகியைப்போல கையை வீசி அவர் பேசுவார் – "என்னை அவர்கள் சட்ட சபையில் எப்படி மானபங்கப்படுத்தினார்கள் என்று நான் உங்களுக்கு எப்படிச் சொல்வேன்? மக்களின் அவை அது. எனக்கு நேர்ந்த அவமானம் இல்லை அது! உங்களுக்கு, தமிழ்நாட்டுப் பெண்களுக்கு நேர்ந்த அவமானம் அது! அந்த துச்சாதனன்களை, துரியோதனனைத் தண்டிக்கவேண்டாமா? அவர்களுக்கு நீங்கள் தெரியாமல் அளித்த அதிகாரத்தைத் திருப்பி வாங்குங்கள். அந்த துரியோதனனைப் பதவியிலிருந்து நீக்குங்கள்!"

1989 நாடாளுமன்றப் பொதுத் தேர்தல் களம் அது. காங்கிரஸ் கட்சியுடன் அதிமுக கூட்டணியில் இருந்தது. ஜெயலலிதா அதை மாநிலத் தேர்தலைப்போல பாவித்தார். அதில் அதிமுக கணிசமாக வெற்றிபெற்றால் தன்னை அவமானப்படுத்திய கருணாநிதியை அது தண்டிப்பதாகும் என்கிற வெறி அவரை ஆட்கொண்டது.

'துச்சாதனன்களை விரட்டுங்கள். உங்கள் வாக்குகள் அர்ஜுனனின் காண்டீபமாக அவர்களைத் தாக்கட்டும்!'

ஜெயலலிதா மக்களுக்கு முன், பாதிக்கப்பட்ட பாஞ்சாலியின் சின்னம். ஆனால் தீரமிக்கவரும்கூட. மடங்கி அமராமல், புறமெரிக்கக் கிளம்பியவர். அப்படியாகத்தான் கட்சி பிரச்சாரம் செய்தது – வலிமைமிக்க தலைவியாக. தலைவிக்கு நேர்ந்த அநீதிக்கு மக்கள் மன்றத்தில் நியாயம் கோருவதாக. அது ஒரு சிறந்த வெற்றி வியூகமாக இருந்தது. ஜெயலலிதாவுக்கு நேர்ந்த கதியை அவர்களில் பலர் அனுபவித்தவர்கள். அவர்களின் ஆதர்சமாக இவர் தெரிந்தார். அவருடைய துக்கத்தை, கோபத்தை ஆத்மார்த்தமாக உணர்ந்தார்கள்.

அதை அவர்கள் தங்களது வாக்குகளில் தெரிவித்தார்கள். போட்டியிட்ட பதினோரு இருக்கைகளையும் அதிமுக வென்றது. அதனுடைய தோழமைக் கட்சியான காங்கிரஸ் போட்டியிட்ட 29 சீட்டுகளில் 28இல் (புதுச்சேரி உள்பட) ஜெயித்தது. திமுக அதிர்ச்சியில் உறைந்தது. தனது கூட்டணிக்குக் கிடைத்த வெற்றிக் களிப்பில் ஜெயலலிதாவுக்குத் தலை கிறுகிறுத்துப் போயிற்று. மக்களுக்குத் திமுகவின் மீது நம்பிக்கை போய்விட்டது, ‘உடனடியாக ஆட்சியைக் கவிழுங்கள்’ என்று மத்திய அரசை வற்புறுத்தினார்.

ஆனால் அவர் அத்தனை அவசரப்படத் தேவையிருக்கவில்லை. கருணாநிதியே எதிர்பார்க்காமல் பல சம்பவங்கள் அவருக்குச் சாதகமாகவே நடந்தன. அவர் ஆட்சிக்கு வந்தபோது இலங்கைத் தமிழர் பிரச்சினையில் மத்திய அரசுக்கு விரோதமான கொள்கையை கருணாநிதி எடுப்பார் என்று எல்லோரும் எதிர்பார்த்ததுதான். பொதுமக்களின் உணர்வுகளை மத்திய அரசின் இலங்கைக் கொள்கைக்கு எதிராகத் தூண்டிவிடுவார் என்றும் தெரிந்திருந்தது. எம்ஜிஆர் பின்தொடர்ந்த வழிவேறு. எம்ஜிஆர் மத்திய அரசுடன் எப்போதும் ஒத்துழைப்பார். மோதுவது சிக்கலை ஏற்படுத்தும் என்று உணர்ந்தவர். யாழ்ப்பாணத்தில் இந்திய அமைதிப்படையின் தீவிரமான நடவடிக்கைகளைக் கடுமையாக விமர்சித்து வந்திருந்த கருணாநிதி இப்போது மேடைக்கு மேடை அவற்றைப் பொது மக்களின் கவனத்திற்குக் கொண்டு சென்றார். எம்ஜிஆர் தமிழ் ஈழ விடுதலைப் புலிகளின் (எல்டிடிஈ) போராட்டத்தைத் தார்மீகமாக ஆதரித்துப் பண உதவி செய்திருந்தாலும் தனி ஈழத்தை ஆதரிக்கவில்லை. எம்ஜிஆர் நோய்வாய்ப்பட்டு அமெரிக்க மருத்துவமனையில் மூன்று மாதங்கள் தங்கியிருந்தபோது, எல்டிடிஈயை ராணுவ மோதல்மூலம் மடக்கிவிடவேண்டும் என்று இந்திய அமைதிப்படை முடிவுக்கு வந்தது. அமைதிப்படை தரும் நெருக்கடியில் எல்டிடிஈ நிபந்தனை இல்லாமல் சரணடையவேண்டும் என்ற முயற்சியில் மத்திய அரசு இருந்தது. எம்ஜிஆர் வெளிநாட்டில் இருந்ததால்

அரசியல் ஆதரவுக்கு கருணாநிதியிடம் எல்டிடிஈ சென்றது. எம்ஜிஆரின் மரணத்துக்குப் பிறகு திமுகவும் விடுதலைப்புலிகளும் நெருக்கமாவார்கள் என்று தில்லி எதிர்பார்த்தது.

எம்ஜிஆருக்கு மக்களிடையே அதிக செல்வாக்கு இருந்தாலும், அதற்குச் சவால் விடுவதுபோல கருணாநிதி தன்னை தமிழினத் தலைவர் என்று முன்னிறுத்திக்கொள்வார். இலங்கைத் தமிழர்கள் இந்தியத் தமிழர்களின் ரத்தத்தின் ரத்தம். "கடலைத் தாண்டி அக்கரையில் துன்பப்படும் இலங்கைத் தமிழர்களின் துயரத்தைத் துடைப்பது நமது கடமை" என்று உணர்ச்சியுடன் முழங்குவார். பாலஸ்தீனியர்களுக்குத் தனி நாடு வேண்டும் என்று வாதிடும் இந்திய அரசு தனி ஈழத்துக்காகப் போராடும் போராளிகளை ஏன் ஆதரிப்பதில்லை என்று கேள்வி எழுப்பினார். இலங்கைத் தமிழர் பிரச்சினை தமிழகத்தின் எல்லா அரசியல் கட்சிகளுக்கும் தேர்தல் ஆயுதமாயிற்று.

1989இல் கருணாநிதி பதவி ஏற்றபிறகு தமிழீழத்தை ஆதரிப்பது தமிழக அரசின் கொள்கையாயிற்று. இலங்கை அரசை எதிர்த்துக் கிளம்பியிருந்த இலங்கைத் தமிழர்களின் பல்வேறு (எல்டிடிஈ, டெல்லோ, ப்ளாட், ஈபிஆரெலெஃப், ஈரோஸ்) போராளிக் கும்பல்கள் தமிழகத்தில் முகாமிட்டார்கள். ஆயுதமேந்தித் தமிழக மெங்கும் சுதந்திரமாகத் திரிந்தார்கள்.தங்களுடைய விரோதங் களையும் ஆயுதச் சண்டையையும் தெருவுக்கு எடுத்து வந்தார்கள். கிராமப்புறங்களில் குண்டு செய்வதும் அது வெடிப்பதும் சர்வ சாதாரணமாக நடக்க ஆரம்பித்தது. திருட்டுப் பயம், கொலை கொள்ளை எண்ணிக்கை அதிகரித்தது. பொதுமக்களிடையே இனம்புரியாத பீதி பரவிற்று. போராளிகளின், முக்கியமாக விடுதலைப்புலிகளின் தொடர்பு வலைப்பின்னலின் வேகத்தையும் அடாவடித்தனத்தையும் கண்டு மக்கள் திகைத்தார்கள். போலீஸ் கண்டும் காணாமல் இருந்ததிலிருந்து, திமுக அரசின் முழு ஆதரவுடன்தான் போராளிகள் பயமில்லாமல் திரிகிறார்கள் என்று நிச்சயமாகத் தெரிந்தது.

இந்திய அமைதிப்படையின் நடவடிக்கைகளை எல்லா போராளி குழுக்களும் வன்மையாகக் கண்டித்தன. அவர்களுடைய முகாம்களில் வெளி ஆட்கள் நுழைய அனுமதி இருக்கவில்லை. உள்ளே என்ன நடக்கிறது என்று கண்டுகொள்ள முடியவில்லை. பொதுவாக ஊடகங்களில் இலங்கைத் தமிழர் பிரச்சினைக்கு அனுதாபமும் போராளிகளுக்கு ஆதரவான நிலையும் இருந்ததால் பிறகு நடந்த விஷயங்கள் பொதுமக்களுக்கு அதிர்ச்சியையும் கோபத்தையும் ஏற்படுத்துவதாக இருந்தன.

தமிழ்நாட்டில் அமைதிப்படைக்கு எதிராக இருந்த மனநிலையை கருணாநிதி உறுதியாக அன்றைய பிரதமர் வி.பி.

சிங்கிற்கு எடுத்துச் சொன்னதன் காரணமாக மத்திய அரசு இலங்கையிலிருந்து அமைதிப்படையைத் திரும்பிவிடச் சொன்னது. அப்போது திமுக வி.பி. சிங்கின் அமைச்சரவையில் பங்கு பெற்றிருந்தது. முரசொலிமாறன் மத்திய அமைச்சராக இருந்தார். கருணாநிதிக்கும் சிங்கிற்கும் நல்ல உறவிருந்தது. அப்படியும் அமைதிப்படையின் கடைசிப் பகுதி சென்னைத் துறைமுகத்தில் இறங்கியபோது கருணாநிதி வீரர்களை வரவேற்கச் செல்லவில்லை. தமிழர்களை ரட்ஷிக்கச் சென்றவர்களே தமிழர்களைக் கொன்று குவித்தது கொண்டாடப்பட வேண்டிய விஷயமல்ல என்றார். மத்திய அரசு அதைக் கண்டுகொள்ளவில்லை.

தமிழகத்தில் போராளிக் கும்பல்களிடையே சண்டைகள் அதிகமாகின. அவர்களுடைய சண்டைகள் மாநில அரசின் பாராமுகத்தால் கட்டுப்பாடின்றித் தொடர்ந்தன. ஒருநாள் பட்டப்பகலில் பல கொலைகள் நடந்த செய்தி வந்தபோதுதான், காவல்துறை முதுகை நிமிர்த்தியது.

1990, ஜுன் 19ஆம் தேதியன்று விடுதலைப்புலிகளின் எதிரி/போட்டிக் கும்பலான ஈபிஆர்எல்ஃப்பின் முக்கிய உறுப்பினர் பத்மனாபாவும் அவருடன் இருந்த மற்ற 14 பேர்களும் சென்னையின் மிகப்பரபரப்பான கோடம்பாக்கத்தில் ஓர் அடுக்குமாடிக் குடியிருப்பில் கொலை செய்யப்பட்டார்கள். கொலையாளிகள் விடுதலைப்புலிகளே என்பதும், பட்டப்பகலில் தைரியமாகத் தப்பிப்போனார்கள் என்பதும் மிகத் தெளிவாகச் சொல்லப்படாத பல செய்திகளைச் சொல்லிற்று. அவர்கள் போலீஸின் உதவியுடனே சென்றார்கள் என்பதையும், முதல்வரின் சம்மதம் இல்லாமல் அது நடந்திருக்கமுடியாது என்பதையும் சர்ச்சைக்குரிய விவாதமாக எதிர்க்கட்சி – ஜெயலலிதாவின் தலைமையிலான அஇஅதிமுக எடுத்துக்கொண்டது. இதன் உச்சகட்டமாக, திமுகவைச் சேர்ந்தவரும் நாடாளுமன்ற உறுப்பினருமான வைகோ என்ற வை. கோபாலசாமி, கள்ளத் தோணியில், யாருக்கும் சொல்லாமல், கடவுச்சீட்டு வாங்காமல், விடுதலைப்புலிகளின் தலைவர் பிரபாகரனைக் காண யாழ்ப் பாணத்துக்குச் சென்று 15 நாட்கள் இருந்துவிட்டு வந்தார். இந்த அடாவடித்தனங்களை இனி பொறுக்கமுடியாது என்று ஜெயலலிதா உரத்துக் குரல் எழுப்பினார். மத்திய அரசுக்குக் கடிதத்துக்குமேல் கடிதம் எழுதி, திமுக அரசை உடனடியாகக் கலைக்கவேண்டும், இல்லையெனில் நாட்டுக்கே பாதுகாப்பு அச்சுறுத்தல் இருக்கும் என்றார்.

வி.பி. சிங்கிற்கு மத்தியில் வேறு பிரச்சினைகள் இருந்தன. தவிர ஜெயலலிதா நாடகமாடுவதில் கைதேர்ந்தவர் என்று அவரிடம் சொல்லப்பட்டிருந்தது. ஜெயலலிதா சொன்னதை

அவர் லட்சியமே செய்யவில்லை. ஆனால் இலங்கைப் போராளி களின் அடாவடித்தனம் அதிகரித்துவந்தது. பொதுமக்கள் அவதிக்குள்ளாவதைக் கண்டும் காவல்துறை துணிவாகச் செயல்பட முடியாமல் தவித்தது. தேசிய தெற்கு எல்லைக் கடலோரக் கண்காணிப்புத்துறை, போராளிகளின் விதி மீறல்களையும் அவர்களைப் பிடித்து தமிழகக் காவல்துறைக்கு அனுப்பும்போதெல்லாம் அவர்கள் உடனடியாக விடுவிக்கப் படுவதையும் மத்திய அரசுக்குத் தெரியப்படுத்தியது. அதன் எச்சரிக்கையைத் தவிர்க்க முடியாமல், கருணாநிதியின் ஆட்சேபத்தையும் மீறிப் பிரதமர், உள்துறை அமைச்சரைக் கரையோரக் கண்காணிப்பை நேரில் சென்று பார்வையிடச் சொன்னார்.

ஆனால் 1990 முடிவதற்குள் வி.பி. சிங்கின் அரசு கவிழ்ந்தது. சந்திரசேகர் பிரதமர் ஆனார். இப்போது புதிய பலம் பெற்றதுபோல திமுக அரசின் மீதான தனது எதிர்ப்புகளை ஜெயலலிதா உத்வேகத்துடன் மத்திய அரசுக்குத் தெரிவித்தார். விடுதலைப்புலிகளின் அச்சுறுத்தலிலிருந்து தமிழகத்தைக் காப்பாற்ற தமிழ்நாடு காங்கிரஸ் கட்சியும் அவருடன் சேர்ந்துகொண்டு திமுக அரசை நீக்கக் கோரிற்று. பிரதமர் சந்திர சேகர் தமிழ்நாட்டிற்கு வந்தவர், தன்னுடைய அமைச்சர்கள் சிலருடன் ஜெயலலிதாவை அவரது இல்லத்தில் சந்தித்தார். கருணாநிதியைப் பார்க்காமலே அவர் தில்லிக்குத் திரும்பியது சூசகமாகச் செய்தி தெரிவித்தது. சில நாட்களில் மத்திய அரசு பிரிவு 356இன்படி திமுக அரசைப் பதவியிலிருந்து நீக்கியது. அந்தச் செயலுக்கான காரணத்தையும் விளக்கிற்று. ஸ்ரீலங்கா தமிழ் ஆயுதப்போராளிகளின் சமூக விரோத நடவடிக்கைகளை கருணாநிதி அரசு கட்டுப்படுத்தாமல் நாட்டின் பாதுகாப்புக்கு அச்சுறுத்தல் ஏற்படுத்தும் அளவுக்கு அவர்களுக்குச் சுதந்திரம் கொடுத்தது எனவும் அது அரசின் நிர்வாகத்தோல்வி எனவும் சொல்லப்பட்டது. மத்திய அரசு திரும்பத்திரும்ப எச்சரிக்கை விடுத்தும், திமுக அரசு நிலைமையைச் சீர்செய்ய எந்த முயற்சியையும் எடுக்கவில்லை எனவும் குற்றம் சாட்டிற்று.

திமுகவின் பதவி நீக்கம் தனது பிரத்தியேக வெற்றி என்று ஜெயலலிதாவுக்கு உற்சாகம் கரைபுரண்டு போயிற்று. மிகப்பிரகாசமான எதிர்காலம் தன்னை எதிர்நோக்கியிருப்பதாகத் தோன்றிற்று. தமிழக அரசியல் சூழலில் மட்டுமல்ல அவருடைய சொந்த வாழ்விலும் மிகப்பெரிய மாற்றத்தை ஏற்படுத்துவதற்கான அறிகுறிகள் தோன்றின. சமீப காலம்வரை தன் நம்பிக்கைக்குப் பாத்திரமாக இருந்திருந்த திருநாவுக்கரசு, கே.கே.எஸ்.எஸ்.ஆர். ராமச்சந்திரன் ஆகியோர் தனக்கு எதிராக

வேலை செய்வதாக சந்தேகம் ஏற்பட்டதால் இருவரையும் கட்சியைவிட்டு நீக்கியிருந்தார். அது அவருக்கு மிகுந்த சங்கடத்தை அளித்திருந்தது. அவருடைய பலவீனம் அவரே உணர்ந்ததுதான். கோபம் வந்தால் அடக்கமுடியாது. அது எப்போது வரும் என்று சொல்லமுடியாது. ஒரு சொல், ஒரு சிரிப்பு, ஒரு செய்கை போதும் அவரது உணர்வுகளை உசுப்ப, அவரை வெடிக்கவைக்க. அவருடைய அகம்பாவமும் திமிரும் கூடப்பிறந்த சொத்து. தன்னைச் சுற்றிலும் கோழைகளும் மடையர்களும் இருப்பதாகத் தோன்றும். இவர்களையெல்லாம் கட்டி மேய்த்துக் கட்சியை நடத்தவேண்டும். இந்த அவருடைய குணங்களை ஆண் வர்க்கம் தாங்கிக்கொள்ளாது. ரசிக்கவும் செய்யாது. அப்படிப்பட்ட பெண்ணுடன் வேலை செய்வது மகா கஷ்டம். அவர் இதையெல்லாம் உணர்வார்; ஆனால் முட்டாள்களை அவரால் சகித்துக்கொள்ளமுடியவில்லை. அவர் வெகு ஜாக்கிரதையாகக் காய்களை நகர்த்திக் காங்கிரஸ் கட்சியுடன் வரவிருந்த தேர்தலுக்குக் கூட்டணி அமைத்துத் தொகுதிப் பரிமாற்றம் செய்துகொண்டார்.

மத்தியில் நிலவரம் சரியாக இருக்கவில்லை. ஸ்திரமற்ற நிலையில் இருந்த சந்திரசேகரின் மைனாரிட்டி அரசு கவிழ்ந்தது. அதனால் நாடாளுமன்றத்திற்கான தேர்தல் தேவைப்பட்டது. தமிழ்நாட்டில் மாநில அவைத்தேர்தலுடன் பொதுத் தேர்தலும் சேர்ந்து நடக்கும் என்று அறிவிக்கப்பட்டது. தனது அரசு இடையில் நீக்கப்பட்ட கோபத்தில் இருந்த திமுக தலைவர் கருணாநிதி மக்களிடம் முறையிட, நீதிகேட்க தேர்தல் களத்தை உபயோகிக்கத் தயாரானார்.

ஆனால் தனது வாதம் அர்த்தமற்றுப் போகும், ஒரே இரவில் தமிழகத்தின் காற்று தனக்கு எதிராகிப்போகும் என்று கருணாநிதி சற்றும் நினைத்திருக்கமாட்டார். பயங்கரமான சேதி தந்த இரவு அது. தான் அதுவரை தமிழினத்தலைவர் என்ற இறுமாப்பில் கண்மூடித்தனமாக ஒரு பயங்கர நெருப்புடன் விளையாடியதை வெளிச்சம் போட்ட இரவு. மிக அநியாயமாக முதுகில் குத்தப்பட்டதுபோல அவமானமும் அதிர்ச்சியும் ஏற்பட்டது அன்று. அவருடைய அதிர்ஷ்டம் அந்த இரவின் நிகழ்வுக்குச் சில மாதங்கள் முன்பே அவரது அரசு நீக்கப்பட்டிருந்தது என்று விநோதமான நிம்மதி அளித்த இரவும் கூட. அவரை மூர்க்கமாகத் துவேஷித்த அந்தப் பார்ப்பனப் பெண், முன்னாள் நடிகை, ஜெயலலிதாவை அதிகாரத்தின் உச்சத்துக்கு அழைத்துச் செல்லும் வாய்ப்பை அளித்த இரவும் அது என்பது தமிழகத்தின் எப்படிப்பட்ட சரித்திர முரண்! சாத்தியமே இல்லை என்று

நினைத்ததெல்லாம் சாத்தியமாவதைக் காணும் பலவீன நிலையில் தாம் இருப்போம் என்று அவர் நினைத்ததே இல்லை.

அன்று (மே 21, 1991) ஊழ்வினை என்பதில் நம்பிக்கை ஏற்படும் சேதி கிடைத்தது. தேர்தல் பிரச்சாரத்துக்குத் தமிழ்நாட்டிற்கு வந்திருந்த காங்கிரஸ் தலைவர் ராஜீவ் காந்தி சென்னையை அடுத்து 38 கி.மீ தூரத்திலிருந்த ஸ்ரீபெரும்புதூரில் விடுதலைப்புலி தற்கொலைப் படையால் படுகொலை செய்யப்பட்டார் என்ற சேதி நாட்டையும் தமிழகத்தையும் முக்கியமாக, பல காரணங்களுக்காக, உலுக்கிற்று. கருணாநிதி உண்மையில் நடுங்கிப்போனார். ரத்தத்தின் ரத்தம் என்று தோள்கொடுத்து அணைத்தோமே, இந்தச் சேதி கேட்கவா?

தேர்தல் பிரச்சாரத்தில் சூறாவளிப்பயணம் மேற்கொண்டிருந்த ஜெயலலிதா பர்கூர் தொகுதியிலிருந்த கிருஷ்ணகிரியில் ஓய்வெடுத்துக்கொண்டிருந்தார். செய்தி தாங்கொணா அதிர்ச்சி அளித்தது. கொலைக்குப்பின் இருந்தது விடுதலைப்புலிகள் என்ற அறிந்ததும், நான் முன்பே எச்சரிக்கவில்லையா என்று எக்களிப்பும் திமுகவின் மேல் கோபமும் அதிகரித்தது. அதுவே தேர்தல் களத்தில் சாட்டையாகத் திமுகவையும் கருணாநிதியையும் விளாசும் ஆயுதமாயிற்று. மக்களின் மனநிலை ஏற்கெனவே, ராஜீவ் காந்தியின் மரணத்தைப் பற்றின செய்தியும் விடுதலைப்புலிகளின் பங்கும் தெரிய வந்ததிலிருந்து, திமுகவுக்கு எதிராகிப் போயிருந்தது. எந்த விசாரணைக் கமிஷனின் அறிக்கைக்கும் மக்கள் காத்திருக்கவில்லை. கருணாநிதி அரசு போராளிகளுக்குக் கொடுத்த இடத்தின் விளைவு இது என்று அவர்கள் முடிவுக்கு வந்துவிட்டார்கள். தமிழ் மண்ணில் தேசத்தலைவர் ஒருவர் படுகொலை செய்யப்பட்டது, ஒட்டு மொத்த தமிழ் மக்களுக்கும் ஏற்பட்ட தலைக்குனிவு என்று ஆத்திரப்பட்டார்கள். ஜெயலலிதாவின் நெருப்புக் கக்கும் வார்த்தைகளும் ராஜீவ் காந்திக்கான அனுதாப அலையும் திமுகவை அடியோடு அடித்துக்கொண்டு போயிற்று. நாடாளு மன்றம், மாநில சட்டசபை இரண்டிலும் திமுக முகத்தை நிமிர்த்தமுடியாமல் அடிவாங்கிற்று. 234 சட்ட சபை இருக்கைகளில் அதிமுக – காங்கிரஸ் கூட்டணி 225இல் அசுர பலத்துடன் வெற்றி பெற்றது. திமுக அணி 7 இடங்கள் மட்டிலுமே வெற்றி பெற்றுப் படுதோல்வி அடைந்தது. தமிழக சட்டசபையில் ஜெயலலிதா தலைமையில் இரட்டை இலைச் சின்னத்தில் நின்ற (இணைந்த) அதிமுக 164, கருணாநிதியின் தலைமையில் திமுக 2 என்ற விவரம் நம்ப முடியாத வரலாற்றுத் திருப்புமுனையாக அமைந்ததாக அரசியல் விமர்சகர்கள் கருதியதில் வியப்பில்லை.

நாடாளுமன்றத் தேர்தலிலும் 39 தொகுதிகளில் அதிமுக காங்கிரஸ் கூட்டணிக்கு 38 தொகுதிகளில் வெற்றி கிடைத்தது.

மக்கள் சந்தேகத்திற்கு இடமில்லாமல், மத்தியில் காங்கிரசுக்கும் மாநிலத்தில் அஇஅதிமுகவுக்கும் வாக்களித்தார்கள். அதுவும் எப்படி? வரலாறு கண்டிராத அசுர பலத்துடன். உண்மையில் வரலாறு படைத்த தேர்தல் முடிவு அது. மக்களால் தேர்ந்தெடுக்கப்பட்ட முதல் பெண் முதல்வராக 43 வயதே ஆன ஜெயலலிதா பதவியேற்றார். அது லகுவாக வந்த சாதனை அல்ல. ஆணாதிக்கம் மிக்க தமிழக அரசியலில், நிலப்பிரபுத்துவ மனப்படிமங்கள் நிறைந்த சமூகத்தில் ஒவ்வொரு படியிலும் முதுகு வலிக்க ஏற வேண்டியிருந்தது. ஏச்சையும் பேச்சையும் கேட்க வேண்டியிருந்தது. சகுனிகளின் சூழ்ச்சிகளை முறியடிக்க வேண்டியிருந்தது. தன்னை அரசியலுக்கு இழுத்துச் சென்ற புரவலரின் சுமுகம் சார்ந்து இருக்கவேண்டியிருந்தது. அவராலும் கைவிடப்பட்டபோது நிர்க்கதியாக, அநாதையாக நடுத்தெருவில் நிற்க வேண்டியிருந்தது. அதை மீண்டு நிமிர்ந்தோம் என்று நினைக்கையில் துச்சாதனர்களால் மக்கள் சபையில் அவமானப்பட வேண்டியிருந்தது. பல்லாயிரம் அவமானங்களை அந்த நாற்பது சொச்சம் வயதுக்குள் அனுபவித்துவிட்டதன் ரணம் அக்னிக்குண்டமாக நெஞ்சினுள் அமர்ந்திருந்தது. இந்த வெற்றி அவருக்கே கிடைத்த வெற்றி. அவருடைய வீம்புக்குக் கிடைத்த வெற்றி. மிக விசித்திரமானதும் கூட. பிராமண எதிர்ப்பில் பிறந்த திராவிட இயக்கச் சித்தாந்தத்தைச் சேர்ந்த ஒரு திராவிடக் கட்சியின் தலைவியாக, அவர், பிராமண வகுப்பைச் சேர்ந்தவர், அமர்ந்தது மகா விசித்திரம்.

கண்சிமிட்டும் போதில் அந்த அற்புதம் நிகழ்ந்தது. அஇஅதிமுகவின் தெய்வாம்சம் பொருந்திய தலைவியானார் ஜெயலலிதா. இல்லை. அவரே தெய்வம். பராசக்தியின் வடிவம். வெற்றித் திருமகள். பூஜிக்க வேண்டியவள்.

அந்த ஆராதனை அவருக்கு வேண்டியிருந்தது. அவரைத் துன்புறுத்திவந்த பிசாசுகள் போயின. கட்டுக்கள் தளர்ந்தன. கேள்வி கேட்க இப்போது யாருமில்லை. எத்தகைய சுதந்திர உணர்வு அது?

கண்ணை மறைத்த சுதந்திர உணர்வு.

பாகம் II

1

அஇஅதிமுகவின் வெற்றிக் கொண்டாட்டம் அட்டகாசமாக இருந்தது. திமுகவுக்கோ தலை நிமிரமுடியாத தோல்வி. 174 தொகுதிகளில் நின்று இரண்டு இடங்களில் மட்டுமே வெற்றி பெற்றது. 168 தொகுதிகளில் போட்டியிட்ட அதிமுக 163 இடத்தில் வெற்றி பெற்றிருந்தது. அடேயப்பா, எப்படிப்பட்ட ஜாம்பவான்களையெல்லாம் ஓரம்கட்டிவிட்ட வெற்றி அது! ராஜீவ் காந்தியின் படுகொலையும் திமுகவுக்கு எதிரான மனநிலையும் அதிமுகவுக்குப் பெரிதும் உதவிற்று என்றாலும், ஜெயலலிதாவை லேசாக எடுத்துக் கொள்ளமுடியாது என்று முதல்முறையாக உணர்ந்தார் கருணாநிதி. அவரது ஆட்சியில் பட்ஜெட் கூட்டத்தொடரில் ஜெயலலிதாவுக்கு நேர்ந்த அவமானகரமான சம்பவத்தை அவர் மறக்கவில்லை. அதன் விளைவாக அஇஅதிமுகவினர் தன்னை என்ன வகையாகப் பழிதீர்ப்பார்களோ என்ற கவலையில், திமுகவின் தோல்விக்குத் தார்மீகப் பொறுப்பேற்பதாகத் தனது அவை உறுப்பினர் இருக்கையை ராஜினாமா செய்தார்.

ஜெயலலிதாவின் பிரத்தியேக வெற்றித் தருணம் அது என்பதில் சந்தேகமில்லை. அதிமுகவிலேயே அவரை ஒழித்துக்கட்ட வேண்டும் என்று பெரு முயற்சி செய்தவர்களின் வாய் இனி அடங்கிப் போகும். எம்ஜிஆருக்குப்பின் அதிமுகவின் வெற்றி

முகம் அவர்தான் என்பது இப்போது நிரூபணம் ஆயிற்று. கருணாநிதி வழக்கமான தனது குயுக்தியை யெல்லாம் செய்து பார்த்தார். அவரைப் பாப்பாத்தி என்றார். திராவிடக்கட்சிக்கு ஒரு பாப்பாத்தி தலைமை வகிப்பதா என்று பரிகாசம் செய்தார். பாப்பாத்தி மட்டுமல்ல, நடிகை. நடிகையின் வசனத்தை நிஜம் என்றா நம்புகிறீர்கள்?

ஆனால் அவையெல்லாம் மக்களிடம் எடுபடவில்லை. ஆக உயர்ந்த அதிகாரத்தைத் தங்கத்தாம்பாளத்தில் வைத்துக் கொடுத்துவிட்டார்கள். அவரால் நம்பமுடியவில்லை. அது எப்படி சாத்தியமாயிற்று? எம்ஜிஆர் இறந்த சேதியைக் கேட்டதும் அவர் பரிதவித்த தவிப்பு ஞாபகம் வரும்போது அது ஒரு கெட்ட கனாபோல இருந்தது. எனது வலிமையை உணராத முட்டாளாக இருந்தேன் என்று சிரிப்பு வந்தது. வானைநோக்கிக் கையை உயர்த்தி எக்காளமிட வேண்டும்போல் இருந்தது. இனி எம்ஜிஆரின் ஆவிகூட அவரைப் பயமுறுத்தாது. ஆனால் அன்று அவரைக் கவ்வியிருந்த பயம் நிஜமானது. திடீரென்று தன்னைப் பீடித்துவந்த அனைத்துப் பயங்களிலிருந்தும் விடுதலை ஆனதுபோல இருந்தது. இனி எம்ஜிஆர் என்ற ஐதீகத்திலிருந்தும் விடுதலை. எம்ஜிஆர் என்ற தாயத்தை அவர் அணிய வேண்டிய தில்லை. அவரது வாரிசு நான் என்று மேடைக்கு மேடை வலியுறுத்த வேண்டியதில்லை. எம்ஜிஆர் வரித்த வாரிசு தானே என்று மக்கள் நம்பும்படி அவரால் செய்ய முடிந்தது. அவரது வெற்றி அவராலேயே, அவரது சொந்த முயற்சியாலேயே கிடைத்தது.

களிப்பில் தலை கிறுகிறுத்தது. அவருக்குக் கிடைத்த வெற்றி திமுகவுக்கு எதிராகிப்போன எதிர்மறை வாக்கு என்று தோன்றவில்லை. ராஜீவ் காந்தியின் மரணத்தால் அதிகரித்த அனுதாப ஓட்டு என்று அவர் நம்பத் தயாராயில்லை. எம்ஜிஆரின் வசீகரம் அவரது பிம்பத்திற்கு ஒளிசேர்த்தது என்பது மறந்துபோயிற்று.

அவர் வந்த நாள்முதல் தமிழக அரசியலில் மாற்றம் தெரிய ஆரம்பித்தது. 24 ஜூலை 1991 அன்று முதலமைச்சராகப் பதவிப்பிரமாணத்தை இறைவனின் பெயரில் எடுத்தார். நாத்திகர்களான திராவிடத் தலைவர்கள் அதுவரை இயற்கையின்/ மனசாட்சியின் பெயரில் பிரமாணம் எடுத்துக்கொண்டார்கள். அவரது அமைச்சரவையில் அங்கம் வகித்த சில மூத்த தலைவர்கள் சற்றுக் குழம்பினார்கள். ஆனால் அநேகமாக எல்லோரும் அவர் சொன்ன விதத்தைப் பின்பற்றினார்கள். நிகழ்ச்சி முடிந்து அவர்

கிளம்பியதும் புதிதாக அமைச்சரவையில் இடம் பெற்றிருந்த கே.ஏ. செங்கோட்டையன் அவர் காலில் தடாலென்று நெடுஞ்சாண்கிடையாக விழுந்து வணங்கினார். அவரைத் தொடர்ந்து மற்றவர்களும் ஒருவர் பின் ஒருவராக விழுந்தார்கள். அவர் திகைத்திருக்கவேண்டும். சிரிப்புக்கூட வந்திருக்கும். ஆனால் யாரையும் தடுக்கவில்லை. எக்களிப்புடன் பார்த்து நின்றார். எத்தகைய வெற்றி இது! அவரைப்பற்றி அவதூறு பேசியவர்கள், ஆண் சிங்கங்கள், அவர் காலடியில்!

அவருடைய உடுப்பு மாறியிருந்தது. ரோஜா நிறத்தில் பூப்போட்ட சில்க் புடவையின் மேல் அதே நிறத்தில் ஒரு கேப், மேலங்கி அணிந்து ராணியைப்போல தகதகவென்று மின்னினார். அவரைத் தொலைக்காட்சிப் பெட்டியில் பார்த்த ஆண்களும் பெண்களும் சொக்கிப்போனார்கள். அப்போதே அவர்களுக்கு அவர் ரோசாப்பூ அம்மாவானார். யாருமே அவரது நூதன 'கேப்' உடையைப்பற்றிக் கேள்வி கேட்கவில்லை. அதற்கு அடியில் குண்டு துளைக்கமுடியாத அங்கி அணிந்திருந்தார் என்று சொன்னார்கள். ஒரு பத்திரிகையாளர் அதை ஏன் அணிகிறீர்கள் என்று துணிந்து கேட்டபோது 'எனக்கு அது பிடிக்கிறது' என்றார் கம்பீரமாக. அடுத்த ஐந்து ஆண்டுகளுக்கு அவருடைய உடை அதுவாக இருந்தது. புசுபுசுவென்று பருத்துப்போன உடம்பை, கைகளை அது ஓரளவுக்கு மறைத்தது. அவருடைய ராஜ கம்பீரமும் அலட்சியப் பதில்களும் அப்போதே பத்திரிகையாளர்களைப் பயமுறுத்திற்று. ஆனால் அவர் பதவி ஏற்றவுடன், மக்களுக்கு நன்றி தெரிவித்தார், தன்னை ஏகமனதாகத் தேர்வு செய்ததற்கு! கொடுத்திருந்த தேர்தல் வாக்குறுதிகளையெல்லாம் நிறைவேற்றுவதாக உறுதியளித்தார். ஊடகங்கள் தயவுசெய்து எதிர்க்கட்சிபோல கருத்துத் தெரிவிக்குமாறு வேண்டுகோள் விடுத்தார்! அவரது தோரணையைக் கண்டு திகைத்தாலும் நிருபர்கள் மயங்கினார்கள்; அதை உண்மையென்று நம்பினார்கள்.

அதிகாரவர்க்கம் அவருடைய முகலாவண்யத்தையும் கெட்டிக்காரத்தனத்தையும் அப்பழுக்கற்ற ஆங்கிலத்தையும் கண்டு பரவசப்பட்டது. அவர்களைச் சந்திக்கும்முன் அவர் பேசவிருக்கும் விஷயத்தைப் பற்றித் தீர்க்கமாகப் படித்துத் தயார் செய்வதும் அவர்களுக்கு மேற்கொண்டு செயல்திட்டங்களை முன்வைப்பதும் அவர்களை வியப்பில் அசத்திற்று. ஐ.ஏ.எஸ் அதிகாரி வி.வி. சந்திரலேகா வானளாவப் புகழ்ந்தார். 'இந்தப் பெண்மணியின் கீழ் தமிழ்நாடு உன்னதத்தைத் தொடும் வாசலுக்கு வரப்போகிறது' என்றார். அவரைப் பார்ப்பதற்கு முன் அதிகாரிகளுக்கு அவரது அரசாளும் தகுதியைப்பற்றி

இருந்த சந்தேகம் ஒரே சந்திப்புக்குப் பின் மறைந்தது. எந்த விஷயத்தையும் பொறுமையாக அவருக்கு நீண்ட விளக்கமாகத் தரவேண்டியிருக்கவில்லை. சட்டென்று கிரகித்துக்கொள்ளும் திறமை இருந்தது. அவரை லேசாக எடுத்துக்கொள்ளக்கூடாது என்றும் அவர்கள் விரைவில் புரிந்துகொண்டார்கள்.

முதல்வர் பதவிக்கு வந்த ஒரு மாதம் கழித்து ஜெயலலிதா *ஹிந்து* நாளிதழுக்குப் பேட்டி கொடுத்தார். 'இப்போது முதல்வரின் நாற்காலி முள் நிறைந்தது. இதுவரை எந்த முதல்வரும் இப்படிப்பட்ட நெருக்கடியான நேரத்தில் பதவி ஏற்றதில்லை. நிதிநிலையிலிருந்து சட்டம் ஒழுங்குப் பிரச்சினை வரை'. அவர் பதவியேற்றபோது நிதிப்பற்றாக்குறை 898கோடியாக இருந்தது. இருந்தும் பெண்களுக்குக் கொடுத்திருந்த தேர்தல் வாக்குறுதியை நிறைவேற்றவேண்டும் என்று பதவி ஏற்றவுடனேயே மலிவுவிலை மதுபான விற்பனையைத் தடை செய்தார். அதனால் ரூபாய் 322 கோடி கஜானாவிற்கு நஷ்டம். மாநிலம் முழுவதும் சட்டத்துக்கு விரோதமாகக் கள்ளச்சாராயம் விற்பனை ஆவதாகப் புகார் இருந்தது. அப்படிப்பட்ட புகார்கள் வந்தால் அதற்கு மாவட்ட நிர்வாக அதிகாரிகள்தான் பொறுப்பேற்றுத் தண்டனைக்கு ஆளாவார்கள் என்று அவர் கடுமையாக அறிவித்ததால் மாவட்ட நிர்வாகத்தில் பெரிய மாறுதல் தெரிய ஆரம்பித்தது. குடிநீர் பிரச்சினையையும் மிகத் தீவிரமாகக் கையில் எடுத்திருப்பதாக அந்தப் பேட்டியில் அறிவித்தார். பேட்டி முழுவதும் தன்னுடைய தூரப்பார்வைகொண்ட திட்டங்களை விளக்குவதாக, அவரது குரல் மட்டுமே ஒலிப்பதாக, தனது சாமர்த்தியத்தை வெளிப்படுத்துவதாக இருந்தது.

"எனது அரசு சட்டம் ஒழுங்குப் பிரச்சினையையும் சீதனமாகப் பெற்றது" என்று அதில் தொடர்கிறார். "அதனாலேயே முன்னெப் போதும் இல்லாதவகையில் முதலமைச்சருக்குப் பாதுகாப்பு பந்தோபஸ்து தேவைப்படுகிறது." (முதல்வருக்கு அதிகரித்துப் போன 'z' பிரிவு பாதுகாப்பு அணியைப்பற்றி நிறைய விமர்சனம் கிளம்பியிருந்தது. அவருக்கு விமர்சனம் பிடிக்காது.) மக்கள் இப்போது எப்படிப்பட்ட அச்சுறுத்தும் காலம் என்பதைப் புரிந்துகொள்ளவேண்டும். இதற்குக் காரணம் முந்தைய அரசு நடந்துகொண்ட அசட்டைப் போக்குதான். கடந்த மூன்று மாதங்களில் நாங்கள் இந்த விஷயத்தை மிகத் தீவிரமாகக் கையில் எடுத்ததன் காரணமாக நல்ல பலன் தெரிய ஆரம்பித்திருக்கிறது. எல்டிடிஈ விஷயத்தையே எடுத்துக்கொள்ளுங்கள். நான் ஆட்சிக்கு வந்ததும் அவர்களது வலைப்பின்னல் கர்நாடகத்திலும் கேரளத்திலும் கூடப் பரவியிருப்பதைக் கண்டு அதிர்ச்சி அடைந்

தேன். எனது அரசு எடுத்த மிகக் கடுமையான நடவடிக்கையால் காவல்துறைக்குக் கொடுத்த சுதந்திர அதிகாரத்தால் எல்டிடிஈ யையும் வேறு தீவிரவாதக் கும்பல்களையும் வளைக்கமுடிந்தது."

ஜெயலலிதா தீவிரவாதக் கும்பல்களை ஒடுக்க மிகக் கடுமையான நடவடிக்கை எடுத்தார் என்பதில் சந்தேகமில்லை. அவர்கள் பலவீனப்பட்டு 'பிரபாகரனின் உத்தரவின் பேரில் தமிழகத்தைவிட்டு வெளியேறத் துவங்கினார்கள்' என்றார். "ஆபத்து இன்னும் முழுவதுமாக விலகவில்லை என்று எனக்குத் தகவல் வருகிறது. ஆனால் முன்பு போராளிகள் தன்னிசை யாகக் கட்டுப்பாடில்லாமல் நடந்துகொள்வார்கள். இப்போது அவர்களுக்குப் பயம் வந்திருக்கிறது. ஏனென்றால் அவர்களது அடாவடித்தனத்திற்கு இங்கு இடமில்லை. தேச விரோதச் செயல்களில் அவர்கள் ஈடுபட்டால் இனி தமிழக அரசு பொறுத்துக்கொள்ளாது."

அன்று, ஆட்சிக்கு வந்த மூன்றே மாதங்களில் அளித்த பேட்டியைத் திரும்பிப் படித்துப் பார்க்கும்போது ஜெயலலிதா மாநில மத்திய அரசுகளின் அரசியல் அணுகலைப்பற்றி மிகவும் முதிர்ச்சியான புரிதல் கொண்டவராக வெளிப்படுகிறார். எல்டிடிஈ வெறும் மாநிலப் பிரச்சினை என்று வி.பி. சிங் அரசு நினைத்தது உண்மை அதுவல்ல, அதன் அச்சுறுத்தல் தேசிய பாதுகாப்புப் பிரச்சினை என்று வெகுத் துல்லியமாகப் புரிந்துகொண்டு செயல்பட்டது வியப்பை அளிக்கிறது.

இத்தனைக்கும் அவருக்கு ஆட்சி அனுபவம் இருக்க வில்லை.

கர்நாடக மாநிலத்துடனான காவேரிப் பிரச்சினை ஆகட்டும், கச்சத்தீவை மீட்கும் யோசனையிலாகட்டும் துணிச்சலாக மத்திய காங்கிரஸ் அரசுக்கு விரோதமான கருத்துக்களைத் தெரிவித்தார். இத்தனைக்கும் காங்கிரசுடன் கூட்டணியில் இருந்தது அதிமுக. காவேரிப் பிரச்சினையில் மத்திய அரசு தம்மை ஏமாற்றிவிட்டது என்றார். நமக்கு இருக்கும் வருத்தத்தில் நியாயமிருக்கிறது. ஒரு நீண்ட போராட்டத்துக்குப் பின் இடைக்கால நிவாரணத்துக்கான தீர்ப்பு காவிரி நதிநீர் வாரியத்திடமிருந்து கிடைத்ததை நாம் கண்ணியத்துடன் ஏற்றோம். ஆனால் மத்திய அரசும் கர்நாடக அரசும் அதன் பயன் தமிழகத்துக்கு வரக்கூடாது என்ற எண்ணத்துடன் செயல்படுகின்றன என்றார். "பின் எதற்காக வாரியம் அமைக்கப்பட்டது? அதை மத்திய அரசேதான் பிரிவு 1956 கீழ் அமைத்தது. நான் தமிழகத்து மக்களின் உரிமைக்காகப் போராடுகிறேன். காவிரி மட்டுமே நமது உயிர் நாடி."

காவிரி நீர்வாரியம் அளித்த இடைக்கால நிவாரணம் தமிழ்நாட்டுக்குச் சாதகமானது என்று கர்நாடகத்தில் பெரும் ரகளை ஏற்பட்டது. அங்கிருந்த தமிழர்கள் தாக்கப்பட்டார்கள். அதையடுத்து திடீரென்று ஒரு நாள் ஜெயலலிதா உண்ணாவிரதம் இருக்கப்போவதாக அறிவித்தார். அதுவும் மெரினா கடற்கரையில் காந்தி சிலைக்கருகில். காலை நடைபயிற்சிக்குச் சென்றவர்கள் அதிர்ச்சிக்குள்ளானார்கள். அவர்கள் முன்னால் செல்லமுடியாமல் போலீஸ் தடுத்தது. பஞ்சு மெத்தையில் படுத்து கூலர்கள் தண்ணென்று காற்று வீச வசதியுடன் படுத்தாலும், முதல்வர் கர்நாடகத்தில் பிறந்து வளர்ந்த ஒரு பெண், தமிழக மக்களுக்காக உண்ணாவிரதம் இருக்கிறார் என்பது மிக நெகிழ்ச்சியான விஷயமாகப் பாமரர்களுக்கு இருந்தது. நடிகைக்கு நடிக்கச் சொல்லியா தரவேண்டும் என்றது எதிர்கட்சி. நல்ல ஸ்டண்ட் என்றார்கள் அவரது விரோதிகள். ஆனால் கலவரப்பட்டுப்போன மத்திய அரசு சமாதானப்படுத்தும் முயற்சியில் இறங்கியது. வெளியூர் சென்றிருந்த கவர்னர் விரைந்து வந்து அவரை மெரினாவில் சந்தித்துப்பேசினார். கர்நாடக அரசை மத்திய அரசு கண்டித்திருப்பதையும் வாரியம் சொன்னபடி தண்ணீர்விட கர்நாடகம் ஒத்துக்கொண்டதையும் எடுத்துச் சொன்னவுடன் ஜெயலலிதா பழரசம் அருந்திப் புன்னகையுடன் கிளம்பிச் சென்றார். மூன்று நாட்களுக்கு அவதிப்பட்ட நடைப்பயிற்சியாளர்கள் நிம்மதியுடன் நடக்கத்துவங்கினார்கள்.

மத்திய அரசுடன் மோதவே அவர் சில பிரச்சினைகளைக் கிளப்புவதாக மத்தியில் விமர்சனங்கள் எழுந்தன. இட ஒதுக்கீடு விஷயத்தில் பிரச்சினை எழுந்தது. உச்சநீதிமன்றம் 50% அதற்கான வரம்பை வைத்தது. தமிழ்நாட்டில் நடைமுறையில் இருந்த 69% தொடரப்படும் என்று ஜெயலலிதா பிடிவாதமாக இருந்ததை மத்திய அரசால் தடை செய்யமுடியவில்லை. "எனக்கு மத்திய அரசுடன் மோதவேண்டும் என்ற எண்ணம் இல்லை. இது சமூக நீதிக்காக நடந்த போராட்டம். நான் புதிதாக எதையும் சொல்லவில்லை. நடைமுறையில் இருந்ததைத்தான் சொன்னேன். அதை எப்படி மாற்றுவது?"

தமிழகத்தின் முன்னேற்றத்துக்காகத் தான் கோடிட்டு வைத்திருந்த பல திட்டங்களை நிருபருக்கு ஜெயலலிதா விவரித்துக்கொண்டு போனார். நிருபருக்கு இடையில் கேள்வி கேட்க பயம். அவரது அரசு ஊடகங்களுக்கு ஏற்படுத்திவரும் தடைகளையும் தன்மீது எதிராகப் போடும் அவதூறு வழக்குகளைப் பற்றியும் கேட்க பயந்து அவர் விவரித்துக்கொண்டு சென்ற பொற்கால சித்திரத்தைக் கேட்டபடி உட்கார்ந்திருக்க வேண்டும்.

மிக நீண்ட பேட்டி அது. *ஹிந்து* பத்திரிகை ஒரு வார்த்தைப் பிசகாமல், வெட்டாமல் வெளியிட்டது. அந்தப் பேட்டியில் தனது அரசு பெண்சிசுக்கொலையைத் தடுப்பதற்காக மேற்கொண்ட தொட்டில் குழந்தை திட்டத்தைப் பற்றியும் மிகப்பெருமையுடன் சொன்னார். மதுரை, சேலம் போன்ற மாவட்டங்களில் பெண் குழந்தைகளைப் பிறந்தவுடன் கொன்றுவிடும் வழக்கம் பரவலாக இருந்தது. கொல்லாதீர்கள் என்பதற்குப் பதிலாக அதிமுக அரசு ஓர் ஆக்கபூர்வமான யோசனையைச் சொன்னது. அரசு மருத்துவமனைகளின் வாசலில் ஒரு தொட்டிலை வைத்து, 'உங்களுக்கு வேண்டாத பெண் குழந்தையை எங்களுக்குத் தாருங்கள். அரசு உங்களை எந்தக் கேள்வியும் கேட்காது' என்றது. தொட்டிலில் போடப்பட்ட பெண் குழந்தை மூன்று மாதங்களுக்குப் பிறகு எஸ்.ஓ.எஸ் காப்பகத்திற்கு அனுப்பி வளர்க்கப்படும். திட்டம் அறிவிக்கப் பட்டதும் எல்லோராலும் வெகுவாகப் பாராட்டப்பட்டது. கிராமத்துப் பெண்களுக்குத் தொட்டிலில் விடப்படும் குழந்தை எங்கு வளரும், எப்படிப்பட்ட வாழ்வு வாழும் என்ற சந்தேகம் இருந்தது. அதைவிடப் பிறந்த பெண் குழந்தையைக் கொல்வது கௌரவமானது என்ற எண்ணம் வலுத்தது. ரகசியமாகப் பெண்சிசுக்கொலை நடந்து வந்தது. ஆனால் போலீஸின் கெடுபிடி அதிகரித்தது. ஒரு சிலர் கைது செய்யப்பட்டார்கள். அப்போதுதான் ஒரு புதிய வழி அவர்களுக்குத் தெரிய வந்தது. கருவில் இருக்கும் சிசுவின் பால் இனம் கண்டுகொள்ளும் கருவி இருப்பதை அறிந்துகொண்டார்கள். ஊருக்கு ஊர், கிராமத்துக்குக் கிராமம், ஸ்கேனிங் மையங்கள் கிளம்பிவிட்டன. கிராமத்துப் பெண்களும் கருவில் இருப்பது பெண் என்று தெரிந்ததும் கருவைக் கலைத்தார்கள். திட்டம் அமல்படுத்திய ஒன்றிரண்டு மாதங்கள் தொட்டிலில் பெண் சிசுவைச் சிலர் போட்டது உண்மைதான். ஆனால் போகப் போக ஊனமுள்ள குழந்தைகள் தான் வர ஆரம்பித்தன. பிறகு அதுவும் நின்று போனது. கருவில் சிசுவை அழிக்க ஆரம்பித்ததால் பெண்சிசுக்கொலை குறைந்தது. ஜெயலலிதா அரசு, தொட்டில் குழந்தைத் திட்டம் அமோக வெற்றி என்றும் பெண் சிசுக்கொலை என்ற பயங்கர சமூகக்கொடுமையை அழித்துவிட்டதாகவும் விளம்பரம் செய்தது. பெண் பிறப்பு விகிதாச்சாரம் வெகுவாகக் குறைந்து வருவதாகச் சொன்னப் புள்ளிவிவரங்களை அரசு காதில் போட்டுக்கொள்ளவில்லை. மருத்துவர்களும் கண்டுகொள்ளவில்லை.

ஆரம்பத்தில் எல்லாம் நன்றாகத்தான் இருந்தது. அதாவது எல்லோரும் அவர் புகழைப் பாடும்வரை. என்றுமே அவர் விமர்சனத்தை விரும்பியதில்லை. அவருக்குத் தனது

சாமர்த்தியத்திலும் அறிவிலும் ஆங்கிலத்தில் பேசும் திறமையிலும் அசாத்தியப் பெருமிதம் இருந்தது. தன்னைவிட தன்னைச் சுற்றிலும் இருப்பவர்கள் முட்டாள்களாக இருக்கையில் அவரை விமர்சனம் செய்ய யாருக்கு அருகதை இருந்தது? அவருக்கு சட்டசபையில் இருந்த மிருகபலம் தந்த தன்னம்பிக்கையில் தன் வசம் இழந்து போனார். புரட்சித்தலைவர் நாமம் வாழ்க என்று முன்பு சொன்னதெல்லாம் இப்போது ஒப்புக்கும் நாவிலிருந்து வரவில்லை. யாருக்கும் அவரைக் கேள்வி கேட்கவோ ஆலோசனை சொல்லவோ தகுதி இல்லை என்று அவர் உறுதியாக நம்பினார். அரைவேக்காட்டுப் பத்திரிகை நிருபர்களுக்கு என்ன தெரியும் என்று அவர்கள் கேள்விகேட்கிறார்கள்? முட்டாள்தனமாக அவரை விமர்சித்து எழுதுவதை எப்படி சகித்துக்கொள்வது? அவருடைய வாக்காளர்கள் அவர்களது பிதற்றலைப் படிப்பதில்லை என்றாலும் பத்திரிகைக்காரர்களின் திமிரை அடக்காமல் இருக்கமுடியாது.

அவருக்கும் ஊடகங்களுக்கும் இடையே ஆரம்பித்த சண்டை மகாபாரத யுத்தமாக இருந்தது. சமனற்ற யுத்தம், அவர் கையில் அதிகாரம் இருந்ததால். அந்த எல்லையற்ற அதிகாரம் தந்த மமதை கண்ணை மறைத்ததால். ஒவ்வொரு விமர்சனத்துக்கும் அவரது ஆத்திரம் கட்டுக்கடங்காமல் போனது.

யாரும் எதிர்பாராத, பத்திரிகை உலகம் எதிர்பாராத அசுரத் தாக்குதல் அது. நாம் இருப்பது ஜனநாயகம்தானா என்ற கேள்வியை எழுப்பிய அச்சம் மிகுந்த காலகட்டம் அது. அத்தனை அழகான, நாசூக்கான, கான்வென்ட் ஆங்கிலம் பேசும் நகர்வாழ் சொகுசுப் பெண்மணியால் எப்படி அத்தனை அபத்தமாக, காரணமற்ற வன்மத்தைப் பத்திரிகைத்துறையின் மேல் காட்டமுடிந்தது? கருத்துச் சுதந்திரம், எழுத்துச் சுதந்திரம், பேச்சுச் சுதந்திரம், ஜனநாயகப் பண்புகள் என்பன எப்படி மறந்து போயிற்று?

ஊடகங்களுக்கும் அவருக்கும் இடையே ஏற்பட்ட விரிசல் ஒரு விபத்தில் ஆரம்பித்ததாகக் கொள்ளலாம். அவருக்கு நேர்ந்த விபத்தில்லை. அவரது அசட்டுத்தனத்தால் ஏற்பட்ட விபத்தில் நாற்பத்தெட்டு பக்தர்கள் இறந்துபோனார்கள். கும்பகோணத்தில் 1992, பிப்ரவரி 18ஆம் தேதி 12 ஆண்டுக்கு ஒருமுறை அபூர்வமாக வந்து செல்லும் மகாமக சங்கமத்தின்போது மகாமகக் குளத்தில் குளித்துப் புண்ணியம் பெற லட்சக்கணக்கான பக்தர்கள் கூடுவது வழக்கம். கூட்டம் அலைமோதும் என்று பாமரனுக்கும் தெரியும். அவரது நட்சத்திரமான மக நட்சத்திரத்தில் அன்று

கிரகங்களின் சங்கமம் நடக்கிறது. அன்றைக்கு அவரது பிறந்த நாளும்கூட. அதில் அன்று அவர் நீராடினால் அவருக்கு நல்லது என்று ஒரு ஜோசியன் சொல்ல, அவர் அங்கு செல்வதால் மக்களுக்கு ஏற்படக்கூடிய சங்கடங்களைப் பற்றின யோசனை சற்றும் இல்லாமல் மகாமகக் குளத்தில் அவர் நீராடச் செல்ல முடிவெடுத்தபோது அது ஏற்படுத்தக்கூடிய பாதுகாப்புப் பிரச்சினையைப் பற்றி மட்டும் கவலைப்பட்ட காவல்துறை அதிகாரிகள், அந்தச் சிறிய கோவில் பட்டணமான வசதிகளற்ற கும்பகோணத்தில் லட்சக்கணக்கான மக்கள் கூடும் இடத்தில் வழிமறிக்கும் பாதைகளும் உள்ளாக நேரும் சோதனைகளும் அவர்களுக்கு எத்தனைத் தொந்தரவு அளிக்கும் என்று நினைக்காமல் இருந்திருப்பார்களா? அல்லது அங்கு போயே ஆகவேண்டும் என்ற அவருடைய வீம்பின் முன் ஏதும் சொல்ல அதிகாரிகள் பயந்தார்களா?

அவர் Z பிரிவு பாதுகாப்பு வளையத்தில் இருந்ததால், போலீஸ் படை முழுவதும் அவருடைய பாதுகாப்பே முக்கியம் என்ற எண்ணத்துடன் செயல்பட்டது. குளத்தில் குண்டுதுளைக்காத ஒரு கண்ணாடி அறை, அவரும் அவருடன் சென்ற சசிகலாவும் குளிக்க ஏற்பாடு செய்யப்பட்டிருந்தது. அவர்கள் குளிப்பதை தூர்தர்ஷன் கேமராக்கள் படம் பிடித்தன. பக்தர்களுக்குத் தாங்கள் எதற்கு வந்தோம் என்று மறந்து போயிற்று. வந்திருந்தது முதல்வர் மட்டுமல்ல – முன்னாள் நடிகை, அழகானவர், ரோஜாப் பூநிறமேனி. சாமிதரிசனத்தையும் புண்ணிய நீராடலையும் மறந்து அவரைக்காண முண்டியடித்து முன்னேறினார்கள். ஒரு பழைய கட்டடத்தின் சுவரின் மேல் சாய்ந்து ஒரு கூட்டம் நின்றது. அத்தனை உடல்களின் அழுத்தம் தாங்காமல் சுவர் விழுந்தது. அதனடியில் நசுங்கி 48 பேர் இறந்தார்கள். பலர் படுகாயம் அடைந்தார்கள். சுவர் விழுந்த சமயத்தில் ஜெயலலிதா நீராடிய திருப்தியுடன் கிளம்பிவிட்டார் தோழி சகிதம். கூடவே அவருக்காக வந்திருந்த போலீஸ் படையும் கிளம்பிவிட்டிருந்தது.

செய்தி வெளிவந்தபோது தமிழகம் அதிர்ந்தது. நம்பிக்கை உள்ளவர்கள் அவரது ஆட்சிக்கு அது நல்ல ஆரம்பம் இல்லை என்றார்கள். அஇஅதிமுகவின் மூத்த தலைவர்கள் திராவிடக்கட்சியின் தலைவி இப்படிப்பட்ட சடங்கில் தன்னை ஈடுபடுத்திக் கொண்டதற்குச் சங்கடப்பட்டார்கள். பத்திரிகைகள் அவர் அங்கு சென்றதால்தான் விபத்து நேர்ந்தது என்றபோது அவர் வெகுண்டார். 'செய்தி அதிர்ச்சி அளிக்கிறது. ஆனால் தனக்கும் அதற்கும் சம்பந்தமில்லை; தான் கிளம்பிச்சென்ற

பிறகுதான் விபத்து நேர்ந்தது' என்று பதிலளித்தார். பத்திரிகைகள் வேண்டுமென்றே தன்னைக் குற்றம் சொல்வதாகச் சாடினார்.

ஜூன் 1991 தேர்தல் முடிந்த ஒரு மாதத்திற்குள்ளாகவே அவருடைய அரசு பத்திரிகைகளுடன் எப்படிப்பட்ட உறவை வைக்கும் என்று புரிந்துபோனது. *குமுதம்* வார இதழில் ஒரு தலையங்கம் அவரையும் எம்ஜிஆரையும் ஒப்பிட்டு லேசான விமர்சனத்துடன் வந்தது. ஒரு கும்பல் *குமுதம்* அலுவலகத்தைத் தாக்கி அங்கிருந்த எல்லாவற்றையும் அடித்து நொறுக்கிச் சில பணியாளர்களையும் தாக்கிற்று. 'இதற்குப்பின்னால் ஜெயலலிதா இருப்பார் என்று நான் நினைக்கவில்லை' என்றார் சோ. ராமசாமி. ஃப்ரண்ட் லைன் பத்திரிகைக்குக் கொடுத்த பேட்டி ஒன்றில், 'அது கட்சிக்காரர்கள் செய்கிற வேலை. அவரை சந்தோஷப் படுத்தவேண்டும் என்று நினைத்து செய்த வேலை,' என்றார் சோ.

தாக்கியவர்களின் செயலை அவர் கண்டிக்கவில்லை. ஆகையால் அப்படிப்பட்ட அடாவடித்தனங்கள் கிட்டத்தட்ட அவருடைய அனுமதி பெற்றதுபோல நடந்தன. தலைவியை உச்சத்துக்குப் புகழ்வது ஒரு கலையாக, அரசியல் கலாச்சாரமாக ஆயிற்று. அதைக் கழகக் கண்மணிகளின் ஆர்வக்கோளாறு என்று அவர் புன்னகையுடன் ஏற்றார். அதிகப்படியாகப் புகழ்பவர்களுக்குப் பதவிகள் கிடைத்தன. ஆனால் திராவிடக் கட்சிகளின் கட்டுக்கோப்பிற்கான அடிப்படைத் தேவையையும் அவர் உணர்ந்திருந்தார். கட்சியின் தலைவரைச் சர்வ வல்லமை படைத்தவராக முன்னிறுத்தவேண்டிய அவசியம் இருந்தது. ஒரே தலைவர், ஆகச் சிறந்த தலைவர். அவர்களைப் பெயர் சொல்லி அழைப்பதுகூட மரியாதைக்குறைவு. கருணாநிதி திமுகவின் ஒரே தலைவர், கலைஞர் என்று சொல்லப்பட்டார். ஜெயலலிதா புரட்சித்தலைவி ஆனார். அப்படிப்பட்ட ஆளுமையை உருவாக்கு வதும் அதை நம்புவதும் கட்சித்தொண்டர்களுக்கும் கட்சியின் கட்டுக்கோப்பிற்கும் நல்லது. ஜெயலலிதா தெய்வாம்சம் பொருந்தியவர்; தேவியின் – பராசக்தியின் அவதாரம், அன்னை மேரியும் கூட என்ற பிம்பங்களை வளர்ப்பது ஒரு பயபக்தியைக் கட்சிக்காரர்களிடையே மட்டும் ஏற்படுத்தாது, பொதுமக்களுக்கும் ஜெயலலிதா என்ற பெயரைக் கேட்டவுடன் பயம் தோன்ற வேண்டும்.

சட்டசபையில் ஓர் அடையாளத்துக்குக்கூட எதிர்க்கட்சி இருக்கவில்லை. ஜெயலலிதா நினைத்ததே சட்டம். சபாநாயகர் சேடப்பட்டி முத்தையா ஜெயலலிதாவின் தாசன். ஜெயலலிதா அவையிலிருக்கும்போது தன் இருக்கையில் உட்காராமல்

நின்றுகொண்டே இருப்பார். அவர் முன் சாஷ்டாங்கமாக நமஸ்கரிப்பார். அப்படிப்பட்டவர் ஒரு சின்ன எதிர்க்குரல் சபையில் எழுப்ப யாரும் நினைத்தாலும் நியாயமான சந்தர்ப்பத்தை எப்படி கொடுப்பார்?

அடுத்தாற் போலச் சிக்கலில் மாட்டிக்கொண்டது நக்கீரன் பத்திரிகை. 1992இல் அரசு பலருடைய தொலைபேசிகளை ஒட்டுக்கேட்பதாக ஒரு கட்டுரை வெளியிட்டது. அதன் பலன் உடனடியாகக் கிடைத்தது. அதன் ஆசிரியரும் பதிப்பாளரும் கைது செய்யப்பட்டார்கள். அவர்கள்மீது வழக்குப்பதிவு செய்யப்பட்டது. உண்மையான பிரச்சினை காங்கிரஸ் கட்சியைச் சேர்ந்த கே. சுப்பு எழுதிய ஒரு கட்டுரைத் தொடரில் ஆரம்பித்தது. அதில் அவர் பல அரசியல் தலைவர்களை, ஜெயலலிதாவையும் சேர்த்துத் தாக்கியிருந்தார். மகாமகம் துயர விபத்தைப் பற்றியும், அரசுக்குச் சொந்தமான டான்ஸி நிலம் ஜெயலலிதா கூட்டாளியாக இருந்த ஜெயா பதிப்பகத்துக்காக அடிமாட்டு விலையில் வாங்கப்பட்டது பற்றியும் எழுதியிருந்தார். மகாக் கோபம் அடைந்த ஜெயலலிதா சட்டசபையில் வெகு உக்கிரமாக சுப்புவைத் தாக்கிப்பேசி காங்கிரஸுடனான அதிமுகவின் கூட்டணி நீடிப்பது இனிச் சந்தேகம் என்பது போலப் பேசியதில் மத்தியில் இருந்த காங்கிரஸ் அரசு கலவரப்பட்டு தமிழ் நாடு காங்கிரஸின் தலைவராக இருந்த வாழப்பாடி ராமமூர்த்தியிடம் முறையிட, சுப்பு கட்சியிலிருந்து நீக்கப்பட்டார். அதற்குப்பிறகு அதிமுகவினர் தொடர்ந்து நக்கீரனைத் தாக்க ஆரம்பித்தார்கள்.

பொதுமேடையில் பேசப்படும் பேச்சுக்களும் கண்காணிக்கப்பட்டன. அவையெல்லாம் டேப்பில் பதிவு செய்யப்பட்டன. ஜெயலலிதாவை விமர்சித்தவர்கள் வெறுப்பு கக்கும் ஆபாச வார்த்தைகள் பேசியதாகக் கைது செய்யப்பட்டார்கள்.

தமிழகத்துக்குள்ளேயே இருந்த ஜெயலலிதாவின் சகிப்பின்மையைப் பற்றின செய்தி தி இல்லஸ்டிரேடட் வீக்லி என்ற ஆங்கில வார இதழின் மூலம் நாடு முழுவதும் பரவிற்று. 'கெட்ட பெயரைச் சம்பாதித்து வரும் தமிழ்நாட்டின் சட்டசபை' என்ற தலைப்பின் கீழ் அங்கு நடந்த சில சம்பவங்களையும் விவரித்து கே.பி. சுனில் என்ற பத்திரிகையாளர் எழுதினார். அதில் திமுக உறுப்பினர் பரிதி இளம்வழுதி பேச எழுந்தபோது அவருக்கு அனுமதி மறுக்கப்பட்டதையும் பிறகு அவரைக் காங்கிரஸ் உறுப்பினர்கள் தாக்கியதையும், சபாநாயகர் உத்தரவின்பேரில் அவர் வெளியே அழைத்துச் செல்லப்பட்டபோது அவரது வேட்டி உருவப்பட்டதையும் விவரித்து எழுதியிருந்தார்.

அந்தக்கட்டுரை சட்டசபையில் வைக்கப்பட்டதும் ஜெயலலிதா வெகு ஆவேசமாக *தி இல்லஸ்டிரேடட் வீக்லியை*யும் அதன் ஆசிரியர் ப்ரீத்திஷ் நந்தியையும் திட்டினார். தமிழகத்தில் மக்கள் மன்றத்தில் அராஜகம் நடப்பதாக எழுதியிருக்கும் பத்திரிகையாளருக்கு இனி சட்டசபையைப் பற்றி அப்படிப்பட்ட பொறுப்பற்ற கட்டுரைகள் எழுதுவதைத் தடுக்க மிக அதிகபட்ச தண்டனை வழங்கப்படவேண்டும் என்றார் கோபத்துடன். நாட்டில் நிலவும் சட்டங்கள் இத்தகைய குற்றங்களைத் தண்டிக்கும் வலு உள்ளவையாக இல்லாததால் சபாநாயகர் அவரது அதிகாரத்தைப் பயன்படுத்தி சுனில் மற்றும் ப்ரீத்திஷ் நந்தியின் மேல் மிகக் கடுமையான நடவடிக்கை எடுக்கவேண்டும் என்றார். அவருடைய பேச்சு சபாநாயகருக்கு உத்தரவிட்டதுபோல இருந்தது. உடனடியாக நடவடிக்கை எடுக்கப்பட்டது. அதிமுக – காங்கிரஸ் உறுப்பினர்கள் கொண்ட குழுவின் பரிந்துரையைச் சுட்டிக்காட்டி சட்டசபையை அவமதித்த குற்றத்துக்கு ஆளான சுனிலுக்கும் ப்ரீதிஷ் நந்திக்கும் கைது வாரண்ட் அறிவித்தார் சபாநாயகர். திமுக பத்திரிகைகளான *முரசொலி, மாலை முரசு* ஆகியன 'பொய் செய்தி' போட்டதாக தன் ஆசிரியர்களுக்கும் பிடி வாரண்ட் அனுப்பப்பட்டது. அவர்களது பிப்ரவரி 5, 1992 இதழில் வி.பி. சந்திரசேகர், திமுக உறுப்பினர் பரிதி இளம்வழுதியைத் தாக்கியதாக எழுதப்பட்டிருந்தது. அவர்களது முறையீட்டை ஏற்று உச்ச நீதிமன்றம் கைதுக்குத் தடை உத்திரவு போட்டது. ஆனால் சபாநாயகர் சேடப்பட்டி முத்தையா உச்ச நீதிமன்றத்தின் தடையைச் சட்டை செய்யவேண்டியதில்லை என்று சென்னை போலீஸ் கமிஷனருக்குச் சொன்னார். சட்டமன்றத்தின் தீர்ப்பை உச்ச நீதிமன்றம்கூடக் கேள்வி கேட்க முடியாது என்றார். அதற்கிடையில் கே.பி. சுனிலும் மற்றவர் களும் தலைமறைவானார்கள். பத்திரிகையாளர்களை உயிருக்குப் பயந்து தலைமறைவு வாழ்க்கை வாழவைத்த பெருமை ஜெயலலிதாவின் அரசுக்குக் கிடைத்தது.

அந்தச் சம்பவம் நாடு முழுவதிலும் விவாதப் பொருளாயிற்று. நான்கு சுவருக்குள் நடக்கும் சட்டசபை விவகாரங்கள் ஊடகங்களின் விமர்சனத்துக்கு அப்பாற்பட்டவையா என்ற கேள்வி எழுந்தது. சுதந்திரத்துக்கு ஆபத்து என்ற தலைப்பில் நாடு முழுவதிலும் தமிழ்நாட்டு சட்டசபை நடப்புகள் பேசப்பட்டு, சந்தி சிரித்தன. ஜெயலலிதா சகிப்பின்மையின் அடையாளமானார். தனது தலையங்கத்தில் ப்ரீத்திஷ் நந்தி *இல்லஸ்டிரேடட் வீக்லியி*ல் எழுதினார்: தனது கட்சி சட்டசபை உறுப்பினர்கள் காலில் விழுவதுபோலப் பத்திரிகையாளர்களும் தனது காலில் விழவேண்டும் என்று ஜெயலலிதா விரும்புகிறார்.

அவர் நினைப்பதுபோல நம்மவர்களில் சிலர் எழுந்துநிற்பது சுலபமாக நடக்கப்போவதில்லை என்று காண்பிக்கவேண்டிய நேரம் வந்துவிட்டது."

ஜெயலலிதாவின் போக்கில் எந்த மாறுதலும் தெரியவில்லை. காற்றில் இனம்புரியாத பீதி புகுந்தது. அரசு அலுவலகங்களின் தாழ்வாரங்கள் மௌனமாயின. எந்த அதிகாரியும் மந்திரியும் வாயைத் திறக்க பயந்தார்கள். எம்ஜிஆரின் வாரிசு என்ற முகமும் சட்டசபையில் இருந்த அசுர பலமும் கட்டுப்படுத்தப்படமுடியாத தெம்பை அளித்தன. அது அளித்த எல்லையில்லா அதிகாரத்தின் எதிரொலி அரசின் அராஜகச் செயல்பாட்டில் தெரிந்தது. நடப்பதெல்லாம் அவருக்குத் தெரியாமல் நடப்பதாக யாரும் நினைக்கவில்லை. அமைச்சர்களின் துதிபாடல் ஆபாசத்தின் உச்சத்தைத் தொட்டது. கட்சித்தொண்டர்கள் அவரது உருவத்தைத் தோளில், மார்பில், முதுகில், கையில் பச்சைக் குத்திக்கொண்டார்கள். சாகும்வரை புரட்சித்தலைவியின் தொண்டர்கள் நாங்கள் என்றார்கள். அமைச்சர்கள் தாங்கள் அறிவிக்கும் திட்டங்களுக்கெல்லாம் அவருடைய பெயரை வைத்தார்கள். விவசாயத்துறை அமைச்சர் ஒரு அரிசிக்கு 'ஜெய ஜெய 92' என்று பெயர்வைத்தார். சங்கீத வித்வான்களும் அவர் புகழ்பாட ஆரம்பித்தார்கள். வயலின் வித்வான் குன்னக்குடி வைத்தியநாதன் ஜெயலலிதா என்ற பெயரில் ஒரு புதிய ராகத்தை அமைத்திருப்பதாகப் பெருமைப்பட்டார். ஒரு படத் தயாரிப்பாளர் (ஜி.வி.) காந்தி ஜெயந்தி கொண்டாடப்படுவதுபோல ஜெயா ஜெயந்தி கொண்டாடப்படவேண்டும் என்றார். எல்லா ஹிந்து, கிறித்துவ, இஸ்லாமிய வழிபாட்டுத்தலங்களிலும் புரட்சித்தலைவி நீண்ட ஆயுள் வாழவேண்டும் என பிரார்த்திக்கவேண்டும் என்று ஒரு அமைச்சர் வேண்டுகோள் விடுத்தார். ஒரு அமைச்சர் எனக்கு தலைவியைப் பார்க்கும்போது வாயடைத்துப்போகிறது என்றார். எல்லோருக்கும் பித்து பிடித்துப்போனதுபோல இருந்தது. அதை ஜெயலலிதா மிகவும் ரசித்ததாகத் தோன்றிற்று.

ஜெயலலிதாவின் ஆளுமை விஸ்வரூபம் பெற ஆரம்பித்தது. தமிழகத்து வானை முழுவதுமாக மறைக்கும் அளவுக்கு அவருடைய பிரம்மாண்ட கட்–அவுட்டுகள் எழும்பின. மதுரையில் 135 அடிக்கு ஒன்று எழும்பியது. அவரே சர்வ வியாபி என்ற ஐதீகம் யதார்த்தத்தில் அவர் செயலிலும் சொல்லிலும் வெளிப்பட்டது. எல்லா அறிவிப்பும் அரசின் திட்டமும் 'நான்' 'எனது' என்ற வார்த்தையுடன் வெளிவந்தன. மேட்டூர் அணையில் நீர் திறந்துவிடப்பட்டாலும் 'அவரது ஆணை'யின்பேரில்தான் அது நடக்கும். அதுபோன்ற அறிவிப்புக்கு மக்கள் பழகிப்

போனார்கள். அவர் தெய்வம் என்று நம்ப ஆரம்பித்தார்கள் கழகக் கண்மணிகள். அவரே துர்க்கை. அவரே மீனாட்சி, காமாக்ஷி, கன்னி மேரியும் கூட. ஜெயலலிதாவே அதையெல்லாம் நம்ப ஆரம்பித்ததுபோல இருந்தது. கிறித்துவர்கள் அதிர்ந்து எதிர்த்தபோது, கழகக் கண்மணிகளின் ஆர்வக்கோளாறினால் நடந்தது அது என்று அவர் சற்றும் கூச்சப்படாமல் விளக்கினார்.

நம்பத்தான் முடியவில்லை. இந்தக் கூத்தையெல்லாம் ஜெயலலிதா எப்படி அனுமதித்தார்? கான்வென்ட் படிப்பாளி, அசாத்திய புத்திசாலி, நாகரிகம் மிக்கவர் என்று பெயர் பெற்றவரால் இதை எப்படி அனுமதிக்க முடிந்தது? அவரைச் சிறுவயதிலிருந்து அறிந்திருந்த சோ. ராமசாமிகூட வியந்தார். "தனக்கு இதெல்லாம் பிடிக்கவில்லை என்று அவர் சொல்லியிருந்தால் அமைச்சர்களும் எம்.எல்.ஏக்களும் செய்வார்களா?"

தன்னுடைய முக்கியத்துவம் தந்த மெதப்பில் அவர் கிறங்கிப்போனார் போலிருக்கிறது. படித்தவர்களும் அரசு அதிகார வர்க்கமும் ஏமாற்றமடைந்தார்கள். இந்தப் புகழ்பாடும் கலாச்சாரம் வன்முறைக்கும் வழிவகுத்தது. எல்லா வன்முறைக்கும் பின்னால் அவருடைய கை இருந்தது. அவருடைய நெருங்கிய பள்ளித்தோழி ஸ்ரீமதிக்கு முன்னிலையில் பள்ளிக் கரும்பலகையின் பின்னால் சித்திரங்கள் வரைந்து வெறியுடன் கோடிட்டு அடிப்பாரே, அந்த ஆத்திரத்தின் சுயரூபம் இப்போது வெளிப்பட்டது. அப்போது அதை வாயை மூடிக்கொண்டு சிநேகிதி மட்டும் பார்த்தாள். இப்போது தமிழகம் முழுவதும் பார்த்தது. ஆனால் வாயை மூடிக்கொண்டு அவர்களால் அதிக காலம் இருக்கமுடியும் என்று தோன்றவில்லை.

அவர் சிறு வயதிலிருந்தே ஒரு புதிராகத்தான் இருந்திருக்க வேண்டும். "சின்ன வயசிலே யாராவது சத்தமாப் பேசினா பயப்படுவா" என்றார் சோ. "மெல்லப் பேசுங்க ப்ளீஸ் என்பா. அவ இப்படி எப்படி ஆனான்னு புரியல்லே."

ஜெயலலிதா இப்போது யாரையுமே பேசவிடவில்லை, அதாவது அவரை விமர்சித்து. 1911ஆம் ஆண்டின் *Re-Notification of the prevention of seditious meetings act* என்ற பிரிவை மீண்டும் கொண்டு வந்து விவரம் அறிந்தவர்களை அதிர்ச்சிக்குள்ளாக்கினார். (வேண்டாதவர்களைத் தேசத்துரோகி என்று சொல்லிக் கைது செய்யலாம்.) அது காலனிய ஆதிக்கத்தின் ரௌலட் பிரிவை நினைவுபடுத்தியது. தமிழ்நாட்டில் ஜெயலலிதாவின் ஆட்சியில் யாரும் எந்தக் கேள்வியையும் கேட்கலாகாது. அப்படித்தான் ஒரு நேர்மையான கேள்வி கேட்கப்போய் வகையாய்

மாட்டிக்கொண்டார் ஐ.ஏ.எஸ் அதிகாரி சந்திரலேகா. ஆமாம் அவர்தான் ஆரம்பகாலத்தில் ஜெயலலிதாவை வானளாவப் புகழ்ந்தவர். ஸ்பிக் ஸதர்ன் பெட்ரோ கெமிகல் இண்டஸ்ட்ரீஸ் கார்போரேஷன் நிறுவனத்தின் ஷேர்களை மிகக்குறைந்த விலையில் விற்க அரசு முடிவெடுத்ததற்கான விளக்கம் என்ன என்று கேள்வி எழுப்பினார். அரசின் சிறுதொழில்துறையின் செயலராகப் பணியாற்றியவரின் நியாயமான கேள்வி அது. பார்க்க மிகவும் லட்சணமான பெண் அவர். ஒருநாள் அவர் தெருவில் நடக்கும்போது ஒரு போக்கிரி அவரது அழகிய முகத்தின் மேல் அமிலத்தை வீசிவிட்டு ஓடிவிட்டான். நீதிமன்றத்தில் யார் குற்றவாளி என்று நிரூபிக்க முடியாவிட்டாலும் ஜெயலலிதாவின் ஒப்புதலுடனேயே அந்தத் தாக்குதல் நடந்ததாக வதந்தி பரவிற்று. சந்திரலேகா இரண்டு மாதங்கள் மருத்துவமனையில் இருந்தார்.

ஜெயலலிதா அதைப்பற்றி வாயே திறக்கவில்லை. சந்திரலேகாவை மருத்துவமனையில் சென்று பார்க்கவும் இல்லை. *இந்தியா டுடே* நிருபர் டி.ஆர். சேகர், ஜெயலலிதாவின் 1996 தேர்தல் தோல்விக்குப்பிறகு எடுத்த பேட்டியில் சந்திரலேகாவுக்கு நேர்ந்த விபத்தைப் பற்றிக் கேட்டபோது 'அதைப்பற்றிப் பேச விரும்பவில்லை' என்றார். பிறகு 'எனக்கும் அதற்கும் சம்பந்தமில்லை' என்றார்.

சந்திரலேகா பிறகு தனது அரசு வேலையை ராஜினாமா செய்துவிட்டு சுப்ரமணியன் சுவாமியின் தலைமையில் இருந்த ஜனதா கட்சியில் சேர்ந்தார்.

அஇஅதிமுகவினர் சுப்ரமணியன் சுவாமியையும் தாக்கினார்கள். அவர் பகிரங்கமாக ஜெயலலிதாவின் டான்ஸி நில பேர ஊழல் பற்றிக் குற்றம் சாட்டியதோடு அவருக்கு எதிராக வழக்கும் தொடுத்தார். அது தெரிந்ததும் ஜெயலலிதாவுக்கு அசாத்திய கோபம் வந்ததாகவும் தனது அமைச்சர்களைக் கூப்பிட்டு, அவர்களைப் பார்த்து 'வேஷ்டி அணிந்த உங்கள்ளே எவனுக்கும் அந்த ஆளை அடக்க வக்கில்லையாடா?" என்று கத்தியதாகவும் அதிமுகவினரிடையே பேச்சு இருந்தது. 'டா'க்கள் அலறி நடுங்கி வில்லன்களை ஒடுக்கப் படையெடுத்ததில் வியப்பில்லை.

சுவாமியை அடக்க எடுத்த எல்லா வழிகளும் தோல்வியில் முடிந்தபோது அவர்மேல் வழக்கு தொடுக்க அவருக்கு வேறு ஒரு காரணம் கிடைத்தது. ஒரு பத்திரிகை பேட்டியில் சுவாமி, எல்டிடிஈயின் தலைவர் பிரபாகரனை 'சர்வதேசப் பறையன்'

என்று சொன்னார். (ஆங்கிலத்தில் எல்லா நாடுகளிலும் 'ஒதுக்கப் பட்டவன்' என்று பொருள்படும்.)

பிரபாகரனை அவர் ஆரம்பகாலம்முதல் எதிர்த்து விரோதம் பாராட்டியிருந்தாலும், 'பறையன்' என்ற இந்திய அரசியல் சாசனத்துக்கு விரோதமான வார்த்தையை சுவாமி சொன்னதற்காக டபிள்யூ. தேவாரத்தை போலீஸ் ஐஜி. அழைத்து சுவாமியைக் கைதுசெய்ய உத்தரவிட்டார். நீதிமன்றத்திலிருந்து சுவாமி திரும்பும்போது தேவாரம் தனது ஆட்களுடன் ரிசர்வ் வங்கி சப்வேயில் காத்திருந்தார். சுவாமி எப்பவும் பாதுகாப்பு கமாண்டோக்களுடன் பயணம் செய்வார். போலீஸ் காத்திருப்பதைப் பற்றின தகவல் ரகசியமாக அவருக்குத் தெரிய வந்ததும் சுவாமி கமாண்டோக்களிடம் சப்வேயில் துப்பாக்கிகளை நீட்டிக் குறிவைத்துக் கொள்ளுமாறு சொன்னார். துப்பாக்கி நீட்டியபடி சுவாமியின் வண்டி வருவதைப் பார்த்து தேவாரம் குழம்பினார். உடனடியாக மேடமுடன் தொடர்புகொண்டார். மேடம் யோசித்தார். கைது செய்யத்தான் சொன்னாரே தவிர துப்பாக்கிச்சூட்டுச் சண்டையை விரும்பவில்லை. அதன் விளைவு விபரீத எதிர்வினையாற்றும். 'சுவாமி போகட்டும், விட்டு விடுங்கள்' என்றார்.

சுவாமி நேராகச் சென்று கவர்னர் மாளிகையில் தஞ்சம் புகுந்தார். அன்று இரவே தில்லிக்குக் கிளம்பினார். ஒரு வழக்கறிஞர் சுவாமிக்குத் தெளிவுபடுத்தினார், அவர் உபயோகித்த சொல்லைப்பற்றி. ஒரு தலித்தை 'பறையன்' என்று சொல்வது குற்றம். ஆனால் பிரபாகரன் தலித் இல்லை.

1991இல் ப. சிதம்பரம், காவிரி வாரியத்தின் இடைக்கால உத்தரவு உச்சநீதிமன்றத்தின் முடிவுக்கு விடப்படவேண்டும் என்று ஒரு அறிக்கை விட்டிருந்தார். திருச்சிக்கு அருகில் காரில் அவர் பயணித்துக் கொண்டிருந்தபோது சீற்றத்துடன் கத்தியபடி வந்த குண்டர் கும்பலால் வழிமறிக்கப்பட்டு தாக்குதலுக்கு உள்ளானார். அரசாங்கமே இத்தகைய தாக்குதல்களுக்குப் பின்னால் இருந்ததா அல்லது அதிமுகவினரின் தன்னிச்சையான வெறித்தனமா என்று தெரியாது. ஆனால் தாக்கியவர்களைக் காவல்துறை கண்டுகொள்ளாமல் விட்டதிலிருந்து தலைவியின் சம்மதத்துடன்தான் எல்லாம் நடந்தன என்ற எண்ணம் வலுப்பட்டது.

கே.எம். விஜயன் சென்னையின் மூத்த வழக்கறிஞர். 21 ஜூலை 1994 அன்று மிக மோசமாகத் தாக்கப்பட்டார். படுகாயமடைந்த நிலையில் மருத்துவமனையில் பலமாதங்கள்

இருக்கவேண்டி வந்தது. உச்ச நீதிமன்றம் இட ஒதுக்கீட்டிற்கு விதித்திருந்த 50% வரம்புக்கு எதிராக ஜெயலலிதா சட்டசபையில் 69% ஒதுக்கீடு தமிழ்நாட்டில் தொடரும் என்று தீர்மானம் நிறைவேற்றியதை எதிர்த்து விஜயன் உச்ச நீதிமன்றத்தில் வழக்கு தொடுத்திருந்தார். அவர் விமான நிலையத்திற்குக் கிளம்ப எத்தனிக்கையில் ஐந்தாறு பேர் வந்து அவரைக் கண்மண் தெரியாமல் கொலைவெறியுடன் அடித்துப்போட்டார்கள்.

"தான் பிராமண வகுப்பைச் சேர்ந்தவராக இருந்தாலும் சமூக நீதியில் மிகுந்த அக்கறைக்கொண்டவர் என்று காண்பிக்க அவருக்கு விருப்பம். தன்னைப் பாப்பாத்தி என்று தாக்கிவந்த திமுகவின் வாயை அடைக்கவும் இது உதவும். இந்த இட ஒதுக்கீட்டினால் எல்லா கட்சிகளுக்கும் லாபம் என்பதால் மசோதா ஒருமனதாகச் சட்டசபையில் நிறைவேற்றப்பட்டது. உச்சநீதிமன்றம் தடைவிதிக்குமோ என்று ஜெயலலிதா பயந்திருக்க வேண்டும்," என்றார் விஜயன்.

பிறகு கிடைத்த நம்பத்தகுந்த வட்டாரத்தின் தகவல்படி விஜயனைத் தாக்கியது திகவினர் (திராவிடக்கட்சி) என்று தெரிய வந்தது. அதைத் தொடர்ந்து நடந்த ஒரு நிகழ்ச்சியில் (பார்ப்பன எதிர்ப்பில் பிறந்த) திகவின் தலைவர் கே. வீரமணி, ஜெயலலிதாவுக்கு 'சமூக நீதி காத்த வீராங்கனை' என்ற கௌரவப் பட்டம் அளித்தார். இட ஒதுக்கீடு என்பது மிகவும் உணர்ச்சிவசப்படுத்தும் விஷயமானதால் எந்த அரசியல் கட்சியும் விஜயனை ஆதரிக்கவில்லை. வக்கீல் சமூகம்கூட முன் வரவில்லை. அவர் எடுத்த நிலைப்பாட்டுடன் தாம் சம்மதிக்கவில்லை என்று சொல்லாமல் சொன்னது அது.

தலைவிக்கு யார்மீதாவது அதிருப்தி, கோபம் என்று தெரிந்தால் கட்சிக்காரர்களுக்குப் போதுமானதாக இருந்தது. அவர்களுக்கு அவர் தெய்வம் – ஆராதிக்கப்படவேண்டியவர். கடவுளை நிந்திப்பது அபச்சாரம். நிந்திக்கத் துணிபவர்களை சும்மா விடுவதா? சட்டத்தைக் குப்பையில் போடு. அடிக்கிற அடியிலே ஆள் நிமிரக்கூடாது.

பீதியைப் பரப்புவதே நோக்கம். அதுதான் தலைவியின் எண்ணம் என்று புரிந்தது.

அசுர பலம் பெற்று ஆட்சியைப் பிடித்தவருக்கு அதற்கான அவசியம் ஏன் வந்தது? ஆணாதிக்கம் மிக்க அரசியல் சூழலில் எதிர்நீச்சல் போட்டு வெற்றிபெற்ற மமதையில் தன்னை அவமானப்படுத்திய உலகைப் பழிவாங்கும் ஆத்திரமா? ஒரு

பெண்ணை நசுக்கிவிடலாம் என்றுதானே நினைத்தீர்கள், பாருங்கள் எனது குரூரத்தை என்ற வெறியா? சர்வாதிகாரப் போக்கில் பால் பேதம் இல்லை என்று அவர் உணர்த்த விரும்பினாரா? எது அவரை அப்படி ஆட்டிப்படைத்தது?

அவருக்குத் தெரிந்தோ தெரியாமலோ பல அடாவடித்தனங்கள் நடந்தாலும் அவரது ஆட்சியின் பயங்கரங்கள் பரவலாகப் பேசப்பட்டு வெகுவிரைவில் கெட்டபெயரைப் பெற்றது.

ஆனால் வேறு பல விஷயங்களும் இருந்தன, பெயரைக்கெடுக்க. அரசில் நடந்த ஊழல்பற்றி வெளிப்படையாகத் தெரியவந்தது. அவருடைய தோழி சசிகலாவும் அவருடைய உறவினர்களும் ஜெயலலிதாவுடன் ஏற்படுத்திக்கொண்ட நெருக்கத்தினால் பயமின்றி மாநிலம் முழுவதும் பல இடங்களில் நில அபகரிப்பு செய்ய ஆரம்பித்ததும் அவர்களது திமிர்பிடித்த நடத்தையும் கட்சிக்காரர்களையே மிரளவைத்தன. எம்ஜிஆருக்குப் பிறகு கட்சி எப்படி இருக்கப்போகிறதோ என்று பயந்தவர்கள், ஜெயலலிதா பெரும்பான்மைப் பலத்துடன் கட்சிக்கு வெற்றி வாங்கித்தந்தது அவர்களை மிகவும் மகிழ்ச்சி அடைய வைத்திருந்தது. ஆனால் ஜெயலலிதா சசிகலாவுக்கும் அவருடைய உறவினர்களுக்கும் கொடுத்திருந்த சுதந்திரமும் அதிகாரமும் அவர்களுக்கு அதிர்ச்சியை அளித்தன. கட்சியின் மூத்த தலைவர்கள் தங்கள் அரசியல் எதிர்காலத்தைப் பற்றிக் கவலைப்பட்டார்கள். தொண்டர்கள் குழம்பிப்போனார்கள்.

எல்லாவற்றிற்கும் காரணமான எங்கிருந்தோ வந்துசேர்ந்த கும்பலைக் கண்டு பயந்தார்கள்.

2

தொண்டர்கள் நிலைகொள்ளாமல் தவித்தார்கள். அவர்கள் எத்தனை ஆர்வத்துடனும் உண்மையான அன்புடனும் புரட்சித்தலைவிக்குத் தங்களது அபிமானத்தைத் தெரிவிக்க வானளாவ கட்-அவுட்டுகள் வைத்திருந்தார்கள்? தலைவியின் முகத்தை வரைவதற்கு ஓவியர்களுக்கு அசாத்திய ஆசை. இயற்கையாகவே ரோஜா நிறம் கொண்ட அழகிய முகம். புன்னகைத்தால், அடடா, தெய்வீகம் பிரகாசிக்கும். ஆனால் தலைவியைப் பார்த்து வெகு காலமாகிவிட்டது. இப்போது கட்-அவுட்டுகள் மட்டுமே நிஜம் போல இருந்தது. அவருடைய கடாட்சம் அவற்றிற்காவது கிடைக்குமா என்கிற ஆசையில் கட்-அவுட் வைத்தவர்கள் தங்கள் பெயரையும் அதில் தவறாமல் எழுதினார்கள். அவர்களது முகம்கூட வரையப்பட்டிருக்கும். தலைவி கட்சி அலுவலகத்தையே மறந்துபோனதுபோல இருந்தது. முதல்வருக்குப் பல அலுவல்கள் இருக்கும்தான். முன்பு மாதிரி கட்சிக்காரர்களைச் சந்திக்க முடியாதுதான். ஆனால் விசித்திரம், முதல்வரைப்பார்க்க அமைச்சர்களுக்குக் கூட சிரமமாகிப்போனதைப் புரிந்துகொள்ள முடிய வில்லை. தலைவியுடன் பேசவோ அபிப்பிராயம் கேட்கவோ அப்பாயின்ட்மென்டுக்கு நாள் கணக்கில் காத்திருக்க வேண்டியிருந்தது. செயலகத்துக்குச் சென்று முதல்வர் பணியாற்றுவதுகூட ஒரு

அரிய நிகழ்ச்சியாகப் போனது. விஷயம் என்னவென்று யாருக்கும் புரியவில்லை. தலைவிக்கு உடம்பு சுகமில்லையா? முதல்வராவதற்கு முன்பே பல நாட்கள் காணாமல் போவார். அல்லது போயஸ் கார்டனில் முடங்கி இருப்பார். உடம்பு சுகமில்லை என்று சொல்வார்கள். ஆனால் கட்சிக்குள்ளே பலவித ஊகங்கள், வதந்திகள் பரவி அதிருப்தி அலையைப் பரப்பி வந்தன. அவருடைய வீட்டைப் பராமரிக்க வந்ததாகச் சொல்லிக்கொண்டு அவருடைய இல்லத்தை ஆக்கிரமித்திருக்கும் ஒரு கும்பல், தலைவியைப் பார்க்கவேண்டும் என்று கொடுக்கப்படும் விண்ணப்பங்களை யெல்லாம் கண்காணிப்பதாகவும், அவருக்குத் தெரியாமலே நிராகரிப்பதாகவும் நம்பப்பட்டது. தொலைபேசி அழைப்புகளும் அவர்களது கண்காணிப்புக்குப் பிறகே ஏற்கப்பட்டன, வெகு அபூர்வமாக. பத்திரிகைகள், நாளிதழ்கள் அவர்களையோ ஜெயலலிதாவையோ விமர்சித்து எழுதியிருந்தால் அவர் பார்வைக்கு வராமல் பார்த்துக்கொண்டார்கள். அவருக்கு விமர்சனம் பிடிக்காது, அவர்களுக்கும்தான்.

பல பத்திரிகைகள் மூலம் பரவலாகச் சில காலமாகவே அவர்களைப் பற்றின செய்திகள் தெரியவந்திருந்தன. ஜெயலலிதா தனது சொந்தபந்தங்களுடன் தொடர்பு இல்லாமல் அநாதைபோலத் தனியாகச் சில பணியாளர்களுடன் அந்த மாபெரும் மாளிகையில் வசித்தார் என்று தொண்டர்கள் தெரிந்து கொண்டிருந்தார்கள். கட்சிக்காகத் தன்னை அர்ப்பணித்திருப்பதாக அவர்கள் நெகிழ்ந்தார்கள். ஆனால் அப்படிப்பட்டவர் சசிகலா என்ற முன்பின் தெரியாத ஒரு சாமான்ய பெண்மணியிடம் தனது வீட்டை நிர்வகிக்கும் பூரண அதிகாரத்தை அளித்தது வியப்பாக இருந்தது. ஆனால் பாவம் தலைவிக்கும் வீட்டைக் கவனிக்க ஒரு பெண் துணை இருப்பது தேவைதான் என்று முதலில் நினைத்த கட்சிக்காரர்கள், சசிகலா தன் உறவினர் பலரை அங்கு அழைத்து பணியில் அமர்த்தியதும் போயஸ் கார்டனில் பலகாலமாக இருந்த விசுவாசமான பணியாட்கள் அனைவரையும் விரட்டி மன்னார்குடி ஆட்களை வைத்ததும் பத்திரிகைகள் மூலமாகத் தெரியவந்தபோது அதிர்ந்தார்கள். தங்களுக்கும் தலைவிக்கும் இடையே அவர்கள் இரும்புத்திரை போடுவதாக எரிச்சலடைந்தார்கள். ஆனால் தங்கள் எண்ணத்தை எப்படி சொல்வது? பார்க்கவே முடியவில்லை, அப்படி அதற்கு ஒரு சந்தர்ப்பம் கிடைத்தாலும் யாருக்கும் கேள்வி கேட்க தைரியமில்லை. விமர்சனம் எழும் என்ற ஊகத்தாலோ என்னவோ அவர்களது வாயை அடக்குவதுபோல சசிகலா 'எனது உடன்பிறவா சகோதரி' என்று ஜெயலலிதா சொல்லி இருந்தார். அது அதிக அதிர்ச்சியை அளித்தது. எப்படி வந்தது அப்படியொரு

பாசம்? தலைவிக்கு நிச்சயம் தெரிந்திராது சசிகலாவின் கூட்டம் செய்யும் அடாவடித்தனங்கள். கட்சி அலுவலகத்துக்கு வருவது நின்றுபோனது. மாவட்டச் செயலாளர்களைச் சந்திப்பதும் நின்றுபோனது. போயஸ் கார்டனுக்குள்ளே நடப்பதே அம்மாவுக்குத் தெரியாதபோது, கட்சிக்குள் இருக்கும் அதிருப்தியைப்பற்றி எப்படி தெரியவரும்? மாவட்டச் செயலாளர்கள் நடப்பு விவரங்களைச் சொல்லக்கூடியவர்கள். ஆனால் பேச வாய்ப்பில்லை என்றால் என்ன செய்யமுடியும்?

புரட்சித்தலைவி மாறிப்போனார் என்ற ஆதங்கம் கட்சியைக் குழப்பியது. அவரைச் சுற்றி இருப்பவர்கள் செய்திருக்கும் இருட்டடிப்பு இது, நிச்சயம். தொண்டர்களைக் கண்டு எத்தனை மகிழ்ந்தவர்? எத்தனை இணக்கமாக எல்லோருடனும் பழகுவார்?

நேற்றுவரை யாரும் அறிந்திராத சசிகலா எப்படி அத்தனை முக்கியமான ஆளாகிப்போனார்?

ஜெயலலிதாவின் தீவிர விசுவாசிகள் அந்த இரும்புத் திரையைக் கிழிக்கவேண்டும் என்று நினைத்தார்கள். சசிகலாவின் நட்பு நல்லதற்கில்லை என்று நம்பினார்கள். அந்தக் கும்பலை கண்மூடித்தனமாக நம்புவது ஆபத்து என்று எச்சரிக்க நினைத்தார்கள். கட்சிக்காரரும் படத்தயாரிப்பாளருமான கோவை செழியன், அழகு திருநாவுக்கரசு, சோலை ஆகியோர் சசிகலாவுக்குக் கொடுக்கப்பட்டிருக்கும் அதீதமான முக்கியத்துவத்தைப் பற்றிக் கேள்வி எழுப்பினார்கள். அவர்கள் பேச்சைக் கேட்டு ஜெயலலிதாவுக்குக் கோபம் வந்தது. 'அவர்கள் என் நண்பர்கள்' என்றார் ஒரே வரியில். 'அவர்களை நீங்கள் பழித்தால் என்னை நீங்கள் பழிப்பதுபோல.'

ஜெயலலிதா – சசிகலா உறவு எப்படிப்பட்டது என்று ஊகிப்பது சிரமமானது. சசிகலா ஜெயலலிதாவை எந்த வகையில் தனது கட்டுக்குள் வைத்திருந்தார் என்றும் எவருக்கும் தெரியாது. யாரையுமே சட்டென்று நெருக்கமாக நினைத்துப் பழகாத பட்டணத்து நாகரிகமும் நாசுக்கும் கொண்ட ஜெயலலிதாவுக்கு மன்னார்குடியைச் சேர்ந்த, ஆங்கில அறிவு இல்லாத அதிகம் படிக்காத சசிகலா எப்படி 'உடன்பிறவா சகோதரி' என்று சொல்லுமளவுக்கு நெருக்கமானார்? எல்லோருக்கும் வியப்பை ஊட்டிய அந்த உறவினால் ஜெயலலிதாவின் பிம்பம், கட்சிக்காரர்களிடையே சேதமடைந்தது. கட்சியைவிட தோழிக்கு ஜெயலலிதா அதிக முக்கியத்துவம் தருவதுபோல் இருந்தது.

யாருக்கும் புரியத்தான் இல்லை. ஜெயலலிதா தனிமை விரும்பி, கர்வக்காரி என்ற ஆளுமை கொண்டவராக

தோற்றம் தந்தவர். அவருடைய தாய் அவரது 21 வயதில் திடீரென்று இறந்தபிறகு சில ஆண்டுகளில் அவரது ஒரே சகோதரனும் ஜெயலலிதாவும் பிரிந்தார்கள். உறவுக்காரர்கள் தன்னை ஏமாற்றுகிறார்கள் என்ற எண்ணத்தில் அவர்களையும் ஒதுக்கிவிட்டார். யாரையும் நம்பக்கூடாது என்று அனுபவத்தில் உணர்ந்தவர். அப்படிப்பட்டவர் ஒரு வெளியாளை எப்படி நம்புகிறார்? ஜெயலலிதாவின் மிக பலவீனமான மனநிலையில் அந்த நட்பு ஏற்பட்டிருக்க வேண்டும்.

நடிகை சச்சு திருமணம் செய்யாமல் இருப்பவர், ஆனால் நெருங்கிய உறவினர்களுடன் வாழ்பவர். ஜெயலலிதாவுடன் பல திரைப்படங்களில் நடித்தவர். "ஜெயலலிதா பார்க்க கர்வியைப்போலத் தெரிகிறார்; ஆனால் மிக மென்மையான, பாசம் மிகுந்தவர். தனியாக வாழும் பெண்ணாக நிறைய பிரச்சினைகளைச் சந்தித்திருக்க வேண்டும். ரொம்பத் தன்மானம் உண்டு. யாரையும் உதவி கேட்கப்பிடிக்காது. தன்னம்பிக்கை ரொம்ப ஜாஸ்தி. யாரையும் லட்சியம் செய்ய மாட்டா. அதனாலே அவருக்குப் பிரச்சினை வரும். நாம பெண்ணுரிமை, சுதந்திரம்னு பேசினாலும் பொது வாழ்விலே இருக்கிற பெண், கல்யாணமாகாதவளாக இருந்தால் நிறைய கஷ்டம் அனுபவிக்கணும். யாருக்குமே ஒரு பெண் வெற்றி அடைஞ்சா, அதுவும் தனியா ஆண் உதவி இல்லாம முன்னுக்கு வந்தா சகிக்காது. அவளுடைய அம்மாவுடைய சொத்துக்கள்ளே அவளுக்கு நாட்டம் இருக்கல்லே. எல்லாத்தையும் தன்னுடைய அண்ணனுக்கு எழுதி வெச்சுடச் சொன்னா. அப்படித்தான் தி.நகர், சிவஞான கிராமணித் தெரு வீடு அவ அண்ணனுக்குப் போச்சு," என்றார் சச்சு.

ஆனால் போயஸ் கார்டன் வீடு கட்டியதும் அண்ணனையும் வந்து இருக்கச் சொன்னாரே, அந்த உறவு ஏன் முறிந்தது?

"என்ன காரணம்னு யாருக்கும் விவரம் தெரியாது. அவள் ஒருத்திதான் கூட்டுக் குடும்பத்திலே சம்பாதிக்கிறவள். நெருங்கிய பந்துக்கள் என்று நினைப்பவர்கள்கூட அவளுடைய சம்பாத்யத்திலேதான் அக்கறை காட்டினார்களோ என்னவோ? அவளுக்கு வெறுத்துப்போயிருக்கலாம். ஏமாற்றப்பட்டதா தோன்றியிருக்கலாம். அவர்களுக்கும் வெளியாளுக்கும் வித்தியாசமில்லைன்னு நினைச்சிருக்கலாம். ஒரு வெளியாள் நம்பகமானவளா கிடைச்சபோது அந்த ஆள்கிட்ட வீட்டை நடத்துகிற பொறுப்பைக் கொடுக்கிறதிலே என்ன தப்பு? நீ திருடினா நான் கேள்வி கேட்கமுடியாது. ஒரு வேலைக்காரி திருடினா கேட்கமுடியும். நான் எதுக்கு உன்னை வீட்டிலே

உட்கார்த்தி வெச்சு சோறு போடணும்? நடையைக்கட்டு. அந்த முடிவுக்கு வருவதற்கு முன் அவள் எத்தனை சங்கடப்பட்டாள் என்று யாருக்குத் தெரியும்? ரொம்ப வெறுத்துப் போய்தான் உறவுக்காரங்களே வேண்டாம் என்று எல்லாரையும் ஒதுக்கி இருக்கணும்."

சசிகலாவிடம் ஏதோ ஒரு வசீகரம் இருந்திருக்கவேண்டும்; அல்லது பேசும் சாமர்த்தியம். ஜெயலலிதாவுக்குப் பூரண நம்பிக்கை ஏற்படும்படியாக. ஜெயலலிதாவுக்கு வீட்டைப் பராமரிக்க ஒரு நம்பகமான ஆள் தேவைப்பட்டது. கட்சி வேலையோடு தனியாக சமையல்கட்டிலிருந்து தோட்டம்வரை கண்காணிக்கும் வேலை சோர்வைத் தந்தது. அக்கறையும் அன்பான பேச்சும் தோழமையும் வேண்டியிருந்தது. ஒரு சராசரி குடும்பம் வேண்டும் என்ற ஆசை பொய்த்துப் போயிருந்தது. இப்போது ஒரு தோழியாவது கிடைத்தது மனசுக்கு நிம்மதி அளித்தது. மனத்தில் பொங்கிய ஆதங்கத்தையும் துயரத்தையும் அவருடன் தயக்கமில்லாமல் பகிர்ந்துகொள்ள முடிந்தது. சசிகலா அனுதாபத்துடன் கேட்பார். தன்னுடைய செய்கைகளைக் கேள்வி கேட்காமல்; தன்னுடன் தர்க்கம் செய்யாமல். அப்படி ஒரு ஆள் கிடைத்தது ஆத்மபலம் கிடைத்ததுபோல இருந்தது. வீட்டையும் மிக நன்றாகக் கவனித்துக்கொள்கிறார். "மற்றவர்கள் ஏன் இப்படி வம்புக்கு அலைகிறார்கள்? வீட்டைப் பராமரிக்கத்தான் ஒரு நம்பகமான ஆள் தேவைப்பட்டது. ஆச்சரியமாக அவள் நல்ல தோழியாகவும் அமைந்துபோனது என்னுடைய அதிர்ஷ்டம். இப்போதுதான் வீட்டைப்பற்றிக் கவலைப்படாமல் சற்று நிம்மதியாக இருக்கிறேன். அது கூடவா அவர்களுக்குப் பொறுக்கவில்லை?"

அவருடைய பள்ளித் தோழி ஸ்ரீமதி, ஜெயலலிதா மிகவும் நாசூக்கான பழக்கங்கள் கொண்டவர் என்று சொன்னார். கலைப்பொருள்கள், சுவர் ஓவியங்களிலிருந்து, உடுப்புகள் செருப்புகள் வரை மிக நேர்த்தியாக வைக்கப்படவேண்டும். சசிகலா அசாத்திய திறமைசாலியாக இருந்திருக்கவேண்டும். ஜெயலலிதாவின் இயல்புக்கும் ருசிக்கும் ஏற்றபடி வீட்டை நடத்திக்காட்டி ஜெயலலிதாவின் அன்பைப் பெற்றிருக்கவேண்டும். தன்னை விமர்சித்தவர்களுக்கு ஜெயலலிதா உறுதியாகச் சொன்னார்: "சசிகலா எனக்குச் சகோதரி போன்றவர் மட்டுமல்ல, என் தோளிலிருந்து மிகப்பெரிய பாரத்தை எடுத்துக்கொண்டவர். அரசாங்க விவகாரத்தில் எனக்கு எந்த யோசனையும் சொன்னதில்லை. அதனால்தான் எனக்கு எரிச்சல் வருகிறது, என்னுடைய அரசியல் முடிவுகளுக்குப்பின்னால் அவள்

இருக்கிறாள் என்று சொல்லப்படும்போது. முதலமைச்சரான என்னை அவமானப்படுத்தும் விமர்சனம் அது என்பதோடு அபத்தமானதும் கூட.”

ஆனால் ‘சசிகலா அம்சம்’ பண்ருட்டி ராமச்சந்திரன், திருநாவுக்கரசு போன்ற கட்சியின் மூத்த தலைவர்களில் பலரை அவரிடமிருந்து விலகிச் செல்ல வைத்தது.

மே *1996* சட்டசபைத் தேர்தலில், அதிமுக படுதோல்வி அடைந்தபோது ஜெயலலிதாவுக்கு நம்ப முடியாத அதிர்ச்சி ஏற்பட்டது. அவரது சொந்தத் தொகுதியான பர்கூரிலேயே மக்கள் அவரை வீழ்த்தினார்கள். இந்த அவமானகரமான தோல்விக்கு அவர் எதிர்க்கட்சியின் பொய்ப் பிரச்சாரங்கள், ஊடகங்களின் பட்சமான எதிர்மறை எழுத்து, வாக்குப்பெட்டியில் கோளாறு என்று சீறினாலும், கட்சிக்காரர்கள் பலமாகத் தங்களுக்குள் பேசிக்கொண்டார்கள்– ‘சசிகலாவும் அவகூட வந்து கூத்தடிக்கிற அந்த மன்னார்குடி மாஃபியாவும் செஞ்ச அடாவடித்தனம் தான் தோல்விக்குக் காரணம். ஜனங்க வெறுத்துட்டாங்க.’

தோல்வி அதிர்ச்சி அளித்தாலும் அதற்கு சசிகலாவைப் பொறுப்பாக்குவது சுத்த அபத்தம் என்று ஜெயலலிதாவுக்குக் கோபம் வந்தது. தோல்விக்குப்பின் *ஹிந்து* ஆங்கில நாளிதழுக்கு அளித்த பேட்டியில் அவர் தனக்கும் சசிகலாவுக்கும் இடையே இருந்த உறவு மிக இயல்பான சாமான்ய உறவு என்று நீண்ட விளக்கம் அளித்தார். அந்த நேரத்தில் சசிகலா அந்நியச் செலாவணி மோசடி செய்ததாக ஃபெரா சட்டத்தின்கீழ் *(FERA -Foreign Exchange Regulations Act)* வழக்குப் பதிவாகி கைது செய்யப்பட்டிருந்தார். சிறைக் கம்பிகளுக்குப் பின்னால் சசிகலாவின் சகாப்தம் முடிவுக்கு வந்தது என்று *தி இந்தியன் எக்ஸ்பிரஸ்* தலையங்கம் எழுதிற்று. ஜெயலலிதா குற்றச்சாட்டுகள் அனைத்தையும் மறுத்தார். ஜெயா டி.வி. நிறுவனத்தின் இயக்குநர்களான சசிகலாவும் அவருடைய சகோதரன் மகன் வி. பாஸ்கரனும் *6.8* லட்சம் டாலர்களை ரிசர்வ் வங்கியின் அனுமதி பெறாமல் டிரான்ஸ்பாண்டர்களை வாடகைக்கு எடுக்க வெளிநாட்டுக்கு மடைமாற்றம் செய்ததாகக் குற்றம் சாட்டப்பட்டது.

ஃபெரா சட்டத்தைத் துஷ்பிரயோகம் செய்ததாகக் குற்றம்சாட்டிய அமலாக்கச் சட்டத்துறை – என்ஃபோர்ஸ்மென்ட் டைரக்டரேட் மூன்று சம்மன்கள் அனுப்பியும் சரணடையாத சசிகலா, ஜூன் *20* அன்று சரணடைந்தபோது பதவியை இழந்த அவருடைய தோழியாலோ, அவரது திமிர் பிடித்த மன்னார்குடி

மாஃபியாவினாலோ காப்பாற்றப்படமுடியவில்லை என்று ஆங்கில வார இதழ் அவுட் லுக் எழுதிற்று. சசிகலாவுக்கு 14 நாட்கள் நீதிமன்றக் காவல் விதிக்கப்பட்டது. அது தவிர வெளிநாட்டு இந்தியர்கள் இந்தியன் வங்கியின் சென்னைக் கிளையில் டெபாசிட் செய்த பணத்தை ஒரு தேயிலைத் தோட்டம் வாங்கத் திருப்பிவிட்டதாகவும் குற்றம் சாட்டப்பட்டது. ஃபெரா துஷ்பிரயோகம் இரண்டு முறை நடத்திய குற்றத்தின் மதிப்பு ரூ. 6.18 கோடி என்று சொல்லப்பட்டது.

ஜெயலலிதாவுக்கு சசிகலா கைதானது நிச்சயம் விசனம் அளித்திருக்கும்; குற்ற உணர்வுகூட ஏற்பட்டிருக்கலாம். தன்னுடன் இருந்த காரணத்தாலேயே சசிகலாவின் மீது பொய் வழக்கு போடப்பட்டதாக ஜெயலலிதா நம்பினார். தி வீக் என்ற ஆங்கில வார இதழுக்குக் கொடுத்த பேட்டியில் "எனக்கு ஜெஜெ டிவியைப்பற்றி எதுவும் தெரியாது. அது நீதிமன்றத்தில் இருக்கும் விஷயம். நான் எதுவும் பேசவிரும்பவில்லை. ஃபெரா சட்டத்தை அவர் மீறினாள் என்பது பொய். என்னுடன் அவர் நெருக்கமாக இருந்தார் என்பதனால் ஜோடிக்கப்பட்ட வழக்கு. அமலாக்கச் சட்டத்துறையின் குற்றச்சாட்டுகளை அவர் நீதிமன்றத்தில் சந்தித்து தான் நிரபராதி என்று நிரூபிப்பார்" என்றார். சசிகலா அரசியல் விவகாரங்களில் தலையிட்டாரா என்ற கேள்விக்கு ஜெயலலிதா கோபத்துடன் பதிலளித்தார். "சசிகலா சாசன வரம்புகளை மீறி டிஃபாக்டோ முதல்வராகச் செயல்பட்டார் என்பது சுத்த அபத்தம். அவருக்கு அரசியலில் ஆர்வம் துளியும் இல்லை. அவரை அரசியலுக்குக் கொண்டு வரவேண்டும் என்ற எண்ணமும் எனக்கு இருக்கவில்லை. ஒரு அரசியல்வாதிக்கு அவருடைய வீட்டைக் கவனித்துக்கொள்ள ஒரு நபர் தேவை என்பதை மக்கள் புரிந்துகொள்ள வேண்டும். ஒரு ஆண் அரசியல்வாதிக்கு அவருடைய மனைவி வீட்டைக் கவனிக்க இருப்பார்; ஒரு பெண் அரசியல்வாதிக்கு அவருடைய கணவர் அல்லது சகோதரன் இருப்பார். இதர விஷயங்களைக் கவனித்துக்கொள்ள. எனக்கு யாருமில்லை. சசிகலா எனக்கு உதவியாக இருக்க வந்ததினால்தான் என்னால் மாநில அரசியல் விவகாரங்களைக் கவனிக்க முடிந்தது. அவர் அரசிலும் கட்சியிலும் குறுக்கிட்டதே இல்லை. வேண்டுமென்றே பழி போடுகிறார்கள்."

"என் கட்சிக்காரர்கள் சிலருக்கு அவரைப் பிடிக்கவில்லை என்பதால் நான் சசிகலாவின் உறவைத் துண்டித்துக்கொள்ள முடியாது. அவர் என் சகோதரி போல. உங்கள் அம்மா அல்லது சகோதரி கட்சிக்கு விரோதமாக நடப்பதாக எனக்குச் சந்தேகம். அவர்களிடமிருந்து தூர விலகுங்கள் என்று நான்

ஒருவருக்குச் சொன்னால் அவர் அப்படிச் செய்வாரா?" என்று காட்டமாகக் கேட்ட ஜெயலலிதா, பிறகு சசிகலா எப்படி தனக்கு இன்றியமையாதவராகிப் போனார் என்பதற்கு மிக நீண்ட விளக்கமளித்தார்.

"நான் சசிகலாவை 1984இல் சந்தித்தேன். நட்பு மெல்ல ஏற்பட்டது. அவர் பரிச்சயம் ஆகி இரண்டு ஆண்டுகள் வரை நான் அவருடைய கணவரைச் சந்திக்கவில்லை."

(ஜெயலலிதாவின் நடவடிக்கைகளைக் கூர்ந்து கண்காணித்து வந்த எம்ஜிஆர், சசிகலாவின் கணவர் எம். நடராஜனைச் சந்திக்க விரும்பியதாகச் சொல்லப்படுகிறது. நடராஜன் முன்பு திமுகவில் இருந்தவர். அவருக்கும் சசிகலாவுக்கும் நடந்த திருமணத்தை நடத்தியதே கருணாநிதிதான். ஆனால் எம்ஜிஆர் சந்தேகப்பட்டதற்கு மாறாக நடராஜன் தனது பேச்சு சாதுர்யத்தால் எம்ஜிஆரின் நம்பிக்கையை வென்றதாகப் பட்டது. ஜெயலலிதாவுக்கும் எம்ஜிஆருக்கும் இடையே அந்த சமயத்தில் உறவு சுமூகமாக இருக்கவில்லை. இருவருக்கும் இடையே நடராஜனும் சசிகலாவும் தூதர்கள் போல செயல்பட ஆரம்பித்தார்கள். அப்படியாகத்தான், ஜெயலலிதா ஆத்திரத்தில் கொட்டிய வார்த்தைகள் எல்லாம் தப்பாமல் எம்ஜிஆர் செவிக்குச் சென்றன.)

ஜெயலலிதா மேலும் விளக்கினார். "எம்ஜிஆரின் மறைவுக்குப் பிறகு நான் மிகப்பெரிய மன அழுத்தத்தில் இருந்தேன். அந்த நேரத்தில் சசிகலாவும் நடராஜனும் உதவுவதாகச் சொன்னார்கள். மனசு சோர்ந்திருந்த நிலையில் அது எனக்குச் சமாதானமாக இருந்தது. இருவரும் இங்கு வந்து வசிக்க ஆரம்பித்தார்கள். ஆனால் வெகு சீக்கிரம் நடராஜன் வரம்புமீறி எல்லாவற்றிலும் குறுக்கிட ஆரம்பித்தார். என் உத்தரவுப்படி நடந்து எனக்கு உதவாமல் அதிகாரம் செய்ய ஆரம்பித்தார். அதனால் அவரை (1990) வீட்டைவிட்டுக் கிளம்பும்படிச் சொன்னேன்."

(நடராஜன்தான் தான் அவர் எழுதிய சட்டசபை ராஜினாமா கடிதத்தைத் தனக்குத் தெரியாமல் சபாநாயகரிடம் கொடுத்தது என்பது அவருக்குத் தெரிய வந்தது.)

"ஆனால் சசிகலா ஆச்சரியமாக, என்னுடனேயே தங்கிவிட விரும்பினார். நான் முதலமைச்சராவதற்கு ஒரு ஆண்டுக்கு முன் நடந்தது அது. நடராஜன் அதற்குப் பிறகு இந்த வீட்டில் கால் வைக்கவில்லை. என்னுடன் இருக்கவேண்டும் என்பதற்காக சசிகலா தன் வாழ்க்கையையே தியாகம் செய்திருக்கிறார். ஒரு காலகட்டத்தில் என் கட்சியைச் சேர்ந்தவர்களே என்னை

ஓரம்கட்டினார்கள். மிகுந்த மனக்கலக்கத்தில் இருந்த சமயத்தில் சசிகலாதான் எனக்கு உறுதுணையாக இருந்தார். ஒரு சமயம் என் உயிரைக் கூடக் காப்பாற்றினார். அவரால்தான் நான் பிழைத்து எழுந்து கட்சிக்குத் தலைமை தாங்கமுடிந்தது. 1991இல் மகத்தான வெற்றி பெறமுடிந்தது."

எம்.ஜி.ஆர் இறந்தபோது ஜெயலலிதாவின் மனசும் அறிவும் எதிர்காலத்தைப் பற்றிய பீதியில் பேதலித்த நிலையில் இருந்திருக்கவேண்டும். இல்லாவிட்டால் அத்தனை சுலபமாக சசிகலா – நடராஜன் தம்பதியை வீட்டில் தங்க இடம் அளித்திருப் பாரா என்பது சந்தேகம். பல ஆண்டுகளாக அவருடன் இருந்த விசுவாசம் மிக்க பணியாட்களை அவர்கள் மாற்றித் தங்கள் ஆட்களை நியமித்ததைக்கூட எதிர்க்காமல் அவர் இருந்ததும் அதிசயமாக இருக்கிறது. இயற்கையாகவே மகா சூட்டிகை என்று பெயர் எடுத்த அவர் ஏன் எதையும் கண்டு கொள்ளாமல் இருந்தார்? அவர் சிறுபெண்ணாக இருந்த நாளிலிருந்து வீட்டை நிர்வகித்த மாதவன் நாயர் பண விவகாரத்தில் தில்லுமுல்லு செய்தார் என்று குற்றம் சாட்டப்பட்டு முதலில் வெளியேற்றப்பட்டார். அடுத்ததாக பி.ஏ. ஜெகதீசனும் அதற்கு அடுத்து கார் ஓட்டுநர் ஜெயமணியும் சென்றனர். அவருடைய சொந்த பாதுகாப்பைப் பற்றியும் தம்பதியர் சந்தேகத்தைக் கிளப்பினார்கள். தன்னுடைய பாதுகாப்பு ஏற்பாட்டுக்கான முழுப் பொறுப்பையும் அவர்களிடம் கொடுத்தார். அவர்கள் தங்களுடைய ஆட்களைக்கொண்டுவந்து வீட்டுப்பணிகளுக்கு அமர்த்தியதோடு, கருப்புப்பூனைப் படையையும் ஜெயலலிதாவின் பிரத்தியேகப் பாதுகாப்புக்காக அமர்த்தினார்கள். கட்சி உறுப்பினர்களை மிகவும் திமிருடன் நடத்திய அந்தப்படை அவர்களுக்கு எரிச்சலை அளித்தது. அவரிடமிருந்து உறுப்பினர்களை அந்நியப்படுத்திற்று. விரைவில் தன்னுடைய பணத்தை கையாளும் பொறுப்பையும் அவர் நடராஜனுக்கு அளித்தார். அவருடைய வழக்கமான ஆடிட்டர்களும் மாற்றப்பட்டு நடராஜனுடைய நண்பர்கள் அமர்த்தப்பட்டார்கள். இப்படி அவர்களுக்கு முழுச்சுதந்திரம் அளித்தது அவருடைய பேதைமையினாலா அல்லது அவர்களது அதி சாமர்த்தியத்தாலா என்று புரியவில்லை. அவருடைய பேதைமைதான் அதிக வியப்பைத்தருவது. 'வசிய மருந்து வெச்சுட்டாங்க' என்றார்கள் கட்சி அலுவலகத்தில்.

மாவட்டச் செயலாளர்களும் தன்னிச்சையாக மாற்றப் பட்டார்கள். நடராஜனின் ஆலோசனையில் அவை நடப்பதாக வதந்தி பரவிற்று. கட்சியில் பதவி விரும்பிவர்கள் நடராஜனிடம் செல்ல ஆரம்பித்தார்கள். நடராஜன் அதற்கு லட்சக்கணக்காகப்

பணம் வாங்குவதாக திருநாவுக்கரசு குற்றம் சாட்டினார். நடராஜனை அடக்கமுடியாமல் ஜெயலலிதா தவிப்பது போல் இருந்தது. ஜெயலலிதாவின் ஆதரவாளர்கள் அவரை அந்த தம்பதி அவரது வீட்டுக்குள்ளேயே சிறைப்படுத்தியிருப்பதாக நினைத்தார்கள். அவர் நடராஜனை வீட்டை விட்டு வெளியேற்றிய பிறகு அந்தப்பேச்சு குறைந்தது. ஆனால் அவர் முதலமைச்சர் பதவி ஏற்றபிறகு போயஸ் கார்டனில் இருந்த சசிகலாவின் உறவினர்கள் – மன்னார்குடி மாஃபியா என்று மீடியா வர்ணித்தது – முக்கியத்துவம் பெற்று அதிகாரம் செலுத்த ஆரம்பித்தார்கள். அவருடைய நடமாட்டங்களைக் கட்டுப்படுத்த ஆரம்பித்தார்கள். விசிட்டர்களை, தொலைபேசி அழைப்புகளைத் தங்கள் கட்டுப்பாட்டுக்குள் வைத்துக்கொண்டார்கள். ஜெயலலிதா என்றைக்குமே தொலைபேசி அழைப்பை எடுத்ததில்லை. எந்த ஒரு ஃபாக்ஸ் செய்திக்கும் அவரது அதிகாரபூர்வமான உதவியாளரிடமிருந்தும்கூட பதில் வராது.

நடராஜனை வீட்டைவிட்டு அனுப்பிய பிறகு சசிகலா தன் கணவருடன் தொடர்பே வைத்துக்கொள்ளவில்லை என்று ஜெயலலிதா அந்தப் பேட்டியில் சாதித்தார். ஆனால் நடராஜன் தொடர்பில் இருப்பதுபோல ஒரு தவறான பிம்பத்தை ஊடகங்களுக்குக் காண்பித்தார். அதனால் பலவிதமான வதந்திகள் உலவின. "அது உண்மையில்லை" என்றார்.

ஆச்சரியமாக இருக்கிறது. ஜெயலலிதா உண்மையிலேயே அத்தனை அப்பாவியாக இருந்திருக்கமுடியுமா? ஜெயலலிதா வுடைய தனிமையையும் மனக்குழப்பத்தையும் அறிந்துகொண்டு நடராஜனும் சசிகலாவும் அவருடைய வீட்டில் தங்க வந்தார்கள் என்பதில் சந்தேகமில்லை. ஒரே ஊரில் வசிக்கையில் ஜெயலலிதா சொன்னார் என்பதற்காக, இருவரும் தொடர்பே இல்லாமல் இருந்திருப்பார்கள் என்று நம்பியது அவரது ஆளுமைக்குப் பொருந்தாத அப்பாவித்தனமாக இருக்கிறது. ஒருவேளை அந்த அகம்பாவத் தோற்றத்துக்குள் ஒரு குழந்தைத்தனமும் இருந்ததோ? சசிகலா "எனக்குக் கணவன் வேண்டாம். உன்னுடைய தோழமை இருந்தால் போதும்," என்று சொன்னது நெகிழ்ச்சியை அளித்திருக்கும். எப்படிப்பட்ட தியாகம் அது, கூடப்பிறந்தவர்கள் கூடச் செய்யாத தியாகம்! அதனால்தான் அவர் உடன்பிறவா சகோதரி. யார் என்ன வேண்டுமானாலும் சொல்லட்டும். அதனால் ஓர் அதிகார மையம் உருவாயிற்றென்றாலும் பரவாயில்லை. அவருக்கு அது ஓர் அரண் போல. மூர்க்கமும் செருக்கும் சுபாவமாக இருந்தாலும் அவருக்கு உணர்வுரீதியாக மனம் வறண்டிருந்தது. சசிகலாவின் அண்மையும் இதமான

கவனிப்பும் ஈரமளித்தது. தாயின் மரணத்துக்குப்பின் அவர் அனுபவித்த தனிமையை அவர் மட்டுமே அறிவார். இரவெல்லாம் அபூர்வமாக வந்த நித்திரையில், அவருக்குப் பழக்கமில்லாத அப்பாவும் அவருக்கு ஊன்றுகோலாக இருந்து வளர்த்த அம்மாவும் கனவில் வந்தார்கள். அவர் அந்தப் பிரம்மாண்ட வீட்டில் தொலைந்து போன குழந்தையைப்போல அவர்களைத் தேடி அறை அறையாகச் செல்வார், விழித்ததும் தேகம் நடுங்கும். தலையணை முழுவதும் கண்ணீரால் ஈரமாகியிருக்கும். அம்மாவின் இழப்பு அளப்பிற்கு அப்பாற்பட்டது. அவருடைய துக்கம் ஆழமானது; அந்தரங்கமானது. அவரை அதிலிருந்து மீட்க வந்தவள் சசிகலா. அந்த உணர்வை யாருடனும் பகிர்ந்துகொள்ள முடியாது; புரிந்துகொள்ளவும் யாராலும் முடியாது.

ஆனால் வதந்திகள் தொடர்ந்தன வக்கிரமாக. சசிகலா வுக்கும் அவருக்குமான உறவுக்கு, புரிந்துகொள்ள முடியாத நெருக்கத்துக்கு அவை புதிய பரிமாணம் சேர்த்தன. திடீரென்று ஒரு கடிதம், ஜெயலலிதாவின் மருத்துவர் சொக்கலிங்கத்துக்கு அவர் எழுதியதாகச் சொல்லப்பட்டு, ஊடகத்துக்குக் கசியவிடப்பட்டது. அதுவும் ஒரு காலத்தில் அவரைத் தீவிரமாக ஆதரித்த திருநாவுக்கரசால். ஜெயலலிதா அவரைக் கட்சியிலிருந்து நீக்கியிருந்தார், கட்சிக்கு விரோதமாகச் செயல்பட்டதாக. கடிதம், ஜெயலலிதா – சசிகலா உறவு ஓரின சேர்க்கை என்று சூட்சுமமாகத் தெரிவித்தது. திருநாவுக்கரசு, கருப்புப்பூனைப் படையையும் சசிகலாவையும் விமர்சித்துப் பேட்டிகள் கொடுத்திருந்தார். ஜெயலலிதா அந்தக்கடிதத்தைத் தான் எழுதவே இல்லை என்று ஆக்ரோஷத்துடன் மறுத்தார். டாக்டர் சொக்கலிங்கம் அந்தக் கடிதம் கட்டுக்கதை என்றார்.

ஆனால் பொதுவாக ஆண் சார்ந்த அரசியல் வட்டாரங்களில் அது உண்மை என்று நம்பப்பட்டது. காம உணர்வே இரு பெண்களை இணைக்கமுடியும் என்று நம்பிற்று. இதைப்பற்றி நடிகை ஸிமி க்ரேவால் தனது பேட்டியில் ஜெயலலிதாவைக் கேட்டபோது, ஜெயலலிதா புன்னகையுடன் பதில் சொன்னார். "நான் அதை ஒதுக்கித்தள்ளினேன். முட்டாள்தனமான, விஷமத்தனமான பேச்சுகளை நான் கண்டு கொள்வதில்லை."

ஜெயலலிதா அதிமுக உறுப்பினர்களிடம், நடராஜனுடன் எந்தத் தொடர்பும் வைத்துக்கொள்ளக்கூடாது என்று சொல்லி யிருந்தார். ஆனால் எல்லோருக்கும் நடராஜன் தன் மனைவியுடன் தொடர்பில்தான் இருக்கிறார் என்ற விஷயம் தெரிந்திருந்தது. நடராஜன் ஆடம்பரமான வாழ்க்கை வாழ்ந்தார்.

சசிகலாவின் கணவர் என்பதே அந்த தோரணைக்குக் காரணம் என்று பட்டது. நடிகர் எஸ்.வி.சேகர், (அதிமுகவில் இணந்து சட்டசபை உறுப்பினராகிப் பிறகு வெறுத்து காங்கிரஸில் சேர்ந்தார்; இப்போது பாஜகவில்.) "பொதுப்படையாகச் சொல்லப்பட்டது நடராஜனுடன் கட்சிக்காரர்கள் தொடர்பு வைத்துக்கொள்ளக்கூடாது என்று. ஆனால், நான் ஒருமுறை தலைமைச் செயலகத்துக்குச் செல்ல வேண்டியிருந்தது, புதிய கார் எண் பெற்றுக்கொள்வதற்காக. அப்போது நான் கட்சியிலிருந்து விலகப்போவதாக வதந்தி உலவியது. ஒரு வண்டி என்னைச் செயலகம் வரை துரத்திற்று. அதிலிருந்து நடராஜனின் சகோதரன் இறங்கி வந்து என்னிடம் உடனடியாக அம்மாவைப் போய் பாருங்கள், அவர் உங்களைப் பார்க்க விரும்புகிறார் என்றார். அது நடராஜனின் வண்டி என்று புரிந்துகொண்டேன். அதிலிருந்து எல்லாவற்றிற்கும் பின்னால் நடராஜன் இருப்பது விளங்குகிறது. யாரை யார் ஏமாற்றுகிறார்கள் என்று தெரியாது. அது ஒரு பயங்கர சக்கரவட்டம்" என்றார்.

ஆச்சரியமாக, ஆர்.எம். வீரப்பனைத் தன்னுடைய வைரி என்று சொல்லியிருந்த ஜெயலலிதா, தான் முதல்வர் பதவி ஏற்றதும், தன்னுடைய அமைச்சரவையில் சேரும்படி அழைப்பு விடுத்தார். ஆர்எம்வீ எப்படி அதற்கு ஒப்புக்கொண்டார் என்பது விசித்திரம். "அது நடராஜனின் எண்ணம்" என்றார் ஆர்எம்வீ. "சீனியர்களை வைத்துக்கொண்டால் அரசை நடத்த உதவுவார்கள் என்பது. நான் அமைச்சர் பதவி வேண்டாம் என்று சொல்லவில்லை. அதைக் கட்சிக்குப் பணி செய்யும் வாய்ப்பாக நினைத்தேன். நான் போயஸ் கார்டனுக்குச் சென்றபோது ஜெயலலிதா கவர்னர் மாளிகைக்குக் கிளம்பிப்போயிருந்தார். பழசை மறந்துவிட்டுத் தனக்கு உதவவேண்டும் என்று என்னிடம் சொல்லச் சொன்னதாக சசிகலா சொன்னார். கல்வித்துறை அதிக முக்கியமில்லேன்னு நினைச்சு என்னைக் கல்வி மந்திரி ஆக்கினாங்க. ஆனா தினமும் என்னுடைய பெயர் பேப்பர்லே வர ஆரம்பிச்சதும் தடுமாறிட்டாங்க போலிருக்கு. நானே முடிவு எடுப்பேன். உதாரணத்துக்கு, கிறித்துவ பள்ளிகள் அரசாங்கத்துக்கிட்டேந்து முழுசா நிதி பெறும். ஆனா எந்தக் கட்டுப்பாடும் அவங்களுக்கு இல்லே."

(ஆனால் ஆர்எம்வீயின் கூற்று சரியில்லை என்று கூட்டத்தில் கலந்துகொண்ட ஒரு முன்னாள் நீதி அரசர் சொன்னார். ஜெயலலிதாவே உடனடியாக அந்த விஷயத்தில் முடிவெடுத்து கூட்டத்திற்கு வந்தவர்களின் பாராட்டைப்பெற்றார் என்றார். "ஆச்சரியமாக இருந்தது, முன்பின் அனுபவமில்லாத ஒருவர், அத்தனைத் துரிதமாக நேர்மையான முடிவை எடுத்தது" என்றார்.)

ஆர்எம்வீ தொடர்ந்தார்: “பிறகு கிருஷ்ணகிரியிலே நடந்த ஒரு விழாவுக்குக் காங்கிரஸ் தலைவர் தங்கபாலுவை அழைச்சது அந்தம்மாவுக்குப் பிடிக்கல்லே. உடனடியா என்னைப் பிற்படுத்தப் பட்டோர் நலத்துறைக்கு மாற்றினாங்க. அதுக்கப்புறம் என்னை உணவுத்துறைக்கு மாத்திச்சு. நிர்வாக ரீதியா அவங்க எடுத்த முடிவெல்லாம் தன்னிச்சையா இருக்கும். யாரையும் யோசனைக் கேக்கிற வழக்கமில்லே. மன்னார்குடி கும்பல் நெல்லுக்கான விலையைத் தங்களுக்கு சாதகமா இருக்கிற மாதிரி நிர்ணயிக்கப் பாத்துது. நான் அந்த மாதிரி செய்யமுடியாது, அது அமைச்சரவை முடிவு பண்ணணும்னேன். அந்த இடத்திலே என்னுடைய அபிப்பிராயத்தைச் சொன்னேன். உடனே என்னை இந்து அறநிலையத்துறைக்கு மந்திரியாக்கினாங்க. தன் எண்ணத்துக்கு விரோதமான எந்த விஷயத்துக்கும் விவாதத்தை அனுமதிக்க மாட்டாங்க. சட்டம் ஒழுங்கு நிர்வாகம் சரியா இருந்தது, ஏன்னா அவங்க சர்வாதிகாரியா போலீஸையும் கட்டுக்குள்ளே வெச்சிருந்தாங்க. நிர்வாகம் சீரா நடந்துச்சு, நல்ல அதிகாரிகள் இருந்ததாலே. யாரையும் நம்பாததாலே அந்த மன்னார்குடி கும்பல்லேந்து அவங்களாலெ வெளியிலே வரமுடியல்லே. நடராஜன் நிச்சயமா எல்லாத்துக்கும் பின்னாலே வேலை செய்யறார். அந்தம்மா கொடுக்கிற பணத்திலேதான் அத்தனை ஆடம்பரமா வாழ முடியுது.”

பத்திரிகையாளர் சுதாங்கன் பல தசாப்தங்களாக ஜெயலலிதாவைக் கவனித்து வந்தவர். அவருடைய பலவித ஆற்றல்களையும் நிர்வாகத் திறமையையும் கண்டு பிரமித்தவர். ஆனால் சசிகலாவின் உறவு ஏற்படுத்திய எதிர்மறை விளைவுகள் துரதிருஷ்டமானவை என்றார். எத்தனையோ சர்ச்சைகளுக்கும் கட்சிக்காரர்களின் எதிர்ப்புக்குப் பின்னும் முக்கியமாக ஜெயலலிதாவின் முதல் இரண்டு அரசுகளின் காலகட்டத்தில் 1991–1996 மற்றும் 2001–2006, அந்த உறவு தொடர்ந்தது. “சசிகலா உள்ளே நுழைஞ்சதும் என்ன ஆச்சரியம்னா, ஜெயலலிதாவுக்கு ரொம்பவும் விசுவாசமா இருந்த ஆட்கள் எல்லாம் ஒவ்வொருத்தரா கழட்டி விடப்பட்டாங்க. இதெல்லாம் நடராஜனோட வேலையாத்தான் இருக்கணும்,” என்றார் சுதாங்கன்.

சசிகலாவின் செல்வாக்குதான் என்னவாக இருந்தது? பலவிதமான ஊகங்கள் மிகைப்படுத்தப்பட்டவையாகத் தோன்றின. “சசிகலா ஆலோசகி இல்லை. ஜெயலலிதாவுக்கு யாருடைய ஆலோசனையும் தேவை இல்லை. தேவை என்னன்னா அவங்க செய்யறதெல்லாம் சரின்னு சொல்ல ஒரு ஆள் வேணும். இந்த தாகத்தைத்தான் சசிகலா தணிச்சாங்க. ஜெயலலிதாவுடைய ஆல்டர் ஈகோவாப் போனார் சசிகலா. ஜெயலலிதாவுடைய

ரௌத்திரத்துக்கு ஒரு வாய்மூடி பார்வையாளியாக; பழிவாங்கற கட்டளைகளுக்கு; அநியாயமான முடிவுகளுக்கு; இல்லை, வாய்மூடி மௌனின்னு இருக்கமுடியாது – அவர் இப்போது ஆபத்தானவர். ஜெயலலிதா அவரைப் புறக்கணிக்கமுடியாது. சசிகலா எல்லா ரகசியங்களையும் தெரிஞ்சுக்கிட்டவர். ஜெயலலிதா அவருடைய பிடியிலிருந்து வெளிவரமுடியாது" என்றார் பெயர் சொல்ல விரும்பாத ஒரு நிருபர்.

மற்றொருவர், பணவிவகார வலையில் இருவரும் சிக்கியிருந்த தாகச் சொன்னார். 'ஜெயலலிதா சசிகலாவைப் பகைச்சுக்க முடியாது.'

இவை எல்லாமே அனுமானங்கள்தான். அவர்களைப் பிணைத்த உண்மைக் காரணம் என்ன என்று எவருக்கும் தெரியாது. ஒன்று மட்டும் நிச்சயம். அந்த நாட்களில் சசிகலா ஜெயலலிதாவின் முழு நம்பிக்கைக்குப் பாத்திரமாக இருந்தார். முக்கியமாக, சிறையில் இருந்தபோது சசிகலா வாயைத் திறக்கவில்லை. ஜெயலலிதாவுக்கு எதிராக ஒரு வார்த்தை பேசவில்லை. அப்ரூவராகவில்லை. ஜெயலலிதாவுக்கு அது மிகுந்த நெகிழ்ச்சியை அளித்திருக்க வேண்டும்.

ஆனால் அந்த நெருக்கத்தின் விளைவாக ஜெயலலிதாவின் விசுவாசிகள் அவரைவிட்டு விலகினார்கள். சுதாங்கன் விவரித்தார். "கே.கே.எஸ்.எஸ்.ஆர், 31 எம்எல்ஏக்களை ஜெயலலிதாவுக்காக தனது பஞ்சாலையில் வைத்திருந்தவர், திமுகவில் சேர்ந்து மந்திரி ஆனார். திருநாவுக்கரசர் என்று பெயரை மாற்றிக்கொண்ட திருநாவுக்கரசு எம்ஜிஆருக்கு எரிச்சல் ஊட்டும் அளவுக்கு, ஜெயலலிதாவுக்காக அத்தனை தியாகம் செய்தவர், காங்கிரஸில் சேர்ந்தார். எம்ஜிஆர் இருந்த காலத்திலேயே 'நா ஜெயலலிதாவை மட்டும்தான் ஆதரிப்பேன்'னு சொன்ன கருப்பசாமி பாண்டியன் இப்ப இல்லே. ஆர்எம்வீ அணி, ஜெயலலிதா அணின்னு ரெண்டா அதிமுக பிரிஞ்சிருந்தபோது ஜெயலலிதாவை ஆதரிச்சவங்க எல்லாம் இப்ப எங்கே? சைதாப்பேட்டையிலெ முத்துன்னு ஒருத்தர் ரியல் எஸ்டேட் பிசினஸ்லே இருந்தார். ஜெயலலிதா மேல அபார மதிப்பு. எம்ஜிஆர் உயிரோட இருந்தபோது ஜெயலலிதா பேரவைன்னு ஒரு பெரிய கட்–அவுட் ரோட் க்ராஸிங்க்லே வெச்சான். எம்ஜிஆருக்குத் தெரிய வந்ததும் அதை எடுக்கச் சொன்னார். முத்து மறுத்தது மட்டுமில்லே, நா தொப்பிக்காக கட்சியிலே சேரல்லே, அம்மாவுக்காகத்தான் சேர்ந்தேன்னு சொன்னான். அவனைக் கட்சியிலேந்து எம்ஜிஆர் நீக்கினார். மத்த உறுப்பினர்கள் முத்துவிடம் உறவு வச்சுக்கக் கூடாதுன்னார். முத்துவுடைய மனைவி கல்யாணியும் கட்சி

உறுப்பினர். ஜெயலலிதாவைப் பார்த்து விஷயத்தைச் சொல்லி அழுதிருக்காங்க. ஜெயலலிதா என்னைக் கூப்பிட்டு ஏதாவது செஞ்சு உதவுங்கள் அப்படின்னாங்க. கல்யாணியை எம்ஜிஆருக்கு ஒரு கடிதம் எழுதச்சொல்லி அதை *ஜூனியர் விகடன்*லே பிரசுரம் செஞ்சோம். 'முதல்வர் அவர்களுக்கு வணக்கம். என் கணவர் முத்து கட்சியிலிருந்து நீக்கப்பட்டிருக்கிறார். மற்ற கட்சிக்காரர்கள் அவருடன் உறவு வைத்துக்கொள்ளக்கூடாது என்று உத்தரவு போட்டிருக்கிறீர்கள். நானும் கட்சி உறுப்பினர். எனக்கு மூன்று குழந்தைகள். முத்து என் கணவர். நான் என்ன செய்யட்டும்? அவருடைய தொடர்பை விட்டுவிட வேண்டுமா? கட்சி என்னையும் குழந்தைகளையும் பராமரிக்குமா?'

எம் ஜிஆருக்கு ரொம்பக் கோபம் அதைப்படிச்சு. சத்யா ஸ்டூடியோவிலே ஒரு கூட்டம் நடந்தது. ஜெயலலிதாவை கட்சியிலேந்து நீக்கணும்னு யோசனை செய்யப்பட்டது. முத்து 150 ஆட்களோடு அருவாள்/கம்பு சகிதமா அங்கே போனான். டிஜிபி மோஹன் தாஸ்கிட்டே அவன் சொன்னதைக் கேட்டோம், "உன்னுடைய தலையும் ஆர்எம்வீயுடைய தலையும் போயிரும் ஜெயலலிதாவை கட்சியைவிட்டு நீக்கினாங்கன்னா." டிஜிபி எம்ஜிஆரை எச்சரிச்சார் 'பெரிய ரகளை ஆயிடும் ஜெயலலிதாவை நீக்கினா' என்றார்.

"இப்ப முத்து எங்கேன்னு யாருக்கும் தெரியாது. அது மாதிரி நிறைய விசுவாசிகளை இப்பக் காணும்" என்றார் சுதாங்கன்.

பல சீனியர் ஆட்கள் அதிருப்தியுடன் திமுகவில் சேர ஆரம்பித்தார்கள். ஜெயலலிதா எதையும் கண்டுகொள்ளவில்லை. அவரைச் சுற்றி ஒரு பெரிய மதில் எழும்பியிருந்தது. அதற்கு அப்பால் இருப்பதை அவர் காண விரும்பவில்லை. அவருக்கு என்ன காண்பிக்கப்பட்டதோ அதைத்தான் நம்பினார். இரண்டு முறை அறுதிப் பெரும்பான்மைப் பலத்துடன் ஆட்சியில் அமர்ந்ததால் அவரே சர்வ வல்லமை பொருந்தியவர். தான் செய்தது சரி என்று மக்கள் நம்பியதால்தானே தன்னை ஆட்சியில் அமர்த்தினார்கள்? தன்னைச் சுற்றி இருக்கும் அரண் சௌகர்யமானது. காலில் விழுந்து பூஜிப்பவர்களுக்குக் குறைவில்லை. அவர் முகத்தில் புன்னகை லேசாக மங்கினால் கவலையுடன் முதுகுக்கூனி நிற்கிறார்கள். அவரை மகிழ்விப்பது எப்படி என்று குழம்புகிறார்கள். அந்த முட்டாள் கும்பலைப் பார்க்கும்போதெல்லாம் அவருக்கு உற்சாகம் பொங்குகிறது.

பிரபல வழக்கறிஞரும் செல்வாக்குமுள்ள முஸ்லிம் குடும்பத்தைச் சேர்ந்தவருமான (2011 வரை சட்டமன்ற உறுப்பின

ராக இருந்தவர்) பதர் சயீதுக்குச் சொல்ல நிறைய விஷயங்கள் இருக்கின்றன.

"சசிகலாவுக்கும் அவர்கள் குடும்பத்துக்கும் மிக அதிக முக்கியத்துவம் கொடுக்கப்படுவதாக கட்சிக்காரர்களுக்கு ஏமாற்றம் இருக்கலாம். ஆனால் அவர்களுடைய முக்கியமான வருத்தம் அம்மாவைப் பார்க்க முடிவதில்லையே என்பதுதான். அவர்களுடைய கவலை, நேர்மையான உழைப்பாளிகளைப்பற்றித் தவறான புகார்கள் அம்மாவிடம் கொடுக்கப்படுகின்றன. என்ன ஏது என்று விசாரிக்காமல் அம்மா அவர்களை கட்சியிலிருந்து நீக்குகிறார். யார் அந்தப் புகார்களைக் கொடுப்பது, யாருக்கும் தெரியாது. அத்தனை புத்திசாலியான ஒரு பெண்மணிக்கு எப்படி உண்மை தெரியவராமல் போகிறது?

எனக்குத் தெரியவில்லை. அது ஒரு மர்மம்தான். அவருக்கு நான் நிறைய கடிதங்கள் எழுதினேன். ஒரு கடிதத்தை அவரது கையிலேயே கொடுத்தேன். எதற்கும் பதில் இல்லை. நான் அவரைச் சந்தித்துச் சொல்ல விரும்புகிறேன். 'நீங்கள் தீர மறுபக்கத்தையும் விசாரிக்காமல் ஆட்களை விலக்குகிறீர்கள். அது மக்களுக்கு மிகுந்த பதற்றத்தைத் தருகிறது. நீங்கள் தொண்டர்களைச் சந்திக்கவேண்டும் என்று சொல்ல விரும்புகிறேன். சொல்ல யாருக்குமே தைரியம் இல்லை.'

முதல்வருக்குத் தான் எழுதும் கடிதங்கள் அவருக்குப் போகாமல், வீட்டிலிருக்கும் மற்றவர்களுக்கும் அவர்களை நெருங்கியவர்களுக்கும் போய்விடுவதாக தெரிந்தபோது பதர் சயீத் திகைத்தார்.

"என்ன நடக்கிறது அங்கே? என்னுடைய நிலை என்ன? ஒரு பெண் தலைமை தாங்கும் கட்சி என்பதால் நான் அதிமுகவில் சேர்ந்தேன். என்னுடைய குடும்பம் எப்போதுமே மேடத்தைக்கண்டு பெருமைப்படும். எம்எல்ஏக்களுடன் அவர் தொடர்பில் இருக்கிறாரா என்று எனக்குத் தெரியாது. என்னுடன் தொடர்பில் இல்லை. அவர் சட்டசபைக்குத் தவறாமல் வந்தால் நிலைமையே வேறு மாதிரி இருக்கும். அவர் பேசினால் சபை சிலிர்த்துப்போகும். எல்லா விஷயத்தைப்பற்றியும் ஆழ்ந்த அறிவு பேச்சில் ஜொலிக்கும்.

அம்மா ஏன் உங்களைக் கூப்பிடல்லே என்று எல்லோரும் கேட்கிறார்கள். என்னிடம் பதில் இல்லை."

(இந்த பேட்டி 2010இல் நடந்தது. பதர் பிறகு அதிமுகவிலிருந்து ராஜினாமா செய்தார். 2011 தேர்தலுக்கு அவருக்கு வேட்பாளர் டிக்கெட் கொடுக்கப்பட்டிருக்கவில்லை.)

ஜெயலலிதா தனது பழைய சிநேகிதிகளிடமிருந்தும் முழுதுமாக விலகினார்; அல்லது பழைய தோழிகள் தொடர்பு கொள்ள முயன்றது அவருக்குத் தெரியாமலே போயிருக்கலாம். இருந்தாலும் விரும்பியிருந்தால் முதல்வராக இருந்தவருக்குத் தொடர்புகொள்வது சிரமமாக இருந்திராது.

ஜெயலலிதாவின் பள்ளித்தோழி ஸ்ரீமதி வருத்தத்துடன் சொன்னார். "ஜெயலலிதா அரசியல்லே நுழைஞ்ச பிறகு தொடர்பு விட்டுப்போச்சு. அவருடைய வீட்டுச் சூழலே மாறிப்போச்சு. எனக்குத் தெரிஞ்சிருந்த டிரைவர் மாதவன் நாயர் கிளம்பிப் போய்விட்டார். என்னுடைய மகனுக்கு '95லே கல்யாணம் ஆனப்ப அவளை அழைக்க ஆசைப்பட்டேன். நானும் என் கணவரும் அவள் வீட்டுக்குப் போனோம். உள்ளேயே அனுமதிக்கல்லே; எப்படியோ அப்புறம் வரவேற்பறைக்குக் கூப்பிட்டு உட்காரச் சொன்னாங்க. அவளைப் பார்க்க முடியல்லே. நான் அழைப்பிதழை அங்கே மேஜை மேலே வெச்சுட்டு வந்துட்டேன். அதை அவள் பார்த்தாளோ இல்லையோ? கல்யாணத்துக்கும் வரல்லே, வாழ்த்தும் அனுப்பல்லே. ஒவ்வொரு பிப்ரவரி 24க்கும் அவளுக்குப் பிறந்த நாள் வாழ்த்து அனுப்புவேன். இரண்டு கடிதம் எழுதினேன். எனக்கு சும்மா உன்னைப் பார்க்கணும், எந்த கோரிக்கைக்காவும் இல்லை என்று எழுதினேன். பதிலே இல்லை. அப்புறம் எனக்கும் அலுத்துப் போச்சு. என் அப்பாவும் 'அவளோடு தொடர்பு வெச்சுக்க முயற்சிசெய்யாதே, நீ சிக்கல்லே மாட்டிப்பே' என்றார்.

அவள் எப்படி அப்படி மாறிப்போனான்னு நினைச்சா ஆச்சரியமா இருக்கு. அவ அதிகம் பேசமாட்டா. ஆனா ஜனங்க இப்ப அவளுடைய அகம்பாவத்தையும் மூர்க்கத்தையும் பத்தி என்னிடம் பேசும்போது நம்பவே முடியல்லே. ரொம்பப் பண்புள்ளவளா, நடத்தையிலே விதி மீறாதவளா இருப்பா. ரொம்ப கருணையுள்ளவளாவும் கூட. இந்தக் குணமெல்லாம் கொஞ்சமும் இல்லாதவள் போல அவளை இப்ப எல்லாரும் வர்ணிக்கிறதைப் பார்த்தா எனக்குத் தெரிஞ்ச ஆள் இவ இல்லேன்னு தோணறது."

ஸ்ரீமதியின் முதல் திருமணம் முறிந்தபோது மிகுந்த மனச்சோர்வில் இருந்த தன்னை ஜெயலலிதாதான் இதமாகப் பேசி மனச்சோர்வைப் போக்கியதாகவும், மேற்கொண்டு கல்வியைத் தொடரவும் வேலையில் சேரவும் பிறகு மறுமணம் செய்து கொள்ளவும் ஊக்குவித்ததாகவும் ஸ்ரீமதி நினைவுகூர்ந்தார். (2010)

ஜெயலலிதா குமுதத்தில் தனது நெருங்கிய தோழி என்று குறிப்பிட்ட சாந்தினி புலானி, ஜெயலலிதாவைச் சந்தித்துத்

தனது மகனின் திருமணத்துக்கு அழைக்கவும் பத்திரிகையைக் கையில் கொடுக்கவும் தான் மிகத் தீவிரமாக முயற்சிசெய்ததாகச் சொன்னார்.

"நாங்கள் முன்கூட்டி அப்பாயின்மெண்ட் வாங்கியிருந்தோம் அவளைச் சந்தித்து அழைப்பிதழைக் கொடுக்க (டிசம்பர் 2005). ஆனால் நாங்கள் சென்றபோது அவளுடைய செயலர் பூங்குன்றன், 'மேடமுக்கு உடம்பு சரியில்லாததால் ஓய்வு எடுக்க எஸ்டேட்டுக்குச் சென்றிருக்கிறார்' என்றார். 'எனக்கு அவளுடைய தொலைபேசி எண்ணைக்கொடுங்கள், நேரிடையாக தொடர்புகொள்கிறேன்,' என்றேன். அது கொடுப்பதற்கில்லை என்று சொல்லி விட்டார். ஜெயாவிடம் இதைக்கொடுங்கள், அவளே பேசட்டும் என்று எனது எண்ணைக் கொடுத்துவிட்டு வந்தேன். அது அவளுக்குப்போய் சேர்ந்ததா என்று தெரியவில்லை. அதுதான் ரொம்ப சோகம்."

"அவள் ஏன் தொடர்பு கொள்ளவே முயற்சி செய்யவில்லை என்பது மர்மமாக இருக்கிறது" என்றார் சாந்தினி. (2009) பழைய நினைவுகளையெல்லாம் தன் வாழ்விலிருந்து ஒட்ட அழித்துவிட விரும்புபவர் போல? அவர் ஏன் அப்படி செய்யவேண்டும்? முன்பு அவர் சந்தோஷமாக அனுபவித்த கள்ளமில்லாத, சுயநலமில்லாத தோழமையை அவமானப்படுத்துவதுபோல அல்லவா இருக்கிறது? அதுதான் அவளுக்கு நீடித்த சந்தோஷம் அளித்திருக்கும் – அவர் வீட்டில் வாழ்ந்த சாரமில்லாத செயற்கை வாழ்க்கையில் – ஒரு நடிகையாக, கொந்தளிப்பு மிக்க அரசியல் வாழ்வில் ஒரு அரசியல்வாதியாக . . .

ஆனால் ஜெயலலிதா தான் படித்த பள்ளியை, சர்ச் பார்க் கான்வெண்ட்டை, மறக்கவில்லை. முதலமைச்சர் ஆனதும் பள்ளி ஆசிரியைகளுக்கு, சந்திக்க நேரம் கொடுத்தார். அவர்கள் போயஸ் கார்டனுக்குச் சென்று அவரைச் சந்தித்தார்கள். ஜெயலலிதாவே பள்ளியின் தலைமை ஆசிரியை ஸிஸ்டர் ஸெலின் தனது ஆதர்சம் என்று முன்பு குமுதத்தில் எழுதியிருந்தார். அவரை வீட்டில் சந்தித்த குழுவிலிருந்த கீதா தாஸ் என்ற ஆசிரியை பத்து ஆண்டுகள் கழித்து அதைப்பற்றி நினைவுகூர்ந்தபோதும் கண்கள் மலரச் சொன்னார். "ஓ எனக்கு வாயே அடைத்துப்போயிற்று அவரைப் பார்த்தபோது. ரொம்ப அழகாக இருந்தார், மரியாதை யாகப் பேசினார். அவருடைய ஆங்கிலம் மிகக் கச்சிதம்! நான் அவருடைய பெரிய ரசிகை!"

ஜெயலலிதாவின் எண்ணங்கள் என்னவாக இருந்திருந்தாலும் அவை புரிந்துகொள்ள முடியாதவை. கட்சி உறுப்பினர்களைக் கட்சியிலிருந்து கேள்வி கேட்காமல் அவர் விலக்கியதுபோல

தனக்கு இனி தேவையில்லை என்று தோன்றிய பழைய உறவுகளை, நினைவுகளை அழித்துவிட விரும்பியதாகத் தோன்றுகிறது. ஒவ்வொரு கதவாக தனக்குப்பின்னால் அடைத்துக்கொண்டே போனதுபோல. அப்படிப்பட்ட பயணத்தின் முடிவில் பாதை தெரியாமல் போனது.

ஊடகங்களை அவர் மதிக்கவில்லை. அவரைப் பற்றி வந்த விமர்சனங்களைப் படித்ததில்லை. பிரித்தானிய முதல்வர் மார்கரேட் தாட்சர் சொல்வாராம், நாளிதழ்களைப் படிக்கவே கூடாது. ஊடகங்களை நம்பவே கூடாது, என்று. நீங்களும் தாட்சர் போல இருக்கவேண்டும் என்று நடராஜன்தான் ஜெயலலிதாவுக்குச் சொன்னதாகச் சொல்லப்பட்டது. ஆனால் தாட்சரின் கால்கள் உறுதியாக நிலத்தில் ஊன்றியிருந்ததை ஜெயலலிதா அறியவில்லை. தன்னைச் சுற்றிலும் நடப்பதை தாட்சர் காணத் தவறியதில்லை.

ஒரு பெரிய அரசியல் கட்சியின் தலைவி, ஜெயலலிதா, கண்ணை மூடிக்கொண்டு அமர்ந்தது விசித்திரம். காலடி மண் நழுவிவந்ததை உணராமல்.

3

அவருடைய நெஞ்சு விம்மிற்று பெருமிதத்தில். அவருடைய அதி ஆர்வத் தொண்டர்கள் மதுரையில் 135 அடி உயரத்துக்கு அவரது கட்-அவுட் எழுப்பியிருந்தார்கள். கின்னஸ் சாதனையாம் அது. வானத்தைத்தொட்டது அவருடைய முகம். மீனாட்சி அம்மனின் கோபுரத்தைவிட உயரம். போஸ்டர்கள் தமிழகத்தை ஆளவந்த மீனாட்சியே என்று அவரை அழைத்தன. அவருக்குச் சிலிர்த்துப்போயிற்று. உண்மையிலே தெய்வாம்சம் பொருந்தியவராகப் பெருமிதம் ஏற்பட்டது.

தோழமைக்கட்சியான காங்கிரஸ்காரர்கள் என்ன சொன்னார்கள்? ஜெயலலிதாவுக்குக் கிடைத்த அமோக வெற்றி ராஜீவ் காந்தியின் படுகொலையினால் குவிந்த அனுதாப வாக்கு என்றார்கள். ஜெயலலிதா, எம்ஜிஆர் என்ற வாகனத்தில் அமர்ந்தவர் மட்டுமே. அத்தகைய பேச்சு அவருக்கு எரிச்சலைத் தந்தது.

1992 ஜூலை மாதமே மதுரையில் நடந்த அதிமுக மாநாட்டில் அவர் செருக்குடன் சொன்னார் – அதிமுகவுக்குக் கிடைத்த வெற்றி தன்னுடைய வசீகரத்தால் மட்டுமே கிடைத்தது, ராஜீவ் காந்தி இறந்ததினால் கிடைத்த அனுதாப வாக்கு அல்ல என்றார். குமரி அனந்தன் தலைமையில் இருந்த தமிழ்நாடு காங்கிரஸ் முகம் சுணங்கியது. அவர் அதை லட்சியம் செய்யவில்லை.

ஆரம்பத்தில் எல்லாம் சரியாகத்தான் இருந்தது. பீஷ்மநாராயண் சிங் ஆளுநராக இருந்தபோது. காங்கிரஸ்காரர் களுக்கும் விடுதலைப் புலிகள் இயக்கத்துக்கு எதிராக அவர் எடுத்த கடுமையான நடவடிக்கைகள் திருப்தி அளித்தன. ஆனால் மதுரையில் அவர் காட்டிய அகம்பாவமும் அலட்சியமும் அவர்களுக்கு ஏமாற்றத்தை அளித்தன.

ஜெயலலிதாவுடைய அதிகப்பிரசங்கித்தனமான பேச்சு அவருக்கும் காங்கிரசுக்கும் இடையேயான உறவில் விரிசலை ஏற்படுத்திற்று. ராஜீவ் காந்தியின் மரணத்தினால் ஏற்பட்ட அனுதாப அலை மட்டுமல்ல, திமுகவிற்கு எதிரான அலையும்கூட தனது வெற்றியின் முக்கிய அம்சம் என்பதை அவர் ஏற்க மறுத்தார். எம்ஜிஆர் மத்திய அரசுடன் இணக்கமாக இருப்பதுதான் புத்திசாலித்தனம் என்ற கொள்கையுடன் ஆட்சி நடத்தியவர். ஜெயலலிதாவுக்கு அதனுடன் மோதுவது கிளுகிளுப்பை அளிப்பதுபோல் இருந்தது. அவருடைய கட்சியைப் பொருத்தவரை ஆண்கள் அவர் காலில் விழுந்தார்கள், வெளேரென்ற வேஷ்டி கறைபடுவதுபற்றிக் கவலைப்படாமல். அவர் நடமாடும் தெய்வமானார். மாநிலத்தில் திமுக தலைவரும் அவரது எதிரியுமான கருணாநிதி பல்லில்லாத சிங்கம் போல் ஒடுங்கியிருந்தார். வீர வசனம் பேசும் வைகோ கட்சியிலிருந்து நீக்கப்பட்டுவிட்டார். அவரை எதிர்க்கும் சக்தி எவருக்கும் இல்லை. மத்தியில் இருக்கும் எந்தக் கொம்பனுக்கும்தான் . . .

என்னை எதிர்த்தால் வீழ்ச்சி உனக்கு என்பது சித்தாந்த மாயிற்று.

அதே மாதிரியான அணுகுமுறையைப் பத்திரிகைத் துறைக்கும் காண்பித்ததால் அவருக்கும் ஆளுநருக்கும் பெரிதாக மோதல் ஏற்பட்டபோது ஜெயலலிதாவை ஆதரிக்க ஒரு பத்திரிகையும் தயாராய் இருக்கவில்லை.

பீஷ்ம நாராயண் சிங் ஆளுநராக இருந்தபோது கருணாநிதி ஜெயலலிதாவுக்கு எதிரான ஊழல் குற்றச்சாட்டுகளை அனுப்பினார். ஆளுநர் அதை அரசுக்கு விளக்கம் கேட்டு அனுப்பினார். கோப்பு திரும்ப வந்ததும் ஆளுநர், குற்றச்சாட்டுகளில் ஆதாரமில்லை என்றார். காங்கிரசுக்கும் ஜெயலலிதாவுக்கும் கருத்து வேறுபாடு ஏற்பட்டதும் ஜெயலலிதா தன்னிச்சையாக கூட்டணி முறிந்தது என்று அறிவித்தார். இப்போது காங்கிரஸ் காரர்களும் அவருடைய அரசில் நடக்கும் ஊழல்களைப்பற்றி புகார் தொடுத்தனர். மத்திய அரசு பீஷ்மநாராயண் சிங்கின் இடத்தில் சென்னா ரெட்டியை அமர்த்திற்று.

ஜெயலலிதாவுக்கு ஆளுநர் அதிகாரமில்லாத ஒரு பொம்மை என்று எண்ணம். மக்களால் தேர்ந்தெடுக்கப்பட்டு ஆட்சிக்கு வந்ததால் தன்னிச்சையாக முடிவெடுக்கும் அதிகாரம் தனக்கு இருப்பதாக நினைத்தார். அப்படித்தான் காவிரி சர்ச்சை விஷயத்தில் அவர் கோபத்துடன் மெரினா பீச்சில் உண்ணாவிரதம் இருந்தது ஆளுநரையும் மத்திய அரசையும் கலங்கடித்தது. சென்னா ரெட்டி இந்தப் பெண்ணிற்குக் கடிவாளம் போடவேண்டும் என்ற எண்ணத்துடனேயே வந்திருப்பார் என்று தோன்றிற்று. இருவருக்கும் இடையே என்ன கோளாறு ஆயிற்று என்று யாருக்கும் தெரியாது. தான் அரசியலில் சீனியர் என்கிற எண்ணம் சென்னா ரெட்டிக்கு. ஜெயலலிதாவோ நேற்று பிறந்தவர். முன்னாள் நடிகை. சென்னா ரெட்டி ராஜ் பவனில் ஒரு விருந்துக்கூடம் அமைக்கவேண்டும் என்று சொன்னதாகவும், அதற்கு ஆகும் 2.50 கோடி ரூபாய் செலவுக்கு மாநில அரசிடம் நிதி இல்லை என்று தன்னுடைய அரசு மறுத்துவிட்டதால்தான் அவர் தன்னிடம் விரோதம் பாராட்டுகிறார் என்றும் ஜெயலலிதா விளக்கினார். ரெட்டி ராஜ்ய பரிபாலனம் செய்தார் ராஜ்பவனிலிருந்து. அரசு அதிகாரிகளைக் கூப்பிட்டு மாநிலத் திட்டங்களை அலசினார். பிரதம செயலர் ஹரி பாஸ்கரின் பணியை நீட்டிக்கும் உத்தரவில் கையெழுத்திட மறுத்தார். ஆனால் ஜெயலலிதா அவரை லட்சியம் செய்யாமல், ஹரிபாஸ்கருக்கு பணி நீட்டிப்பு அளித்தார். ஆளுநர் கூப்பிடும்போதெல்லாம் ராஜ்பவனுக்கு ஓடக்கூடாது என்று அதிகாரிகளுக்குச் சொன்னார். ஆளுநரின் கையெழுத்து மிக அவசியமாகத் தேவைப்படும் கோப்புகள் மட்டுமே அவருக்கு அனுப்பப்பட்டன.

சென்னா ரெட்டி லேசான ஆள் இல்லை. கையெழுத்துப் போடாமல் அதிகாரிகளைக் காக்க வைத்தார். ஜெயலலிதாவின் எதிரிகளான கருணாநிதி, ஜனதா கட்சியின் தலைவர் சுப்ரமணியம் சுவாமி ஆகியோரை அழைத்து விருந்து அளித்தார். சுவாமி தனக்கு எதிராக நீதிமன்ற வளாகத்தில் நடந்த வன்முறையை ஆளுநரிடம் புகார் தொடுத்தார். (சுவாமி நீதிமன்றத்துக்குச் சென்றபோது அதிமுகவின் மகளிர் அணி, சட்டசபை உறுப்பினர் வளர்மதியின் தலைமையில் வரிசையாக நின்று புடவையைத் தூக்கி ஆபாசமாக அவரை ஏசினார்கள். ஜெயலலிதா அதைக் கண்டிக்கவில்லை. அவருடைய பள்ளித்தோழிகள் அதிர்ந்தார்கள். நாசூக்கும் நளினமும் மிக்க ஜெயலலிதா இப்படிப்பட்ட ஆபாசங்களை அனுமதிப்பது எப்படி என்று விளங்காமல்! ஜெயலலிதா தன்னுள் ஏற்பட்டிருந்த மாற்றத்தைக் கண்டு வெட்கியே தனது முன்னாள் சிநேகிதிகளுடனான உறவைத் துண்டித்துக் கொண்டிருப்பாரோ ?)

மாநிலத்தின் அந்தரங்க விஷயங்களையெல்லாம் எதிர்க்கட்சியினரிடம் ஆளுநர் வெளியிடுவதாக ஜெயலலிதா தனது அறிக்கையில் தெரிவித்தார். காங்கிரஸ் கட்சியும் அதிகரித்துவரும் ஊழல்கள் பற்றிப் புகார்கள் தொடுத்தது. மூன்றில் இரண்டு பங்கு பெரும்பான்மை பெற்று பதவிக்கு வந்த அரசை நீக்கமுடியாது. அதற்கு வலுவான காரணங்கள் தேவை. ஜெயலலிதா தனது மமதையால் அதற்கு நிறையவே சந்தர்ப்பங்களை உருவாக்கினார்.

ஒவ்வொரு விஷயத்திலும் மோதல் எழுந்தது. பல்கலைக்கழகத் துணைவேந்தர்கள் அமர்த்தும் கோப்பில் கையெழுத்திடாமல் ஆளுநர் காலம் கடத்தினார். சட்டசபைகூடுவதிலும் அவருடைய போக்கால் தாமதம் ஆகி சாசன நெருக்கடி ஏற்படும்போல் இருந்தது. கடைசியில் சட்டமன்றத்தில் ஜெயா ஒரு குண்டைத் தூக்கிப்போட்டார். ராஜ்பவனுக்கு மரியாதை நிமித்தம் ஆளுநரைச் சென்று பார்க்கும் மரபைத் தான் பின்பற்றவில்லை என்ற குற்றச்சாட்டுக்கு பதிலளித்தார். அதற்குக் காரணம் அவர் ராஜ்பவனுக்குச் சென்றபோது ஆளுநர் சென்னா ரெட்டி தன்னிடம் தவறாக நடந்துகொண்டதாகவும் அதற்கு வெகுண்டதற்கு அவர் எரிச்சலடைவதாகவும் அரசுக்கு அவர் காண்பிக்கும் எதிர்ப்பெல்லாம் அதை மறைக்கத்தான் என்று அவர் சொன்னதும் சபை விக்கித்துப் போயிற்று. எதிர்க்கட்சியும் ஊடகங்களும் அவர் நாடகமாடுகிறார் என்று குற்றம்சாட்டின. அவருக்கு நடிக்கச் சொல்லியா தரவேண்டும்? சென்னா ரெட்டி மரியாதைக்குரியவர்; காங்கிரஸ் தலைவர்; காந்திகுல்லா போடுபவர்; அத்தகையவர் மனத்தில் அத்தனைக் கீழ்த்தரமான எண்ணம் அணுகுமா?

ஆளுநர் அவர் பேச்சைப் பொருட்படுத்தாமல் தமிழ் நாட்டில் சட்டம் ஒழுங்கு குலைந்துவிட்டதாக தில்லியிலும் சென்னையிலும் பத்திரிகையாளர்களைக் கூட்டிப் பேசினார். தில்லியில் ஒரு முறை, 'மத்திய அரசுக்கு அவரை நீக்க தைரியம் இருக்குமா?' என்றுகூடக் கேட்டார். பிரதமர் நரசிம்மராவ் அதைக் கண்டுகொள்ளாமல் இருந்தார். சென்னா ரெட்டி ஆந்திராவில் முக்கிய அரசியல் தலைவர். அவருடைய நண்பர். தமிழக காங்கிரசுக்கு ஜெயலலிதாவின் மேல் என்ன கடுப்பு இருந்தாலும் நரசிம்மராவுக்கு அது சாத்தியமில்லை என்று தெரியும். அவருடையது பெரும்பான்மை பலம் கொண்ட அரசு. தவிர அதிமுகவுடன் மீண்டும் கூட்டணி வைக்க வேண்டும் என்று பிரதமர் விரும்பினார். அதற்கு எதிரான கருத்து கொண்டிருந்த உள்ளூர் காங்கிரஸ் தலைவர்களுக்கு சென்னா ரெட்டியின் அனுதாபம் கிடைத்தது.

சென்னா ரெட்டி ஊடகங்களுக்குச் சொன்ன சேதிகளுக்கு ஆக்ரோஷத்துடன் பதில் அறிக்கை விட்டார் ஜெயலலிதா. 17, டிசம்பர் 1994 தேதியிட்ட அறிக்கை கூர்மையாகவும் தெளிவாகவும் இருந்தது. முழுசாக *ஹிந்து* உள்ளிட்ட தினசரிகளில் வந்தது.

டெமொக்கலீஸ் கத்தியை என் தலைக்குமேல் சென்னாரெட்டி சுழற்றுவது இது முதல் முறையல்ல. குழந்தைத்தனமாக என்னைத் தண்டிக்கவும் எனது அரசை டிஸ்மிஸ் செய்யப் போவதாகவும் சொல்லிப் பயமுறுத்துகிறார். நம்முடைய அரசியல் அமைப்பில் நிச்சயமாக ஏதோ கோளாறு இருக்கிறது. மத்திய அரசின் பிரதிநிதி ஒருவர், ஜனநாயக முறையில் தேர்ந்தெடுக்கப்பட்டுப் பெரும்பான்மை பலத்துடன் ஆட்சிக்கு வந்த அரசைக் கத்தியைச் சுழற்றி வேண்டுமென்றே விஷமத்தனமாக மிரட்டமுடிகிறது. அவருக்கு இது தெரியட்டும் – நானும் எனது அரசும் என்னைப் பதவியில் அமர்த்திய தமிழ் மக்களும் சென்னா ரெட்டியைப் போன்ற ஆட்களுக்குப் பயந்து ஒடுங்கிவிடமாட்டோம். எங்கள் சக்தி மக்களிடமிருந்து வருவது. அவர்கள் மட்டுமே எங்களைக் கணிப்பார்கள்."

அவரது சொற்களில் கோபம் மட்டும் இருக்கவில்லை. மத்திய அரசு நியமிக்கும் ஆளுநர்கள் எப்பவுமே மத்திய அரசு சார்பாக இருப்பதையும் சுட்டிக்காட்டிற்று. சென்னா ரெட்டியை உடனடியாக நீக்கும்படிப் பிரதமருக்கும் ஜனாதிபதிக்கும் கடிதம் எழுதியும் அவருடைய கோபம் அடங்கவில்லை. உடனடி யாக தமிழக சட்டப்பேரவையில் 26 ஏப்ரல் 1995 அன்று ஒரு தீர்மானம் – இந்திய அரசு ஆளுநரைத் திரும்ப அழைத்துக்கொள்ள வேண்டும்; ஆளுநர் அழைக்கப்படுவதற்கு முன் மாநில அரசுடன் கலந்தாலோசிக்க வேண்டும் என்றும் அதற்காக சட்ட சாசனத்தின் 155வது பிரிவு திருத்தப்படவேண்டும் என்றும் நிறைவேற்றப்பட்டது.

அவர் சென்னா ரெட்டியை மிக மோசமான வார்த்தைகளால் விமர்சித்தது அதீதமானது என்று *ஹிந்து* பத்திரிகை தலையங்கம் எழுதிற்று. 'ஆளுநர்மீது குற்றம் சாட்ட ஜெயலலிதா ஆர்வமாக இருக்கிறார். முதலாவதாக அவருடைய தொண்டர்கள் ஆர்வக்கோளாறினால் அவிழ்த்துவிடும் வன்முறைகளை அவர் அடக்கவேண்டும். தனிநபர் ஸ்துதியை அனுமதிப்பதும், மாற்றுக் கருத்துகளுக்கு சகிப்பின்மையைக் காட்டுவதும் ஜனநாயகப் பண்புகள் அல்ல. ஒரு அரசியல் தலைவர் நீதிமன்றத்துக்குச் செல்லும்போது வெளியில் கட்சிக்காரர்கள் காண்பிக்கும் வன்முறைச் செயல்கள் சட்டம் ஒழுங்குக்கும் மாநில ஜனநாயக அமைப்புக்கும் உகந்தவை அல்ல' (27. ஏப்ரல் 1995)

மதிப்பிற்கும் மரியாதைக்கும் பேர்போன *ஹிந்து* பத்திரிகை இதைவிடக் கடுமையாக எழுதியிருக்க முடியாது. அது அவரை அதிகமாகக் கோபப்படுத்தியது.

மறுநாள் சென்னை உயர் நீதிமன்றம் அளித்த தீர்ப்பு அவருக்கு மேலும் ஒரு பின்னடைவை ஏற்படுத்திற்று. அவர்மீது தொடுக்கப்பட்டிருந்த குற்றச்சாட்டுகள் மேற்கொள்ளப்படலாம் என்ற ஆளுநரின் உத்தரவுக்கு எதிராக விடுத்திருந்த அவரது கோரிக்கையை உயர் நீதிமன்றம் நிராகரித்தது. அவர் முதல்வர் பதவியில் இருந்தாலும் சட்டத்தின் முன் சாமான்ய பிரஜை என்று சொன்னது.

அவரைப் பொறுத்தவரையில் எதுவும் மாறவில்லை. துதிபாடிகள் துதியை நிறுத்தவில்லை. அவர் நிரந்தர முதல்வர். அவரை வீழ்த்தும் சக்தி எவருக்கும் இல்லை. ஆச்சரியமாக அவரே அதை நம்பினார். மீண்டும் மக்களிடம் செல்லவேண்டும் என்பது அவருக்கு மறந்துபோயிற்று. ஒரு பெண் ஆட்சிக்கு வந்தால் மானுட தர்மம் மிக்கதாக, கருணையுள்ளதாக, சகிப்புத்தன்மை மிக்கதாக இருக்கும் என்று நம்பி வாக்களித்தவர்கள். அவர்களது ரோசாப்பு அம்மா மாறிப்போயிருந்தார். முட்கள்தான் இப்போது கண்ணுக்குப் புலப்பட்டன.

4

அவர் ஒரு பெண் என்பதால் ஆண் அரசியல் வாதிகளிடமிருந்து வித்தியாசமாக ஏன் நடந்து கொள்ளவேண்டும்? அதிகாரம் என்பதற்குப் பால்பேதம் கிடையாது. பதவியும் அதிகாரமும் மனுஷனை மாற்றும். தானும் மாறுவதில் ஏதும் தவறில்லை என்று அவர் நம்பினார். உண்மையில் ஆண் சார்ந்த அந்த உலகத்தில் தன்னை ஒரு கிள்ளுக்கீரையாக யாரும் நினைக்கக்கூடாது என்றால் அந்த ஆண்களை விட அதிக உக்கிரம் காண்பிக்க வேண்டும். அப்போதுதான் அவரைத் தலைவி என்று கட்சியே ஏற்றுக்கொள்ளும்.

ஏசுபவர் ஏசட்டும், நான் பாப்பாத்திதான் என்று சட்டப்பேரவையில் முழங்கியபோது யாரும் வாயைத் திறக்கவில்லை. பாப்பாத்தியாக இருந்தாலும் எனக்குச் சமூக நீதியைக் காப்பதில் மற்றவர்களை விட அதிக அக்கறை என்று காண்பிப்பதுபோல ஜனாதிபதியை நேரில் பார்த்து, தமிழகத்தில் 69% ஒதுக்கீட்டைத் தொடரலாம் என்று சட்டத் திருத்தம் கொண்டு வந்தாரே, அப்போது அவரை விமர்சிக்கும் பத்திரிகைத் துறையும் எதிர்க்கட்சியினரும் கூட வாயை மூடிக்கொண்டார்கள்; பாராட்டக்கூடச் செய்தார்கள்.

எதிர்த்தவர்களுக்கு என்ன ஆகும் என்று அவர் சொல்லத் தேவையில்லை. கழகக் கண்மணிகள் ஆளை உண்டு இல்லை என்று செய்துவிடுவார்கள். அந்த அதிகப்பிரசங்கி வழக்குரைஞர் கே.எம்.

விஜயன் நான்கு மாதம்போல மருத்துவமனையில் இருந்தாராம். யாரும் மேற்கொண்டு பேசமுடியாது.

சுப்ரமணியம் சுவாமியின் வாலையும் வெட்டுவதுபோல முதல்வருக்கு எதிராக அவர் தொடுத்த வழக்கிற்கு உச்சநீதிமன்றம் இடைக்காலத் தடை விதித்தது. அம்மாவின் வெற்றி அது என்று அதிமுகவினர் கூத்தாட, அது இடைக்காலத் தடை மட்டுமே என்றார் சுவாமி. 'டான்ஸி நிலபேர ஊழல் வழக்கு விசாரணைக்கு வரும்போது அம்மா க்ளோஸ்' என்றார்.

(ஆனால் அதிசயமாக அந்த வழக்கில் பிறகு அவரை உயர் நீதிமன்றம் விடுவித்தது. அதைத்தொடர்ந்து திமுக மேல் முறையீடு செய்தபோது, உச்ச நீதிமன்றமும் உயர் நீதிமன்றத்தின் தீர்ப்பைக் கடைப்பிடித்தது).

ஜனநாயக அமைப்பில் கொடுமையும் குரூரமும் ஓர் அம்சம் என்பது இயல்பானது என்பதுபோல ஊழலும் இன்றியமையாத அம்சமே என்பதை அவர் வெகுசீக்கிரத்தில் புரிந்துகொண்டார். அடுத்துவரும் தேர்தலைப் பணம் இல்லாமல் வெல்லமுடியாது. அது அமைச்சர்கள் மாவட்டச் செயலாளர்கள் எல்லோருக்கும் தெரிவிக்கப்பட்டது. இதுதான் அரசுப் பணியைவிட சுலபம் என்று அனுபவத்தில் அறிந்த அவர்கள் புகுந்து விளையாடினார்கள். புற்றீசல்போல வதந்திகள் காற்றில் சுற்றின. (ஒவ்வொருத் துறையிலும் ஒரு சின்ன கோப்பு நகர்வதற்கு வாங்கப்படும் லஞ்சம் பரவலாகப் பேசப்பட்டது.) அவருடைய கோபத்தையும் பொருட்படுத்தாமல் பத்திரிகைகள் தினமும் லஞ்ச ஊழல் பற்றின கட்டுரையை ஆதாரங்களுடன் வெளியிட்டன.

'Cash and Carry' அரசு என்று ஆங்கில நாளிதழ்கள் கிண்டல் செய்தன. கையில் காசு வைத்தால்தான் காரியம் நடக்கும் என்று பெயர் பெற்றது ஜெயலலிதாவின் அரசு. மந்திரிகள் ரகசியமாகச் சொன்னார்கள் 'கட்சி கஜானாவுக்குப் பணம் திரட்ட நிர்ப்பந்தப்படுத்தப்படுவதாக.' அது கட்சிக்குச் சென்றதா, சிலரின் பைக்குச் சென்றதா என்று தெரியாது.

இவையெல்லாம் ஜெயலலிதாவுக்குத் தெரியாமல் நடந்திருக்கும் என்று நினைப்பது அபத்தம். "அவருக்குத் தெரியும், பணம்தான் அதிகாரத்துக்கு வழி என்று. அதனால்தான் அத்தனை ஊழலுக்கும் இடம் கொடுத்திருக்கிறார்," என்றார் சோ. ராமசுவாமி. சிறுபெண்ணாக அவரை அறிந்திருந்த சோ, அவரிடம் ஏற்பட்டிருந்த மாற்றத்தைக் கண்டு திகைத்தார். ஜெயலலிதாவின் அரசு, மலைவாசஸ்தலங்களில் கடைப்பிடிக்கப்பட்டுவந்த அரசின் கட்டட விதிமுறைகளைக்கூடத் தளர்த்திற்று – இரண்டு

அடுக்குக்குமேல் கட்டக்கூடாது என்ற விதியைமீறிக் கொடைக் கானலில் ஏழுஅடுக்கு கட்டியிருந்த ஹோட்டல் ப்ளசென்ட் ஸ்டேயின் உரிமையாளர் ராக்கேஷ் மிட்டலுக்கு உதவுவதற்காக. அடுத்த சில ஆண்டுகளில் கீழ்நிலை நீதிமன்றம் அவரைக் குற்றவாளி என்று தண்டித்தது.

பிப்ரவரி 2, 2000ஆம் ஆண்டு, (கருணாநிதி ஆட்சியில்) ஜெயலலிதாதான் ஊழல் தடுப்புச்சட்டத்தின் (1988) கீழ் தண்டிக்கப்பட்ட முதல் முன்னாள் முதல்வர். சிறப்பு நீதிபதி வி. ராதாகிருஷ்ணன் அவருக்கு ஓராண்டுக் கடுங்காவல் தண்டனை அளித்தார், விதிகளை மீற அனுமதி கொடுத்ததற்காக. உள்கட்டு நிர்வாகத்துறை அமைச்சராக இருந்திருந்த டி.எம். செல்வகணபதி உள்ளிட்ட மூவருக்கு ஒன்றரை ஆண்டுக் கடுங்காவல் தண்டனை விதிக்கப்பட்டது. “கோப்பு செல்வகணபதியிடமிருந்து நேராக ஜெயலலிதாவின் ஒப்புதலுக்காக அவருடைய மேஜைக்குச் சென்றது. அவர் ஒப்புதல் அளித்தார்” என்று நீதிபதி சொன்னார். ஜெயலலிதாவின் கோபம் செல்வகணபதி மீது பாய்ந்தது. சட்டக்குற்றம் ஏதும் இதில் இல்லை என்று சொல்லித் தன்னை ஏமாற்றிவிட்டதாக! செல்வகணபதி கட்சியைவிட்டு நீக்கப்பட்டார். அவர் உடனடியாகத் திமுகவில் சேர்ந்தார்.

ஜெயலலிதாவை நெருக்கமாகக் கவனித்து வந்திருந்த மூத்தப் பத்திரிகையாளர் சோலை அவர்மேல் சுமத்தப்பட்ட ஊழல் குற்றச்சாட்டுக்களையெல்லாம் தன்னால் நம்பமுடியவில்லை என்றார். “எனக்குத்தெரியும் அந்தம்மாவுக்கு நகை நட்டுலேகூட ஆசை இருந்ததில்லே. ஒரே ஒரு தங்கச் செயின் மட்டும்தான் போடும். அவங்க அம்மா ஹைதராபாதிலே ஒரு திராட்சைத்தோட்டம் வாங்கியிருந்தாங்க. மஹாபலிபுரம் ரோட்டிலெ ஒரு பங்களா இருந்தது. எங்கிட்ட அடிக்கடி ஜெயலலிதா சொல்லுவாங்க, எல்லாத்தையும் வித்துடணும்னு. நிலம் வாங்கணும்னோ, நகை வாங்கணும்னோ விருப்பம் காண்பிச்சதில்லே. ஒரு நடிகையா நகை வெச்சிருந்திருக்கலாம், ஆனா அரசியலுக்கு வந்தபிறகு அதிலெல்லாம் ஆர்வம் போயிடுச்சு. அவங்களுக்கு எதுக்கு அத்தனை பங்களாக்கள்? அத்தனை ஏக்கரா நிலங்கள்? அத்தனைப் பரிசுகள் லஞ்சம் எல்லாம்? அதெல்லாம் உண்மைன்னு என்னாலெ நம்பமுடியல்லே.”

சசிகலா சம்பந்தப்பட்ட வதந்திகளும் பயங்கர வேகத்துடன் உலவின. ஜெயலலிதாவும் சசிகலாவும் தமிழகம் முழுவதும் சகட்டுமேனிக்கு நில அபகரிப்பில் ஈடுபடுவதாக. பல சமயங்களில் உரிமையாளர்கள் மிரட்டப்பட்டு நிலங்கள் அடிமாட்டு விலைக்கு வாங்கப்பட்டன. அவருடைய கட்சிக்காரர்கள் செய்த

வன்முறை அட்டகாசங்களும் செய்தியில் வந்தன. ஜெயலலிதா, உறவைச் செப்பனிட முடியாத வகையில் பத்திரிகை உலகைப் பகைத்துக்கொண்டிருந்தார். பொதுமக்கள், அவருடைய பெருவாரியான வாக்காளர்கள் பத்திரிகைகளைப் படிப்பதில்லை என்று அவர் நம்பினார். ஆனால் வாய்மொழி வழியாகச் செல்லும் வதந்திகளுக்கு அதிக தாக்கம் இருக்கும் என்று அவர் உணரவில்லை. ஒரு சின்ன பொறி, பெரும் தீயாக மாறும் என்று நினைக்கவில்லை. மாமூலான பணி மாற்றங்களுக்குக்கூட காரணம் கற்பிக்கப்பட்டு அதிகாரிகள், காவல்துறையினரிடையே பீதி கிளப்பிற்று. அவருடைய அமைச்சர்களும் மாவட்டச் செயலாளர்களும் பயந்து செத்தார்கள். அவரை நெருங்க முடியாததால் வதந்திகள் அதிக வலுப்பெற்றன. அவரது வீட்டிற்கு அமைச்சர்கள் சென்றாலும் அவருடன் நேரிடையாகப் பேசமுடியாது. இன்டர்காமின் வழியாக பேசினாலே பெரிது. யாரையும் நெருங்கவிடாமல் இருப்பதும் ஒரு யுக்தி. மர்மப் போர்வை பயத்தை அளிப்பது. பீதி நிறைந்து தமிழகக் காற்று கனத்தது. அத்தனை பயத்தை அவரால் எப்படி ஏற்படுத்த முடிந்தது என்பது ஒரு புரியாத புதிர். வெளியில் தெரிய வந்த தொண்டர்களின் அடாவடித்தனத்தைவிட அவரது நேரடி மிரட்டல் அவர்களை நடுங்க வைத்திருக்கலாம் என்று தோன்றுகிறது. என்ன மாதிரியான மிரட்டலாக இருந்திருக்கும் அது? யாரும் பேசவே பயந்தார்கள். காற்றசைவில் அவருக்கு அது போய்ச் சேரலாம். அப்படித்தான் அவரால் கட்சியைத் தன் கட்டுக்குள் வைக்கமுடிந்தது.

நான்கு ஆண்டு முடிவதற்குள் அவருடைய ஆட்சி வன்முறைக்கும் ஊழலுக்கும் பெயர் போனதாகிவிட்டது.

ஒரு சம்பவம் ஒட்டுமொத்தச் சமூகத்தைக் கொதிப்படைய வைத்தது. (1995) மே மாதம் 30, சில நபர்கள் வழக்குரைஞர் ஆர். சண்முக சுந்தரத்தின் வீட்டிற்குள் திடீரென்று நுழைந்து கம்பு, அரிவாள்களுடன் சென்று அவரைக் கண்மண் தெரியாமல் அடித்து அவருடைய கால்களையும் கைகளையும் முறித்தார்கள். அவருடைய சுண்டு விரல் வெட்டப்பட்டது. அவர் அலறியபடி ஏன் இப்படி செய்கிறீர்கள் என்று கேட்டதற்கு 'அம்மாவுக்கு எதிரா வழக்குபோடற அளவுக்கு திமிரா உனக்கு?' என்று அவர்கள் சீறியபடி அடித்தார்கள். சண்முகசுந்தரம், திமுகவின் சார்பில் டான்ஸி நில பேர ஊழல் வழக்கைத் தொடுத்திருந்தார். முதல் தகவல் அறிக்கை கொடுத்து இரண்டு வாரத்துக்குப் பிறகும் போலீஸ் குற்றவாளிகளைக் கண்டுபிடிக்கவில்லை. அறிஞர்கள் சம்பவத்தைக் கடுமையாகக் கண்டித்தார்கள். *ஹிந்து* ஆசிரியர் என். ராம் உள்பட எல்லா பத்திரிகைத் துறையினரும் பொது

மேடைகளில் அதுவரை நடந்துவந்திருந்த அராஜகத்தையும் வன்முறையையும் பலமாக எதிர்த்துக் குரல் கொடுத்தார்கள். தமிழ்நாட்டிலும் புதுச்சேரியிலும் வக்கீல்கள் தங்கள் எதிர்ப்பைப் பதிவுசெய்ய நீதிமன்றத்தைப் பல நாட்களுக்குப் புறக்கணித்தார்கள்.

இந்தக் களேபரத்துக்கு இடையே, தன் கட்டுக்குள்தான் கட்சியும் மாநிலமும் இன்னும் இருக்கிறது என்பதை நிரூபிக்க ஜெயலலிதாவுக்கு ஒரு சந்தர்ப்பம் கிடைத்தது. உலகத் தமிழ் ஆராய்ச்சி மையம் தனது எட்டாவது மாநாட்டைத் தஞ்சாவூரில் நடத்தவிருப்பதாகவும் தமிழக அரசு அதை ஏற்று நடத்தித் தரவேண்டும் என்றும் விண்ணப்பித்திருந்தது. அவரைச் சுற்றிலும் வீச ஆரம்பித்திருந்த புயலுக்கு நடுவே இந்த வேண்டுகோள் ஒரு அரிய வாய்ப்பாக இருந்தது. திமுக தலைவர் மு. கருணாநிதி, அவரை அந்நியப்படுத்தும் வகையில் தன்னைத் தமிழினத் தலைவர் என்று பெருமைப்படுத்திக்கொள்வார். இப்போது அவருக்கு ஒரு அயனான சந்தர்ப்பம் கிடைத்தது, தானும் தமிழினத் தலைவி என்று சொல்லிக்கொள்ள! கழகக் கண்மணிகள் அவரே தமிழ்த்தாய் என்றார்கள். வெகுதுரிதமாக அரசு அங்கு செய்ய ஆரம்பித்த ஏற்பாடுகளில் சரித்திர ஏடுகளில் புதைந்திருந்த ராஜராஜ சோழனும் பிருஹதீசுவரரும் உயிர் பெற்றனர். பல புதிய சாலைகள், பேருந்து நிலையங்கள், அரண்மனைக்குப் பாதுகாப்பு வளையங்கள் என்று அழுக்கும் நெரிசலும் கொண்ட தஞ்சாவூர் புதிய ஜிகினா உடைதரித்த மரப்பாச்சிப் பொம்மையாக ஜொலித்தது. மக்கள் பிரமித்துப்போனார்கள். சிறப்பு விருந்தினர்களாக அழைக்கப்பட்டிருந்த பிரதமர் நரசிம்மராவுக்கும் துணை ஜனாதிபதிக்கும் தன்னால் பத்து லட்சம் மக்கள் கூட்டத்தை அந்த 36 சதுர கிலோமீட்டர் விஸ்தீரணமும் நான்கே பிரதான சாலைகளும் கொண்ட நகரில் சேர்க்கமுடியும் என்று காண்பிப்பது தனது சக்திக்கு விளக்கமாக இருக்கும் என்று நம்பினார். காங்கிரஸ் கட்சியைச் சேர்ந்த பிரதமரின் வருகை தஞ்சை மக்களுக்குப் பெரிய ஆர்வத்தை ஏற்படுத்தாமல் போனாலும் உலகத்தமிழ் மாநாடு தஞ்சை அதுவரை கண்டிராத திருவிழாக்கோலம் பூண்டதால், அவர்களுக்கு ஒரு மாறுதலான அனுபவத்தைக் கொடுத்தது. அதிமுகவினரிடையே ஜெயலலிதாவின் மதிப்பும் மரியாதையும் அதிகரித்தன. தொடக்க விழா நடந்த அன்னை சந்தியா விளையாட்டரங்கத்தில் கூடிய 50,000 மக்கள் கூட்டத்தைக் கண்ட முன்னாள் ஜனாதிபதி ஆர். வெங்கடராமன் "தஞ்சாவூர்க்காரனான நான் எனது வாழ்நாளில் அத்தனை பெரிய கூட்டத்தை அங்கு கண்டதில்லை" என்றார்.

பிரதமர் வரப்போகிறார் என்ற தகவல் கிடைத்த உடனே தமிழ் மாநாடு என்பது மறந்துபோனது அதிமுகவினருக்கு. அதை ஜெயலலிதாவுக்கான பாராட்டு விழாவாக மாற்றிவிட்டார்கள். கிடைத்த இடத்திலெல்லாம் ஜெயலலிதாவின் ராட்சத உருவ கட்-அவுட்டுகள் எழுப்பப்பட்டன. இரவில் விளக்குகள் சுற்றிலும் எரிய அவருடைய அட்டை முகம் ஒளி வீசிற்று. தொண்டர்கள் அவர் முகம் போட்ட சட்டை அணிந்தார்கள். கழுத்தில் அவர் முகம் கொண்ட பதக்கம் அணிந்தார்கள். பதாகைகளிலும் கட்-அவுட்டுகளிலும் அவரைத் தமிழ்த்தாய் என்றும் டாக்டர் புரட்சித்தலைவி என்றும் அழைத்தார்கள். கட்சிக்காரர்கள் அவரை எங்கு கண்டாலும், தெருவில், அரங்கத்தில், விமானதளத்தில், நெடுஞ்சாண்கிடையாக விழுந்து வணங்கினார்கள். ஆனால் அநேகமாக அவர்களுக்கு மேடையில் அமர இடம் கிடைக்காமல் கீழே வெய்யிலில் நிற்கவேண்டியிருந்தது. மேடையில் சசிகலாவும் அவரைச் சேர்ந்தவர்களும் ஜெயலலிதாவுடன் அமர்ந்தார்கள். இலக்கிய அரங்குகள் வெறிச்சோடிக் கிடந்தன. அவர் வருகைத் தந்த நிகழ்ச்சிகள் மட்டுமே முக்கியமாகிப்போயின. அவருக்காகவே விழா. பார்க்க தேகம் ஊதிப்போயிருந்தாலும் அந்தப் பளீரென்ற நிறமும் ஜொலிக்கும் ஆடையும் மக்களைக் கவர போதுமானதாக இருந்தன.

திராவிட இயக்கத்தின் வரலாறு சொல்வதாக ஒரு கண்காட்சி வைக்கப்பட்டது. திராவிட இயக்கத்தின் ஒப்பற்ற வாரிசாக ஜெயலலிதா அதில் சித்திரிக்கப்பட்டார். பெரியார், அண்ணாதுரை, எம்ஜிஆருக்கு அருகில் சொக்கவைக்கும் சிரிப்புடன் ஜெயலலிதாவின் ரோஜா முகம். தான்தான் திராவிட இயக்கத்தின் அசலான வாரிசு என்று ஜெயலலிதாவுக்கே நம்பிக்கை வந்துவிட்டது. திருச்சியில் பிறகு நடந்த கட்சி மாநாட்டில் 'திராவிட இயக்கத்தின் உண்மையான வழித்தோன்றல்கள் யார்? உண்மையாக அண்ணாவைப் பின்பற்றுபவர்கள் யார்? பெரியாரின் சீடர்கள் யார்?'—என்று அவர் அடுக்கடுக்காக அந்த மௌனக் கும்பலைப் பார்த்துக் கேட்டதும் கும்பல் உற்சாகத்துடன் அவர் விரும்பும் சொற்களைப் பலக்கச் சொன்னது: 'உங்கள் தலைமையின்கீழ் இருக்கும் அனைத்திந்திய அண்ணா திராவிட முன்னேற்றக் கழகம் அம்மா, வேறு எவரும் இல்லை!'

திராவிட இயக்கப் போராட்டத்தில் சற்றும் பங்கு பெறாத அவருக்கு இது ஓர் அரசியல் விளையாட்டு. கருணாநிதியைச் சீண்டும் விளையாட்டு. சித்தாந்தம் ஏதுமில்லை. கட்சிக்காரர்களுக்கு அவர் சொல்வதே நிஜம் என்கிற மயக்கத்தைத் தந்தது. மகா புத்திசாலி என்று பெயர் பெற்ற அவரே மயங்கிப்போனார்.

5

"இது என்ன கூத்து?" என்றார்கள் திருவல்லிக்கேணி பார்த்தசாரதி கோவிலில் கூடியிருந்த ஐயங்கார் மாமிகள்.

"நிஜம்தான், அவளுடைய மருமான், ஒரே அண்ணனுடைய பிள்ளை இருக்கான், படிச்சவன், லட்சணமா, அவனை விட்டுட்டு, ஒரு தேவர் ஜாதிப் பையனைத் தத்தெடுத்திருக்காளாம் ஜெயலலிதா?"

"உஷ் இங்க அதெல்லாம் பேசப்படாது!" என்றார் அர்ச்சனைத் தட்டை வாங்கிக்கொண்ட குருக்கள்.

எல்லோரும் வீட்டிற்குள் பேசினார்கள். 'கேட்கவே நன்றாயில்லை' என்றார்கள்.

விஜயலக்ஷ்மி, ஜெயலலிதாவின் அண்ணன் ஜே. ஜெயகுமாரின் மனைவி, அதைப்பற்றி எந்த அபிப்பிராயமும் தெரிவிக்க விரும்பாதவராய் சென்னை, தி.நகர், சிவஞான கிராமணி தெருவில் இருக்கும் அவரது வீட்டில், வேதா நிலையத்தின் நடுக்கூடத்தில் அமர்ந்திருக்கிறார். (2010) ஸ்ரீரங்கம் ஐயங்கார் சமூகம் நிச்சயமாக அந்தக் கூத்தைப்பற்றிக் கேட்டு அவரைத் துளைத்திருக்கும். பல ஆண்டுகள் கழித்தும் அதன் நினைவுபடுத்தல் அவர் முகத்தில் மெல்லிய கோபத்தைப் பிரதிபலித்தது.

'எனக்கு அதைப்பத்தி ஒண்ணும் தெரியாது. எங்களுக்கிடையே உறவு விட்டுப்போயிடுத்து அவர் உசிரோட இருந்தபோதே.'

ஜெயலலிதா முதல்வராக இருக்கும்போது ஜெயகுமார் ஒரு விபத்தில் இறந்தார். அண்ணனுக்கு அஞ்சலி செலுத்த சடலத்தை எடுக்கும் முன் ஜெயலலிதா சிறிது நேரத்துக்கு வீட்டிற்கு வந்திருந்தார். ஒரு மகளும் மகனும் கொண்ட ஜெயகுமார் மனைவி விஜயலக்ஷ்மியுடன் தாய் சந்தியாவின் வீடான வேதா நிலையத்தில் வசித்தார். அங்குதான் போயஸ் கார்டனுக்குக் குடிபெயரும்வரை ஜெயலலிதாவும் வசித்தார்.

வேதா நிலையம் ஒரு நடுத்தர சராசரி ஐயங்கார் பிராமண வீடுபோல இருக்கிறது. ஒரு முன்னாள் நடிகைக்கோ, தமிழகத்தின் முதல்வருக்கோ சம்பந்தமுள்ள வீடு என்பதன் அடையாளம் கொஞ்சமும் இல்லாமல். ஜெயகுமாரின் ஆளுயரப் புகைப்படம் சுவரில் நடுநாயகமாக மாட்டப்பட்டிருக்கிறது. அதில் பஞ்சகச்ச வேஷ்டியும் திறந்த மார்பும் பூணூலுமாக நெற்றியில் நாமம் இட்ட, சிவந்த லட்சணமான முகம் சிரிக்கிறது.

ஜெயகுமாரும் விஜயலக்ஷ்மியும் சிறிதுகாலம் போயஸ் கார்டன் வீட்டில் ஜெயலலிதாவிடன் சேர்ந்துதான் இருந்தார்கள்–அண்ணனின் உறவை ஜெயலலிதா முறித்துக்கொள்ளும்வரை.

‘ஏன் உறவு விட்டுப்போச்சுன்னு எனக்குத் தெரியாது.’ என்றார் விஜயலக்ஷ்மி. “அவர் ரொம்ப சாது. சூது வாது தெரியாது. தங்கைன்னா உசிரு.”

“என் பசங்களுக்கு வருத்தம்தான்,” என்றார் விஜயலக்ஷ்மி. “ஆனா அத்தையுடைய வீம்பு அவங்களுக்கும் நிறையவே உண்டு. அத்தைக்கு வேண்டாம்னா எங்களுக்கும் வேண்டாம்னு சொல்றா. நானும் கவலைப்படலே. என்னாலே என் பெண்ணுக்குத் தனியா நின்னு கல்யாணம் செய்யமுடியும். அவருடைய தயவு எங்களுக்குத் தேவையில்லே. பசங்களுக்குப் படிப்பு இருக்கு. கெட்டிக்காரத்தனம் இருக்கு.”

(விஜயலக்ஷ்மியின் பேச்சிலிருந்து ஜெயலலிதாவுடன் தொடர்பே இல்லை என்று புரிந்தது.) ஜெயலலிதா தன் மகனைத் தத்தெடுக்க வேண்டும் என்று விஜயலக்ஷ்மி கனவிலும் நினைத்திருக்கமாட்டார். ஆனால் தேவர் சமூகத்தைச் சேர்ந்த சசிகலாவின் மருமகனைத் தத்தெடுக்கிறார் என்ற சேதி நிச்சயம் அதிர்ச்சியைத் தந்திருக்கும்.

அதிர்ந்தது ஐயங்கார் சமூகம் மட்டுமல்ல, அஇஅதிமுக வினரும்தான். ஏற்கெனவே சசிகலாவின் நெருக்கத்தைக் கண்டு அதிருப்தியில் இருந்தவர்கள் இந்த விஷயத்தைக் கேட்டு மிகுந்த அதிர்ச்சியும் சங்கடமும் பட்டார்கள். அடுத்தாக இன்னுமொரு அதிர்ச்சித் தகவல் வந்தது. தத்தெடுக்கப்பட்ட சுதாகரனுக்கும்

சிவாஜி கணேசனின் பேத்தி சீதாலக்ஷ்மிக்கும் திருமணம் நிச்சயமாகி இருப்பதாகவும் கட்சி ஏடான *நமது எம்ஜிஆரில்* செய்தி வெளியானதோடு ஜெயலலிதா கட்சியினருக்கு அழைப்பும் விடுத்திருந்தார். "இதை உங்கள் வீட்டுத் திருமணமாகப் பாவித்து எல்லோரும் இதில் பங்கு பெற்று மணமக்களை வாழ்த்தவேண்டும் என்று கேட்டுக்கொள்கிறேன்."

இதைவிட அசட்டுத்தனமான ஒரு வேலையை ஜெயலலிதா செய்திருக்கமுடியாது. கட்சிக்காரர்களுக்கு முகத்தில் அடித்தாற்போல் இருந்தது. அவர்கள் சந்தோஷமாகத் தன் அழைப்பை ஏற்பார்கள் என்று எப்படி நினைத்தார்? அவர்கள் சந்தேகத்துடனும் அசூயையுடனும் கவனித்து வெறுத்து வந்திருந்த சசிகலாவின் நெருங்கிய உறவுப்பையனைத் தத்துப்புத்திரனாக தலைவி ஏற்றார் என்ற சேதி கேட்டதிலிருந்து அவர்கள் வேதனையில் அனத்திக் கொண்டிருந்தார்கள். அவனிடம் அவருக்கு விசேஷமாகப் பிரியம் இருந்ததாகத் தெரியவில்லை. அவன் ஒரு வெத்துவேட்டு, கர்வி, பம்மாத்துக்காரன் என்று பொதுவான அபிப்பிராயம் அவனைக் கண்டிருந்தவர்களுக்கு இருந்தது. அப்படி ஓர் ஆளை அம்மா ஏன் சுவீகார மகனாக ஏற்கவேண்டும்? சசிகலாவின் ஆட்களுக்குக் கொடுக்கப்பட்டிருக்கும் இடம் போதாதா? அம்மாவின் சொத்துக்கு இப்போது ஒரு வாரிசு வேறா? எல்லாப் பெண்களையும் போல ஒரு குடும்ப வாழ்க்கை வேண்டும் என்று விரும்பினாரா? ஆனால் அவர் சராசரிப் பெண் அல்ல. அசாதாரண ஆற்றல் கொண்டவர். அவருக்கு ஒரு சாமான்ய பெண்ணின் ஆசை ஏன்? இப்படிப்பட்ட ஒரு செய்கை அவருடைய சொந்த வாழ்வின் அம்சமாக மட்டுமே நின்றுவிடாது. இதற்கு அரசியல் விளைவுகள் இருக்கும் என்று புத்திசாலியான அவருக்கு ஏன் புரியவில்லை?

இது சசிகலாவின் சூழ்ச்சி என்று தொண்டர்கள் நிச்சயமாக நம்பினார்கள். அந்த வலையில் அம்மா விழுந்துவிட்டார். கட்சியின் கண்களில் ஜெயலலிதா இப்போது பலவீனமாகத் தெரிந்தார். அவர் தனது அண்ணன் மகனைச் சுவீகரித்திருந் தால் கட்சி மகிழ்ச்சியுடன் அங்கீகரித்திருக்கும். (அவருக்கும் சோபன் பாபுவுக்கும் ஒரு பெண்குழந்தை பிறந்ததாகவும் எங்கோ ஹைதராபாதில் வளர்வதாகவும் வதந்தி உலவியது. ஆனால் அவருடைய சிநேகிதி ஸ்ரீமதியும் *ஃபிலிம் நியூஸ்* ஆனந்தனும் அதில் சிறிதும் உண்மை இல்லை என்றார்கள்.) ஜெயலலிதாவின் மனத்தில் என்ன இருந்திருக்கும் என்று ஊகிப்பது சிரமம். சசிகலா இந்த யோசனையைச் சொன்னாரா (சொத்துப் பரிவர்த்தனைக்கு சௌகர்யமான ஏற்பாடு என்று?) அல்லது ஒரு பிள்ளையைத் தத்து எடுப்பது நல்லது என்று ஜோஸ்யர் சொன்னாரா? எது

எப்படி இருந்தாலும் சென்னையே குலுங்கும்படியான ஏற்பாடுகள் திருமணத்துக்காகச் செய்யப்பட்டன. அரசு அதிகாரத்தைப் பயன்படுத்தி அதன் ஊழியர்களைப் பயன்படுத்தித் திருமணப் பந்தலுக்கும் தோரணங்களுக்கும் தெருக்களுக்கும் விளக்குகள் போடப்பட்டன. ஜெயலலிதாவும் சசிகலாவும் உடல் கொள்ளா நகைகள் அணிந்தபடி திருமண மண்டபத்தில், பூக்களால் விரிப்பு போடப்பட்ட பூப்பாதையில் ராணிகள் போல நகர்ந்தார்கள். சுதாகரனும் மணமகளும் ராஜகுமாரன், ராஜகுமாரிபோல உடை அணிந்திருந்தார்கள். சினிமா காட்சிபோல, எல்லோரும் நடிக்க வந்ததுபோல இருந்தது.

மிக ஆடம்பரமாக நடந்த (100 கோடி ரூபாய்ச் செலவு என்று பத்திரிகைகள் எழுதின) இரண்டு லட்சம்பேர் கலந்து கொண்டதாகச் சொல்லப்பட்ட, அந்தத் திருமணத்தை சன் தொலைக்காட்சி ரசனையுடன் படம்பிடித்துக் காட்டிய காட்சிகள் தமிழகத்துக் குக்கிராம மக்கள்வரை போய்ச் சேர்ந்தன. அன்றாடக் கஞ்சிக்காய்ச்சிகள் சினிமா பார்ப்பதாக நினைத் தார்கள். சசிகலா குடும்பத்தினர் சபை நிறைத்து அமர்ந்திருந் தார்கள். அப்படிப்பட்ட முக்கியத்துவம் கொடுக்கும் அளவுக்கு சசிகலாவுக்கும் அவரைச் சார்ந்த குடும்பத்தினருக்கும் என்ன தகுதி இருந்தது என்று பொதுமக்கள்கூட வியந்தார்கள். அவர்களுக்கு நடுவில் ஜெயலலிதாவின் வழக்கமான கம்பீரம் காணாமல் போயிருந்தது. ஒரு ஓரமாக சிவாஜி கணேசன் ஒடுங்கிக் காணப்பட்டார். முகத்தில் சிரிப்பையே காணோம்.

சசிகலாவும் ஜெயலலிதாவும் சேர்ந்து நிற்கும் ஒரு புகைப்படம் எல்லா பத்திரிகைகளிலும் பிரசுரமாயிற்று. ஏக நகைகள் அணிந்து நிற்கும் படம். அதில் ஜெயலலிதா அந்தக் காலத்தில் அணிந்த கேப் இல்லை. அது நிஜமான புகைப்படமாக இல்லாமல் இருக்கலாம். ஆனால் அதுதான் எல்லார் பார்வைக்கும் கிடைத்தது. அவர்கள் மேல் வெறுப்பை ஏற்படுத்திற்று. மாநில மக்களைப் பற்றின நினைவு இல்லாத மமதைபிடித்த இரு பணக்காரச் சீமாட்டிகள் போல நின்றிருந்தார்கள்.

ஒரு பேட்டியில் ஒரு நிருபர் ஜெயலலிதாவை, 'அது எப்படி, ஒரு வீடியோ கடை நடத்திவந்த சசிகலா அத்தனை நகை அணிந்திருந்தார்?' என்று கேட்டபோது, "அவையெல்லாம் நிஜ நகைகள்தான் என்று நீங்கள் எப்படிச் சொல்வீர்கள்?" என்று ஜெயலலிதா திருப்பிக் கேட்டார்.

சாதாரணமாகத் தவற்றை ஒப்புக்கொள்ளும் வழக்கம் ஜெயலலிதாவுக்கு இல்லை. மிக அபூர்வமாக, தேர்தல் தோல்விக்குப் பின் *இந்தியா டுடே* பத்திரிகைக்குக் கொடுத்த

பேட்டியில், தத்தெடுத்த மகனின் (சில நாட்கள் கழித்து சுதாகரனுக்கும் தனக்கும் சம்பந்தமில்லை என்று அவனை விரட்டினார். அவனைச் சட்டப்படித் தத்து எடுக்கவில்லை என்றார்) "கல்யாணம் செய்தது நான் செய்த மிகப்பெரிய தவறு. வாழ்நாள் முழுக்க நான் அதற்காக வருந்துவேன்" என்றார். ஞானோதயம் எப்பவுமே தாமதமாகத்தான் வரும். அடுத்து வந்த தேர்தலில் அவர் கட்சி மண்ணைக் கவ்வியபோது ஆண்டவன் அளித்த தண்டனை அது என்று மக்கள் சொன்னார்கள்– தரையைப் பார்க்காமல் வானில் பறந்ததற்குக் கிடைத்த தண்டனை. தங்கத் தாம்பாளத்தில் வைத்து அவர்கள் கொடுத்த வெற்றியை மமதையால் தட்டிவிட்டதற்குத் தண்டனை.

நாடாளுமன்றத்துக்கும் தமிழகச் சட்டமன்றத்துக்குமான தேர்தல், *1996*, மே மாதம் நடக்கும் என்று அறிவிக்கப்பட்டது. அரசியல் ரீதியாக மாநிலத்தின் மிகக் கொந்தளிப்புமிக்க காலகட்டம் அது. ஜெயலலிதாவின் செல்வாக்கு அதல பாதாளத்துக்குச் சென்றிருந்தது. ஆனால் அது அவர் கண்ணிற்குப் படாததுபோல நடந்துகொண்டார். ஊடகங்கள் தவறான செய்திகளைப் பரப்பித் தன் பெயருக்கும் ஆட்சிக்கும் களங்கத்தை ஏற்படுத்துவதாகக் குற்றம்சாட்டினார். (அவருக்குத் தெரியாது ஊழல் புகார்களும் சட்டம் ஒழுங்கு குலைந்துவிட்டதும் வன்முறை விரித்தாடுவதும் போயஸ்கார்டனுக்கு அப்பால் இருந்த தெருக்களின் பேச்சாக இருந்தது என்று.)

திமுக தலைவர் மு. கருணாநிதி இப்போது மிகத் தெம்பாக இருந்தார். ஜெயலலிதாவின் ஆட்சி சம்பாதித்திருந்த கெட்ட பெயரினால் தனது முந்திய குறைகளும் தவறுகளும் மக்கள் நினைவிலிருந்து அகன்றிருக்கும் என்று தன்னம்பிக்கையுடன் செயல்பட்டார். தமிழகக் காங்கிரஸ், மத்திய அரசு என்ன முடிவெடுக்கப்போகிறது என்று படபடப்புடன் காத்திருந்தது. அதிமுகவிற்கு எதிரான நிலையை அது வெகுநாட்களுக்கு முன்பே எடுத்திருந்தது. மக்களின் மனநிலை ஜெயலலிதாவுக்கு எதிரானது என்று வெகு தெளிவாக உணர்ந்திருந்தது. நரசிம்ம ராவ் உலகத்தமிழ் மாநாட்டு அழைப்பை ஏற்று வந்ததே அவர்களுக்கு அதிருப்தியை அளித்திருந்தது. இந்திரா காந்தி விசுவாசியான ஜி.கே. மூப்பனார் தலைமையில் இருந்த தமிழ்நாட்டுக் காங்கிரஸ் திமுகவுடன் கூட்டணி வைக்கவேண்டும் என்று உறுதியாகச் சொன்னது. ராஜீவ் காந்தியின் படுகொலைக்குக் காரணமான விடுதலைப்புலிகளுக்கு ஆதரவாக இருந்தவர் கருணாநிதி, ஒரு பயங்கர சதிக்குச் சாதகமான சூழல் அதனால் உருவானது என்ற கருத்தின் அழுத்தத்தினால் நரசிம்ம ராவ் அதை நிராகரித்தார். அவர்களுக்குத் தெரியாமல் பிரதமர்

ஜெயலலிதாவுடன் கூட்டணி வைத்துக்கொண்ட சேதி 27 மார்ச் அன்று சத்தியமூர்த்தி பவனில் கிடைத்தபோது அங்குக் குழுமியிருந்த காங்கிரஸ் தலைவர்கள் அதிர்ச்சியும் கோபமும் அடைந்தார்கள். தலைமையகம் அவர்களுடைய உணர்வுகளுக்கு மதிப்பு கொடுக்கவில்லை என்கிற ஆத்திரம் கட்டுக்கடங்காமல் போயிற்று.

ராவ் அத்தகைய கோபத்தை நிச்சயம் எதிர்பார்த்திருக்க மாட்டார். சத்தியமூர்த்தி பவன் வளாகத்தில் நரசிம்மராவின் உருவ பொம்மைகள் ஆவேசத்துடன் கொளுத்தப்பட்டன. அவரது உருவ பொம்மைகளுக்குச் செருப்பு மாலை அணிவித்துத் தூற்றி அடித்தார்கள்; கொளுத்தினார்கள். அவர்களது சீற்றத்தின் வெப்பத்தை உணர்ந்த மூப்பனார், அந்தத் தருணத்தை நழுவ விட்டால் வரலாறு தன்னை மன்னிக்காது என்று புரிந்து கொண்டார். மார்ச் 30 அன்று காங்கிரஸ் உடைந்தது. தமிழ் மாநில காங்கிரஸ் என்று மூப்பனார் தலைமையில் புதிய கட்சி பிறந்தது. அன்றே அவர் கருணாநிதியைச் சந்தித்துத் திமுகவுடன் கூட்டணி என்று அறிவித்தார்.

ராவ் அசரவில்லை. அதிமுகவுடன் காங்கிரஸ் கூட்டணி இருக்கும் என்றார். மக்களுக்குத் திமுகவின்மீது இன்னும் கோபம் இருக்கும் என்று நினைத்தாரோ என்னவோ. ஆனால் ஜெயலலிதாவின் மீது இருந்த அதிருப்தி அதை மறக்கடித்து விட்டது என்று அவர் உணரவில்லை. ஜெயலலிதாவும் காங்கிரசுடன் கூட்டணி வைத்தால் தன் மீதும் சசிகலா மீதும் அமலாக்கப்பிரிவுத் துறை போட்டிருந்த வழக்குகளிலிருந்து வெளிவர உதவும் என்று நினைத்திருக்கலாம். சுதாகரனின் அண்ணன் தினகரனுக்கும் ஃபெரா விதிமீறலுக்காக COFEPOSAவின் கீழ் அமலாக்கப் பிரிவின் வழக்கு இருந்தது.

அவர் மீதும் சசிகலாவின் குடும்பத்தினர் மீதும் பத்திரிகைகள் விடாமல் நில அபகரிப்புகளைப் பற்றி எழுதியவண்ணம் இருந்தன. ஒரு பேட்டியில், அவை எல்லாமே மிகைப்படுத்தப்பட்ட செய்திகள் என்றார் ஜெயலலிதா. "ஒவ்வொன்றுக்கும் எங்களால் பதில் சொல்லிக்கொண்டிருக்க முடியாது. சுப்ரமணியம் சுவாமி என்னைப்பற்றிக் கன்னாபின்னாவென்று குற்றச்சாட்டுகள் வைக்கிறார். நான் தமிழ்நாட்டுக் கோவில்களையெல்லாம் சூறையாடி அங்கிருந்த நகைகள் எல்லாவற்றையும் கொள்ளை யடித்துவிட்டேன் என்கிறார். யாராவது அதை நம்புவார்களா?"

சாந்தினி புலானி, ஜெயலலிதாவின் நெருங்கிய பள்ளித் தோழி, முதல்வர் ஆன பிறகு ஜெயலலிதாவிடம் நகைகள் சேர்ந்தன என்பது அபத்தமான குற்றச்சாட்டு என்றார்.

ஜெயலலிதா சாந்தினிக்குத் தனது நகைகளை, (அரசியலுக்கு வருமுன்) காண்பித்திருக்கிறார். "அது நம்பமுடியாத சேகரிப்பு. தங்கமும் வைரமும் ரத்தினங்களுமாக – ஒரு நகைக்கடை போல இருந்தது. ஒரு மகாப்பெரிய பீரோவுக்குள் வகை பிரித்து நேர்த்தியாக வைக்கப்பட்டிருந்தன. அவையெல்லாம் அவள் நடிகையாகக் கஷ்டப்பட்டு உழைத்த காசில் வாங்கியவை.

"அவளுக்கு நல்ல உடை அணியவும் நகை போடவும் பிடிக்கும். ஆனால் அதெல்லாம் அவள் முன்பே வாங்கியது. ஒரு நாள் சந்தோஷமான மனநிலையில் எனக்குக் காண்பித்தாள் நெருங்கிய தோழி என்பதால். என்றும் அவள் அதைப்பற்றிப் பெருமை அடித்துக்கொண்டதில்லை."

ஆனால் வதந்திகள் தமிழ்நாடு முழுவதும் சுழன்று வந்தன, அவரும் அவரது தோழியும் மாநிலத்தைச் சூறையாடப் புறப்பட்டிருப்பதாக. ரஜினிகாந்தும் திடீரென்று மிகக்கடுமையாக அவரைத் தாக்கிப்பேசினார். 'ஜெயலலிதாவை மறுபடி முதலமைச்சராகக் கொண்டு வந்தால் தமிழ்மக்களை ஆண்டவன்கூட மன்னிக்க மாட்டார்" என்றார். ரஜினி புகழ் உச்சியில் இருந்த தருணம் அது. அவர் சொன்னதை சன் தொலைக்காட்சி திரும்பத் திரும்பக் காண்பித்தது.

ஜெயலலிதாவின் ஆளுமை, எந்த வகையிலோ ஆண்களுக்கு உறுத்திற்று. தமிழ் ஆண்களுக்கு நளினமான, குரல் உயர்த்தாத பெண்கள்தான் பழக்கம். ஸ்ரீமதி சொன்னதுபோல "ஜெயலலிதாவுக்கு முட்டாள்களிடம் பொறுமையில்லை. அவளுக்குத் தன் செல்வத்தைப் பற்றிப் பெருமை கிடையாது. ஆனால் தான் அதி புத்திசாலி என்கிற கர்வம் இருந்தது. அவளுக்கு யாரும் அவளை விமர்சிப்பது பிடிக்காது, அவளுடைய ஆசிரியைகளாக இருந்தாலும். ரொம்ப சாதுவான, அடங்கிய மாணவியாகவும் அவள் இருக்கவில்லை."

அவர் உண்மையிலேயே ஒரு புதிர்தான் என்றார் ஸ்ரீமதி. "ஸ்கூலில் எல்லாரும் அவளைக் கர்வி என்று நினைத்தார்கள். ஆனால் அது உண்மை இல்லை. யாரிடமும் மிகவும் நெருக்கமாக இருக்கமாட்டாள், காயம்படுமோ என்று பயந்து. உணர்வு ரீதியாக ஆதரவு நாடுவது ஒரு பலவீனம் என்று அவர் நினைத்தார். தன்னைப்பற்றி அவள் பெருமை அடித்துக்கொண்டதில்லை. யாராவது அவளிடம் ஸ்டூடியோவில் வாலாட்டினால் அல்லது அதிகாரம் செய்தால் சும்மா இருக்கமாட்டாள். அவனுக்கு நல்ல பதிலடி கொடுத்தேன். நா எதுக்கு பயப்படணும்?" என்று சொல்வாள்."

அவருடைய ஆளுமையின் இந்த அம்சம்தான் ஆண்களை அவரிடம் நெருங்கவிடாமல் செய்தது. ஒரு காலத்தில் அவரை ஒழிக்கவேண்டும் என்று வசை பாடியவர்கள் இப்போது அவருடைய அமைச்சரவையில் இருக்கிறார்கள். அவர் இஷ்டத்துக்கு அவர்களுடைய இலாகாக்களை மாற்றுகிறார். அல்லது பதவியைப் பறிக்கிறார். அவர்கள் பல்பிடுங்கப்பட்ட பாம்பாகிப் போயிருந்தார்கள். ரஜினிகாந்துக்கு ஏற்பாடாகியிருந்த ஒரு விழாவில் கலந்துகொண்டதற்காக ஆர்எம்வீ, மறுநாள் காலை தன் மந்திரிப்பதவி போய்விட்டதை அறிந்தார்.

'அப்படிப்பட்ட பெண் ஆபத்தானவள். அவளை அடக்கியே ஆகவேண்டும். மக்கள் அவளை அதிகார பீடத்தில் அமர்த்தி யிருந்தார்கள். இப்போது அதிலிருந்து அவளை இறக்கவேண்டியது அவர்களின் கடமை. தமிழ் மக்களே, ஒன்று சேருங்கள். ரஜினி அழைக்கிறேன்!'

'ரஜினி அம்சம்' என்று ஒன்று இல்லவே இல்லை என்று அவர் அதை ஒதுக்கினார். ஆனால் ரஜினிகாந்தின் ரசிகர் மன்றங்கள் தலைவன் சொன்ன வாக்கு சத்தியவாக்கு என்று திமுகவினருடன் சேர்ந்து ஜெயலலிதாவுக்கு எதிராகப் பிரச்சாரம் செய்து எதிர்ப்புக்கு வலு சேர்த்தன.

அவருக்கு எதையும் காதில் போட்டுக்கொள்ள விருப்பமில்லை. தொண்டர்களையும் மாவட்டச் செயலாளர்களையும் சந்திப்பது நின்று போயிருந்தது. நிதர்சனம் என்ன என்று எவருக்கும் சொல்ல வாய்ப்பிருக்கவில்லை. அவர் எட்ட முடியாத உயரத்தில் இருந்தார். அது அவர்களை மிரள வைத்தது. பத்திரிகைகளில் வந்த செய்திகளைப் படித்தபோது, தலைவியின் பிம்பத்தை மிகக் கவனத்துடன் வானுயரத் தாம் வளர்த்ததற்குத் தக்கபடி அவர் செயல்படவில்லை என்று புரிந்தது.

அவர் செய்த நல்ல காரியங்கள் பல இந்த விமர்சனங்களால் மங்கிப்போயின. அதற்கும் அவர் கட்சியைக் குற்றம் சாட்டினார். "துரதிர்ஷ்டமாக, எதிர்க்கட்சிகளுக்குக் குற்றம் சுமத்துவதே வேலையாகிப் போயிற்று. கட்சியில் இருந்தவர்கள் அவற்றைத் தீவிரமாக நினைத்து மறுப்பைத் தெரிவிக்க அதிக நேரம் செலவழித்திருக்க வேண்டும். அவர்கள் அதைச் செய்யத் தவறினார்கள்."

கட்சியினரிடமிருந்து தாம் வெகுதூரம் விலகிப்போனதாலேயே அந்தத் தவறு நேர்ந்தது என்று அவர் உணரவில்லை.

நாடாளுமன்ற, சட்டமன்ற தேர்தல் முடிவுகள் வந்ததும் அவர் அதிர்ச்சி அடைந்தார். (நாடாளுமன்றத்திற்கான தமிழகத்தின்

39 சீட்களையும் திமுக / தமாகா அணி அள்ளிச் சென்றது.) மாநிலத்தில் பெரும்பான்மைப் பலத்துடன் திமுக ஆட்சிக்கு வந்தது. அஇஅதிமுக போட்டியிட்ட 234இல் நான்கில் மட்டுமே வென்றது. காங்கிரஸ் முழுவதுமாகச் சுருண்டது. நம்பமுடியாத வியப்பைத் தந்தது அவருடைய தோல்வி. அவர் பாதுகாத்த சொந்தத் தொகுதியான பர்கூரே அவரை நிராகரித்தது. அவர்களேதான் ஐந்து ஆண்டுகளுக்கு முன் பெரும்பான்மை வாக்குகளோடு அவரை ஜெயிக்கவைத்திருந்தார்கள். அவர்களது நல்லெண்ணங்களை அழிக்க ஜெயலலிதாவால் எப்படி முடிந்தது?

அவர் முடிவுகளை நம்பவில்லை. ஏதோ சூது இருக்கிறது என்றார். அதிகாரிகளும் காவல்துறையும் எதிரிகளுடன் கூட்டு சேர்ந்து செய்த சதி. ஊடகங்களும் சேர்ந்து செய்த சதி. அவருக்கு எல்லார் மேலும் சந்தேகம் வந்தது. கலவரம் ஏற்பட்டது. கலவரத்துக்குக் காரணம் இருந்தது. ஒரு மாதத்திற்குள் சசிகலாவும் தினகரனும் ஃபெரா விதிமீறலுக்காகக் கைதாகி சிறையில் அடைக்கப்பட்டார்கள். வரவிருக்கும் அதிரடி மாற்றங்களுக்கான அறிகுறி அது என்று அவருக்குத் தெரியும். அவர் இப்போது திமுக அரசின், முதல்வர் கருணாநிதியின் தயவில் இருந்தார். அவர் வானத்தை வில்லாய் வளைப்பார் ஜெயலலிதாவை அடியோடு நிர்மூலமாக்க. இப்போது அவருக்கு அதைச் சுலபமாகச் செய்யமுடியும். தான் அவமானத்துக்குள்ளாகலாம் – மீண்டும்.

அநாதையாகிப் போனதுபோல இருந்தது. நெஞ்சைப் பயம் கவ்விற்று.

6

தோல்வியின் அதிர்ச்சியிலிருந்து அவரால் மீள முடியவில்லை. அது நிஜம் என்றும் அவர் நம்பவில்லை. ஒரு மாபெரும் சூதினாலேயே தோற்றதாக அவர் உறுதியாக நம்பினார். பத்திரிகை நிருபர்களைக் கூட்டிப் பேசாதவர் தன் தரப்பு வாதத்தை அகில இந்தியாவுக்குப் பதிவுசெய்யும் நோக்கத்துடன் ஆங்கிலப் பத்திரிகைகளுக்கு சரமாரியாகப் பேட்டி கொடுக்க ஆரம்பித்தார். நீண்ட விளக்கங்கள்; அவரது தோல்விக்குக் காரணம் மோசமான ஊடகங்களின் எழுத்து, எதிர் அணிகள் செய்த பொய்ப்பிரச்சாரம், அதிகாரிகள் அவருக்கு எதிராக நடந்துகொண்டது; நிரபராதியான சசிகலாவின் மீது பழி போட்டு அவருடைய கட்சிக்காரர்களையே அவருக்கு எதிராக திருப்பிய ஊடகங்கள்; அதை நம்பும் பாமர மக்கள்' என்று தனது ஆத்திரத்தைக் கடும் சொற்களில் வெளிப்படுத்தினார். திரும்பத்திரும்ப நிருபர்கள் சசிகலா சொத்து சேர்த்த விவரங்களைக் கேட்டுப் பின்னியெடுத்தார்கள், அவர் பதவியில் இல்லை என்ற தைரியத்தில். '1980 களின் ஆரம்பத்தில் சசிகலா நடராஜன் தம்பதியிடம் எந்த சொத்தும் இருக்கவில்லை. இன்று அவர்கள் பெரும் பணக்காரர்கள். எப்படி சாத்தியமாயிற்று?"

அவருக்குப் பொத்துக்கொண்டு கோபம் வரும். "அவர்களைத் தம்பதி என்று சொல்லாதீர்கள்! நடராஜனின் செய்கைகள் தனி. அவருக்கும் எனக்கும் சம்பந்தமில்லை. அவருடைய மனைவிக்கும் அவருடன்

உறவு விட்டுப்போய் ஆறு வருஷங்கள் ஆகின்றன. ஆனால் அவர் என்னுடைய பெயரைச் சொல்லிப் பல அடாவடித்தனங்கள் செய்திருக்கிறார். மந்திரிகளையும் அதிகாரிகளையும் பயமுறுத்தி அதிகாரம் செய்து தங்களுக்குள் உறவு முறியவில்லை, என்றும் அது வெறும் குடும்ப விஷயம் என்றும் கூறி ஜெயலலிதாவுடனும் நான் நெருக்கமாகிவிடுவேன் என்கிற எண்ணத்தை ஏற்படுத்தித் தன் வேலையைச் சாதித்துக்கொள்கிறார்.

சசிகலாவின் சொத்து விஷயம் பொறுத்தவரை, எல்லாம் சட்டப்படி ஆனது. பத்திரிகை விற்றவர், பத்திரிகைக்கே சொந்தக்காரரான கதை எனக்குத் தெரியும். வங்கிக் கடன் போன்றவை இருக்கிறது. வியாபாரம் தொடங்குவதற்கு வங்கிக்கடன் வாங்குவதும் அதில் வியாபாரம் செழிப்பதும் சட்டப்படி குற்றமா? ஆனால் அவளுக்கு இருப்பதாக ஜோடிக்கப் பட்ட சொத்து விவரங்களைப் பத்திரிகைகள் எழுதுகின்றன. அந்நியச் செலாவணி மோசடி செய்ததான புகார் எல்லாம் கட்டுக்கதை.”

விநோதமாக தன்னைப்பற்றிக் கவலைப்படுவதைவிட சசிகலாவைப் பற்றி ஜெயலலிதா அதிகமாகக் கவலைப் பட்டதாகத் தோன்றிற்று. அவர் மீதுதான் பயங்கர கத்தி தொங்கிக் கொண்டிருந்தது. அந்தக் கத்தி ப. சிதம்பரத்தின் உருவில் இருந்தது. அவர் இப்போது மத்தியில் நிதி அமைச்சர். அவர் தனது தேர்தல் பிரச்சாரங்களில் அவரை மிக மோசமாகத் தாக்கியிருந்தார். ராஜீவ் காந்தியின் உபயத்தில் முக்கியத்துவம் கிடைக்கப்பெற்ற சாதாரண வக்கீல் என்றார். இப்போது தமாகாவில் சேர்ந்ததும் திமுகவுடன் கூட்டணி சேர்ந்து ராஜீவ் காந்தியின் நினைவுக்கு துரோகம் இழைத்தவர் என்று தூற்றினார்.

அது சிதம்பரத்தைக் கோபப்படுத்தியதில் வியப்பில்லை. ‘என்னை ஜெயலலிதா சாதாரண வக்கீல் என்றார். இந்த சாதாரண வக்கீல் என்ன செய்ய இயலும் என்பதை அவருக்குக் காண்பிக்கிறேன். அவருடைய தோழி சசிகலாவை ஒரு ஆண்டுக் காவது சிறையில் அடைப்பேன்’ என்றார். ஜெயலலிதாவைச் சிறைக்குள் அடைப்பதில்தான் அவருக்கு அதிக அக்கறை இருந்திருக்கும்.

திமுக தனது தேர்தல் அறிக்கையில் திட்டவட்டமாகச் சொல்லியிருந்தது – ஆட்சிக்கு வந்தால் ஜெயலலிதா/சசிகலா ஆகியோரின் சொத்துக்களை அரசுடைமை ஆக்குவதாகவும் எல்லா ஊழல் குற்றச்சாட்டுகளையும் பற்றி விசாரணை நடத்தி குற்றம் இழைத்தவர்களுக்கு தண்டனை பெறச்

செய்வதாகவும்! நீதிமன்ற அனுமதியும் அதற்கு இருந்தது. நீதிமன்றம் ஜெயலலிதாவின் முன் ஜாமின் கோரிக்கைகளை நிராகரித்ததோடு, கருணாநிதி அரசு நடவடிக்கை எடுக்க தாமதிப்பது ஏன் என்று வினா எழுப்பிற்று. தவிர வாய்மூடி மௌனம் காத்திருந்த பொது மக்கள் ஜெயலலிதாவின் மீது மிகுந்த கோபத்தில் இருந்தார்கள்.

ஆனால் கருணாநிதி எச்சரிக்கையுடன் செயல்பட்டார். அவருடைய அரசு பழிவாங்கும் பணியில் இறங்கிவிட்டதாக ஒரு எண்ணம் ஏற்பட்டால் திசையே மாறிப்போகும். அவருடைய கட்சியிலேயே அணுகுமுறை பற்றிப் பலவிதமான கருத்துக்கள் இருந்தன. அத்தனை பிரபலமான ஒரு தலைவியைக் கைது செய்வது விவேகமில்லை என்று முரசொலிமாறன் நினைத்தார். எம்ஜிஆர் பதவிக்கு வந்தபோது கருணாநிதியை, எவ்வளவோ ஊழல் குற்றச்சாட்டுக்கள் அவர்மீது இருந்தும் அவரைக் கைது செய்யவில்லை என்று சுட்டிக்காட்டினார். ஜெயலலிதாவைச் சிறையில் அடைக்க கருணாநிதிக்கே விருப்பமில்லை. அத்தகைய செயல் அனுதாப அலையை உருவாக்கும் என்று அவருக்குத் தெரியும். சங்கிலி கோர்த்தாற்போல வழக்கு தொடர்ந்தாலே நீதிமன்றங்களுக்கு அலைவது அவருக்குப் பெரும்பாடாகிப் போகும். கட்சிப்பணிகளுக்கு நேரம் ஒதுக்கமுடியாமல், திரும்ப ஆட்சியைப் பிடிக்கும் எண்ணம் வராமல் போகும். ஆனால் அவரைக் கைது செய்வது அரசியல் அவசியமாகிவிட்டது. அவருடைய கட்சி உறுப்பினர்கள் ஜெயலலிதாவின் ரத்தத்தை உறிஞ்சக் காத்திருந்தார்கள். ஒரு காலத்தில் தனது மகன் ஸ்டாலினுக்குப் பெரிய அச்சுறுத்தலாகப் போவார் என்று அவர் பயந்தார். ஆனால் ஜெயலலிதா தன்னைத்தானே மாய்த்துக்கொள்ளும் விசித்திரமான ஆற்றல் உள்ளவராக இருந்தார். சிறை வாசமும் வழக்குகளுடன் போராடுவதுமாக அவருடைய அரசியல் வாழ்வு அஸ்தமித்துப்போவது நிச்சயம்.

ரஜினிகாந்த் நடித்த 'படையப்பா' சரியான நேரத்துக்கு வெளிவந்தது. அதில் ரஜினி சொன்ன 'அதிகமா ஆசைப்படற ஆம்பளையும், அதிகமா கோபப்படற பொம்பளையும் நல்லா வாழ்ந்ததா சரித்திரமே கிடையாது' என்ற வரியின் இரண்டாம் பகுதி ஜெயலலிதாவைத்தான் குறிப்பிட்டது என்று புரிந்துகொண்டு மக்கள் வெகுவாக ரசித்தார்கள் என்று கலைஞர் கேள்விப்பட்டார். ஜெயலலிதாவின் ஆணவம் அவருடைய ஜாதியின் ஆணவம். பெரியார் சரியாகத்தான் சொன்னார் – 'ஒரு பாப்பானையும் பாம்பையும் கண்டா பாப்பானைக்கொல்லு!' கருணாநிதி கொல்லத் தயாரானார்.

மாநில அமைச்சரவை டிசம்பர் 5 அன்று கூடியபோது, முதல்வர் கருணாநிதி அஇஅதிமுகவின் தலைவியைக் கைது செய்தால் ஏற்படக்கூடிய பின்விளைவுகளைப் பற்றி வெகு நுட்பமாக அமைச்சர்களுடன் அலசினார். இடையில் முடிவு எடுக்கப்பட்டது. டிசம்பர் 6 சென்னை உயர் நீதிமன்ற நீதி அரசர் ஸி. சிவப்பா ஜெயலலிதாவின் ஏழு முன் ஜாமீன் விண்ணப் பங்களை நிராகரித்தார். அவற்றில் ரூ 65 கோடி கலர் டிவி மோசடி வழக்கும் இருந்தது. அந்த வழக்கிற்காகவே கடைசியில் ஜெயலலிதா கைது செய்யப்பட்டார்.

குற்றப்பிரிவு, வழக்கிற்கான ஆதாரங்களைச் சமர்ப்பித்தது. அதன்படி, 1995 டிசம்பர் மாதம் கலர் டிவி செட்டுகள் வாங்குவதற்கு விலை நிர்ணயம் செய்யப்பட்ட கோப்பில் ஜெயலலிதா கையெழுத்திட்டிருந்தார். ஒவ்வொரு செட்டுக்கும் அரசு செலுத்திய விலை ரூ 14,500 – சந்தை விலையைவிட மிக அதிகம். அரசு கிராம பஞ்சாயத்துக்களுக்கு வினியோகிப்பதற்காக 45,302 செட்டுகள் வாங்கின. துப்பறியும் அமைப்பு, அந்தப் பேரத்தினால் அரசுக்குப் பெரும் இழப்பு என்றது. இதைத்தவிர இன்னும் ஆறு வழக்குகள் (டான்ஸி நில பேரம், வருமானத்துக்கு அதிகமாகச் சொத்து சேர்த்த வழக்கு – ஒரு ரூபாய் மட்டுமே அடையாளச் சம்பளம் வாங்கி, முதல்வர் பதவியில் இருக்கும்போது, 15.52 கோடி பெறுமான சொத்து சேர்த்திருந்தது; ப்ளெஸென்ட் ஸ்டே ஹோட்டல் வழக்கு, *SAF* விளையாட்டு விளம்பர உரிமை வழக்கு, நிலக்கரி இறக்குமதி டீல் மோசடி; வருமான வரி ஏய்ப்பு . . .) இருந்தாலும் கருணாநிதி அரசு கலர் டி.வி வழக்கை எடுத்தது. அதற்கான நிரூபணங்கள் கைவசம் இருந்ததாகச் சொல்லப்பட்டது. தலைமைச் செயலர் கே.ஏ. நம்பியார், 'இந்த வழக்கு அதன் தன்மையினால் போடப்பட்டது. இதில் அரசியல் ஏதுமில்லை' என்றார்.

தன்மீது போடப்பட்டிருந்த எல்லா வழக்குகளுமே அரசியல் காழ்ப்புணர்ச்சியால் போடப்பட்டவை என்றும், அவற்றில் எதுவுமே உண்மை இல்லை என்றும் தான் நீதிமன்றத்தில் நிரபராதி என்று நிரூபிக்கப்போவதாகவும் ஜெயலலிதா காட்டமாக அறிக்கைவிட்டிருந்தார். சர்க்காரியா கமிஷனால் 'அறிவியல் ரீதியாக ஊழல் செய்தவர்' என்று வர்ணிக்கப்பட்டிருந்த கருணாநிதி தண்டனையிலிருந்து எப்படித் தப்பித்துக்கொண்டார் என்று எல்லோருக்கும் தெரியும் என்றார் ஏளனத்துடன். "இந்த வழக்குகள் என் நற்பெயருக்குக் களங்கம் விளைவிக்கவும், எனது கட்சியை உடைக்கவும் என் வாயை மூடவும், வாரிசு அரசை நிறுவ அரசியல் ஆதாயம் தேடவும் எடுத்துள்ள பம்மாத்து நடவடிக்கைகள்".

தீரத்துடன் சொல்லப்பட்ட வார்த்தைகள். ஆனால் தன்னுடைய முன் ஜாமீன் மனுக்கள் நிராகரிக்கப்பட்டன என்று தெரிந்ததும் கைதிலிருந்து தப்பிக்கமுடியாது என்று அவர் புரிந்துகொண்டார். இரவு முழுவதும் தூங்காமல் புரண்டபோது எதிர்காலம் ஒரு மகாப் பெரிய கேள்விக்குறியாகக் கண்முன் நின்றது. சசிகலாவின் நினைவுகூட மறந்து போனது. அவரது வாழ்வே நிலைகுலைந்து நிற்கையில் எந்த உறவும் அற்ற அநாதை என்று துக்கமேற்பட்டது. மறு நாள் காலை (18, டிசம்பர் 1996) எழுந்து வழக்கம்போலக் குளித்து, ஊதாநிறப் பூப்போட்ட புடவை அணிந்து பூஜை அறையில் கடவுள்களுக்கு முன் நின்றபோது கடவுள்களும் அவர் அறியாமல் செய்த குற்றங்களுக்காக அவரைப் புறக்கணித்துவிட்டதுபோல இருந்தது. எல்லா ஊழல் புகார்களின் பட்டியலையும் குற்றச்சாட்டு களையும் படித்தபோது தலை சுற்றிற்று. அவர் அறிந்தவரை எல்லாமே மிகவும் மிகைப்படுத்தப்பட்டவையாக இருந்தன. அவருடைய தணிக்கையாளர்கள் எல்லாம் முறையாக இருப்பதாகச் சொன்னார்கள். நான் நிரபராதி என்று எப்படி நிரூபிக்கப்போகிறேன்? ஊதுவத்தியும் மல்லிகையும் மணத்த அந்த அறையின் தனிமையில் அவருக்குக் கண்களில் நீர் பெருகிற்று. அவருடைய தந்தையின் புகைப்படம் கடவுள்களுக்கு மத்தியில் இருந்தது. அழகோடும் செல்வத்தோடும் பிறந்து, வாழ்வில் எதையும் சாதிக்காமல், கிடைத்ததையும் தொலைத்துத் தன்னை மாய்த்துக்கொண்ட மனிதர். இன்று தன்னுடைய நிலை அவருடையதைவிட மோசமானது. நினைத்துப் பார்த்திராத மக்களின் அபிமானத்தையும் வாக்கையும் பெற்று எல்லாவற்றையும் இறைத்துவிட்டு நிற்கிறார். அதிகாரம் போனது மட்டுமில்லை, அவர் தனது சுய கௌரவமும் இழந்து நிற்கிறார் – ஊழல், ஏமாற்றுதல், வரி ஏய்ப்பு ஆகிய குற்றங்களின் பழியால் – இப்படி ஒரு காலம் வரும் என்று அவர் கனவில் கூட நினைத்ததில்லை. (அப்பாவின் வழியைப் பின்பற்றலாமா என்ற எண்ணம் முந்தைய இரவு மனதை அலைக்கழித்தது.) முன்பு மனச்சோர்வு ஏற்பட்டபோது இரு முறை தன்னை மாய்த்துக்கொள்ள முயன்றிருக்கிறார். அவர் உயிர் கெட்டியாக இருக்கவேண்டும். இன்றைய அவமானத்தை அனுபவிக்கவேண்டும் என்று விதிக்கப்பட்டிருந்ததோ என்னவோ. இப்போது மனச்சோர்வு இல்லை. இனம் புரியாத பீதி அவரை ஆட்கொண்டது. ஆனால் சுபாவமான எதிர்ப்புக் குணம் கோபத்தையும் வீம்பையும் உசுப்பிவிட்டது. கண்ணுக்குத் தெரியாமல் இருந்த பூதங்களை விரட்டவேண்டும் என்ற வேகம் எழுந்தது. இந்தப் பயமுறுத்தல்களுக்கு ஒடுங்கி விடக்கூடாது என்று அவர் தனக்குள்

திரும்பத்திரும்பச் சொல்லிக்கொண்டார். அவர் கடவுள் நம்பிக்கை கொண்டவர். அதை அவர் மறைத்ததே இல்லை. நாத்திகத்தில் பிறந்த திராவிட இயக்கத்துடன் சம்பந்தப்பட்ட அஇஅதிமுகவின் தலைவியாக கட்சி அவரை ஏற்றபின்பும் அவர் அதை ஒளிக்கவில்லை. ஆனால் இப்போது அவர் நம்பிய கடவுள்களும் வேடிக்கை பார்த்துக்கொண்டு நின்றார்கள். இருந்தும் அவருக்கு வேறு புகலிடம் இல்லை. குறைந்தபட்சம் பிரச்சினைகளை எதிர்கொள்ள அந்தக் கடவுள்கள் தனக்கு மன உறுதியையும் தைரியத்தையும் அளிக்கட்டும். பாட்டியின் மடியில் அமர்ந்து பாடம் செய்த விஷ்ணு சஹஸ்ரநாமத்தையும் நாலாயிர திவ்யபிரபந்தத்தையும் சொன்னார். பிரார்த்தனையை முடித்து ஒரு சின்ன சூட்கேஸில் சில புத்தகங்கள், உள்ளாடைகள் வைத்துக்கொண்டார். காலை உணவை முடித்துக்கொண்டார்.

கடைசியாக அவர் வெளியில் வந்தபோது கட்சித் தொண்டர்கள் மௌனமாக வேதனைமிக்க முகத்துடன் அணிவகுத்து நிற்பதைக் கண்டார். வலது கையைத்தூக்கி இரு விரல்களைக்காட்டி அவர்களிடம் "நாளை நமதே!" என்றார். அவரது பிரகாசமான முகத்தில் இருள் கவ்வியிருந்தது. காலை 9.45க்கு இரண்டு பெண் காவலர்களின் துணையுடன்வெளியில் காத்திருந்த காவல் வண்டியில் ஏறினார். செஷன்ஸ் கோர்ட் பிரதம நீதிபதி ஏ. ராமமூர்த்தியின் வீட்டிற்கு அழைத்துச் சென்றார்கள். தன்னைக் கைது செய்ததன் அவசியம் என்ன என்று அவர் கேட்டார். அவை பொய்க்குற்றச்சாட்டுகள் என்று அவர் மறுத்ததை நீதிபதி நிராகரித்தார். டிசம்பர் 21 வரை நீதிமன்றக் காவலில் அவர் இருப்பார் என்றும் அதற்குப்பிறகு சென்னை மத்திய சிறையில் வைக்கப்படுவார் என்றும் சொல்லப்பட்டது – எண் 2529 ஆக.

அடுத்த சில நிமிடங்களில் சன் தொலைக்காட்சி அவருடைய கைது நிகழ்வை ஒளிபரப்பிற்று. அது ஒரு பொன்னான வாய்ப்பு சானலுக்கு. அவருடைய போயஸ் கார்டன் வீட்டில் நடந்த ரெய்டின்போது எடுத்த காட்சிகளைத் திரும்பத் திரும்பக் காட்டியது. தெருவில் நடக்கும் சாமான்ய மனிதன், அன்றாடங்காய்ச்சிகள் அவருடைய கணக்கிலடங்கா நகைகளையும் புடவைகளையும் செருப்புகளையும் கண்டு மலைத்தனர். நிச்சயமாக அவர் கொள்ளை அடித்துச் சேர்த்த சொத்து என்றார்கள். ஒரு முன்னாள் நடிகையிடம் இவை இருப்பதில் என்ன அதிசயம் என்று பெண்கள் நினைத்தார்கள். சென்னையின் உயர்குடிப் பெண்கள் பலரிடமும் இப்படி இருக்கக்கூடும் என்று சொன்னார்கள்.

அவருடைய கைதுக்கு முன் 2500 கட்சித் தொண்டர்களைக் காவலில் வைத்ததால், கைதானபின் எதிர்ப்பு என்று பெரிதாக இருக்கவில்லை. ஒரு துரிதக் கருத்துக் கணிப்பை ஒரு தமிழ் வார இதழ் எடுத்ததில், அது அவர் செய்த குற்றத்துக்குக் கிடைத்த தண்டனை என்பது பெருவாரியான மக்களின் கருத்தாக இருந்தது.

கருணாநிதி பத்திரிகை நிருபர்களிடம், "நம்பமுடியவில்லை. அந்தம்மா சேகரிச்ச சொத்துகள் பத்தித் தோண்டத் தோண்ட புதுசு புதுசா விவரம் வருகிறது. அவங்க இன்னும் எங்கெல்லாம் பணத்தை மறைத்து வைத்திருக்கிறாங்க என்று தெரியவில்லை. அரசியல் காழ்ப்புணர்ச்சியால் செய்யப்பட்ட கைது இல்லை; நாங்கள் நீதிமன்றத்தின் உத்திரவுப்படி நடந்துகொண்டோம்," என்றார். எல்லாரிடமும் ஜெயலலிதாவின் கடந்த ஐந்து ஆண்டுகால ஆட்சியில் வாங்கப்பட்டதாகச் சொல்லப்பட்ட பினாமி சொத்துக்கள், பங்களாக்கள், நிலங்கள் ஆகியவற்றின் வண்ணப்படங்கள் கொண்ட கனமான ஆல்பத்தைக் கொடுத்தார். மத்திய அரசுக்கும் பல ஆல்பங்கள் அனுப்பப்பட்டன. ஒரு பத்திரிகையாளரும் கேட்கவில்லை, அரசு எப்படி சொத்துக்களின் மதிப்பைச் சொன்னது என்று. அவருடைய பினாமி சொத்து என்பதற்கு ஆதாரம் என்ன என்றும் கேட்கவில்லை.

ஜெயலலிதா, கருணாநிதி ஒரு கைதேர்ந்த திரைக்கதை எழுத்தாளர் என்பதை மறந்துவிட்டார். அவர் பங்குபெற்ற நிஜ நாடகத்தின் ஒவ்வொரு காட்சியையும் திட்டமிட்டு வரைந்தார். பழிவாங்கல் என்கிற பெயர் வராதபடி காயை நகர்த்தினார். முதலில் அவருடைய நெருங்கிய அமைச்சர்கள் குற்றம் சாட்டப்பட்டு (தவறாகப் பொதுப்பணத்தைக் கையாண்டதாக) சிறையில் அடைக்கப்பட்டார்கள். இரண்டாவதாக ப. சிதம்பரத்தின் உதவியுடன் சசிகலா மற்றும் அவளுடைய உறவினர்களுக்கு எதிரான குற்றச்சாட்டுகள் விசாரணைக்கு ஏற்கப்பட்டு அவர்களும் கைதுசெய்யப்பட்டார்கள். அவர்களுடைய கைதுகள் அதிமுக ஆட்சியில் நடந்த பல ஊழல் விவரங்களை வெளிச்சத்துக்குக் கொண்டுவந்தன. ஆக, ஜெயலலிதாவின் கைது நடப்பதற்குள் பொது மக்கள் அதை ஆமோதிக்கும் மனநிலைக்கு வந்திருந்தார்கள்.

தன் பங்கிற்கு, கட்சியில் இழந்துவிட்ட மதிப்பை மீட்டெடுக்க ஜெயலலிதா 27 ஆகஸ்ட் மாதம் (1996) கட்சி ஏட்டில் அறிக்கைவிட்டார். தனக்கும் சசிகலாவுக்கும் இனி எந்த உறவும் இல்லை என்று அறிவித்தார். "என்னுடைய கஷ்டமான காலகட்டத்தில் எனக்கு ஆன்மீகப் பலத்தையும் அன்பையும்

கொடுத்த என் தோழிக்கு நான் மிகவும் கடன்பட்டிருக்கிறேன். ஆனால் கட்சி உறுப்பினர்களின் வேண்டுதலினால், சசிகலாவிடமிருந்தும் சுதாகரனிடமிருந்தும் முழுதுமாக விலகி இருக்கவேண்டிய கட்டாயத்தில் நான் இருக்கிறேன். ஒரு சில தனி நபர்களைவிட கட்சி முக்கியமானது என்று நான் உணர்கிறேன். என்னுடைய வீட்டில் தற்சமயம் என்னுடைய சித்தியும் சில வேலைக்காரர்களும் மட்டுமே இருக்கிறார்கள் என்று சொல்ல விரும்புகிறேன்."

இன்னொரு அதிரடி அறிவிப்பும் இருந்தது. "இன்றிலிருந்து எனக்குத் தத்துப்பிள்ளை என்று எவரும் இல்லை. நான் சட்டப்படியாக தத்து எடுக்கவில்லை. வெறும் வாய்வழியாகத்தான் என் சுவீகார புத்திரன் என்று சொன்னேன். எனக்கு உறவினர் யாரும் இல்லை. என் அருமைக் கழகக் கண்மணிகளுக்கு நான் என்றுமே தாயாக, சகோதரியாக இருப்பேன்."

சில முன்னாள் அமைச்சர்கள் நெருக்கடியினால் அவருக்கு எதிராகப் போனாலும் அவருடைய அறிக்கைக்குப் பின்பும் சசிகலா அவருடைய வலுவான ஆதரவாளராக இருந்தார். கருணாநிதி, ஜாதியை இழுத்து அவரைச் சீண்டிவிடப் பார்த்தார். 'பிற்படுத்தப்பட்ட வகுப்பைச் சேர்ந்த ஒரு தமிழ் மகள், வேறு ஒருத்தரின் பிழையினால் சிறைக்கம்பிக்குப் பின் இருக்கிறாள்' என்றார். சசிகலா வாயைத் திறக்கவில்லை.

ஜெயலலிதா கைதானபோது எல்லா பத்திரிகைகளும், அவர் மேல் போடப்பட்டிருந்த வழக்குகளின் எண்ணிக்கையைக் கண்டு மலைத்து அவருடைய கதை முடிந்ததுபோலத்தான் என்றன. ஆனால் சோ ராமசுவாமி மட்டும் அழுத்தமாகச் சொன்னார், 'அவரை அத்தனை சுலபமா ஒதுக்கிவிட முடியாது!'

அவர் இருபத்தெட்டு நாட்கள் சிறையில் இருந்தார். வெளியில் வந்தபோது மனசு இறுகியிருந்தது. ராணி போல் வாழ்ந்தவர். அவர் பாதம் தரையைத் தொட்டதில்லை. தலைமேல் வெய்யில் பட்டதில்லை. சிறையில் ஒரு கிரிமினல் கைதிபோல அடைக்கப்பட்டிருந்தது தாங்கமுடியாத அவமானமாக இருந்திருக்கவேண்டும். ஆனால் சிறையில் அவர் கம்பீரமாக நடந்துகொண்டது காவலர்களை அசத்திற்று. அவர் வெகு அபூர்வமாகத்தான் பேசினார். சதா புத்தகம் படித்தார். சிறையிலிருந்து வெளியில் வந்ததும், சிறையில் பெருச்சாளிகள் இருந்த அறையில் தான் கஷ்டப்பட்டதை நிருபர்களுக்குச் சொன்னார். அவருடைய சொத்துக்கள், நடிகையாக இருந்தபோது வாங்கிய நகைகள், புடவைகள், அவருடையவை என்று சொல்லப்பட்டவையெல்லாம் முடக்கப்பட்டன. அவருடைய

தொண்டர்கள் (வாக்காளர்கள், எதிரில் அவர் உடம்பில் ஒரு பொட்டு தங்கம் இல்லாமல், மூளிக்காதும் கழுத்தும் கையுமாக நிற்கையில் அவர்கள் உருகிப்போனார்கள் – அவருடைய குற்றங்கள் மறைந்துவிட்டன.) மோசமான ஆண் உலகத்தில் பழிவாங்கப்பட்ட சாமான்யப் பெண்ணாகத் தோன்றினாள் இப்போது.

அவர்கள் முன் நிற்கும்போது அவர் உடலில் புதிய ரத்தம் ஊர்ந்தது. எந்த நிலையிலும் அவரது வசீகரம் அவரைக் காப்பாற்றும் என்று நம்பிக்கை ஏற்பட்டது.

சோ சொன்னது சத்தியமான வார்த்தை. அவளை ஒதுக்க முடியாது. 'நாளை நமதே' என்று அவர் சொன்னது அசரீரி வாக்குபோல இருந்தது.

7

தொண்டர்கள் ஆவலுடன் காத்திருந்தார்கள், தலைவி ஜாமீனில் விடுதலையாகி வீடு திரும்பி விட்டதை அறிந்து. ஆனால் அவர் சோர்ந்திருந்தார். சாதாரண சோர்வு இல்லை. உடல் ரீதியாகவும் உளரீதியாகவும் அதுவரை அனுபவித்திருந்திராத, சாரமிழந்த, வற்றிப்போன சோர்வு. அவர்களுக்குத் தெரியும் இவருடைய நிலைமை. அதனாலேயே தலைவியைப் பார்க்க விரும்பினார்கள் – அவருக்குத் தைரியம் சொல்ல, அவரிடமிருந்து தைரியம் பெற. அவர் அவர்களுக்குத் தலைவி. அவருக்குத் தெரியாது தான் சிறையில் இருந்த காலத்தில் இவர்கள் எப்படித் துடித்துப் போனார்கள் என்று – இனி கட்சியின் எதிர்காலம் என்ன என்று கவலையில் ஆழ்ந்தது. அவர் ஒருமுறை தனது திருமுகத்தைக் காண்பித்து "இனி என் பொறுப்பு, கவலைப்படாதீர்கள்," என்றால் போதுமானது.

ஆனால் தலைவி வெளியில் வரவே இல்லை. தனக்குத்தானே விதித்துக்கொண்ட சிறைவாசம் போல வீட்டிற்குள் முடங்கிக்கிடந்தார். அவர்கள் எத்தனை முயன்றும் தொடர்பு கொள்ளமுடியவில்லை. இந்திரகுமாரி, டி.எம். செல்வகணபதி, கு.ப. கிருஷ்ணன் போன்ற அமைச்சர்கள் சிறையில் இருந்தார்கள். எஸ். கண்ணப்பன், கே.ஏ. செங்கோட்டையன் போன்ற கட்சியின் மூத்த தலைவர்களின் இல்லங்கள் ஊழல் கண்காணிப்புத் துறையினரால் சோதனைக்கு உள்ளாயின. செய்தித்தாள்களில் தினமும் அதிமுக

ஆட்சியில் நடந்த திகைப்பூட்டும் ஊழல்கள் பற்றி செய்தி வந்தது. கட்சியின் எதிர்காலம் என்ன என்று தொண்டர்களுக்குப் புரியவில்லை. தற்சமயம் இருந்தவர்கள் எல்லாம் இரண்டாம் நிலைத் தலைவர்கள். அம்மாவைப்போல வசீகரம் உள்ளவர்கள் யாருமில்லை. அவர் இடத்தை யாராலும் நிரப்ப முடியாது; அந்த நினைப்பே அவர்களை அச்சுறுத்தியது.

அவருக்குத் தன்மீதும் பொதுவாக எல்லார்மீதும் வெறுப்பாக இருந்தது. தொண்டர்களுக்குமுன் அவர் அவமானப்பட்டு நின்றார். அவர்களுடைய நம்பிக்கையை இழந்துவிட்டார். 'எந்த முகத்தோடு அவர்களை நான் பார்ப்பேன்? அன்று சிறைக்குக் கிளம்பியபோது வெளியில் வரிசையாக நின்றிருந்த அவர்களது சோகம் கப்பிய முகத்தில் அவர்கள் கேட்காத கேள்வி என்னவாக இருக்கும்' என்று நினைக்கும்போதெல்லாம் மனசு கூசிற்று – 'எப்படி வந்தாய் இந்த நிலைக்கு? மல்லிகை தூவிய ரத்தினக் கம்பளத்தில் ராணிபோல நடப்பாயே, இப்போது ஒரு சாதாரண கிரிமினலைப்போல இரண்டு பெண் காவலர்களுடன் சிறைக்குச் செல்லும் நிலை எப்படி வந்தது?'

அந்த விநாடியில் அவமானத்தில் சாகவேண்டும்போல் இருந்தது. ஆனால் அவர்கள் எதிரில் தன் உணர்வுகளைக் காட்டமுடியாது. கட்சியின் தலைவி, சாமான்ய பெண்போல கலங்கமுடியாது. அவருக்கு இப்போது சற்று அவகாசம் தேவை. கட்சி அலுவலகத்துக்குச் சென்றால் கூட்டமாக நிற்கும் தொண்டர்களுக்குமுன் உணர்ச்சிப்பெருக்கில் உடைந்துவிடுவோம் என்று அவர் நினைத்தார். துணிவை ஏற்படுத்திக்கொள்ள சிறிது கால தேவை. ஏனென்றால் கட்சி சந்தித்திருப்பது தேர்தல் தோல்வி மட்டுமல்ல, பயங்கர ஊழல் குற்றச்சாட்டுக்கள் – தலைவியே சம்பந்தப்பட்டிருப்பதாகச் சொல்லப்படும் புகார்கள்.

அவர் புத்தகங்களில் சரணடைந்தார். அவருடைய உடைமை களைச் சோதனைசெய்து சொத்துக்களை முடக்கியவர்கள் நல்ல வேளையாக அவருடைய வாசக்ககூடத்தில் இருந்த புத்தகங்களை விட்டுவிட்டார்கள். வாசிப்பில் ஈடுபாடு, மைசூரில் வசித்த அவருடைய தாத்தாவின் மரபணுவின் தொடர்ச்சியாக இருக்கவேண்டும். மிகக் கண்ணியமாகப் புகழோடு வாழ்ந்த தாத்தா. அவர் இப்போது தன்னைப்பற்றி என்ன நினைப்பார் என்று நினைக்கவே அவருக்குக் கூசிற்று. 'தப்பு செய்துவிட்டு இப்ப புத்தகத்துக்குள்ள ஒளியிறியா' என்று கேட்பார். 'படிச்சதெல்லாம் எங்கே போச்சு? உனக்குப் புத்தி இருந்து என்ன பிரயோசனம், என் உதவாக்கரைப் பிள்ளைக்கும் உனக்கும் ஒரு வித்தியாசமும் இல்லே இப்ப. போ, போயிடு.'

இரவெல்லாம் கெட்ட கனாக்கள் வந்தன. பிசாசுகள் துரத்தின. தலையணையை நனைத்த கண்கள் மெல்ல இறுகின. வாசிப்பு மனத்தில் தெளிவை ஏற்படுத்திற்று. அவருக்கு வேறு கடமைகள் இருப்பதை நினைவுபடுத்திற்று. தன்னுடைய சுய துக்கத்தில் மூழ்கிக் கட்சியை அவர் புறக்கணித்தால் எதிரி கருணாநிதி விரித்த வலையில் விழுவதாகும். அவர் மனத்தில் கட்டுக்கடங்காத கோபம் இருந்தது. அதை யாரும் நினைவுபடுத்த வேண்டியிருக்கவில்லை. அக்னிப்பிழம்பாக நெஞ்சைத் தகித்தது. அவரையே பஸ்பமாக்கிவிடும் போல கண்ணை மறைத்தது. ஆனால் விசித்திரமாக, அவருடைய வாழ்வில் கோபம் என்ற உணர்வே அவருக்கு உந்துசக்தியாக, அவரைச் செயல்பட வைத்திருந்தது. பாரதி சொன்னதுபோல அவர் 'ரௌத்திரம்' பழகினார். கோபப்படவேண்டியது அவருடைய உரிமை. அவருடைய கோபம் நியாயமானதும்கூட. அவர் வஞ்சிக்கப்பட்டார். அடிபட்ட வேங்கைபோல அவருள் பொங்கிய கோபத்தை அவரால் அடக்கமுடியவில்லை. நான் பழிவாங்காமல் இருக்கமாட்டேன். கட்சியைக் காப்பாற்றவேண்டும் – என்னையே காத்துக்கொள்ள.

கிட்டத்தட்ட எட்டு மாத இடைவெளிக்குப்பிறகு, 1997 அக்டோபர் முதல் வாரம் அவர் கட்சி அலுவலகத்துக்கு வந்தபோது தொண்டர்கள் உணர்ச்சிப் பெருக்கில் திக்குமுக்காடிப் போனார்கள். உடம்பில் ஒரு குன்றிமணி தங்கம் இல்லாமல் தபஸ்வியைப்போல அவர் நிற்கையில் பலருக்குக் கண்ணில் நீர் நிறைந்தது. தாமரை போன்ற முகம் சூம்பிக் களையிழந்திருந்தது, சிறையில் மூப்படைந்து போனதுபோல.

"நான் இன்னும் அரசியலில் இருக்கிறேன்" என்றார் அவர் தொண்டர்களுடைய உற்சாகக் கைத்தட்டலுக்கு நடுவே. "ஏனென்றால், கருணாநிதியை எதிர்த்துத் தொடங்கப்பட்ட அஇஅதிமுக கருணாநிதியால் அழிக்கப்பட்டது என்று வரலாற்றில் எழுதப்படக்கூடாது. தொண்டர்கள் அவருடைய பேச்சைக் கேட்டு அழுதார்கள். அழிக்க விடமாடோம் என்று கோஷமிட்டார்கள். அவர் தொடர்ந்தார்: "என் இடத்தில் வேறு ஒரு பெண் இருந்திருந்தால் அவள் தற்கொலை செய்துகொண்டிருப்பாள். அல்லது அவளுக்குப் பித்துப்பிடித்திருக்கும்."

கருணாநிதி அவரை அழித்துவிடக்கூடாது என்பது அதி முக்கியமானது என்று கட்சியின் மூத்த தலைவர்கள் நினைத்தார்கள். அவர் இல்லாமல் கட்சி இல்லை. கட்சியின் எல்லா உறுப்பினர்களும் அவருடைய வழிகாட்டலில் நடக்க

சித்தமானார்கள். தன்னுடைய பலம் அதுதான் என்று அவருக்குத் தெரியும்.

கட்சி அவருடைய கட்டுக்குள் முழுமையாக வந்துவிட்டது வெகு சீக்கிரம் தெரிந்தது. எம்ஜிஆர் மறைந்த பிறகு அவர் தலைமையின்கீழ் கட்சி வந்தபிறகு அதன் நிர்வாகத்தில் செய்திருந்த பெரும் மாற்றத்தினால் உறுப்பினர்கள் அதிகக் கட்டுப்பாட்டுடனும் கட்டமைப்புடனும் செயல்படுவதாக அவர் பெருமைப்படுவார். ஒன்று மட்டும் மாறவில்லை. எம்ஜிஆர் இஷ்டப்படி அமைச்சர்களை மாற்றுவார். மறுநாள் கட்சி நாளிதழில் பார்த்துத்தான் நீக்கப்பட்டது அவர்களுக்குத் தெரியவரும். அதையே தான் அவரும் பின்பற்றினார். ஒரு சமயம் திருநெல்வேலிக்கு அனுப்பப்பட்ட செல்வகணபதி ஜெயலலிதாவிடம் சொல்லாமல் யாரையோ சந்திக்க சேலம் போனதால் கட்சிப்பணியிலிருந்து நீக்கப்பட்டுவிட்டதை *நமது எம்ஜிஆர்* ஏட்டில் பார்த்துத் தெரிந்துகொண்டார். கட்சி வலுவாக இருக்கவேண்டுமானால் உறுப்பினர்கள் தலைவியின் கட்டளைக்குக் கட்டுப்பட வேண்டும் என்பதை அவர் செய்கைமூலம் காண்பித்தார். கே. காளிமுத்து அந்த நிலைப்பாடு மிகச் சரியானது என்றார். கட்சிக்கு அதிமுக்கியமானவர் தலைவர். மற்றவர்கள் எல்லோரும் பூஜ்யமாகத்தான் இருக்கவேண்டும். அதை ஏற்க விரும்பாத, ஆர்.எம்.வீ, பண்ருட்டி ராமச்சந்திரன், நாவலர் நெடுஞ்செழியன், திருநாவுக்கரசு போன்றோர் அவரை எதிர்த்தார்கள். அவர்கள் பூஜ்யங்கள் என்பதால் அவர் எல்லா எதிர்ப்பையும் மீறி வெற்றி பெற்றார். அவருக்கு முட்டாள்களிடம் பொறுமை இல்லை. அவரால் மிகக் கடுமையான நடவடிக்கை எடுக்க முடிந்தது என்பதும் அவ்வாறு எடுத்தபோது கட்சியில் ஒரு முணுமுணுப்பும் கேட்கவில்லை என்பதும்தான் அவருடைய ஆளுமையின் பலம்.

தில்லி அரசியல் சூழலில் ஏற்பட்ட ஒரு மாற்றம் அவரை மீண்டும் சுறுசுறுப்பாக்கியது. ராஜீவ் காந்தி படுகொலை சம்பந்தப்பட்ட ஜெயின் கமிஷன் அறிக்கை ஒரு பெரும் புயலைக் கிளப்பிற்று. திமுக தலைவர் கருணாநிதி நிலைகுலைந்து போனார். திமுக, மத்தியில் பிரதமர் ஐ.கே. குஜ்ராலின் ஐக்கிய முன்னணி – யுனைடட் ஃப்ரன்ட் அரசில் பங்குபெற்றிருந்தது. 5280 பக்கங்கள் கொண்ட அறிக்கை, படுகொலை செய்தவர்களுக்கு சாதகமான சூழலைத் தமிழகத்தில் ஏற்படுத்திக் கொடுத்ததாக கருணாநிதியையும் திமுகவையும் நேரிடையாகக் குற்றம் சாட்டிற்று.

திமுகவிற்கும் விடுதலைப்புலிகளுக்கும் நெருங்கிய உறவு இருந்ததற்கான சாட்சியங்களை முன்வைத்தது. இந்திய அமைதிப்படைக்கு எதிராக விடுதலைப்புலிகள் பிரயோகித்த ஆயுதங்கள், வெடிமருந்துகள், எரிபொருள் முதலியன தமிழ்நாட்டிலிருந்து சென்றன; அதுவும் தமிழக அரசு காவல் துறையினரின் ஒத்துழைப்புடன் என்றது.

ஐக்கிய முன்னணிக்கு வெளியிலிருந்து ஆதரவளித்த காங்கிரஸ், திமுக பங்கு பெறும் அரசுக்குத் தார்மீக ரீதியாக இனி ஆதரவு தர இயலாது என்ற முடிவுக்கு வந்தது. திமுகவை அமைச்சரவையிலிருந்து விலகச் சொல்லுங்கள் என்று குஜராலுக்குச் சொல்லிற்று. கருணாநிதி, மந்திரி சபையிலிருந்து விலகினால் அது ஜெயின் கமிஷன் சொன்னதை ஒப்புக்கொள்வது போல ஆகும் என்று விலக மறுத்தார். திமுக விலகாவிட்டால் எங்கள் ஆதரவை விலக்கிக்கொள்வோம் என்று காங்கிரஸ் எச்சரித்தது. குஜ்ரால் நான்கு நாட்கள் காத்திருந்தார். திமுக விலகவில்லை. குஜ்ரால் தன் ராஜினாமா கடிதத்தை ஜனாதிபதிக்கு அனுப்பினார்.

ஜெயலலிதா தனக்குக் கிடைத்த வாய்ப்பைப் பயன்படுத்திக் கொண்டார். கருணாநிதி மத்திய அமைச்சரவையிலிருந்து விலகியிருந்தால் ஐக்கிய முன்னணி அரசு கவிழ்ந்திருக்காது என்றார். ஜெயின் கமிஷன் எதுவும் புதிதாகச் சொல்லவில்லை, தமிழ்நாட்டில் பாமரனுக்கும் தெரிந்திருந்த விஷயம்தான் அது என்றார். "இதைப்பற்றி நான் ஏற்கனவே மத்திய அரசை எச்சரித்திருந்தேனே?"

அரசு கவிழ்ந்ததால் நாடு பொதுத் தேர்தலுக்குத் தயாராக வேண்டியிருந்தது. ஆட்சியை இழந்திருந்த காங்கிரஸ் இன்னும் பலம் பெறவில்லை என்பதை உணர்ந்த ஜெயலலிதா பாஜகவின் பலம் எல்.கே. அத்வானியின் ரதயாத்திரைக்குப் பிறகு முன்பு எப்போதும் இல்லாத வகையில் அதிகரித்து வருவதைக் கவனித்திருந்தார். யாருக்கும் சொல்லாமல் அத்வானியுடன் ஒரு கூட்டணியை அவர் ஏற்படுத்திக்கொண்டபோது கட்சிக்காரர்கள் திடுக்கிட்டார்கள். வரலாறு மாறிப்போனதாகத் தோன்றிற்று. பாஜக ஒரு வடஇந்திய மத அடிப்படைவாதக் கட்சி என்று தமிழர்கள் கருதினார்கள். அதனுடன் கூட்டணி வைக்க எந்தத் திராவிடக் கட்சியும் விரும்பாது. ஜெயலலிதாவின் பிடிமானம் திராவிட சித்தாந்தத்தில் என்றும் இருந்ததில்லை. ஆனால் அவர் தெளிவாகச் சொன்னார் – 'இந்தக் கூட்டணி அரசியல் காரணத்துக்காக. இதில் சித்தாந்தக் குழப்பம் தேவை இல்லை' என்றார். மத்தியில் அரசு அமைக்கும் வாய்ப்பு கொண்ட

தேசிய கட்சியுடன் இணைவதே புத்திசாலித்தனம் என்று புரிந்துகொண்டார். கணிசமான எண்ணிக்கையில் அஇஅதிமுக பாராளுமன்ற தேர்தலில் வெற்றிபெற்று மத்தியில் இருக்கும் அரசுக்கு ஆதரவு தந்தால் தனது வழக்குகளைச் சந்திப்பது லகுவாக இருக்கும் என்று கணக்கு போட்டார். திமுக அரசைக் கூட கவிழ்க்க வைக்கலாம்.

அவருக்கும் பாஜகவுக்கும் ஏற்படும் உறவு இயல்பானது என்று பொதுவாக நினைக்கப்பட்டது. அவர் ராமஜன்ம பூமி விவகாரத்தில் பாஜகவின் பக்கம் இருந்ததாகத் தோன்றிற்று. அவர் அடிக்கடி கோவில்களுக்குச் செல்வதும் வழிபாடுகள் நடத்துவதும் வெளிப்படையான விஷயம் என்பதால், பாஜகவின் சித்தாந்தத்துடன் அவர் ஒத்துப்போவது சுலபம் என்று சொல்லப் பட்டது.

கேள்வி எழுப்பியவர்களுக்கு அவர் பதில் கேள்வி கேட்டார். "யார் சொன்னது, திராவிட கட்சி மதத்துக்கு எதிரானது என்று? அறிஞர் அண்ணா சொன்னாரே, 'ஒன்றே குலம் ஒருவனே தேவன்' என்று?"

கட்சிக்கு நல்லதைத்தான் அம்மா செய்வார் என்று கட்சித்தொண்டர்கள் நம்பினார்கள்.

அவருள் புதிய ரத்தம் ஊறியதுபோல இருந்தது. தமிழ்நாட்டின் இதர கட்சிகளுடன் திமுகவிற்கு எதிராக கூட்டணி ஏற்படுத்திக்கொள்ள விரைந்தார். ஆச்சரியமாக, முன்பு அவரை எதிர்த்தவர்கள் இப்போது அவருடன் கைகோக்கத் தயாராக இருந்தார்கள். திமுக ஆட்சிக்கு வந்த இரண்டு ஆண்டுகளுக்குள் பல்வேறு தரப்பு மக்களிடம் அதிருப்தி ஏற்பட்டிருந்தது. தெற்கில் அது தேவர்களுக்கும் தலித்துகளுக்கும் இடையே ஜாதிச்சண்டையாகப் பரிணமித்தது. மருத்துவர் ராமதாஸ் தலைமையில் பாட்டாளி மக்கள் கட்சியின் வன்னியர் சமூகம் அதிருப்தியில் இருந்தது. மதிமுக தலைவர் வைகோவுக்கு – அவரை ஊழல் ராணி என்று வர்ணித்திருந்தவருக்கு – இப்போது அவருடன் கூட்டு சேருவதில் எந்த சங்கடமும் இருக்கவில்லை. காங்கிரஸில் ஓரம் கட்டப்பட்ட கடுப்பில் வாழப்பாடி ராமமூர்த்தி புதிய கட்சி – தமிழக ராஜீவ் காங்கிரஸ் – தொடங்கியிருந்தார். அவரும் தயாராக இருந்தார். எல்லாவற்றையும்விட அதிசயம், அவர்மேல் டான்ஸி வழக்கு போட்டிருந்த சுப்ரமணியன் சுவாமி இப்போது திமுகவை ஒழித்தே தீருவது என்ற தீர்மானத்தில் இருந்ததால் அவருடன் கை கோத்தார். ஜெயலலிதாவின் அவியல் கூட்டணி உருவானது. தமிழ்நாடு / புதுச்சேரியின் 40 தொகுதிகளில் 23இல் அஇஅதிமுக போட்டியிடும் மற்றவை

மற்ற கட்சிகளுக்கு என்று முடிவாயிற்று. மதுரைத் தொகுதி, சுவாமிக்குக் கொடுக்கப்பட்டது. திமுகவுடன் கூட்டணியில் இருந்த தமாகா அதிருப்தியில் இருந்தது அவருக்குத்தெரியும். கருணாநிதி கூட்டணி இருந்தாலும் கூட்டாட்சி இல்லை என்பதில் உறுதியாக இருந்தார். ஆட்சியில் பங்கில்லாவிட்டாலும் ஆட்சியின் தவறுகளுக்கு அவர்களும் பொறுப்பாவதுபோல தமாகாவில் சங்கடம் இருந்தது. இடதுசாரிகளில் சிபிஐஎம் தனியாகப் போட்டியிடுவதாகச் சொன்னது. ரஜினிகாந்த் அத்வானிக்கு நெருக்கமானவர் என்று பொதுவாகப் பேச்சு இருந்தாலும் கடைசி நிமிடத்தில் திமுகவுக்கு ஆதரவு அளிப்பதாகச் சொன்னார். ஆனால் அவருடைய ரசிகர்களுக்கு ஆர்வமில்லாமல் இருந்தது. தலைவன் அரசியலில் நேரிடையாகக் குதிக்காமல் யாருக்கோ ஆதரவு தருவது அவர்களுக்கு எரிச்சலைத் தந்தது.

தேர்தலுக்குமுன் நடந்த ஒரு எதிர்பாராத அதிர்ச்சி தரும் சம்பவம் ஜெயலலிதாவுக்கு உதவுவதாக ஆகும் என்று அவரே நினைத்திருக்கமுடியாது. 14 பிப்ரவரி 1998, அன்று பாஜக தலைவர் எல்.கே. அத்வானி கோயம்புத்தூரில் ஒரு கூட்டத்தில் பேசுவதாக இருந்தது. அன்று 13 இடங்களில் தொடர் குண்டுவெடிப்பு நடந்ததில் ஐம்பதுபேர் இறந்தனர். அத்வானியின் கூட்டத்தின் நேரம் மாற்றப்பட்டிருந்ததால் அவர் தப்பித்தார். ஏற்கெனவே ஜெயின் கமிஷனின் அறிக்கையால் கலங்கியிருந்த கருணாநிதி அதிர்ந்தார். அவருக்குக் காவல்துறை எத்தனையோ முறை எச்சரித்திருந்தபோதும் சிறுபான்மையினர் சம்பந்தப்பட்ட விஷயம் என்பதால் நடவடிக்கை எடுக்கத் தயங்கியிருந்த முதல்வரின் மேல் பத்திரிகைகளும் குற்றம் சுமத்தின. 1992 அயோத்தியில் பாப்ரி மஸ்ஜித் இடிப்பிற்குப்பின் அல் உம்மா என்ற முஸ்லிம் மத அடிப்படைவாதக் குழு கோவையில் காலூன்றிற்று. அதன் பொதுச்செயலர் முஹம்மத் அன்சாரியின் தலைமையில் முஸ்லிம்கள் வாழ்ந்த கோட்டைமேடு பகுதியில் பணியைத் துவங்கியது. படிப்பறிவும் வேலையும் இல்லாத இளைஞர்களை வளைத்துப்போட்டது. ஜெயலலிதா முதல்வராக இருந்தபோது அவர்களது நடவடிக்கைகளைப் பற்றிக் காவல்துறை தெரிவித்தபோது, அவர் உடனடியாகக் கோட்டை மேட்டில் காவல்துறையின் பரிசோதனைச் சாவடியைக் கொண்டுவந்தார். அல் உம்மாக்காரர்கள் அதற்கு எதிர்ப்பு தெரிவித்தனர். அவர் அசைந்து கொடுக்கவில்லை. 1996 தேர்தல் பிரச்சாரத்தின்போது கருணாநிதி அந்த செக்போஸ்டுகளை ஆட்சிக்கு வந்தவுடன் நீக்கப்போவதாக வாக்குறுதி அளித்தார். அதன்படி வந்தவுடன் நீக்கவும் செய்தார். செக்போஸ்டுகளை எடுத்தபிறகு சட்ட விரோத நடவடிக்கைகள் அங்கு நடக்க ஆரம்பித்தன. ஆயுதங்களும்

வெடிமருந்துகளும் பல வீடுகளில் வைக்கப்பட்டன. தீவிரவாதிகள் பதுங்கவும் செய்தனர். அரசு இவற்றைக் கண்டும் கடுமையாக நடவடிக்கை எடுக்காமல் விட்டது.

இதற்கான தண்டனையைத் தேர்தல் முடிவு தெரிவித்தது. திமுக அணி படுதோல்வி அடைந்தது. ஜெயலலிதா அணி முப்பது தொகுதிகளில் வெற்றி பெற்றது. அஇஅதிமுகவுக்கே 18 தொகுதிகளில் வெற்றி கிடைத்தது. தேர்தல் பிரச்சாரத்தில் ஜெயலலிதா திமுகவைக் கடுமையாகச் சாடினார். அவரது ஆட்சியில் 'அமைதிப் பூங்காவாக இருந்த தமிழ்நாடு தீவிரவாதி களின் புகலிடமாகிவிட்டது கருணாநிதியால்' என்று முழங்கினார். தேர்தல் முடிவு வந்தபிறகு கருணாநிதி பதவி விலகவேண்டும் என்றார். இரண்டு ஆண்டுகளுக்குமுன் அவரைப் பதவி விலகச் செய்திருந்த மக்களுக்கு அவரது தவறுகள் மறந்துவிட்டது. தங்கள் பாதுகாப்புக்கு ஆபத்து என்ற பயம் ஏற்பட்டதும் அவர் சொல்வதை ஆமோதித்தனர்.

ஜெயலலிதாவுக்குச் சந்தோஷத்தில் நிலத்தில் கால் பதியவில்லை. மத்தியில் பாஜக அவருடைய 18 எம்பிக்களின் ஆதரவை எதிர்நோக்கியிருந்தது. இதனால் அவர் பல சாதகங் களைப்பெற முடியும், அவரது வழக்குகள் விஷயத்தில். அவருடைய வழக்குகள் பல விசாரணைக்கு வர இருந்தன. சிறப்பு நீதிமன்றங்களுக்கு அவற்றை விசாரிக்கவேண்டிய அவசியம் என்ன என்று சவால் விட்டிருந்தார். அவருக்கு அடங்காத ஆத்திரம் ஒன்று இருந்தது. கருணாநிதி அரசைப் பதவி விலகவைக்க வேண்டும். மத்திய அரசை வற்புறுத்த 18 எண்ணிக்கை உதவும். அவர் சுண்டு விரலை அசைத்தாலும் அது நடக்கும்.

வெற்றியில் மண்டை கனத்தது. விழித்திருந்த வேளையில் ஒவ்வொரு கணமும் தன் எண்ணங்களை எப்படி செயலாக்குவது என்று திட்டமிடுவதில் கழிந்தது. தேர்தலுக்குமுன் பாஜகவுக்கு நிபந்தனையற்ற ஆதரவு தருவதாக ஒத்துக்கொண்டிருந்தார். முடிவு வந்ததும் தன் தயவு இல்லாமல் பாஜகவுக்கு அரசு அமைக்கமுடியாது என்ற எண்ணம் அவருக்கு வந்துவிட்டது. கொஞ்சம் பிகு செய்தால் மண்டியிடுவார்கள் என்று நினைப்பு வந்தது. பாஜகவினருக்கு அவருடன் தொடர்புகொள்ளவே முடியாமல் போக்குக் காட்டினார். கடைசியில் எல்.கே. அத்வானி ஒரு மாலை அவருடன் தொடர்பு கிடைத்துப் பேசினார். அப்போது அவருடைய குரலே மாறிப்போயிற்று. ஏக நிபந்தனைகள் வைத்தார். தான் விரும்பும் ஆட்களையே அமைச்சராக்க வேண்டும் என்றார். வாழப்பாடி ராமமூர்த்திக்கு நிதி மற்றும் வங்கித்துறை அளிக்கவேண்டும்; தம்பிதுரைக்கு

சட்டத்துறை வழங்கவேண்டும் என்றார். ஜெயலலிதாவை 'ஸ்திர புத்தி இல்லாதவர்' என்று வர்ணித்திருந்த சுப்பிரமணியம் ஸ்வாமிக்கு நிதித்துறை அளியுங்கள் என்று ஜெயலலிதா கேட்டது வியப்பை அளித்தது. ஜெயலலிதா போட்ட நிபந்தனைகளினால் மிக சீனியர் வக்கீலும் பாஜகவின் மூத்த உறுப்பினராகவும் இருந்த ராம் ஜேட்மலானிக்கு சட்டத்துறை வழங்கப்படாமல் நகர்ப்புற வளர்ச்சித்துறை கொடுக்கப்பட்டது. ஏற்கெனவே ஜெயலலிதாவின் மேல் மிகக்கடுப்பில் இருந்த ஜேட்மலானிக்குக் கடும் அதிர்ச்சி ஏற்பட்டது. கடுப்பிற்குக் காரணம் இருந்தது. சுப்பிரமணியம் சுவாமிக்கு நிதித்துறை அளிக்கவேண்டும் என்று ஜெயலலிதா வாஜ்பாயியை வற்புறுத்துவது அறிந்தபோது, ஜெயலலிதாவுடன் அவருக்கு சுமூக உறவு இருந்தது. அந்தச் சலுகையை எண்ணி அவர் வாஜ்பாயியின் எதிரிலேயே ஜெயலலிதாவைத் தொலைபேசியில் அழைத்து உரிமையுடன் கோபித்தார். 'என்ன பைத்தியக்காரத்தனம் இது, சுவாமி உன்னை என்னவெல்லாம் தூற்றியிருக்கிறார். அவருக்கு நிதித்துறை அளிக்கவேண்டும் என்று ஏன் சொல்கிறாய்?' என்றார். அவர் பிடிவாதமாக சுவாமிக்குத்தான் கொடுக்கப்படவேண்டும் என்று வலியுறுத்த ஜேட்மலானிக்கு மிகுந்த கோபம் வந்தது. 'இந்தமாதிரி ஒரு அசட்டுப்பேச்சை நான் கேட்டதே இல்லை நான்ஸென்ஸ்!' என்று தொலைபேசியைப் பட்டென்று வைத்தார். அதற்குப்பிறகு அவருக்கு ஜெயலலிதாவுடன் உறவே இருக்கவில்லை.

சுவாமியின் தூண்டுதலினாலோ என்னவோ ஜேட்மலானியையும் ஹெக்டேவையும் அமைச்சர் பதவியிலிருந்து நீக்கவேண்டும், அவர்கள்மேல் அந்நியச் செலாவணி மோசடி வழக்குகள் இருக்கின்றன என்றார். இந்தக் குற்றச்சாட்டைப் பொது மேடையிலும் வைத்தார். ராம் ஜேட்மலானி இதற்கு பெங்களூரில் ஒரு கூட்டத்தில் பேசும்போது காரமாகப் பதிலளித்தார். "சிலருக்கு சிறைக்குச் சென்றால் பணிவும் விவேகமும் வரும். சிலருக்கு அகம்பாவமும் பொறுப்பற்றத் தனமும் வந்து எது சரி எது தவறு என்று புரியாமல் போகிறது" என்றார். ஜெயலலிதாவின் ஆதரவை நம்பி அமைந்த அரசுக்கு இத்தகைய பேச்சு ஆபத்தாக முடியலாம் என்ற கவலை வாஜ்பாயிக்கு வந்ததால் பிறகு ஜேட்மலானி ஜெயலலிதாவுடன் தொலைபேசியில் பேசி சமாதானப்படுத்தியதாக அவருடைய சுயசரிதையில் எழுதப்பட்டிருக்கிறது. ஆனால் மறுபடி அவருக்குக் கோபம் வரும்படி ஒரு விஷயம் நடந்தது. தம்பிதுரை சட்டத்துறை அமைச்சர் என்ற சாதகத்தைப் பயன்படுத்தி அவருடைய 46 வழக்குகளைக் கவனிப்பதற்காக மூன்று விசேஷ நீதிபதிகள் நியமிக்கப்பட வேண்டும் என்று ஏப்ரல் 1997இல் பிறப்பிக்கப்பட்ட

தமிழ்நாடு அரசின் ஆணை செல்லாது என்று மத்திய அரசு 1999, பிப்ரவரி 5ஆம் தேதியன்று ஓர் அறிக்கை விடும்படிச் செய்தார். ஏற்கனவே பாதி விசாரணை செய்யப்பட்டிருந்த வழக்குகள் சிறப்பு நீதிமன்றங்களுக்குத் திரும்பிச் சென்றன. இது நீதித்துறையின் அதிகாரத்தைக் குலைப்பதாகும் என்றார் ஜேட்மலானி. கூட்டணி உறுப்பினருக்கு உதவ இத்தகையச் செயல்களில் இறங்குவது தவறு என்றார். மத்திய அரசு இந்த அறிக்கையைத் திரும்பப் பெறவேண்டும் என்றார். அரசு ஏதும் செய்யவில்லை. ராம் ஜேட்மலானி தனது ராஜினாமா கடிதத்தை அனுப்பினார். அதையும் வாஜ்பாயி ஏற்கவில்லை.

நிபந்தனையற்ற ஆதரவைத் தான் பாஜக அரசுக்குக் கொடுப்பதாக வாக்களித்தபோது, பிரதமர் வாஜ்பாயி தனது மிக முக்கியமான ஆதரவாளர் என்பதால் நன்றிப் பெருக்குடன் உடனடியாக திமுக அரசை டிஸ்மிஸ் செய்துவிடுவார் என்று ஜெயலலிதா எதிர்பார்த்திருக்கவேண்டும். தில்லி சூழலை அவர் சரியாகப் புரிந்துகொள்ளவில்லை. அவருடைய அழகிய ஆங்கிலமும் சரளமான இந்தியும் சிவந்த உருவமும் எல்லோரையும் சொக்கவைக்கும் என்று நினைத்திருக்கவேண்டும். பாஜகவும் வாஜ்பாயியும் அதிகாரப்பீடத்தில் தாம் இருக்க எத்தனை வேண்டுமானாலும் வளைவார்கள் என்று அவர் நினைத்தார். கண்ணியம் மிக்க பிரதமர் அவருடைய ஆட்டத்தைக் கண்டு குழம்பிப்போனார். ஓராண்டுக்கு அவரை ராணிபோல நடத்தினார். மந்திரிகளை அவருடைய இஷ்டப்படி அமர்த்தினார். (சுவாமிக்கு மட்டும் நிதித்துறை கொடுக்கமுடியாது என்றார்) அவர் இஷ்டப்படி அரசு அதிகாரிகள் நியமிக்கப்பட்டார்கள். தேர்ந்தெடுக்கப்பட்ட கருணாநிதியின் அரசை மட்டும்தான் அவர் கவிழ்க்கவில்லை. கறைபடிந்த மந்திரிகள் ஹெக்டே, ராம் ஜேட்மலானி, பூட்டா சிங் ஆகியோரை நீக்கவேண்டும் என்று ஜெயலலிதா சொன்னபோது பாஜக திருப்பிச் சொன்னது – தரை வழிப் போக்குவரத்துத்துறை அமைச்சர் சேடப்பட்டி முத்தையா மீதும் ஊழல் குற்றச்சாட்டு இருப்பதாக! அவர் அதை ஒப்புக்கொள்ள வேண்டியிருந்தது. ஆனால் அவர் சொன்னதன் பேரில் பூட்டா சிங் நீக்கப்பட்டார்.

மத்திய அரசைச் சீண்டியவண்ணமே அவர் இருந்தார். ஆதரவை எப்போது வேண்டுமானாலும் நீக்கிக்கொள்வேன் என்று இடையிடையே சமிக்ஞைகள் கொடுத்தார். பிரச்சினை எழுப்பும்போதெல்லாம் அமைச்சரவை தூதர்கள் அவரைச் சமாதானப்படுத்த போயஸ் கார்டனுக்குப் படையெடுத்தார்கள். ஆனால் அவர் எல்லை மீறும் தருணம் வந்தது. பாதுகாப்பு அமைச்சர் ஜார்ஜ் ஃபெர்னாண்டஸ் கடற்படைத் தலைவர்

விஷ்ணு பாகவத்தை நீக்கியபோது அதற்கு எதிர்ப்பு தெரிவித்தது மட்டுமல்ல, ஜார்ஜ் ஃபெர்னாண்டஸ் நீக்கப்படவேண்டும் என்றும் கோரினார். 'அவர் லஷ்மண ரேகையைத் தாண்டிவிட்டார்' என்று சங்கப்பரிவாரங்கள் அலறின. ஃபெர்னாண்டஸ் அவரைப் பார்க்க போயஸ் கார்டனுக்கு விரைந்தார். அவர் எதற்கும் மசியவில்லை. தில்லி வட்டாரங்களுக்கு அவருடைய வீம்பையும் நியாயமற்ற கோரிக்கைகளையும் கண்டு வெறுத்துப்போயிற்று. அரசு நிம்மதியாக ஆட்சியில் கவனம் செலுத்தமுடியாமல் போனது.

அவர் ஏன் அப்படி நடந்துகொண்டார்? கருணாநிதிக்கு தன்னுடைய செல்வாக்கைப் பறைசாற்ற நினைத்தாரா? 'உன் அரசை என்னால் கவிழ்க்கமுடியும்' என்ற மிரட்டலா? கருணாநிதி இருமுறை தனது அரசு கவிழ்க்கப்பட்ட அனுபவம் உள்ளவர். 'என்னைப் பொய்க்குற்றச்சாட்டுடன் ஜெயிலுக்கு அனுப்பினாயே உனக்கு அந்த தண்டனை பெரிதல்ல.'

கருணாநிதி அரசைக் கவிழ்க்க வேண்டும் என்று அவசரப்பட்டதற்குக் காரணம் தன்னுடைய சட்டச் சிக்கல் களிலிருந்து எப்படியாவது வெளியேற வேண்டும் என்ற அவருடைய பதற்றம்தான் என்றார் சோ. ராமசாமி. தான் தேர்வு செய்யும் அரசுத்தரப்பு வாதிகளை நியமித்தால் வழக்குகள் தனக்குச் சாதகமாக முடியும் என்று அவர் நம்பினார்.

அவருக்கு யோசனை சொல்பவர் யாருமில்லை. அவருடைய திட்டம் என்ன என்று யாருக்கும் தெரியாது. அவர் ராணியைப்போல 48 சூட்கேஸுகளுடன் தில்லிக்குப் பயண மானார். மௌர்யா ஷெரட்டன் ஹோட்டல் பணியாட்கள் ஆச்சரியப்பட்டார்கள், ரயில் நீளத்துக்குப் பெட்டிகள் வருவதைக் கண்டு. நிறைய பத்திரிகையாளர் பேட்டி கொடுத்தார். தெற்கிலிருந்து வரும் அமைச்சர்களோ எம்பிக்களோ அத்தனை அழகான ஆங்கிலம் பேசிக்கேட்டிராத நிருபர்கள் மயங்கினார்கள். அவருடைய நாசூக்கான பாவனைகளும் வசீகரித்தன. அவர் ஏன் சென்றார் என்று மெல்லப் புரிந்தது, குழம்பிப்போன பாஜகவினருக்கு. அவர் 'எதேச்சையாக' சோனியா காந்தி கலந்து கொண்ட தேநீர் விருந்தில் கலந்துகொண்டார். பாஜகவுக்கு ஆதரவை விலக்கிக்கொண்டு காங்கிரஸ் பக்கம் போவாரா என்ற ஹேஷ்யங்களுக்கு அவர் புன்னகையுடன் பதில் சொன்னார் – "அரசியலில் நிரந்தர நண்பரும் இல்லை, எதிரிகளும் இல்லை."

அது பாஜக அரசுக்கு அவர் அளிக்கும் சவால்போல இருந்தது. குற்றவாளியாக மறுபடி சிறைக்குச் செல்ல வேண்டி யிருக்குமோ என்ற பயத்தில் அவர் அப்படியெல்லாம் நடந்து

கொண்டாலும் அவர் செய்கை சற்றும் நியாயமற்றதாக இருந்தது – "அவர் முட்டாள்தனமாக நடந்துகொள்கிறார்" என்றார் சோ. "கெட்டிக்காரியா இருந்தா சத்தமில்லாமல் வேலை செய்திருப்பார். பாஜக அரசு அவருக்கு உதவ சித்தமாக இருந் திருக்கும்." சர்க்காரியா கமிஷனின் குற்றச்சாட்டிலிருந்து தப்பிக்க இந்திரா காந்தியுடன் கூட்டணி வைத்து இணக்கமாக கருணாநிதி நடந்துகொண்டதை சோ சுட்டிக்காட்டினார். "ஜெயலலிதா பாஜகவை அவமானப்படுத்திவிட்டார். அவர்கள் அவருக்கு உதவுவார்களா என்ன?"

அதனால் என்ன நடக்கவேண்டுமோ அது நடந்தது. ஜார்ஜ் ஃபெர்னாண்டஸ் நீக்கப்படவேண்டும் என்று அவர் முன் வைத்த கோரிக்கையை வாஜ்பாயி நிராகரித்ததைக் காரணம் காட்டி ஜெயலலிதா பாஜக அரசுக்குத் தான் கொடுத்துவந்த ஆதரவை விலக்கி, 1999, ஏப்ரல் 14 அன்று ஜனாதிபதியைச் சந்தித்து கடிதம் கொடுத்து, விலகிக்கொண்டார்.

"அவருடைய கோரிக்கையை ஏற்றிருந்தால் அவர் ஆதரவை விலக்கிக் கொண்டிருக்கமாட்டார் என்று நினைக்கிறேன்" என்றார் வாஜ்பாயி ஒரு நிருபரின் கேள்விக்கு. பின் ஏன் அவர் கோரிக்கையை ஏற்கவில்லை, அரசு தப்பியிருக்குமே? வாஜ்பாயி தீர்மானமாகச் சொன்னார், "ஏற்றிருந்தால் ஜார்ஜ் ஃபெர்னாண்டஸ்ஸை அவர் செய்யாத குற்றத்துக்குத் தண்டிப்பது போல ஆகியிருக்கும்." வாஜ்பாயிக்கு ஜனநாயக ரீதியில் வெற்றி பெற்று ஆட்சிக்கு வந்திருந்த திமுக அரசை அவர் சொன்னார் என்பதற்காக நீக்குவதில் இஷ்டமிருக்கவில்லை.

ஏப்ரல் 12ஆம் தேதி தில்லிக்குப் புறப்பட்ட ஜெயலலிதா நிருபர்களிடம் கம்பீரமாகச் சொன்னார் – "பாஜக அரசு கவிழ்ந்து புதிய அரசு ஆட்சிக்கு வரும்; நான் அதை நிறைவேற்றுவதற்காகப் போகிறேன்." எந்த தைரியத்தில் அப்படிச் சொன்னார் என்று தெரியாது. அவர் அங்கிருந்த அடுத்த 15 நாட்கள், நாடாளுமன்றம் கலையும் வரை இந்தியத் தலைநகரின் அரசியல் பெரும் கொந்தளிப்புக்குள்ளானது. அரசாட்சி ஸ்தம்பித்தது. அதிகாரிகள் ஸ்திரமில்லாத சூழலில் தடுமாற்றத்துடன் மூட்டைக்கட்ட சித்தமானார்கள். சராசரி மனித வாழ்க்கையை அரசியல் கபளீகரம் செய்ததுபோல ஹேஷ்யங்களும் அனுமானங்களும் கிளம்பின. ரகசியத் திட்டங்கள், கூட்டங்கள், பேச்சுக்கள், பொய்கள், ஏமாற்றுதல்கள் – எல்லாம் அவர் புரிந்துகொண்டதற்கு அப்பாற்பட்டதாக இருந்தன. அவர் அடுத்த அரசை நிர்மாணிக்கப் பல தலைவர்களைச் சந்தித்தார். அவர்தான் அரசைத் தீர்மானிக்கப் போகிறவர் என்ற பாவனையை எழுப்பினார்.

அவர் பேச்சைக்கேட்க நிருபர்கள் ஆவலுடன் வந்தார்கள் கேமராக்களுடன். ஆனால் ஒரு செய்தியிலும் உண்மை என்ன என்று தெரியவில்லை. இந்திய ஜனநாயகம் மிக மோசமான கட்டத்தில் நுழைந்துவிட்டதுபோல இருந்தது. தன்னுடைய வசீகரம் ஒன்றினாலேயே தலைநகரை வென்றுவிடலாம் என்று இறுமாந்திருந்த ஜெயலலிதாவின் அறியாமையையும் அது வெளிச்சம் போட்டது. திமுக தன்னைவிட சாமர்த்தியமாக நடந்துகொள்ளும் என்று அவர் நினைத்திருக்கவில்லை.

வாஜ்பாயி அரசு நம்பிக்கைத் தீர்மானம் கோரியது. எதிரியின் எதிரி நண்பன் என்கிற சொல்லுக்கு ஏற்ப 6 எம்பிக்கள் கொண்ட திமுக வாஜ்பாயி அரசுக்கு ஆதரவாக வாக்களித்தது! ஜெயலலிதா ஏற்கெனவே தனது கூட்டணியில் இருந்த மதிமுக, பாமக, வாழப்பாடி ராமமூர்த்தியின் தமிழக ராஜீவ் காங்கிரஸ் ஆகிய கட்சிகளை விலக்கிவிட்டிருந்தார். (அவை பிறகு திமுகவில் சேர இருந்தன) திமுக பாஜகவுக்கு ஆதரவு அளிக்கும் என்று யாரும் நினைத்திருக்கவில்லை. ஆனால் கருணாநிதியின் ஆலோசகராகவும் மகனைப்போலவும் செயல்பட்ட முரசொலி மாறன் யதார்த்தவாதி. இந்தச் சமயத்தில் சித்தாந்தம் முக்கியமில்லை, ஜெயலலிதாவின் செய்கைகளை முறியடிக்கவேண்டும் என்பதுதான் முக்கியம் என்றும் இந்த அரசைக் காப்பாற்றி அவருடைய அரசியல் வாழ்வுக்கே முடிவு கொண்டுவரவும் முயற்சிக்கலாம் என்றும் கூறினார். ஆனால் அவர்களது கூட்டணியில் இருந்த மூப்பனாருக்கு நம்பிக்கை கோரும் தீர்மானத்தின்போது தமது மனசாட்சிக்கு எதிராக பாஜகவுக்கு ஆதரவளிக்க முடியவில்லை. அவர் தனது மனசாட்சியைக் கேட்காமல், கூட்டணி தர்மத்தின்படி வாஜ்பாயி அரசுக்கு வாக்களித்திருந்தால் அரசு பிழைத்திருக்கும். ஒரு வாக்குக் குறைவில் வாஜ்பாயி அரசு வீழ்ந்தது. (தேர்தல் அறிவிப்பு வந்தும் அப்போது கார்கில் யுத்தம் நடைபெற்று வந்ததால் அரசைத் தொடரும்படி கேட்டுக்கொள்ளப்பட்டது)

காங்கிரஸ், அரசு நிறுவ தன்னிடம் எண்கள் இருப்பதாகச் சொல்லிக் கடைசியில் பரிதாபமாகப் பின் வாங்கியது. ஜெயலலிதா விற்கு அது ஓர் அவமானமான அனுபவம். ஆட்சியைக் கவிழ்க்க முடிந்தவருக்கு, அத்தனைப் பெருமை பீற்றிக்கொண்டவருக்கு ஆட்சியை உருவாக்க முடியவில்லை. இருந்தும் சென்னை விமான நிலையத்தில் மெதப்புடன் சொன்னார். "நான் மதச்சார்பற்ற கட்சிகள் ஆட்சி அமைக்க சந்தர்ப்பம் கொடுத்தேன். அவர்களால் அதைச் செய்ய முடியவில்லை என்றால் அது என் தவறில்லை."

ஜெயலலிதாவின் செய்கை அவருடைய எதிரிகளைப் பலப்படுத்திக்கொள்ள சந்தர்ப்பம் அளித்தது. திமுகவின் பொன்விழா ஆண்டு அது. ஆர்எஸ்எஸ்ஸுடன் சித்தாந்த ரீதியான பாரம்பரிய பகை கொண்டிருந்தாலும், ஆர்எஸ்எஸ். சார்ந்த பாஜக அரசை ஆதரிக்க முடிவெடுத்தது கட்சியினரை முதலில் நெளியவைத்தது. வாக்களிக்காமல் இருந்திருக்கலாமே என்றனர் சிலர். அதற்கு கருணாநிதி விளக்கமளித்தார். அந்த நிலையில் காங்கிரஸ் ஜெயித்திருக்கும். அதனுடன் ஜெயலலிதா சேர்ந்துகொண்டு திமுக ஆட்சியைக் கவிழ்த்திருப்பார். எது முக்கியம் இப்போது? சித்தாந்தமா, எதிரியின் முயற்சியைத் தோற்கடிப்பதா? அது தவிர, வாஜ்பாயி கண்ணியமானவர். ஜெயலலிதா கொடுத்த நெருக்கடியிலும் திமுக அரசைக் கவிழ்க்கவில்லை. அவசர காலகட்டத்தின்போது வாஜ்பாயி அவருக்கு நண்பரானார். கருணாநிதிக்கு சோனியா காந்தியுடன் நெருக்கம் ஏற்பட்டதே இல்லை. அதோடு ஜெயின் கமிஷன் அறிக்கை வந்ததிலிருந்து சோனியா விலகியே இருந்தார். அதனால் அடுத்து வந்த தேர்தலில் திமுக பாஜகவுடன் கூட்டணி வைப்பது என்று முடிவாயிற்று. ஆனால் கூட்டணி இருக்கும் வரை திமுக அதனுடைய சிறுபான்மை வாக்கு வங்கியை இழந்தது. முரசொலி மாறன் திமுகவினரைத் தனது வாதத்தால் சமாதானப்படுத்தினார். அவசரகால நிலையின்போது திமுக ஜன சங்குடன் இணைந்தது. 'இப்போது மற்றுமொரு அவசர காலத்தை நாம் எதிர்கொள்கிறோம்.'

ஜெயலலிதா தன்னுடைய முட்டாள்தனத்தை உணர்ந்து கொண்டாரா என்று தெரியாது. தன் தவற்றை அவர் என்றுமே நினைத்து வருத்தப்படுபவராகத் தெரியவில்லை. கருணாநிதி என்கிற மூத்த அரசியல்வாதியை எதிர்கொள்ள பொறுமை தேவை; யதார்த்தத்தை உணரவும் வேண்டும். அதை உணராததே அவரைக் கடைசியில் பலவீனப்படுத்திற்று.

8

தமிழகத்தின் அரசியல் மேடையில் திருப்பங் களுக்குக் குறைவிருக்கவில்லை. கருணாநிதியும் ஜெயலலிதாவும் தினமும் தம் நாடகங்களை அரங்கேற்றிய வண்ணம் இருந்தார்கள். அவர்கள் இருவரிடையே இருந்த வெறுப்பே நாடகத்தின் மையக்கரு. சுதந்திரத்துக்குப் பிந்திய இந்திய வரலாறு அதுவரை கண்டிராத அந்தச் சமனற்ற போட்டியே தமிழ்நாட்டின் அரசியல் தலையெழுத்தை நிர்ணயிக்கப் போவதாக இருந்தது.

ஜெயலலிதா சட்டப்பேரவையின் எதிர்க்கட்சித் தலைவியாக இருந்த காலத்தில் ஏற்பட்ட அவமானத்தின் வடு அது. அடிவயிற்றில் தணியாத கனலாக, ஆறாத புண்ணாக நிரந்தரமாகக் குடிகொண்டிருந்தது. தங்களது நையாண்டியும் குரூரப் பேச்சும் ஏற்படுத்தப் போகும் மகத்தான தாக்கத்தை உணராத ஆண்களின் அகம்பாவத்துக்கு, ஒட்டுமொத்தமாக ஒரு காலத்தில் விலை கொடுக்க வேண்டியிருக்கும் என்று யாராவது கருணாநிதியிடம் அன்று சொல்லியிருந்தால் அதை ஒரு பெரிய ஹாஸ்யமாக நினைத்திருப்பார். நடிகை என்றும் ஒழுக்கமில்லாத பெண் என்றும் தன்னைச் சார்ந்தவர்கள் எள்ளி நகையாடியபோது கருணாநிதிக்குத் தமாஷாக இருந்தது. அவர்களுடன் சேர்ந்து மிதப்பாக வார்த்தைகள் உதிர்க்கத் தோன்றிற்று. அது அவரையே பொசுக்கும் அக்கினிக்குண்டமாக மாறும் என்று நினைக்கத் தோன்றாத மிதப்பு. பண்புக்கும் கற்புக்கும் இலக்கணமான கண்ணகி என்று தன்னை ஜெயலலிதா சொல்லிக்கொள்ளவில்லை. ஆனால் அவருக்கு ஏற்பட்ட சீற்றம் பாஞ்சாலிக்கு

கௌரவர் சபையில் ஏற்பட்ட சீற்றம். ஒரு பேட்டியில் அவர் சொன்னார். 'யாருடனும் சண்டை போடவேண்டும் என்று எனக்கு விருப்பமே இல்லை. ஆனால் அபிமன்யுவைப் போல ஒரு மூலைக்குத் தள்ளப்படும்போது, நம்மைச்சுற்றி நம்மை அழிப்பதற்காகவே ஆட்கள் காத்திருக்கையில் சும்மா இருக்க முடியாது. அவமானப்பட்டுக் கொண்டிருக்க முடியாது. திரும்பச் சண்டையிடத்தான் வேண்டும். நான் அதைத்தான் செய்தேன். அரசியலில் வெற்றி கண்டேன். ஆனால் சண்டை இன்னும் ஓயவில்லை.'

அது ஓயாத சண்டையாக இருந்தது. வாஜ்பாயி அரசு கவிழ்வதற்குக் காரணமாக இருந்தோம் என்கிற குற்ற உணர்வு அவருக்குச் சிறிதும் இருக்கவில்லை. அரசியல் சொக்கட்டான் விளையாட்டில் அதற்கு நேரமில்லை. புதிய தேர்தலை நாடு எதிர்நோக்கியிருந்தது.

அரசியலில் வாய்ப்புகளே வரலாற்றை மாற்றும் திருப்பு முனையாகின்றன. வாஜ்பாயி அரசுக்கு அவர் ஆதரவை விலக்கிக் கொண்டதுமே திமுக நேரத்தை வீணாக்கவில்லை. பாஜகவுடன் அதிகாரபூர்வமாகக் கூட்டணி வைத்துக்கொண்டது. கருணாநிதிக்கும் முரசொலிமாறனுக்கும் வாஜ்பாயி நண்பர் என்பது கூட்டணி ஏற்படுத்திக்கொள்ள சௌகர்யமாக இருந்தது. சித்தன்போக்கு சிவன் போக்கு என்று பதினோரு மாதங்களுக்குத் தன்னை ஆட்டிப்படைத்த ஜெயலலிதாவைவிட திமுகவினரைப் போன்ற பண்பட்ட அரசியல்வாதிகளுடன் பேச்சுவார்த்தை நடத்துவது வாஜ்பாயிக்கும் சரளமாக இருந்திருக்கும்.

கார்கில் போரின் உணர்வுரீதியான தாக்கத்தினால் பாஜக மீண்டும் ஆட்சிக்கு வரும் வாய்ப்பு இருந்தது. தமிழ்நாட்டில் பாஜகவிற்குச் செல்வாக்கு இல்லாவிட்டாலும் வாஜ்பாயி தேசிய தலைவராக அறியப்பட்டிருந்தார். திமுக கணிசமான இடங்களை வென்றால் மத்திய அமைச்சரவையில் பங்கு கொள்ளலாம். தேர்தல் பிரச்சாரத்தில் ஜெயலலிதாவைத் தாக்கும் அஸ்திரமாக மத்திய அரசைக் கவிழ்த்தவர், நம்பிக்கை துரோகம் செய்தவர் என்று பழிக்கலாம். மாநில சட்டப்பேரவைத் தேர்தலில் திமுகவுடன் கூட்டணி வைத்திருந்த தமாகா சங்கடத்தில் ஆழ்ந்தது. நாடாளுமன்றத்தில் நடந்த நம்பிக்கை கோரும் தீர்மானத்தில் பாஜக அரசுக்கு எதிராக வாக்களித்திருந்தது. சித்தாந்த ரீதியாக அது பாஜகவுடன் கூட்டணி வைக்கமுடியாது. ஜெயலலிதாவை எதிர்த்துக் கட்சி ஆரம்பிக்கப்பட்டதால் அவருடனும் கூட்டணி வைக்கமுடியாது. ஜெயலலிதா காங்கிரசுடன் கூட்டணிக்கு முயற்சிசெய்வார் என்ற ஊகத்தில், தமாகா தனித்துப் போட்டியிட முடிவெடுத்தது.

ஜெயலலிதாவுக்குக் காங்கிரசுடன் கூட்டணி சேரவேண்டிய கட்டாயம் இப்போது. ஆனால் ஒரு சங்கடம். பாஜகவுடன் கூட்டு சேர்ந்தபோது தேர்தல் பிரச்சாரத்தின்போது காங்கிரஸ் தலைவர் சோனியாகாந்தியைச் சகட்டுமேனிக்கு பாஜகவை விட அதிக மூர்க்கத்துடன் திட்டியிருந்தார். சோனியா வெளி நாட்டவர் என்றும் இந்தியாவின் பிரதமராவதற்குச் சற்றும் பொருத்தமில்லாதவர் என்றும் சொன்னதோடு, சற்றும் நாகரிகமில்லாத வார்த்தைகளில் சோனியா – ராஜீவ் காந்தி உறவைக் கொச்சைப்படுத்திப் பேசியிருந்தார். ஆனால் அதை இப்போது முழுவதும் மறந்துபோனவர்போல காங்கிரசுடன் கூட்டணி அமைத்தார். காங்கிரஸ் வலுவிழந்திருந்த நேரம் என்பதால் அவருடைய இஷ்டத்திற்கு சீட் பரிமாற்றத்துக்கு – 12 தொகுதிகள் – ஒப்புக்கொண்டது. காங்கிரஸ் ஆட்சிக்கு வந்தால் அதிமுக ஆட்சியில் பங்குபெற்று கருணாநிதியின் திட்டங்களை முறியடிக்கவேண்டும் என்பது ஜெயலலிதாவின் கணக்கு.

கடந்துபோன நாட்களைத் திரும்பிப்பார்க்கும் வழக்கம் அவருக்கு இல்லை. ஊடகங்கள் என்ன சொன்னாலும் அவர் லட்சியம் செய்யவில்லை. அவருடைய வாக்காளர்கள் பத்திரிகைப் படிப்பவர்கள் அல்ல. அவருடைய தேர்தல் பிரச்சாரப் பாணியில் மாற்றம் இருக்கவில்லை. இப்போது கட்சிக்கொடிகள்தான் மாறியிருந்தன. அதை அவருடைய ஆதரவாளர்கள் கவனிக்கக்கூட இல்லை. அவர்களுக்கு ஜெயலலிதா மட்டும்தான் முக்கியம். அவர்களுக்குத் தேர்தல் கணக்குகள் பிடிபடாது. சித்தாந்தங்களில் நாட்டமில்லை, அவர்களுக்கு அப்பாற்பட்டவை அவை. எந்தக் கூட்டணியாக இருந்தாலும் அம்மா ஜெயிக்கவேண்டும் என்பது மட்டுமே முக்கியம். முக்கியமாக கருப்புக் கண்ணாடி அணிந்த அந்தக் கருணாநிதி ஜெயிக்கக்கூடாது. கூட்டம் அவரது வரவுக்காகப் பொறுமையாகக் காத்திருக்கும்; அவர்களுக்குத் தெரியும், தலைவி நல்ல வேளை பார்த்துத்தான் வெளியே கிளம்புவார். அவர் கிளம்பிவிட்டால் அது அரசி, வீதி உலா புறப்பட்டது போல – 100 வாகனங்கள் அவரைத் தொடரும். அவருடைய சக்தியும் செல்வாக்கும் அவர்களைப் பிரமிக்கவைக்கும். அவருடைய ரோஜாநிற முகம் சொக்க வைக்கும். முந்திய வருஷம் அவர் வானளாவப் புகழ்ந்த வாஜ்பாயியை இப்போது ஏமாற்றுக்காரர் என்று அவர் ஏசும் முரணைக்கூட ஆதரவாளர்கள் கண்டுகொள்ளவில்லை. அவர் மேடையில் பாடக்கூட செய்தார். "ஏமாத்திப்புட்டீங்களே ஐயா, வாஜ்பாயி ஐயா, நாங்க ஒண்ணும் கவுக்கல்லே; சிறைபிடிச்சு இழுக்கல்லே; நீங்களே கவுந்தீங்களே ஐயா, வாஜ்பாயி ஐயா!" அவர்கள் கைக்கொட்டிச் சிரித்தார்கள்.

"அடுத்த மேடையில் அம்மையார் நாட்டியம் கூட ஆடுவார்" என்று கருணாநிதி நக்கலடித்தார். "ஒரு பெண் தன்னை ஏமாற்றிவிட்டதாகச் சொன்னால், அதற்கு விபரீத அர்த்தங்கள் உண்டு" என்றார்.

அவர் பதிலுக்கு சாட்டையாக அடித்தார். "கருணாநிதி ஒரு அழுகிய முட்டை" என்றார். "அவருடைய வாரிசு அரசியல் சந்தி சிரிக்கிறது, நாற்றமெடுக்கிறது" என்று அடுக்கினார்.

சில மாதங்களுக்கு முன் சசிகலாவின் குடும்பத்தினருக்கும் தனக்கும் சம்பந்தமில்லை என்று கட்சிக்காரர்களுக்குச் சொன்னது நினைவில்லாதது போல அந்நியச் செலாவணி மோசடி வழக்கில் குற்றம் சாட்டப்பட்டு ஜாமீனில் வெளியில் இருந்த சசிகலாவின் நெருங்கிய உறவினர் தினகரனைப் பெரியகுளம் தொகுதியின் வேட்பாளராக நிறுத்தினார். கிட்டத்தட்ட இரண்டு ஆண்டுகள் சிறையில் இருந்த சசிகலாவும் ஜாமீனில் வெளியில் வந்திருந்தார். அவர் மீண்டும் போயஸ் தோட்டத்துக்குத் திரும்பிவிட்டதாக வதந்தி இருந்தது.

சில நாட்களுக்கு அவர் வெளியில் தென்படாமல் இருந்தார். ஆனால் விரைவிலேயே ஜெயலலிதா பிரச்சாரத்துக்குச் செல்லும்போது அவரும் கூடச் செல்வதைக் கட்சிக்காரர்கள் கவனித்தார்கள். தேர்தலில் படுதோல்வி கண்டிருந்த நேரத்தில் 'சில தனி நபர்களின் உறவைவிட கட்சிதான் எனக்கு முக்கியம்' என்று சொன்னதெல்லாம் நீரில் எழுதப்பட்ட வார்த்தைகள் என்று புரிந்துபோனது. கட்சிக்காரர்கள் தங்களுக்குள் முணுமுணுப்பது அவருக்குத் தெரியும். அவர்களது விமர்சனம் ஜெயலலிதாவுக்கு எரிச்சல் தந்தது. ஆனால் அவர்கள் கையாலாகாதவர்கள். தன்னை நம்பி இருப்பவர்கள். அவர்களது விமர்சனம் தன்னை ஒன்றும் செய்யாது.

கருணாநிதியின் அணி மிக வலுவானதாக இருந்தது. திமுகவுடன் வைகோவின் மதிமுக, ராமதாஸின் பாமக, தமிழக ராஜீவ் காங்கிரஸ் எல்லாம் சேர்ந்திருந்தன. ஆனால் பாஜகவுடன் கூட்டணி வைத்ததில் எல்லோருக்குமே சங்கடம்தான். திமுகவைப் பாரம்பரியமாக ஆதரித்து வந்திருந்த சிறுபான்மையினர் அதிர்ச்சி அடைந்திருந்தார்கள். (முஸ்லிம் மற்றும் இடதுசாரிக் கட்சிகள் அதிமுக அணியில் சேர்ந்திருந்தன.) அதை நன்றாக உணர்ந்திருந்த கருணாநிதி ஓயாத பிரச்சாரப் பயணத்தில் இருந்தார். கூட்டத்துக்குக் கூட்டம் பாஜகவுடன் கூட்டு சேர்ந்ததற் கான விளக்கத்தைக் கொடுப்பதுபோல, "நாடு காப்பாற்றப்பட வேண்டும்; தமிழ்நாடு காப்பாற்றப்பட வேண்டும்; ஜனநாயகம் காப்பாற்றப்பட வேண்டும்" என்று திரும்பத்திரும்பச் சொன்னார்.

ஜெயலலிதா ஒரு நல்ல கூட்டாளி அல்ல என்று நிரூபித்தவர். இப்போது இன்னும் அதிக விநோதமாக நடந்துகொண்டார். கூட்டணிக் கட்சித்தலைவர்களுடன் இணக்கமாக இருக்கவேண்டும் என்ற நாகரிகத்தை அவர் கடைப்பிடித்ததில்லை. தனக்கு வரும் கூட்டத்தைக் கண்டு அவர் கிறங்கி இருக்கவேண்டும். காங்கிரஸ் ஏதாவது தொகுதிகள் வென்றால் அது தன்னுடைய வசீகரத்தால் மட்டுமே சாத்தியப்படும் என்று நினைத்தார். சோனியா காந்தியைப் பிரதமர் வேட்பாளராக முன்னிறுத்தி அவர் பேசவே இல்லை, அது நாடாளுமன்றத் தேர்தலாக இருந்தபோதும். சோனியா காந்தியை அவர் பார்க்கவும் இல்லை. விழுப்புரத்தில் இருவரும் ஒரே மேடையில் அமர்ந்து பேசுவதாக ஏற்பாடாகியிருந்தது. இவர் போக்குவரத்து நெரிசலில் மாட்டிக்கொண்டதாகச் சொல்லி, போகவே இல்லை.

மாநில சட்டசபைத் தேர்தல்போல அவர் நடந்துகொண்டார், தனது செய்கைகளுக்கு நியாயம் தேடும் பாணியிலேயே பேசினார். கருணாநிதி அதைக் கிண்டல் அடித்தார். "காங்கிரஸ் பதவிக்கு வந்தால், ஜெயலலிதாவின் தொந்தரவு பொறுக்காமல் சோனியா காந்தி ஒரேயடியாக இத்தாலிக்குக் கிளம்பிப் போய்விடுவார்" என்றார்.

தேர்தல் அமர்க்களத்துக்கு நடுவில் கருணாநிதி வழக்கு களைத் துரிதப்படுத்த முயன்றார். தேர்தல் முடிவு எப்படி இருக்கும் என்று தெரியாது. காங்கிரஸ் ஆட்சிக்கு வந்தால் ஜெயலலிதாவுக்கு வலு கூடிவிடும். மறுபடி திமுக ஆட்சியைக் கலைக்க முயற்சி செய்வார். அவருக்கு எதிராகப் போடப்பட்ட பல வழக்குகளிலிருந்து அவர் தப்பிக்க முடியாது என்று அதிகாரி களும் வழக்கறிஞர்களும் சொன்னார்கள். எப்படியாவது அவர் மீண்டும் தலையெடுக்கவிடாமல் செய்தாக வேண்டும். அவருக்கு அதிர்ச்சி அளிக்கும் வகையில் சிறப்பு நீதிமன்ற நீதிபதி வி. ராதாகிருஷ்ணன் நிலக்கரி இறக்குமதி வழக்கில் ஜெயலலிதா நிரபராதி என்று தீர்ப்பு அளித்தார். கருணாநிதி சாமர்த்தியமாக ராதாகிருஷ்ணனை உயர் நீதிமன்றத்தின் உயர் பதவிக்குச் சிபாரிசு செய்து ஜெயலலிதாவின் மற்ற வழக்குகளை அவர் கையில் எடுக்காமல் பார்த்துக்கொண்டார்.

ஆனால் தேர்தல் முடிவுகள் அவருக்குச் சற்று ஆசுவாசத்தை அளித்தது. ஜெயலலிதா அதிர்ந்து போனார். சென்ற தேர்தலுக்கு நேர்விரோதமாக இருந்தன முடிவுகள். சென்ற முறை இருபத்தேழு எம்பிக்கள் இருந்த மிதப்பில் தலைநகரை வலம் வந்து வாஜ்பாயி அரசை ஆட்டிப்படைத்தவருக்கு இப்போது பத்து எம்பிக்களாகச் சுருங்கிப்போயிருந்தது. கருணாநிதியின் அணிக்கோ 26 எம் பிக்கள்

இப்போது இருந்தார்கள். (திமுக 13, மதிமுக 4, பாமக 5, பாஜக 4). கருணாநிதி, தேர்தல் முடிவுகள் மிகுந்த திருப்தி அளிப்பதாகத் தெரிவித்தார். "கூட்டணி உறுப்பினர்கள் எல்லோரும் மன முதிர்ச்சி உள்ளவர்கள் என்பதால் மத்தியில் இருக்கும் அரசுக்கு எந்த ஆபத்தும் இருக்காது" என்றார். "வாஜ்பாயி அரசைக் கவிழ்க்க யாரும் துணிய மாட்டார்கள்" என்றார் வைகோ. முரசொலி மாறனை ஒரு நிருபர், வாஜ்பாயி அரசுக்கு ஏதேனும் நிபந்தனைகள் போடுவீர்களா என்று கேட்டபோது, "நாங்கள் அதிமுக இல்லை," என்றார் பட்டென்று.

ஜெயலலிதாவுக்குத் தோல்வியை ஏற்கும் வழக்கம் இல்லை. தான் தோற்கமுடியும் என்று நினைத்ததே இல்லை. இது வாக்கு எண்ணிக்கையில் நடந்த சூது, ஏமாற்று என்றார். ஊழலுக்கு எதிரான முழக்கமே கருணாநிதி அணியின் தேர்தல் கோஷமாக இருந்தாலும் ஊழல் குற்றச்சாட்டில் வழக்குப் பதிவாகியிருந்த அதிமுகவின் தினகரனும் செல்வகணபதியும் தேர்தலில் வென்றார்கள்.

ஜெயலலிதா எதிர் அணியைக் குற்றம் சாட்டினாலும் அன்றைய நிலைமைக்குத் தான் செய்த தவறுதான் காரணம் என்று புரிந்துகொண்டிருப்பார். ஜனங்கள் ஏமாளிகள் அல்ல. தேர்தல் இப்போது வெறும் ஒரு கணிதம். வசீகரமல்ல. கூட்டணி சரியாக அமையாவிட்டால் தொலைந்தோம். தவிர கையிலிருந்த வாய்ப்பை அவர் தெரிந்தே நழுவவிட்டது முட்டாள்தனம் மட்டுமல்ல, அது பேராசை. இப்போது எதிர்பாராதது நடந்துவிட்டது. வாஜ்பாயி அரசின் ஒரு அங்கமாக இருந்தது திமுக இப்போது. இருவருக்கும் எதிரி ஜெயலலிதா என்பது அவர்களுள் ஒரு விநோதமான இணக்கத்தை ஏற்படுத்தியிருந்தது. அவருடைய முட்டாள்தனமே அவர்கள் இணைய காரணமாயிற்று.

கருணாநிதியின் அன்பிற்கும் நம்பிக்கைக்கும் உரிய முரசொலி மாறன் வர்த்தகம், தொழில்துறைகளின் அமைச்சர் இப்போது. ஜெயலலிதா அசட்டுத்தனமாகப் பகைத்துக்கொண்டிருந்த ராம் ஜேட்மலானி சட்டத்துறை அமைச்சர். இதைவிடக் கெட்ட சேதி என்ன இருக்கமுடியும்?

மீண்டும் பயம் கவ்வியது எதிர்காலத்தைப் பற்றி.

9

"பொறுமையாக இருங்கள்" என்றார்கள் ஜோஸ்யர்கள். "நல்ல வேளை வரப்போகிறது. இனி சுக்கிரதிசைதான் உங்களுக்கு." அவர்கள் சொன்னதையெல்லாம் நம்பினார். ஜோஸ்யர்கள் சொல் ஒன்றே நம்பிக்கையளிப்பதாக இருந்தது. அதுவும் இல்லாமல் போனால் பித்து பிடித்திருக்கும் இந்நேரம். நாற்பது சொச்சம் வழக்குகள்; அதைக் கையாள மிகச் சிறந்த வக்கீல்களை நியமிக்க முடிந்தது நல்லவேளை. ஆனால் இதையும் மீறி வழக்குகள் தோற்றால் என்கிற பீதி அவரை அடிக்கடி பயமுறுத்திற்று. ஒன்றில் தோற்று தண்டனைப் பெற்றாலும் அவருடைய வாழ்வு குலைந்துபோகும். மறுபடி சிறைவாசம் அனுபவிக்க வேண்டியிருக்கும் என்கிற கற்பனையே படு பயங்கரமாக இருந்தது. அத்தகைய பயத்தையும் தண்டனையையும் அனுபவிக்க நேரும் என்று அவர் கனவில் கூட நினைத்ததில்லை. உண்மையிலேயே அபிமன்யு பத்மவியூகத்தில் மாட்டிக்கொண்டு வெளியில் வரமுடியாமல் தவித்தது போல தானும் அகப்பட்டுக்கொண்டதுபோல் இருந்தது. எதைத் தின்றால் பித்தம் தெளியும் என்கிற பரிதவிப்பில் அவரும் சசிகலாவும் ஜோஸ்யர்களைச் சரணடைந்தார்கள். தன்னுடைய ஜாதகத்தில் அவர்கள் என்ன கண்டார்கள்

என்று அவருக்குத் தெரியாது. கண்ணுக்குத் தெரியாத பூதங்கள் ஒளிந்திருக்கக்கூடும். நாற்பது சொச்ச வழக்குகளில் புகுந்துகொண்டு அவரை ஆட்டிப்படைக்கக் காத்திருக்கும். கிடைத்த சந்தர்ப்பங்களையெல்லாம் அவர் நழுவ விட்டது கூட அந்தப் பைசாசங்களின் வேலையாக இருக்கும். தேர்தல் முடிவுகளும் அவரது வேளைக் கோளாறினால் ஏற்பட்ட விபரீதம்.

“நல்ல காலம் வரும்.” அதை நம்புவதா? வாங்கிய காசுக்காகச் சொல்லும் வார்த்தைகளா? அவர்கள் நடுக்கூடத்தில் சம்மணம் போட்டு அமர்ந்து மேலும் கீழுமாகக் கோடிழுத்து ஏதேதோ தோஷம் ஏற்பட்டதாகச் சொல்கிறார்கள். பரிகாரங்கள் செய்யவேண்டும் என்கிறார்கள். அவர்கள் கொடுத்த பட்டியலின் படி போயஸ் கார்டன் வீட்டு முற்றத்திலேயே ஹோமங்கள் நடக்கின்றன. முன்பு அவரும் சசிகலாவும் வைதீஷ்வரன் கோவிலில் துஷ்டசம்ஹார யாகம் செய்தபோது அது ஏதோ கேலிக்கூத்துபோல தமிழ்நாட்டுப் பத்திரிகைகள் விமர்சித்தன. அவர் தன் நம்பிக்கைகளை மறைத்ததே இல்லை. ‘நாத்திகம் பேசும் திமுகவினர் பலர் கொல்லைப்புறம் வழியாகக் கோவிலுக்குச் சென்று கும்பிடுகிறார்கள். நான் கடவுளை நம்புபவள் என்று சொல்வதில் என்ன தவறு?’ தமிழ்நாட்டில் இருந்த எல்லா கோவில்களிலும் அவர் பெயரில் அர்ச்சனையும் அபிஷேகமும் நடந்தன. கடவுள்களின் மனசு குளிரவேண்டும். தெரிந்தோ தெரியாமலோ அவர் செய்த குற்றங்களை மன்னித்து அருள்பாலிக்க வேண்டும். நீதிமன்றங்கள் மன்னிக்கும்படி தெய்வம் அருள் புரியட்டும். அப்படி நடக்குமா? அப்படிப்பட்ட அற்புதம் நடக்குமா? அற்புதம் தானாக நடக்காது என்று சசிகலா அடிக்கடி சொல்கிறார்.

முயற்சி இல்லாமல் எதுவும் நடக்காது. கடவுள் ரட்சிப்பார் என்று சும்மா இருக்கமுடியாது. தனது இழந்த செல்வாக்கை மீட்டெடுக்க என்ன செய்யவேண்டும் என்று அவர் தீவிரமாக யோசித்தார்.

எப்போதும் இல்லாத அளவுக்கு இப்போது நண்பர்கள் தேவை.

காங்கிரஸிலிருந்து பிரிந்து தனிக்கட்சி ஆரம்பித்திருந்த மூத்த அரசியல் தலைவர் ஜி.கே. மூப்பனார் இதய அறுவை சிகிச்சை செய்துகொண்டிருந்தார். சமீபத்திய நாடாளுமன்றத் தேர்தலில் அவருடைய தமிழ் மாநிலக் காங்கிரஸ் ஜெயலலிதா – காங்கிரஸ் கூட்டணியில் சேர விரும்பாமல், தனித்துப்போட்டி

இட்டுப் படுதோல்வி அடைந்திருந்தது. ஜெயலலிதா அதைப் பெருந்தன்மையுடன் மறக்க சித்தமானார். அவர் அனைவரையும் ஆச்சரியப்படுத்தும் வகையில் மூப்பனாரைச் சந்தித்து நலம் விசாரித்தார். உடல் ரீதியாகவும் உளரீதியாகவும் நலிந்திருந்த மூப்பனார் நெகிழ்ந்துபோனார். மிக அக்கறையுடன் இனிமையாக நடந்துகொள்ள ஜெயலலிதா முடிவெடுத்தால் அவரை மிஞ்ச முடியாது. அவரை நேருக்கு நேர் சந்திப்பவர்கள் எல்லாம் அவரது வசீகரத்தைக் கண்டு சொக்கிப்போவார்கள். மறுநாள் அவர் பத்திரிகைக்காரர்களைச் சந்தித்தபோது கம்பீரமாகச் சொன்னார், "மதிமுகவுடன் திமுக கூட்டணி வைத்துக்கொள்ளும்போது, அதிமுக, தமாகாவுடன் கூட்டணி வைத்துக்கொள்ளமுடியாதா என்ன ?"

ஒரே வீச்சில் இரு கட்சிகளுக்கும் இடையே கடந்த மூன்று ஆண்டுகளாக இருந்த பிரச்சினையை நீர்த்துப்போக வைத்து, தான் விவேகமுள்ள அரசியல் தலைவி என்று காண்பித்துக் கொண்டார். தமாகாவின் உறுப்பினர்கள் பலர் பாரம்பரிய அதிமுக ஆதரவாளர்கள். அவர்களுக்கு திமுகவுடன் கூட்டணியில் இருந்தபோது சங்கடமாகவே இருந்தது. திமுக அவர்களைச் சரி நிகராக மதிக்கவே இல்லை என்கிற உறுத்தல் இருந்தது. அவர்களுக்கு அமைச்சரவையிலும் பங்கு கிடைக்கவில்லை. ஆனால் திமுக அரசு செய்த தவறுகளுக்குத் தமாகாவும் பொறுப்பேற்கவேண்டியிருந்தது.

கடைசியில் தமாகாவுக்கும் அதிமுகவுக்கும் தொகுதி உடன்பாடு ஏற்படாமல் போனதால் கூட்டணி அமையவில்லை.

ஜெயலலிதா இப்போது, தலித்துகளின் ஆதரவைப்பெற விடுதலைச் சிறுத்தைகள் தலைவர் திருமாவளவனுக்கு நட்புக்கரம் நீட்டினார். சிதம்பரத்தில் தலித் வாக்காளர்களுக்கு நேர்ந்த வன்முறை தாக்குதல்களைக் கண்டித்து கருணாநிதி அரசை எதிர்த்து திருமாவளவன் போராட்டம் நடத்தியிருந்தார். அதிமுக ஆதிதிராவிடர்களின் பாரம்பரிய விரோதிகளான தேவர்களின் கட்சி (சசிகலா தேவர் சமூகத்தைச் சேர்ந்தவர்) என்கிற பெயர் பெற்றிருந்தது. எம்ஜிஆர் காலத்தில் தலித்துகள் கணிசமான வாக்குவங்கியாக இருந்தார்கள். ஜெயலலிதா ஆட்சியில் நிலைமை மாறியிருந்தது. காவல் துறையில் எல்லா பதவிகளுக்கும் முக்கியமாகக் கீழ்நிலையில் இருப்பவர்கள் எல்லாம் தேவர்களால் நிரப்பப்பட்டதாகப் பேச்சு இருந்தது . அதன் விளைவாக தெற்கில் ஜாதிச்சண்டை ஏற்படும்போது ஒடுக்கப்பட்ட இனத்தினர் தாக்கப்பட்டார்கள். தேவர்களின் அதிகரித்துவந்த அரசியல்

செல்வாக்குக்குக் காரணம் சசிகலாவின் மறைமுக ஆதரவு என்று அதிமுகவினரே நம்பினார்கள். இன்னொரு தலித் தலைவரான டாக்டர் கிருஷ்ணசாமி – புதிய தமிழகம் கட்சியின் தலைவர், ஜெயலலிதாவுடன் கூட்டணியில் சேர மறுத்துவிட்டார். இந்த நட்பு வெறும் நடிப்பு என்றார்.

அவர் அதைப் பொருட்படுத்தவே இல்லை. மற்ற தலித் குழுக்களுக்குத் திருப்திதான் அவர் கூட்டணிக்கு அழைத்ததில். திமுகவுக்கு அல்லது அதன் தலைவருக்கு எதிராக எந்தக் குற்றச்சாட்டு எழுந்தாலும் அது அவருக்கு ஒரு வாய்ப்பு, திட்டித்தீர்க்க. வாய்ப்புகளுக்குப் பஞ்சமிருக்கவில்லை.

சென்னை மத்திய சிறையில் நவம்பர் 17ஆம் தேதி பெரிய கலவரம் வெடித்தது. துணை ஜெயிலர் ஜெயகுமாரைக் கைதிகள் தீயிட்டுக் கொளுத்தினர். பாஸ்கர் வடிவேலு என்ற கைதி மரணமடைந்துவிட்ட சேதி தெரிந்தவுடன் அது இயற்கையான மரணம் இல்லை என்று சந்தேகப்பட்ட கைதிகள், காவலர்களைத் தாக்கினார்கள். அதைத் தொடர்ந்து நடந்த போலீஸ் துப்பாக்கிச் சூட்டில் பத்து கைதிகள் இறந்ததாகவும் 175 பேர் காயமடைந்ததாகவும் சேதி வந்தது.

இறந்தவர்களின் எண்ணிக்கை இன்னும் அதிகமாக இருக்கக்கூடும் என்று சொல்லப்பட்டது. எதிர்க்கட்சிகளான அதிமுகவும் தமாகாவும் சட்டம் ஒழுங்கு குலைந்துவிட்டது என்று பெரிதாகக் கூக்குரலிட்டன. முதலமைச்சர் கருணாநிதியும் சட்டத்துறை அமைச்சர் ஆலடி அருணாவும் உடனடியாகப் பதவி விலகவேண்டும் என்றது அதிமுக. அந்தச் சம்பவம் அரசுக்குப் பெரும் கருப்புப்புள்ளியாக இருந்ததை கருணாநிதி அறிவார். ஊடகங்களை முதலில் சமாளிக்கவேண்டும் என்று உணர்ந்தார். சம்பவம் நிகழ்ந்ததைப் புலன் விசாரிக்க ஒரு உயர்மட்டக் குழுவை அமைத்தார். தாக்குதலுக்குப் பலியான ஜெயிலரின் குடும்பத்துக்கு 8 லட்சம் உதவித்தொகையும் இறந்த கைதிகளின் குடும்பங்களுக்கு தலா ஒன்றரை லட்சமும் வழங்க ஏற்பாடு செய்தார்.

ஆனால் வேறு பிரச்சினைகள் இருந்தன. அவரது குடும்பத்தினருடன் சம்பந்தப்பட்டவை. முரசொலி மாறனின் மகன்களான சன் டிவி அதிபர் கலாநிதி மாறனும், சுமங்கலி கேபிள் விஷன் அதிபர் தயாநிதி மாறனும் சென்னையின் கேபிள் வலைத்தளத்தை சுவீகரிக்க முயற்சிசெய்வதாகவும் தங்களையெல்லாம் அவர்களுக்குச் சரணடையும்படி மிரட்டுவதாகவும் கேபிள் ஆப்பரேட்டர்கள் புகார் செய்தார்கள்.

ஜெயலலிதாவைச் சந்தித்து உதவி கேட்டார்கள். அவர்கள் சொன்னதை ஜெயலலிதா ஆவலுடன் கேட்டுக்கொண்டார். ஆவன செய்வதாக உறுதியளித்தார். ஏனென்றால் அவருக்கும் அதில் அக்கறை இருந்தது. அவருக்குச் சொந்தமான ஜெயா டிவி, கலாநிதி மாறனின் சன் டிவியின் வீச்சுக்கு இணையாகச் செயல்படமுடியவில்லை. கெட்டிக்கார ஆட்கள் எல்லாம் சன் டிவியில் வேலை பார்ப்பதாக அவருக்குக் குறை இருந்தது. அவர் ஆட்சியில் இருந்தபோது சசிகலாவின் நெருங்கிய உறவுகள் சூப்பர் டூப்பர் கேபிள் நிறுவனத்தின் மூலம் கேபிள் ஆப்பரேட்டர்களை ஆட்டிப் படைத்தார்கள். அப்படியும் சன் டிவியின் புகழ் மங்கவில்லை. அவர் ஆட்சியை இழந்தபோது சூப்பர் டூப்பரும் தன்னைப்போலக் கவிழ்ந்தது.

ஜெயலலிதா சுமங்கலி கேபிளின் சர்வாதிகாரப் போக்கை வன்மையாகக் கண்டித்தார். தங்களுடைய அரசியல் செல்வாக்கை மாநிலத்திலும் மத்தியிலும் கருணாநிதியின் குடும்பம் துஷ்பிரயோகம் செய்வதாகச் சொன்னார். ஆனால் அவருடைய எதிர்ப்பு எந்தத் தாக்கத்தையும் ஏற்படுத்தவில்லை. சன் டிவியின் செல்வாக்கை அசைக்கமுடியவில்லை. ஜெயா டிவியின் வளர்ச்சி மந்தமாகவே இருந்தது.

சிலவிஷயங்களில் வாயை மூடிக்கொண்டு இருப்பதே உத்தமம் என்று அவர் நினைப்பதுபோல இருந்தது. தமிழீழ விடுதலைப் புலிகள் இயக்கத்திற்கு விதித்த தடையை இன்னும் இரண்டு ஆண்டுகளுக்கு நீட்டிக்க வேண்டிய கட்டாயத்தில் இருந்த கருணாநிதி முன்னுக்குப்பின் முரணாக, சில தீவிரத் தமிழ் குழுக்களைத் திருப்திசெய்யும் எண்ணத்துடன் பேசியபோது ஒதுங்கியிருந்தார். தமிழினத்தலைவர் என்று தன்னை எப்பவும் இனம் காட்டிக்கொள்ள விரும்பிய கருணாநிதி, மத்திய அரசின் கொள்கைக்கு எதிராகப் போக முடியாமல், தனி ஈழம் மலர்வது இந்திய பாதுகாப்புக்கு அச்சுறுத்தல் என்றார். நான்கு நாட்கள் கழித்து, சட்டப்பேரவையில் விடுதலைப்புலிகள் தங்கள் இனத்தினரையே கொல்வதை ஏற்கமுடியாது என்றார். எல்டிடிஈ ஆதரவாளர்களின் எதிர்ப்பு கிளம்பியபோது, பேச்சை மாற்றிக்கொண்டார். இலங்கை அரசு தமிழினப் பிரச்சினைக்கு நிரந்தரத் தீர்வு கொடுக்க தமிழர்களுக்கு அதிக உரிமைகள் வழங்கவேண்டும் அல்லது செக்கோஸ்லாவிய குடியரசில் ஸ்லாவ் மற்றும் செக்குக்கு இடையே இருந்த அதிகாரப் பங்கீட்டு முறையைப் பின்பற்றவேண்டும் என்றார். அவர் தன்னிச்சையாக அயலுறவு விஷயத்தில் அபிப்பிராயம் தெரிவித்தது ஊடகங்களுக்கு வியப்பாக இருந்தது. ஆனால் ஜெயலலிதா அதில்

தலையை நுழைக்கவில்லை. ராஜ்யசபா உறுப்பினராக இருந்த சோ. ராமசாமி, மக்களுக்கு இந்த விஷயத்தில் ஏதும் அக்கறை யில்லை என்றார். இலங்கைப்பிரச்சினை ஒரு தேர்தல் விஷயமாகத் தமிழ்நாட்டில் (1991ஐத் தவிர) இருந்ததே இல்லை. அதனால்தான் ஜெயலலிதா வாயைத் திறக்கவில்லை.

ஜெயலலிதாவுக்கு அதைவிட தலைபோகிற கவலைகள் இருந்தன. இரண்டாயிரத்துப் புத்தாண்டு ஏதும் நல்ல செய்தி கொண்டுவரப்போவதாகத் தெரியவில்லை. ஊழல் குற்றச்சாட்டுகளில் களங்கப்பட்டுப் போயிருந்த அதிமுகவுக்கு அதை உறுதிப்படுத்தும் வகையில் ஜனவரி 12 அன்று, கட்சியின் சட்டசபை உறுப்பினர் மல்லிகாவின் மேல் தொடுக்கப்பட்டிருந்த ஊழல் வழக்கில் நீதிமன்றம் 7 ஆண்டுகள் கடுங்காவல் சிறைத்தண்டனை விதித்தது. அன்று மாலையே கட்சியின் அவைத்தலைவரும் மூத்த உறுப்பினருமான நாவலர் நெடுஞ்செழியன் காலமானார். ராயப்பேட்டை அவ்வை சண்முகம் சாலையில் இருந்த கட்சி அலுவலகம் சோகத்திலும் பயத்திலும் உறைந்திருந்தது. டான்ஸி நிலபேர ஊழல் வழக்கின் தீர்ப்பு விரைவில் வர இருந்தது. அம்மாவின் கதி என்னவாகும்? முக்கியமாக, கட்சியின் எதிர்காலம் என்னவாக இருக்கும்?

ஆனால் ஆச்சரியமாக அடுத்த பன்னிரண்டு மணி நேரத்துக்குள் நிலைமை மாறிற்று. சென்னை உயர் நீதிமன்றத்தில் நீதி அரசர் எஸ். தங்கராஜ் டான்ஸி நிலபேர வழக்கிலிருந்து ஜெயலலிதாவை விடுவித்தார். ஜெயலலிதாவுக்கே அது ஆச்சரியமளித்திருக்க வேண்டும். அந்த வழக்கு தள்ளப்படவேண்டும் என்று உயர்நீதிமன்றத்தில் விண்ணப்பித்திருந்தார். ஆனால் அதில் வெற்றி பெறுவோம் என்று நம்பிக்கை இருக்கவில்லை. இது ஏதோ கடவுளின் அருள்தான்; அல்லது ஜோசியர் சொன்னதுபோல கிரகங்கள் அவருக்குச் சாதகமாக மாறுகிறதோ என்னவோ.

ஜெயா தொலைக்காட்சி செய்தியைத் திரும்பத்திரும்ப தலைப்பாகக் காட்டிற்று; தர்மம் வென்றது என்று முழங்கிற்று. அஇஅதிமுகவின் கட்சித்தாள் நமது எம்ஜிஆரின் முதல் பக்கத்தில் கொட்டை எழுத்தில் தலைப்பு கவிதையாக வந்தது. 'தர்மத்தின் வாழ்வுதனைச் சூது கவ்வும்; மீண்டும் தர்மமே வெல்லும்' திமுக முகாம் அதிர்ச்சியில் வாயடைத்துப் போயிற்று. கருணாநிதியும் அவருடைய அமைச்சரவையும் டான்ஸி நிலபேர வழக்கில் அவர் வெளி வரமுடியாது என்று நினைத்தார்கள். வழக்கறிஞர்கள் கூட வியந்தார்கள். பத்திரிகை நிருபர்கள் சட்டத்துறை அமைச்சர் ஆலடி அருணாவை நச்சரித்தபோது, "உச்ச நீதிமன்றத்தில் முறையிடப்போகிறோம்" என்று மட்டும் சொன்னார்.

அரசு நிர்வாகத்தின் கீழ் செயல்பட்ட (TANSI) டான்சிக்கு சென்னையின் கிண்டி தொழில் பூங்காவில் சொந்தமாக இருந்த 3.78 ஏக்கர் நிலம் 1991-92இல் ஜெயலலிதாவும் சசிகலாவும் பங்குதாரராக இருந்த ஜெயா பப்ளிகேஷன்ஸ், சசி என்டர்பிரைஸஸ் ஆகிய நிறுவனங்களால் சந்தை விலையைவிட குறைந்த விலைக்கு வாங்கப்பட்டதாகவும் அது அதிகார துஷ்பிரயோகம் என்பதோடு அரசுக்கு நஷ்டத்தை ஏற்படுத்தியதாகவும் ஜெயலலிதாவின் மேல் குற்றம் சாட்டப் பட்டது. சென்னை உயர் நீதிமன்ற நீதிபதி இந்திய பீனல் கோட் பிரிவு 169இன் கீழ் ஜெயலலிதா தவறு இழைக்கவில்லை என்றார். டான்ஸி நிலத்தை வாங்குவதில் அவருக்கு எந்த சட்டமும் தடை விதிக்கவில்லை என்றார். அரசு அதிகாரத்தில் இருப்பவர்களுக்கு ஒருவரை முறைகாட்டத்தான் விதிகள் இருந்தனவே தவிர அவை மீறப்பட்டால் அது கிரிமினல் குற்றம் அல்ல என்றார். அதனால் அது தண்டிக்கப்பட வேண்டிய குற்றமில்லை. அதோடு அரசை ஏமாற்றவேண்டும் என்று திட்டமிட்டு நிலத்தை வாங்கியதாகச் சொல்லக்கூடிய சாட்சியங்கள் ஏதுமில்லை.

சட்ட வல்லுநர்கள் இந்த வாதத்தை ஏற்றுக்கொள்ளவில்லை. தவிர சிறப்பு நீதிமன்றத்தில் வழக்கு முடியும் தருவாயில் இருந்தது. இன்னும் ஏழு சாட்சிகளே அழைக்கப்பட இருந்தார்கள். அந்த வழக்கு விசாரணை முடிவதற்குள் இப்படி ஒரு தீர்ப்பு கொடுக்கத் தேவை இருக்கவில்லை என்றார்கள். சட்டசபை உறுப்பினர்கள், அமைச்சர்கள் பதவிப்பிரமாணம் எடுத்துக்கொள்ளும்போது எல்லா விதிமுறைகளையும் பின்பற்றுவதாக உறுதி அளிக் கிறார்கள். அவர்கள் அதைப் பின்பற்றவேண்டும் என்று எதிர்பார்க்கப்படுகிறது. ஜெயலலிதாவின் முன்னாள் தலைமைச் செயலர், டி.வி. வெங்கட்ராமன் சிறப்பு நீதிமன்றத்தில் தெளிவாகச் சொல்லியிருந்தார்: "ஜெயலலிதாவிடம் அரசுக்குச் சொந்தமான நிலத்தை வாங்குவது விதிமுறைக்கு எதிரானது, வாங்கவேண்டாம் என்று சொன்னபோது ஜெயலலிதாவுக்கு மிகுந்த கோபம் ஏற்பட்டது. வேறு யாராவது முதல்வராக இருந்தால் நீங்கள் இப்படிச் சொல்லியிருப்பீர்களா?" என்று என்னைப் பார்த்துக் கத்தினார்" என்றார்.

உயர் நீதிமன்ற தீர்ப்பு பலத்த சர்ச்சைக்கு உள்ளானாலும் திமுக அந்த வழக்கை உச்சநீதிமன்றத்துக்கு எடுத்துப் போனபிறகு நவம்பர் 2003 உச்சநீதிமன்றம் கூட அவர் நிரபராதி என்றது. தார்மீக ரீதியாக அவர் செய்தது குற்றமானாலும் கிரிமினல் குற்றமில்லை என்றது. ஜெயலலிதா நிலத்தைத் திருப்பிக் கொடுத்துவிடுவதாகச் சொன்னதால் விவரம் அத்தோடு முடிந்தது

என்றது. ஆனால் விதிமுறைகளை அவர் கடைப்பிடிக்காதது அவர் வகித்த பதவிக்கு இழுக்கு என்றது.

இருந்தாலும் தலைமைச்செயலர் சொன்ன விவரம் அவருடைய சுபாவத்தின் ஒரு பரிமாணத்தைக் காட்டிற்று. அவர் யாருடைய ஆலோசனையையும் எடுத்துக்கொள்பவர் அல்ல. அவருடைய விருப்பத்துக்கு எதிராக யார் பேசினாலும் அவர் ஏற்றதில்லை. அவருடைய எல்லா பிரச்சினைகளுக்கும் அரசியல் தவறுகளுக்கும் அதுவே காரணமாக இருந்தது. ஆனால் ஆண் சார்ந்த அரசியலில் ஒரு பெண் தலைமையில் ஆட்சி நடக்கும்போது அவரது அதிகாரத்தை யாரும் குறைத்து மதிப்பிடும் நிலை உருவாகக்கூடாது என்ற எச்சரிக்கை உணர் வினாலேயே அவர் அதிகக் கவனமாக இருந்தார் என்று தோன்றுகிறது. யாரையும், முக்கியமாக, அவரைவிட அதிகம் விவரமானவர்களாகக் காண்பித்துக்கொள்ளும் அதிகாரிகளை, நம்பக்கூடாது என்று அவர் முடிவுக்கு வந்திருந்தார். 'நான் முட்டாள் அல்ல. எனக்கு உங்கள் உபதேசம் தேவையில்லை. நன்றி.'

பெண்ணாய் முதல்வர் பதவியில் இருப்பதில் சில சிக்கல்களும் இருந்தன. பெண் அரசியல்வாதிகள் அதிகம் இல்லாத சூழலில் அவர் சகஜமாக அமைச்சர்களுடன் நேரம் கெட்ட நேரத்தில் அமர்ந்து அரசு நிர்வாக விஷயங்களைப் பற்றி உரையாடமுடியாது. கருணாநிதிக்கு அந்த சௌகரியம் இருந்தது. அவருக்கு அமைச்சர்களுடன் கிடைக்கக்கூடிய நெருக்கமும் யதார்த்த நிலை அக்கப்போரை பரிமாற்றிக்கொள்ளும் வாய்ப்பும் இவருக்கு இருக்கவில்லை. நெருக்கம் காண்பித்தால் ஆபத்து. அவர்கள் கை ஓங்கும். வம்பும் வதந்தியும் காற்று வேகத்தில் பரவும். கொள்கைப்பரப்புச் செயலாளராக இருந்தபோது அதை அனுபவித்திருக்கிறார். அவருக்கு அதைப்பற்றிக் கவலை இல்லை. ஆனால் தொண்டர்களிடம் அவர் பிம்பம் பாழாகும். மிகக் கவனமாக வளர்க்கப்பட்ட பிம்பம். அதனாலேயே ஆண்களிடமிருந்து சற்று விலகியே இருந்தார். அவர் மேடையில் இருந்தால் அமைச்சர்கள் கூட அருகில் அமர முடியாது.

கேள்வி கேட்பவர்களை அவருக்குப் பிடிக்காது. அதனாலேயே சசிகலாவைப் பிடித்தது. சசி கேள்வி கேட்காதவர் மட்டுமல்ல. அவரது செயல்களை ஆமோதிப்பவர். யாராவது கேள்விகேட்டால், மாற்றுக்கருத்து சொன்னால் அவருக்கு சந்தேகம் வரும். அது நன்மைக்கா தீமைக்கா? அதை ஏற்காமல் மறுப்பது சாலச் சிறந்தது.

மறுபடி பரமபதத்தில் சர்ப்பம் கீழே வீழ்த்தியது, மிக மோசமாக. சிறப்பு நீதிமன்ற நீதிபதி வி. ராதாகிருஷ்ணன், அவரை நிலக்கரி பேர ஊழல் வழக்கில் விடுவித்தவர், இப்போது வேறு ஒரு வழக்கில் – கொடைக்கானல் ப்ளெஸென்ட் ஸ்டே ஹோட்டலுக்கு இரண்டு தளங்களுக்குமேல் கட்ட அனுமதி கொடுத்த வழக்கில் – அவரையும் அமைச்சராக இருந்த செல்வகணபதியையும் ஐஏஎஸ் அதிகாரி ஹெச்.எம். பாண்டே, ஹோட்டல் அதிபர்கள் ராக்கேஷ் மிட்டல், பாலை சண்முகத்தையும் கடுமையாகக் குற்றம் சாட்டினார். அவர்கள் ஒன்றுசேர்ந்து சுற்றுச்சூழல் விதிமுறைகளை மீறினார்கள் என்றார். எல்லோருக்கும் இரண்டு ஆண்டுகள் கடுங்காவல் சிறைத் தண்டனையும் ரூபாய் 2000 அபராதமும் தீர்ப்பில் விதிக்கப்பட்டது.

அவரது செயலைத் தீர்ப்பு நையாண்டியுடன் விமர்சித்தது. 'ஜெயலலிதாவும் செல்வகணபதியும் தெரிந்தே உயர்நீதிமன்றம் விதித்திருந்த கட்டிட விதிமுறைகளை மாற்றினார்கள். நாங்கள் குற்றமற்றவர்கள் என்று அவர்கள் சொல்வது சாத்தான் வேதம் ஓதுவதுபோல இருக்கிறது. அவர்களது செயலுக்கு எதிர்ப்பு தெரிவித்த ஐஏஎஸ் அதிகாரி பி.ஸி. ஸிரியாக்கை மாற்றி அவர்களுடைய திட்டத்துக்கு ஒத்துப்போகும் ஹெச்.எம். பாண்டேயை அங்கு அமர்த்தினார்கள். இதில் எழும் கேள்விக்கு எங்களிடம் பதில் இல்லை. இந்தச் சலுகைகள் எந்த ஆதாயமும் பெறாமல் ஜெயலலிதாவால் கொடுக்கப்பட்டதா?'

நீதிமன்றத்தில் அமர்ந்திருந்த ஜெயலலிதா அதிர்ந்துபோனார். செய்தி தெருவை அடைந்ததும் பிரளயம் மூண்டது. அதிமுக கட்சி அலுவலகத்தில் கீழ்நிலைத் தொண்டர்கள் அதிர்ச்சியிலும் கோபத்திலும் மனம் பிறழ்ந்து போனார்கள். அவர்களுடைய அருமை அம்மா இறந்து போனதுபோல மார்பிலும் தலையிலும் அடித்துக்கொண்டு அழுதார்கள். அத்தோடு நிற்கவில்லை. அரசுப் பேருந்துகளுக்குத் தீ வைத்துக் கொளுத்தினார்கள். கலவரம் மாநிலம் முழுவதும் பரவியது. பத்து பேருந்துகள் எரிக்கப்பட்டன. தொண்ணூற்றுக்கும் மேல் சேதப்படுத்தப்பட்டன. காவல்துறை அதை அடக்கமுடியாமல் உறைந்து நின்றதுபோல இருந்தது. தர்மபுரியில் பைசாச வெறியாக வெடித்தது. சில அதிமுக – அம்மா அபிமானிகள் தர்மபுரியில் பேருந்துகளை வழிமறித்து நின்றார்கள். தர்மபுரியிலிருந்து கோவை சென்றுகொண்டிருந்த பேருந்தை வழிமறித்துத் தீ வைத்தார்கள். கோவை தமிழ்நாடு விவசாயப் பல்கலைக்கழகத்தைச் சேர்ந்த மாணவிகள் அமர்ந்திருந்த பேருந்து. ஆசிரியைகளும் மாணவிகளும் கதறக்கதற செவிசாய்க்காமல் வெறியர்கள் மூர்க்கத்துடன் தொடர்ந்ததில் மூன்று பெண்கள் –

காயத்ரி, கோகிலவாணி, ஹேமலதா – என்ற இளம் பதின்வயதுப் பெண்கள் கீழே இறங்குவதற்குள் வளைத்துக்கொண்ட தீப்பிழம்பில் அகப்பட்டுக் கருகிப்போனார்கள். 16 பெண்கள் படுகாயம் அடைந்தார்கள். உயிர் தப்பிய ஒரு பெண்ணுக்கு மனசு பேதலித்துப்போயிற்று.

ஏற்கெனவே தீர்ப்பினால் கலங்கிப்போயிருந்த ஜெயலலிதா வுக்கு இந்தச் செய்தி அதிர்ச்சி அளித்தது. நம்பமுடியாத மூர்க்கமாக, முட்டாள்தனமாக இருந்தது. அதிமுகவினருக்கும் இதற்கும் சம்பந்தமே இல்லை என்று மறுத்தார். தர்மபுரி எப்பவுமே தீவிரவாதிகளின் புகலிடம், இது அவர்களது வேலையாக இருக்கலாம் என்றார். பிறகு ஒரு அம்பை வீசினார். இது நிச்சயம் திமுகவின் திட்டமிட்ட வேலை, வரவிருந்த இடைத்தேர்தலுக்கு முன் அதிமுகவின் பெயருக்குக் களங்கம் ஏற்படுத்த செய்யப்பட்ட வேலை என்றார். கருணாநிதியை விமர்சிப்பவர்கள் கூட ஜெயலலிதாவின் அடாவடிப் பேச்சைக்கேட்டு இகழ்ந்தார்கள். "மூன்று பெண்களை உயிரோடு கொளுத்தியதைவிட திமுகவின் மேல் பழியைப்போடுவது மோசம்" என்றார் கருணாநிதி கோபத்துடன்.

உண்மையில் அந்த அதிமுக வெறியர்கள் எந்த வகையிலும் நடந்த வன்முறைக்குப் பொறுப்பேற்காமல் இருந்திருக்கமுடியாது. தாங்கள் சாலை மறியலில் ஈடுபடப்போகும் விஷயத்தை எல்லா தொலைக்காட்சி சானல்களுக்கும் தெரிவித்திருந்தார்கள். தங்களது விசுவாசத்தைப் பற்றி அம்மா தெரிந்துகொள்வார் என்கிற எண்ணத்தில். சம்பவத்தை சன் தொலைக்காட்சி மட்டும் படம் பிடிக்கவில்லை, ஜெயா தொலைக்காட்சியும் படமாக்கியது. எல்லா பத்திரிகைகளின் நிருபர்களும் அங்கு கூடியிருந்தார்கள். ஒரு விவரம் விடாமல் நுணுக்கமாக அந்தத் துயர கோரச் சம்பவத்தை விவரித்தார்கள். சம்பவத்தை நேரில் பார்த்தவர்கள் சொன்னார்கள் 'அதிமுகவினரின் கும்பல் ஒன்று ஆசிரியர்கள் கெஞ்சக் கெஞ்ச குரூரத்துடன் பேருந்துகளின் மேல் பெட்ரோலை ஊற்றிக் கொளுத்திற்று' என்று. திமுக அமைச்சர் ஆற்காடு வீராசாமி, இந்த நிகழ்வுக்குப்பின் அதிமுகவின் தலைமையே காரணமாக இருக்கவேண்டும் என்றார். தலைவி தண்டிக்கப்பட்டால் தமிழ்நாடு பற்றி எரியும் என்று சேதி சொல்ல.

வீடியோ காட்சிகளை ஜெயலலிதா பார்த்ததும் அவர்கள் அதிமுகவினர்தான் என்று தெரிந்துகொண்டார். கோபம் கட்டுக்கடங்காமல் போனது. எத்தனை முட்டாள்கள்?

தங்களையே கொளுத்திக் கொள்வதற்கென்ன? தொண்டர்கள் வழக்கமாக செய்துகொள்ளும் வழக்கம் அதுதானே? முட்டாள்கள். முட்டாள்கள். இவர்களுக்காக அவரால் பேசமுடியாது. அரசு ஒரு சிபிசிஐடி விசாரணைக்கு ஆணை இட்டது. எப்படியோ போகட்டும். அவர்கள் தண்டிக்கப்பட வேண்டியவர்கள். அவருக்கு வேறு பிரச்சினைகள் இருந்தன. இடைத்தேர்தல் விரைவில் வர இருந்தது. அவருக்கு எதிராக வந்த தீர்ப்பினால் வாக்காளர்களின் அனுதாபம் கிடைக்கலாம். தமாகா அவருடன் இருந்த கூட்டணி தொடரும் என்று சொன்னது.

அந்தக் கருகிப்போன பெண்களின் மாசற்ற முகங்கள் அவர் மனத்தைத் துன்புறுத்தின. இளம், துடிப்பான, பெண்கள். ஏழைகள்; பல தடைகளை மீறிப் படிக்க வந்தவர்கள். இதயம் கொள்ளாத கனவுகளுடன்... அந்த முட்டாள்களின் கொடூரத்தால் சாம்பலாகிப்போனவர்கள்.

அந்த நினைவிலிருந்து விடுபட முடியவில்லை. பாவமன்னிப்பு உண்டா? கவலைப்படாதீர்கள், என்றார்கள் ஜோதிடர்கள். ஏதாவது பரிகாரம் செஞ்சுடலாம்.

ஆஹா, பாவத்தைக் கழுவ எப்பவும் பரிகாரம் உண்டு.

10

"நான், உங்கள் அன்புச் சகோதரி, உங்களிடம் நியாயம் கேட்க வந்திருக்கிறேன்."

நாற்சந்தியை அடைத்தபடி, சாலைகளை அடைத்தபடி நின்றிருந்தது கூட்டம், அவருடைய ரோஜா முகத்தைக்காண. அவருடைய தேர்தல் பிரச்சார வாகனமான டெம்போ டிராவலர் வீதி உலா வரும் கோவில் ரதம்போல மெல்ல வந்தது. அவர் அதன் முன் இருக்கையில் ஆயிரம் வாட் வெளிச்சம் கொண்ட பல்ப் தலைக்குமேல் எரிய ஜெகஜோதியாகத் தெரிந்தார். முண்டியடித்தபடி அவரைப் பார்த்த ஆண்களும் பெண்களும் தெய்வ தரிசனம் ஆனதுபோல கண்கள் மின்ன நின்றார்கள். அவரது வாகனத்துக்குப் பின்னால் நீண்ட வரிசையில் வாகனங்கள் தொடர்ந்தன. 'ராணி மாதிரி இருக்காங்க!' என்று மகிழ்ந்தார்கள். 'மூளிக்காதும் கழுத்துமாக இருந்தாலும் என்ன கம்பீரம், ஆளப்பிறந்தவ மாதிரி! அனுபவிச்ச சோதனைக் கொஞ்சமா, பாவம்' என்று நெகிழ்ந்தார்கள்.

அவர் வரைந்த வியூகம் கச்சிதம். அவருக்குத் தெரியும் மக்களிடம் எதைச்சொன்னால் காற்று மாறும் என்று.

"கருணாநிதி என்னை அழிக்கவேண்டும் என்று கங்கணம் கட்டிக்கொண்டிருக்கிறார். அவரை எதிர்த்து எம்ஜிஆர் தொடங்கிய கட்சிக்கு நான்

தலைவி என்பதால் என்னை அழித்தால் கட்சி அழியும் என்கிற எண்ணத்துடன் என் மேல் பொய் வழக்குகளை ஜோடிக்கிறார். அவற்றை விசாரிக்க சிறப்பு நீதிமன்றங்கள் வைத்திருக்கிறார். அவர் என்மீது வைக்கும் நூறாயிரம் அவதூறுகளையும் ஏச்சுக்களையும் நீங்கள் அறிவீர்கள். என் அருமை சகோதரிகளே, சகோதரர்களே நீங்கள்தான் எனக்கு நியாயம் வழங்கவேண்டும். உங்களிடம் மடிப்பிச்சைக் கேட்க வந்தேன்." அவர் சொற்களைக் கேட்டவர்களின் கண்களில் நீர் நிறைந்தது. அவர் பேசுவதெல்லாம் உண்மை என்று தோன்றிற்று. அவர் நிறத்தைக் கண்டு சொக்கிய பெண்கள் அவர் உடம்பில் குன்றிமணி தங்கம் இல்லை என்பதைக் கவனித்தார்கள். "அந்தப் பாவி கருணாநிதி எல்லாத்தையும் பிடுங்கிக்கிட்டாப்பல" என்று முணுமுணுத்தார்கள். "நடிகையா இருந்தப்ப சேத்து வெச்சது எல்லாம், பாவம். நீதிமன்றங்கள் அவருடைய சொத்துக்களையெல்லாம் சீல் வைத்துவிட்டது" என்றார்கள் ஆண்கள். அதற்கு என்ன அர்த்தம் என்று அவர்களுக்குத் தெரியாது. ஆனால் இப்போது 'ராணிபோல' தோற்றமுள்ள ஜெயலலிதாவும் அவர்களைப்போல 'ஒன்றும் இல்லாதவள்' என்று அதிர்வு ஏற்பட்டது. "என்ன அநியாயம் பாரேன்."

அவர்மேல் இருந்த ஊழல் குற்றச்சாட்டுகளைப் பற்றி அவர்களுக்குத் தெரியாது. தர்மபுரியில் ஒரு பேருந்து கொளுத்தப்பட்டதும் மூன்று இளம் பெண்கள் கருகிச் செத்ததும்கூட அவர்களுக்குத் தெரிந்திருக்கவில்லை. அவர்கள் வெகுதொலைவில் இருந்தார்கள், நல்லவேளை. இடைத்தேர்தல் நடக்கவிருந்த நெல்லிக்குப்பம், அறந்தாங்கி, திருச்சி ஆகிய தொகுதிகளில் ஜெயலலிதாவின் பிரச்சாரம் குற்ற உணர்வில்லாமல் நகர்ந்தது.

இருட்டிவிட்டது. மேயச்சென்ற மாடுகளும் ஆடுகளும் கொட்டிலுக்குத் திரும்பிவிட்டன. ஆண்களும் பெண்களும் வயற்காட்டிலிருந்து திரும்பிவிட்டார்கள். பள்ளிகளிலிருந்து குழந்தைகள் திரும்பிவிட்டார்கள். எல்லோருக்கும் மனசும் உடலும் இளகியிருந்தது. சத்தமும் கேளிக்கையும் கோவில் திருவிழாக்காலம் போல இருந்தது. அவர் சொன்னதை நம்பினார்களோ இல்லையோ, ஜெயலலிதா பார்க்க அம்சமாக இருந்தார். ரோசாப்பூ போல. அண்ணன் எம்ஜிஆருடன் நடித்தவர். அண்ணனுக்குப் பிரியமானவர். அவரை அண்ணி என்றே பலர் சொன்னார்கள். ஒலிபெருக்கியில் பழைய எம்ஜிஆர் படப்பாடல்கள் உரத்து ஒலித்தன. இன்னும் வேறு கேளிக்கைகளும் இருந்தன. பழைய நடிகர்கள் சிலர் வந்து பேசினார்கள்.

சகட்டுமேனிக்குக் கருணாநிதியைத் திட்டினார்கள். கூட்டம் பகபகவென்று சிரித்தது. கைகொட்டி ஆர்ப்பரித்தது.

வேறு இடங்களில் கருணாநிதி தீவிர பிரச்சாரத்தில் ஈடுபட்டிருந்தார். "அம்மையார் ஜெயலலிதா தமிழ் நாட்டையே கொள்ளை அடித்தார். நீதிமன்றம் குற்றவாளி என்று சொல்லி யிருக்கிறது. அப்படியும் வெட்கமில்லாமல் வாக்கு சேகரிக்க வந்திருக்கிறார். மறுபடி கொள்ளையடிக்க. ஊழல்காரர்களை இனம் காணுங்கள். அவர்களை நிராகரியுங்கள்" என்றார்.

அறந்தாங்கியில், அவரை ஒரு காலத்தில் ஆதரித்தவரும் பிறகு விலகி தனிக்கட்சி (எம்ஜிஆர் அதிமுக) ஆரம்பித்து இப்போது கருணாநிதியுடன் கூட்டணி சேர்ந்தவருமான திருநாவுக்கரசர் ஜெயலலிதாவை மிகக் கீழ்த்தரமாகப் பரிகாசம் செய்தார். அதைப் புன்னகையுடன் கருணாநிதி ரசித்தார். 2001இல் ஜெயலலிதாவால் திரும்பி வரவே முடியாது என்று திருநாவுக்கரசர் முழங்கியபோது கூட்டம் கைத்தட்டிற்று.

இந்த இடைத்தேர்தலுக்கு உழைத்ததுபோல ஜெயலலிதா என்றும் வேலை செய்ததில்லை. அது இரு கட்சிகளுக்கும் பொதுஜன வாக்கெடுப்புபோல இருந்தது. ஆனால் தேர்தல் முடிவுகள் ஆளும் திமுக கூட்டணிக்குச் சாதகமாக இருந்தது. ஜெயலலிதா சோர்ந்துபோனார். அத்தனைக்கூட்டம் வந்ததே, எப்படி வாக்காக மாறவில்லை? நிச்சயம் ஆளும் கட்சி செய்த தில்லுமுல்லு என்று தோன்றிற்று.

ஆனால் இப்போது நீதிமன்றங்கள்தான் ஏடாகூடமாக நடந்து கொள்வதாகப்பட்டது. சிறப்பு நீதிமன்றங்கள் ஒவ்வொன்றாக வழக்குகளை விசாரிக்க ஆரம்பித்த துரிதத்தையும் அவருக்குக் கீழ் வேலை செய்த அதிகாரிகளையும் முன்னாள் அமைச்சர்களையும் தண்டிக்க ஆரம்பித்த வேகத்தையும் பார்க்கும்போது அவை திமுக ஆதரவு நீதிபதிகளால் நிரப்பப்பட்டவை என்று அவருக்குத் தோன்றிற்று. ஓய்வு பெற இருந்த நீதிபதி வி. சம்பந்தம் அதிகபட்ச அமைச்சர்களைத் தண்டித்தவர் என்று பெயர் வாங்கியிருந்தார். அடுத்தாற்போல் வருபவர் வித்தியாசமாக இருப்பார் என்று சொல்வதற்கில்லை. அவருக்குத் தண்டனை கிடைத்தால் கட்சிக்கு மிக மோசமான தாக்கத்தை ஏற்படுத்தும். அவர்தான் கட்சிக்கு உயிர் நாடி என்று அவர் அறிவார். அது ஒரு சுமை. அவரை பயமுறுத்திற்று. ஆனால் அவர் ஜெயிலில் கழித்த நாட்களின் நினைவு அதைவிட பீதி அளிப்பது. அவரைச் சிறைக்கு அனுப்பிய அவரது பரம வைரி கருணாநிதியின் மேல் தினமும் அடிவயிற்றிலிருந்து கிளம்பிய கோபம் அவரை எந்நேரமும்

தகித்தது. ஒரே ஒரு வழிதான் இருந்தது அதைத் தணிக்க. பட்ட அவமானத்தைத் துடைத்து எறிய – சட்டசபைத் தேர்தலில் வெற்றி அடைந்தாகவேண்டும். அதற்கு இன்னும் ஆறு மாதங்கள் இருந்தன. மிகக் கடுமையாக உழைக்கவேண்டும். ஒரு வெற்றி வியூகத்தைத் தேர்ந்தெடுக்கவேண்டும். தன்னை அவமானப்படுத்திய கருணாநிதிக்குத் தக்கபடி பதிலளிக்கவேண்டும்.

எப்போதும் போல கோபமே அவரைச் செயல்படுத்திற்று. முதலில் அவருடைய நம்பிக்கைக்குப் பாத்திரமாக ஒரு காலத்தில் இருந்த கட்சியின் மூத்த உறுப்பினர்கள் மேல் கேபாம் பாய்ந்தது. சேடப்பட்டி முத்தையா, செல்வகணபதி, கே.ஏ. செங்கோட்டையன், ஈ. மதுசூதனன் ஆகிய அனைவரின் கட்சிப்பொறுப்புகளும் பறிக்கப்பட்டன. இடைத் தேர்தலில் அதிமுக தோற்றதற்கு அவர்கள் சரியாகத் தேர்தல் பணி செய்யாததுதான் காரணம் என்று அவர் உணர்ந்துகொண்டார். அவருக்கு உண்மையான, உழைக்கும் விசுவாசிகள் தேவைப் பட்டனர். அநேகமாக எல்லோரும் அவருடைய புகழ் மட்டும் பாடுபவர்களாக இருந்தார்கள். “நீங்கள் என் காலில் விழுந்து கும்பிட்டாலும் கட்சி வேலையை ஒழுங்காகச் செய்யவில்லை என்றால் கட்சியைவிட்டு நீக்கப்படுவீர்கள்,” என்று கடுமையாக நடந்துகொண்டார். பல மாவட்டங்களைச் சேர்ந்த 5000 கட்சி உறுப்பினர்களைச் சந்தித்து அவர்களுடைய குறைகளைக் கேட்டறிந்தார். தவறு செய்பவர்களைத் தண்டிக்கும் முடிவு அவருடையது. செல்வகணபதி தன்னை ஏமாற்றிவிட்டதாக பகிரங்கமாகக் குற்றம் சாட்டினார். ப்ளெஸென்ட் ஸ்டே ஹோட்டல் விவகாரத்தில் அவர் செய்த தவறினாலேயே தான் பழிக்கு உள்ளானதாகச் சொன்னார். தன்னிலை விளக்கம் அளிக்க செல்வகணபதிக்கு வாய்ப்பு அளிக்கப்படவில்லை. “நான் நம்பிய பலர் எனக்குத் துரோகம் இழைத்தார்கள்,” என்றார். அங்கு குழுமியிருந்தவர்களிடம் சிறு முணுமுணுப்புகூட எழவில்லை. அவருக்குத் தெரியும் தன்னை எதிர்த்துக் குரலெழுப்ப யாருக்கும் துணிச்சல் இருக்காது என்று. அவர் இல்லாமல் அவர்கள் இல்லை. ஆனால் அவர்களை மிரட்டி விரட்டினால்தான் வேலை செய்வார்கள். முட்டாள்கள். ஆட்டுமந்தைகள். இங்கு எந்தப் புரட்சியும் வெடிக்காது. யாரும் திமுகவுக்குச் சென்றுவிடமாட்டார்கள். அவர் அவர்களுக்கு ‘அம்மா.’ அவர்களை அதட்டவும் திட்டவும் அவருக்கு உரிமை உண்டு. அவர்களை அணைக்கவும் செய்வாரே! தலைவியின் நம்பிக்கைக்குப் பாத்திரமானவர்கள் இப்போது சசிகலாவின் உறவினர்கள் மட்டுமே என்று கட்சிக்காரர்கள் தங்களுக்குள் முணுமுணுக்கக்கூட பயந்தார்கள். ஆச்சரியம்தான். கட்சியின்

செல்வாக்கு அதலபாதாளத்துக்குச் சென்ற நிலையிலும் எதிர்காலமே கேள்விக்குறியாக இருந்தபோதும் அவர் தொண்டர்களுக்குத் தெம்பையும் தைரியத்தையும் அளித்தார்.

அடுத்த சட்டசபைத் தேர்தலில் நிச்சயம் வெற்றி பெறுவோம் என்று நம்பிக்கை இருந்தது. அதனாலேயே கூட்டணி கட்சியான தமாகா, அதிமுக ஆட்சி அமைத்தால் அமைச்சரவையில் பங்கு வேண்டும் என்று கேட்டபோது அவர்கள் மூக்கை உடைத்தார்: "தமிழ்நாட்டில் கூட்டணி ஆட்சி என்கிற பேச்சுக்கே இடமில்லை. அதிமுக பெரும்பான்மை பலத்துடன் ஆட்சிபிடிக்கும்" என்றார் ஒரு பொதுக்கூட்டத்தில். தன்மீது கருணாநிதி அடுக்கியிருந்த ஊழல் வழக்குகள் தன்னை பாதிக்காததுபோல நடந்துகொண்டது வியப்பை அளித்தது. இங்கிலாந்தில் ஒரு ஹோட்டலை வாங்கியதாக ஊழல் கண்காணிப்பு வாரியம் அவர்மீதும் சசிகலாவின் சகோதரி மகன் தினகரன்மீதும் வழக்குப்பதிவு செய்தது. ஜெயலலிதா அதை முழுப்பொய் என்று மறுத்தார். கருணாநிதியின் பழிவாங்கல் திட்டத்தின் மற்றொரு உதாரணம் என்றார்.

ஜோசியர்கள் கொடுத்த உறுதியினாலோ அல்லது அவருடைய உள்ளுணர்வு உணர்த்தியதாலோ காற்று தன் பக்கம் இனி வீசும் என்று நம்பிக்கை இருந்தது.

கருணாநிதியின் குடும்பத்தில் பிரச்சினைகள் தீவிரமடைந்தன. மூத்த மகன் அழகிரிக்கும் இளைய மகன் ஸ்டாலினுக்கும் இடையே எப்பவுமே இருந்த பூசல்கள் வெளியில் பேசப்படும் அளவுக்குத் தீவிரமாயின. கருணாநிதியின் அரசியல் வாரிசாக ஸ்டாலின் தயாரிக்கப்படுவது அழகிரிக்கு எரிச்சல் தரும் விஷயம். மதுரையில் வசித்த அழகிரி மதுரைக்கு முடிசூடா மன்னனாக வளைய வந்தார். உள்ளூர் காவல் துறையினரையும் செயலர்களையும் அமைச்சர்களையும்கூட ஆட்டிப்படைத்துக் கொண்டிருந்தார். அவரை அடக்கும் வழி தெரியாமல் கருணாநிதி தவித்தார். ஆனால் விஷயம் தலைக்குமேல் போகும் நேரம் வந்தது. திமுக சென்னையில் கொண்டாடிய முப்பெரும் விழாவுக்குச் செல்லவேண்டாம் என்று அழகிரி தடுத்துவிட்டதால் மதுரையைச் சேர்ந்த மூன்று (கட்சி) செயலர்கள் விழாவில் கலந்துகொள்ளவில்லை. ஒருநாள் காலை கட்சியின் மூத்த தலைவரும் கல்வி அமைச்சருமான க. அன்பழகன், அதிகாரபூர்வ அறிக்கை வெளியிட்டார். "கட்சியின் கட்டுப்பாட்டை அழகிரி மீறி, தலைவருக்கு அதிருப்தி அளித்துவிட்டார். ஆகையால் அழகிரியுடன் எந்தத் தொடர்பும் வைத்துக்கொள்ளக்கூடாது என்று கட்சி உறுப்பினர்களுக்குச் சொல்லப்படுகிறது."

ஆத்திரமடைந்த அழகிரியின் ஆட்கள், ரவுடித்தனத்துக்குப் பெயர் போனவர்கள், பேருந்துகளைத் தாக்கினார்கள். பலவற்றைத் தீயிட்டுக் கொளுத்தினார்கள். மூன்று நாட்கள் மதுரையில் வெறியாட்டம் நடந்தது. கடுமையாக நடவடிக்கை எடுக்கச்சொல்லி சென்னையிலிருந்து உத்தரவு வந்தபிறகுதான் காவல்துறை செயல்பட்டது. 400 பேர்கள் கைது செய்யப் பட்டார்கள். கருணாநிதிக்குப் பெரிய சங்கடமும் மனஉலைச்சலும் ஏற்பட்டிருக்கும் என்பதில் சந்தேகமில்லை. மகனை அடக்கவும் முடியவில்லை, விலக்கவும் முடியவில்லை. கட்சியினருக்கும் மக்களுக்கும் பதில் சொல்லவேண்டிய நிலையில் இருந்ததை உணர்ந்து போலீஸ் நடவடிக்கைக்கு உத்தரவிட்டார். ஆனால் அழகிரியைக் கட்சியிலிருந்து நீக்கவில்லை.

ஜெயலலிதா எல்லாவற்றையும் ஆர்வத்துடன் கவனித்தார், திமுகவின் பெயர் சந்தி சிரிக்கும் என்ற எதிர்பார்ப்புடன். இத்தகைய சம்பவங்கள் தொடர்ந்தால் அவர் பக்கம் பலம் சேரும். ஆனால் அவருக்குத்தான் எதிர்பாராத பின்னடைவு ஏற்பட்டது. நீதி அரசர் தங்கராஜ் உயர்நீதிமன்றத்தில் அவரை விடுவித்திருந்த டான்ஸி வழக்கு உச்ச நீதிமன்றத்துக்கு மேல் முறையீட்டுக்குச் சென்றது, சிறப்பு நீதி மன்றத்துக்குத் திருப்பி அனுப்பப்பட்டிருந்தது. அந்த வழக்கு விசாரணை இப்போது முடிந்திருந்தது. அக்டோபர் 9, 2000ஆம் ஆண்டு தீர்ப்பு வந்தது. ஜெயலலிதாவுக்கும் மற்றவர்களுக்கும் மூன்று ஆண்டுகள் கடுங்காவல் தண்டனை என்று சொன்னது. அதிமுகவினர் இனிப்புகளுடன் ராஜாஜி சாலையில் காத்திருந்தனர், நல்ல தீர்ப்பு வரும் என்கிற எதிர்பார்ப்பில். அவர்கள் விவரம் தெரிந்ததும் திகைத்து நின்றார்கள். நீதிமன்றத்தில் அமர்ந்திருந்த ஜெயலலிதா தனது உணர்ச்சிகளைக் காண்பிக்கவில்லை. அவர்கள் தரப்பில் வாதமிட்ட வக்கீல் கே.எஸ். தினகரன் வெளியில் வந்தபோது ஜெயலலிதா கோபத்துடன் வெடித்துவிட்டார், "மிஸ்டர் தினகரன், அவர்கள் என்ன சொல்லவேண்டும் என்று உங்களிடம் சொன்னார்களோ அதைக் கச்சிதமாகச் செய்துவிட்டீர்கள்" என்றார். தினகரன் வெலவெலத்து ஏதோ முணுமுணுக்க ஆரம்பிக்கையில், அவர் மறித்து, "வேண்டாம், எதுவும் சொல்ல வேண்டாம். எனக்கு எல்லாம் தெரியும்" என்றார். தன் வக்கீல் எதிர்த்தரப்பினரிடம் பணம் வாங்கி மோசம் செய்தார் என்று அவருக்கு வந்த கோபம் அடக்க முடியாததாக இருந்தது.

நிராசை மனசைக் கவ்வியது. விடிவே இல்லாத போராட்டமாக இருந்தது. அவர் முன்வைக்கும் ஒவ்வோர் அடிக்கும் பின்னால் இருந்து அடிக்க பூதங்கள் தயாராக இருந்தன. கருணாநிதி தனது அரசியல் செல்வாக்கை

உபயோகித்து நீதித்துறையையும் வளைக்கக்கூடும் என்கிற பயம் ஜெயலலிதா ஆட்கொண்டது. அவரை ஒழிக்கத் தன்னால் என்ன செய்யமுடியுமோ அத்தனையையும் கருணாநிதி செய்தார். தனது இடத்தில் வேறு ஒரு சாமான்ய நபர் இருந்திருந்தால் இந்நேரம் பித்து பிடித்திருக்கும் என்று அடிக்கடி நினைத்துக்கொள்வார். இவையெல்லாம் அவருடைய உடலுக்கும் மனத்துக்கும் மிகுந்த சோர்வைத் தந்ததோடு பணமும் கரைந்தது.

தற்சமயம் கிடைத்திருப்பது செம அடி. மூன்று ஆண்டுகளுக்குச் சிறைதண்டனை.

இதுதான் கருணாநிதி விரும்பியது. தன்னை மீண்டும் அரசியலில் நுழையவிடாமல் தடுப்பதே கருணாநிதியின் ஆசை. உச்ச நீதிமன்றத்தில் மேல் முறையீடு செய்யலாம் என்றாலும் வரும் தேர்தலுக்குள் எதுவும் நடக்காது. அவரால் தேர்தலுக்கு நிற்கமுடியுமா என்பதே இப்போது சந்தேகம். (தி ரெப்ரெசன்டேஷன் ஆஃப் தி பீப்பில்'ஸ் ஆக்ட்) மக்கள் பிரதிநித்துவச் சட்டப் பிரிவு 8இன்படி கிரிமினல் வழக்கில் குற்றம் சாட்டப்பட்டு இரண்டு ஆண்டுகளுக்கு மேல் சிறைத் தண்டனை பெற்றவர்கள் ஆறு ஆண்டுகளுக்குத் தேர்தலில் போட்டியிடமுடியாது. தீர்ப்பை எதிர்த்து சென்னை உயர் நீதிமன்றத்தில் அவர் செய்த முறையீட்டிற்கு மன்றம் தீர்ப்பை நிறுத்திவைத்தது, ஆனால் தண்டனையை அல்ல. நல்ல வேளையாக அதிமுகவின் தோழமைக் கட்சிகளான இடதுசாரிக் கட்சிகளும் தமாகாவும் கூட்டணியில் எந்த மாற்றமும் இல்லை என்றன. சிறப்பு நீதிமன்றத்தின் தீர்ப்பு ஒரு முடிவு அல்ல, அது அரசியல் பழிவாங்கல் என்று அக்கட்சிகள் கருத்துக் கூறின. இருந்தாலும் இப்போதைக்கு அவர் தேர்தலில் நிற்கும் தகுதியை இழந்துவிட்டதாகச் சட்ட வல்லுநர்கள் கருதினார்கள். கட்சிக்கு இது பின்னடைவு இல்லை என்று அதிமுக உறுப்பினர்கள் நினைத்தார்கள். இதனால் தலைவிக்கு அனுதாப வாக்குகள் அதிகரிக்கும் நிச்சயமாக. பாமரனுக்கும் தெரியும் இது கருணாநிதியின் வேலை என்று. கட்சி அமோக வெற்றி பெறும்.

அவருக்கு இப்போது புதிய கவலை ஏற்பட்டது. தான் அமர்த்திய வக்கீல்களை நம்பமுடியாமல் போனால் யாரைத்தான் நம்புவது? அவரால் என்ன செய்யமுடியும்? கடவுளை சரணடைவதைத் தவிர வேறு மார்க்கம் புலப்படவில்லை. அவருடைய தோழமைக் கட்சிகள் பெரியார் தினத்தைக் கொண்டாட ஏற்பாடு செய்திருந்த நிகழ்ச்சிக்கு அவரை தலைமை தாங்க அழைத்தன. ஜெயலலிதாவுக்கு அதற்கு என்ன தகுதி இருந்தது என்று திமுக பரிகாசம் செய்தது. ஆனால் அந்த நிகழ்ச்சியில்

கலந்துகொண்ட கையுடன் அவர் கும்பகோணத்தின் கும்பேசுவரர் ஆலயத்துக்குச் சென்று ‘துஷ்ட சம்ஹார யாகம்’ நடத்தியபோது தோழமைக் கட்சிகளுக்கே சங்கடம் ஏற்பட்டது. அவர் அதைப்பற்றிக் கவலைப்படவில்லை. அந்த யாகம் எதிரிகளைப் பலவீனப்படுத்தும் என்று ஜோஸ்யர்கள் சொன்னார்கள். கடைசி துடுப்பாக அவர் அதைப் பற்றிக்கொண்டார். வக்கீல்கள் அவரை மோசம் செய்தாலும் கடவுள் அருள் இருந்தால் போதும். அவருடைய மனஉலைச்சல் பற்றி யாருக்குத் தெரியும்? தமிழர்கள் அடிப்படையில் இறை நம்பிக்கை உள்ளவர்கள். பெரியாரின் நாத்திகத்தைப் பெரும்பான்மையினர் ஏற்கவில்லை. பெரியார் விழாவை முடித்துக்கொண்டு அவர் கோவிலுக்குச் சென்றதை திமுக விமர்சித்தபோது ஜெயலலிதாவை ஆதரித்தவர்கள் அவர் பாசாங்குத்தனம் இல்லாதவர் என்று புகழ்ந்தார்கள்.

யாருடைய பேச்சும் ஏச்சும் அவரைப் பாதிக்கவில்லை. நீதிமன்றங்கள் சரமாரியாகக் கொடுத்த அடியில்தான் முதுகு ஒடிந்துவிட்டதுபோல் இருந்தது. அந்தப் போரில் மீண்டு வருவது எப்படி என்கிற பரிதவிப்பு அவரது நாடி நரம்பையெல்லாம் அக்குஅக்காக விண்டுவிடும்போல இருந்தது. அவரால் செய்ய முடிந்த முயற்சியெல்லாம் செய்தாகிவிட்டது. ஒவ்வொரு முறையும் சாண் ஏறினால் முழம் சறுக்கிற்று.

தெய்வம் அவர் சார்பாகத் தலையிட்டால்தான் வழிபிறக்கும் என்று தீவிரமாக நினைக்கத் தோன்றிற்று. அற்புதம் நிகழவேண்டும். நடக்குமா?

அந்த அற்புதம் தேர்தல் மூலம்தான் ஏற்படவேண்டும் என்று அவருக்குத் தெரியும். தெய்வத்தின் தீர்ப்பு அதில்தான் தெரியவரும். கைகொடுக்கும் தீர்ப்பாக. சிந்திக்கச் சிந்திக்க புதிய ரத்தம் ஊறுவது போல் இருந்தது. சோர்ந்து படுத்த முதுகு நிமிர்ந்து சிறகு விரித்தது. டான்ஸி வழக்கு தீர்ப்பினால் கட்சியின் பொதுக்குழு ஒத்திவைக்கப்பட்டாலும் அடுத்த கூட்டத்துக்கான புதிய தேதியை அறிவித்தார். அது தவிர பெட்ரோல் விலையேற்றத்தை எதிர்த்து எல்லா மாவட்டங்களிலும் போராட்டம் நடத்த உத்தரவிட்டதும் கட்சித்தொண்டர்களுக்கு உத்வேகம் வந்தது. அடுத்ததாக அம்மாவின் ஆட்சிதான் என்று பேசிக்கொண்டார்கள். அஇஅதிமுகவின் 29வது ஆண்டு விழாவில் ‘பயப்பட ஏதுமில்லை; பயம் என்று ஏதுமில்லை. ஜெயமுண்டு, பயமில்லை’ என்று முழங்கியபோது அவர் சக்தியின் சொரூபமாக மாறிப்போனதாக தொண்டர்களும் உறுப்பினர்களும் சிலிர்த்துப்போனார்கள். பேச்சின் முடிவில் தங்களுடைய பகைவர் கருணாநிதிதான் என்று அவர் நினைவுபடுத்தினார். “மக்கள் மன்றத்தில் என்னை

வீழ்த்த தைரியமில்லாத கருணாநிதி, சிறப்பு நீதிமன்றங்களில் புகுந்துகொண்டு என்னை அழிக்கப்பார்க்கிறார். மக்களுக்கு இது நன்றாகத் தெரியும். அரசுக்கு எதிரான அலை அடிக்கிறது. எத்தனை கருணாநிதிகள் வந்தாலும் நமது வெற்றியை அவர்கள் பறித்துவிடமுடியாது" என்றார் ஆக்ரோஷத்துடன்.

அவரது சொந்த வாழ்வில் சோதனைகள் மிகுந்த காலகட்டத்தில் தொண்டர்களை உற்சாகப்படுத்துவதற்காகவே இப்படிப் பேசுவதற்கு மிகுந்த துணிச்சலும் தலைமைப்பண்பும் தேவை. கட்சியின் எதிர்காலம் தன்னுடைய தற்காலிக பிரச்சினைகளைவிட அதிக முக்கியமானது என்று சொல்லாமல் சொன்னார். ஆனால் வழக்கம்போல அவருடைய ஆவேசம் அவரையே ஆட்கொண்டது. சொல்லத் தேவையற்ற வார்த்தைகள் நாவிலிருந்து சூடாக வெளியேறின, அவரது அடிமனத்தில் இருந்த எண்ணத்தின் பிரதிபலிப்பாக. அவை ஏற்படுத்தக்கூடிய விளைவைப் பற்றிக் கவலைப்படாமல், "நான் 2001இல் மீண்டும் ஆட்சிக்கு வரும்போது கருணாநிதி உயிரோடு இருந்தால், அவரை ஆயுளுக்கும் சிறையில் அடைப்பேன்" என்றார். 'அந்தக் கருணாநிதியை தண்டாயுதபாணியாய் சிறையில் அடைப்போம்' என்று அதிமுக உறுப்பினர் ஒருவர் சொன்னதை அவர் மிகவும் ரசித்ததுபோல இருந்தது. அவருடைய பேச்சுக்குத் தொண்டர்களிடமிருந்து பெரிய கரகோஷம் எழுந்தாலும் மூத்த தலைவர்களும் தோழமைக் கட்சித் தலைவர்களும் சங்கடப்பட்டார்கள். திமுக, பாஜக தலைவர்கள் ஒரு முன்னாள் முதலமைச்சர் பேசும் பேச்சா இது என்று கண்டனம் தெரிவித்தார்கள். திமுக அவரது பேச்சை எதிர்த்துக் கண்டன ஊர்வலம் நடத்தப்போவதாக அறிவித்தது. தேர்தலுக்கு இன்னும் ஆறு மாதங்கள் இருந்தன. ஆனால் தேர்தல் பிரச்சார பரபரப்பு அதற்குள் தொடங்கிவிட்டது. பண்பு, நாகரிகம் என்ற சொற்களுக்கு இப்போது அர்த்தமில்லை என்று அவர் நினைத்தார். நாகரிக உலகம் என்ன வேண்டுமானாலும் சொல்லட்டும். அவருள் இருந்தது ஓர் அடங்காத கோபம். அதை அவர் ஒரு பொக்கிஷம் போல காத்தார், வளர்த்தார். அதுவே அவரது போருக்கு உந்துசக்தி. அவருடைய வேதனையை, பட்ட அவமானத்தை புரிந்துகொள்ளாதவர்கள் ஜனநாயக பண்பைப் பற்றியும் சமூக நாகரிகத்தைப் பற்றியும் பேசட்டும். அவருக்கு அது தேவையில்லை.

தேர்தல் முடிவு எப்படி இருக்கப்போகிறது என்று அவருக்குத் தெரியாது. ஆனால் பாவனைகள் அப்போது தேவைப்பட்டது. வெற்றி பெற்றவர்போல பேசுவது, அவருக்கே தெம்பை அளித்தது. நல்ல காலம் வரப்போகிறது என்று அவரே நம்ப ஆரம்பித்தார்.

கோபக்கணைகளை எதிரிகளின் மீது செலுத்தும்போது கூடவே மிக எச்சரிக்கையுடன் வெல்லும் வியூகத்தை வரைய வேண்டியிருந்தது. தேர்தலில் அவர் போட்டியிட முடியாமல் போனால் என்ன நடக்கும் என்று கட்சிக்குள் இருந்தவர்களும் தோழமைக்கட்சித் தலைவர்களும் திகைத்தார்கள். முதலமைச்சர் பதவிக்கு யாரையாவது முன்னிறுத்துவாரா? யாரை?

ஜெயலலிதா தன் மனசில் என்ன இருந்தது என்று சூசகமாகக்கூடத் தெரிவிக்கவில்லை. யாருக்கும் கேட்க தைரிய மில்லை. மீண்டும் முதல்வராகப் போவதைப் பற்றின சந்தேகமே இல்லாதவர் போல அவர் பேசுவதும் நடந்துகொள்வதும் அவர்களுக்குக் குழப்பத்தை அளித்தது.

அவருடைய தன்னம்பிக்கையைக் கண்டு அசந்துபோன பாமக தலைவர் மருத்துவர் ராமதாஸ் அவருடன் கூட்டணியில் சேர்ந்தார். இப்போது அவருடைய கூட்டணி – காங்கிரஸ், இடதுசாரிகள், தமாகா – மிக வலுவாக அமைந்தது சிறுபான்மைச் சமூகத்துக்கும் அவர் நேசக்கரத்தை நீட்டினார். 'மத அடிப்படைவாத' பாஜகவுடன் முன்பு கூட்டணி வைத்ததற்காக மன்னிப்புக் கேட்டார். பல சட்டச் சிக்கல்களில் மாட்டிக்கொண்டிருந்த நிலையிலும் வெகு சாமர்த்தியமாக அரசியல் கூட்டணி கணக்கைத் தனக்குச் சாதகமாக அவர் மாற்றிக்கொண்டது ஆச்சரியம். ஆனால் இன்னும் ஒரு கேள்விக்குப் பதில் தெரிந்திருக்கவில்லை. அவருடைய வேட்புமனுக்களைத் தேர்தல் அதிகாரிகள் ஏற்பார்களா? தேர்தல் தேதி அறிவிக்கப்பட்டுவிட்டது. ஜெயலலிதா போட்டியிட முடியாது என்கிற தெம்பில் திமுக இருந்தது. ஆனால் அவரோ ராஜகம்பீரத்துடன் தனது பிரச்சாரத்தைத் தொடர்ந்தார். அவர் எங்கு சென்றாலும் அலையலையாய் ஜனங்கள் வந்தார்கள். அவரே இப்பவும் முதலமைச்சர் என்கிற பிரமையை எழுப்பிற்று. பச்சை வண்ணப்புடவையில், கட்சிக்கரை வேஷ்டிகளில் கூட்டம் கூட்டமாகக் கட்சித் தொண்டர்கள் அவர் போகுமிடமெல்லாம் சென்றார்கள். அம்மாவின் ஆட்சியே தொடர்வதான பிரமையை எழுப்பினார்கள். நான்கு தொகுதிகளில் அவர் செய்திருந்த வேட்பு மனுக்கள் நிராகரிக்கப்பட்டிருந்தன. அவர் தனது தோல்வியை வெற்றி வியூகமாக மாற்றினார். வேண்டுமென்றே வியூகமிடப்பட்ட தந்திரம். அது ஒரு சூதாட்டம். துணிச்சலுடன் ஆடுவதைத்தவிர வேறு வழியில்லை.

விவரமறிந்தவர்கள் கேட்டார்கள் குழப்பத்துடன். அவருக்குத் தெரியாதா, ஒரு வேட்பாளர் இரண்டு இடங்களுக்கு மேற்பட்ட தொகுதிகளில் வேட்பு மனு தாக்கல் செய்ய அனுமதி இல்லை

என்று? பின் ஏன் நான்கு தொகுதிகளில் தாக்கல் செய்தார்? திமிரா? அது அவருடைய சூதாட்டம் என்று அவர்களுக்குத் தெரியவில்லை.

2001, ஏப்ரல் 24 அன்று எல்லோருடைய கவனமும் கிருஷ்ணகிரி, ஆண்டிப்பட்டி. புவனகிரி, புதுக்கோட்டை ஆகிய சிறு நகரங்களின் மேல் இருந்தது. அதுவரை சாமான்ய வேட்பாளர்களே போட்டியிட்டிருந்த அந்தத் தொகுதிகளில் இப்போது ஜெயலலிதா, முன்னாள் முதல்வரே நட்சத்திர வேட்பாளர் என்பது ஊடகங்களை உலுக்கிற்று. அவர் குற்றவாளி என்று நிரூபிக்கப்பட்டுத் தண்டனை பெற்றிருப்பவர். அவருடைய அரசியல் எதிர்காலம் அந்தரத்தில் தொங்கிக்கொண்டிருந்தது. அவருடைய மனுக்கள் ஏற்கப்படுமா, நிராகரிக்கப்படுமா? அதிமுகவினர் மிகுந்த பரபரப்பில் இருந்தார்கள். அவருடைய செல்வாக்கும் பணமும் கைகொடுக்கும் என்று வதந்திகள் கிளம்பின. ஆனால் அவை அனைத்தையும் பொய்யாக்கும் வகையில் தேர்தல் அதிகாரிகள் நான்கு இடங்களிலும் மனுக்களை நிராகரித்தார்கள். தனது தண்டனையை நிறுத்திவைக்கும்படி உயர் நீதிமன்றத்தில் முறையீடு செய்த கையுடன் அவர் மேற்கு வங்கத்து முன்னாள் முதல்வரும் பிரபல வழக்கறிஞருமான சித்தார்த்த சங்கர் ரேயைக் கிருஷ்ணகிரியில் தனது வேட்பு மனுவைத் தாக்கல் செய்யச் சொன்னார். எல்லோரையும் ஆச்சரியப்படுத்தும் வகையில் அதிமுகவினர் அவருடைய பேரில், ஆண்டிப்பட்டி, கிருஷ்ணகிரி போக, இன்னும் இரண்டு இடத்தில், புவனகிரி, புதுக்கோட்டையிலும் மனுக்கள் சமர்ப்பித்தனர்.

ஏன் நான்கு என்று கட்சிக்காரர்கள் கேட்கவில்லை. ஒன்றில் இல்லாவிட்டால் மற்றொன்றில் ஏற்கப்படும் என்று நினைத்திருப்பார்கள்.

ஜெயலலிதாவுக்குத் தெரியும் மனுக்கள் நிராகரிக்கப்படும் என்று. அவை நிராகரிக்கப்பட்டபோது அதிமுகவினருக்குத்தான் அதிர்ச்சியாக இருந்தது, தலைவிக்கு இல்லை.

அவர் கவனமாக எழுதிய நாடகத்தில் அவருடைய பாத்திரமே பிரதானம். கருணாநிதியின் பொறி பறக்கும் வசனமெல்லாம் பழம் கதை. கருணாநிதியை மிஞ்ச அவருக்குத் தெரியும். முன்னாள் நடிகைக்கு நடிப்பு இயல்பாக வந்தது. அவருடைய வசீகரத்தின் தாக்கம் எத்தகையது என்று கருணாநிதிக்குத் தெரியாது. அவர் செல்லும் இடமெல்லாம் மக்கள் கூட்டம் அலைமோதிற்று. அவர்களைப் பார்க்கும்போது அவருடைய உற்சாகம் கரைபுரண்டது. இந்தமுறை இவர்கள் ஏமாற்ற மாட்டார்கள் என்று உள்ளுணர்வுக்குப் பட்டது. அவர்களை

வசப்படுத்த அவரிடம் ஆயுதம் இருந்தது. அவர் தமிழ்நாட்டின் எதிர்காலத் திட்டங்களைப் பற்றியோ சிந்தாந்தங்களைப் பற்றியோ பேசி நேரத்தை வீணாக்கவில்லை. அவரைப் பார்க்க வருபவர்களுக்கு அதில் சிரத்தையும் இல்லை. அவர்கள் சாமான்ய மனிதர்கள். அவர்களை நெகிழவைக்கும் மொழியில் பேச அவர் பல நாட்களாகத் தயாரித்துக்கொண்டிருந்தார். அது அவருக்கும் கருணாநிதிக்கும் இடையே இருந்த போர். நீதிக்கான போர். அதை மக்களுக்கு மிகத் தெளிவாக விளக்கவேண்டும். "கருணாநிதி என்னை ஒழிக்க வேண்டுமென்றே போட்ட திட்டம் இது! அவருடைய முகமூடியைக் கிழித்து அவருடைய நிஜ முகத்தைக் காண்பிக்கிறேன்!" என்று அவர் ஆரம்பிக்கும்போது பகபகவென்று அவருள் ஆவேசம் எழும். "என் மேல் பொய் வழக்குகளைப் போட்டார். பொய் சாட்சியங்களை அடுக்கினார். அவர் தேர்தல் அதிகாரிகளைக் கட்டாயப்படுத்தி என் மனுக்களை நிராகரிக்க வைத்தார். ஒரு மனு இல்லை, நான்கு மனுக்களும் எப்படி நிராகரிக்கப்படும்? அவருடைய கட்டாயத்திலே தானே நடந்திருக்கணும்? இதையெல்லாம் ஏன் செய்தார் தெரியுமா? ஏன் என்றால் அவருடைய மகனுக்கு முடிசூட்டணும் என்கிற ஆசை அவருக்கு. குடும்பம் தொடர்ந்து சூறையாடணும்னு நினைக்கிறார். அவருடைய அராஜகத்துக்கு முடிவு கொண்டுவர உங்களால்தான் முடியும். எனக்கு மக்களின் தீர்ப்புதான் மற்ற தீர்ப்பைவிட முக்கியம்" பேச்சின் முடிவில் பாஞ்சாலியின் வார்த்தைகளைச் சொல்வார்:

"தர்மத்தின் வாழ்வுதனைச் சூது கவ்வும்; மீண்டும் தர்மம் வெல்லும்."

கூட்டத்திற்கு அந்தக்கவிதை வரி புரிந்ததோ இல்லையோ, அவர் சொல்லவந்த சேதி புரிந்தது. இரண்டு மூதாட்டிகள் "அந்தப் படுபாவி கருணாநிதி" என்று திட்டியபடி நகர்ந்தார்கள்.

"மீண்டும் எம்ஜிஆர் ஆட்சி மலர உதவுங்கள்" என்று பேச்சின் ஆரம்பத்தில் ஜெயலலிதா சொல்வார். தன்னால் முதல்வராக முடியாமல் போனாலும் போகலாம் என்கிற சூசகமான பேச்சாக இருந்தது அது. ஆனால் அவருக்குத் தெரியும் மக்கள் எம்ஜிஆருக்காக இல்லை, தனக்காகவே வாக்கு அளிப்பார்கள் என்று. அவர் தேர்தலில் நிற்க முடியாது என்று ஆனபிறகும் அவர் தன்னை அடுத்த முதல்வராக முன்னிறுத்திக்கொண்டார். அதில் முரண் இருந்ததாக மக்களும் நினைக்காததுதான் விநோதம்.

"மற்ற எந்த தீர்ப்பையும் விட எனக்கு மக்களின் தீர்ப்புதான் முக்கியம்" என்று அவர் திரும்பத்திரும்பச் சொன்னதன் தாத்பரியத்தை அரசியல் விமர்சகர்கள்கூட புரிந்துகொள்ள

வில்லை. அவருடைய அடாவடித்தனம் முட்டாள்தனமானது என்று நினைத்தார்கள்; மூக்குடையப் போகிறது என்றார்கள்.

ஜெயலலிதா கூட்டத்துக்குக் கூட்டம் கருணாநிதியை வசைபாடிக்கொண்டு செல்கையில் கருணாநிதி தனது பரப்புரையில் ஜெயலலிதாவுடைய ஊழல்களைப் பட்டியலிட்டார். அத்தனை பங்களாக்கள், அத்தனை நகைகள், ஆயிரக்கணக்கான புடவைகள் என்று அடுக்கியபோது, பெண்கள் எழுந்து சென்றார்கள். காவல் அதிகாரிகள் அவர்களைக் கட்டாயப்படுத்தி உட்காரவைத்தார்கள். பெண்களுக்கு ஜெயலலிதா மீது விநோதமான ஈர்ப்பு இருந்தது. 'ரோசாப்பூ அம்மா' என்று கிறங்கிப்போனார்கள். கருணாநிதியின் குற்றச்சாட்டுகள் அநியாயமானவை என்று நினைத்தார்கள். 'அம்மா, நடிகையா இருந்தப்பவே போட்டுக்கிட்ட நகைதானே எல்லாம்? அவருக்கு என்ன வந்ததாம்?' என்றார்கள். 'எல்லாத்தையும்தான் பிடுங்கிக்கிட்டாரே/பிறகு ஏன்விடாம அதெப் பத்திப் பேசறாராம்? அந்தம்மாவைப்பாரு, மூளிக்காதும் கழுத்துமா உருவிவிட்டாப்பலெ பாவம்!'

எல்லா தேர்தல் கணிப்புகளையும் பொய்யாக்கி (மீண்டும் திமுக ஆட்சிக்கு வரும் என்று கணிப்புகள் சொன்னது.) தர்க்கத்திற்கு இடமே இல்லாதபடி ஜெயலலிதாவின் கூட்டணி பெரும்பான்மை பெற்று வெற்றிபெற்றது. (234இல் 196 தொகுதிகளில் கூட்டணிக்கு வெற்றி. அதிமுகவுக்கு மட்டுமே 132 தொகுதிகளில் வெற்றி. திமுக அணிக்கு 37 தொகுதிகளில் வெற்றி. திமுகவுக்கு 31 தொகுதிகளில் மட்டுமே.)

சட்டசபைத் தலைவியாக ஜெயலலிதாவைக் கட்சி ஒருமனதாகத் தேர்வு செய்தது. தமிழ்நாடு ஆளுநரும் உச்ச நீதிமன்றத்தின் முதல் பெண் நீதிபதி என்ற சரித்திரம் படைத்திருந்தவருமான ஃபாத்திமா பீவி, ஜெயலலிதாவை முதலமைச்சராகப் பதவி ஏற்று அரசு நடத்த அழைத்தார். அரசியல் சாஸனப்பிரிவு 164இன்படி ஆளுநருக்கு யாரை வேண்டுமானாலும் அரசுக்குத் தலைமை தாங்க அழைக்கலாம் என்று உரிமை இருந்தது. தன்னைக் கேள்விகேட்க நீதிமன்றங்களுக்கு அதிகாரம் இல்லை என்று ஃபாத்திமா பீவிக்குத் தெரியும். ஆளுநருடன் ஓர் உடன்படிக்கை முன்னதாகவே நடந்திருக்கும் என்று வதந்திகள் வலம் வந்தன. ஆனால் ஜெயலலிதாவின் அடாவடித்தனம் எந்த நாட்டு ஜனநாயகத்திலும் கேள்விப் படாதது. அவர் உடும்புப்பிடியாக தனது வாதத்தை முன்வைத்தார் – அதிமுகவுக்குக் கிடைத்த வாக்கு அவருக்குக் கிடைத்த வாக்கு. அவருக்கு நியாயம் வழங்க மக்கள் கொடுத்த தீர்ப்பு. 'நான் முதல்வராக வேண்டும் என்று அவர்கள் விரும்பியதால்தான்

பெரும்பான்மைப் பலத்தோடு கட்சி வெற்றி பெற்றது. நான் பதவி ஏற்காமல் போனால் அது மக்களின் விருப்பத்தை உதாசீனப்படுத்துவதுபோல' என்றார். முடிவு வெளியான மறுநாள் ஊடகங்களுக்குக் கொடுத்த அறிக்கையில் "மக்களின் மன்றம் சட்டமன்றங்களுக்கு அப்பாற்பட்டது. மக்கள் தீர்ப்பு மகேசன் தீர்ப்பு. மக்கள் அவருக்காகத்தான் வாக்களித்தார்கள் என்பதை மறுக்கமுடியாது," என்று கூறியிருந்தார்.

ஊடகங்கள் கடுமையாக விமர்சித்தன. அப்படியானால் மக்களின் தீர்ப்பு நீதிமன்றத் தீர்ப்பைப் புறம் தள்ளலாம் என்று அர்த்தமா? குற்றம் புரிந்தவர்கள் என்று நிரூபிக்கப்பட்ட நபர்கள் தேர்தலில் நிற்கக்கூடாது என்கிற விதி ஜனநாயகத்தின் பாதுகாப்பிற்காக. ஆனால் என்ன நடந்தது? தேர்தலில் நிற்கத் தகுதி அற்றவர் என்று சொல்லப்பட்ட ஒரு நபர் முதல்வர் பதவிக்குத் தகுதி உள்ளவர் என்று ஆயிற்று.

எத்தனை பெரிய நகைமுரண் அது!

நீதிமன்றத்தால் குற்றம் சாட்டப்பட்டுத் தண்டிக்கப்பட்ட ஒருவர் இத்தனை சாகசத் துணிச்சலுடன் முதலமைச்சர் பதவிக்கு வருவார் என்று அரசியல் சாசனத்தை வரைந்தவர்களுக்கு நிச்சயம் தோன்றியிருக்காது. அதனாலேயே அந்த சாத்தியத்தைப் பற்றி சாசனம் பேசவே இல்லை. ஜெயலலிதா இந்த மௌன இடைவெளியைத் தனக்குச் சாதகமாகப் பயன்படுத்திக் கொண்டார். அவருடைய செயல் திகைப்பை அளித்தாலும் அரசியல்வாதிகள், பத்திரிகையாளர்கள், அரசியல் சாசன அறிஞர்கள் வாயை மூடிக் கொள்ளவேண்டியிருந்தது. 'ஜெயலலிதாவின் மாபெரும் வெற்றி இந்திய ஜனநாயகத்துக்கு மாபெரும் பின்னடைவு' என்று தனது தலையங்கத்தில் *இந்தியா டுடே* பத்திரிகை எழுதியது. *தி ஹிண்டு* நாளிதழ் 'மே 14ஆம் தேதியே முதல்வராவதற்கு ஜெயலலிதா காண்பித்த அவசரம் பொருத்தமில்லாதது; நீதிமன்றத் தண்டனை பெற்ற குற்றவாளி' என்ற அவப்பெயர் நீங்கும்வரை ஜெயலலிதா காத்திருந்திருந்தால் மெச்சத்தக்கதாக இருந்திருக்கும்' என்றது.

அந்த அறிவார்ந்த விவாதங்களையெல்லாம் அவர் லட்சியம் செய்யவே இல்லை. நீதிமன்ற விஷயங்கள் எத்தனைக் காலம் இழுக்கும் என்பதும். அதன் முடிவில் வெற்றி கிடைக்கும் என்பது நிச்சயமில்லை என்பதும் அவருக்குத் தெரியும். மக்கள் ஒரு மனதாக அவரை மன்னித்துவிட்டார்கள். இல்லை, அவர் குற்றமற்றவர், அவையெல்லாம் பொய்வழக்கு என்று நம்பி அவரை மீண்டும் பதவியை ஏற்க அழைத்திருக்கிறார்கள். அவருக்குச் சாப விமோசனம் கிடைத்தாற்போல் இருந்தது.

மேலும், அவர் அவசரத்தில் இருந்தார். ஒத்திப்போட முடியாத அவசரத்தில்.

தேர்தல் முடிவுகள் அவருக்கு அமோக வெற்றி என்று சுட்டிக்காட்டியபோது ஒரு நண்பர் சொன்னார்: "அம்மா, நீங்கள் மறுபடி முதலமைச்சர் ஆகப்போகிறீர்கள். உங்களுடைய எதிரிகளைப் பழிவாங்கும் சமயத்தில் சற்று நிதானம் காண்பியுங்கள்."

நிதானம் என்பது அவருக்குத் தெரியாத வார்த்தை. 29ஆம் தேதி மே மாதம் கூடிய புதிய சட்டசபையில் அவர் எந்தவித உணர்ச்சியையும் காண்பிக்காமல் சொன்னார்: "தவறு செய்தவர்கள் அதன் பலனைப் பெறுவார்கள். அது அரசியல் பழிவாங்கல் என்று கூக்குரலிடுவதில் ஏதும் அர்த்தமில்லை."

அவர் அந்தத் தருணத்துக்காகவே காத்திருந்தார். அதுவே, பழிவாங்கலே அவரது குறிக்கோள் என்று தமிழகம் விரைவில் தெரிந்துகொண்டது.

11

ஜெயலலிதா பதவிப்பிரமாணம் எடுத்த பதினைந்து நாட்களுக்குள் அவருடைய அதிமுக மேலாளர்கள் நடவடிக்கை எடுக்கப்பட வேண்டியவர்கள் என்ற ஒரு பட்டியல் தயாரித்திருந்தார்கள். அதில் இருந்தவர்கள் எல்லாம் திமுகவின் முக்கிய பிரமுகர்கள் என்பதில் வியப்பில்லை. முதலில் (மே 17) இலக்கானது சட்டசபையின் முன்னாள் துணை சபாநாயகராக இருந்த பரிதி இளம்வழுதி. ஜெயலலிதா பதவியில் இல்லாதபோது கொச்சையாகப் பேசி மார்தட்டி மீசையை முறுக்கிக்கொண்டவர் – அவர் ஆட்சிக்கு வந்ததும் நடுங்கிச் செத்தவர்கள் பலர் – அவர்களுள் பரிதி இளம்வழுதியும் ஒருத்தர்.

தேர்தல் தினத்தன்று அதிமுக வேட்பாளர் ஜான் பாண்டியனின் ஆட்களின் வாள் வீச்சில் அவர் மயிரிழையில் தப்பியிருந்தார். திமுகவுக்கு விசுவாசமாக இருந்த காவல் துறை ஜான் பாண்டியனைக் கைது செய்து சென்னை மத்திய சிறையில் அடைத்தது. தேர்தல் முடிவு வந்தது நிலைமை தலைகீழாயிற்று. ஜான் பாண்டியனின் வாக்குச்சாவடி ஏஜெண்ட் பரிதி இளம்வழுதியின் மேல் ஜாமீனில் வெளி வரமுடியாத முதல் தகவல் அறிக்கை கொடுத்தார். பரிதி கைது செய்யப்பட்டு வேலூர் சிறையில் அடைக்கப்பட்டார். ஜெயலலிதாவுக்கு பரிதி இளம்வழுதி ஒரு முறை திமிராக அவரைப் பழித்தது நிச்சயம் மறந்திருக்காது. அவரது ஆட்சியில், ஆளுநர் சென்னா ரெட்டி தன்னிடம் தவறாக நடந்துகொண்டதாகச்

சொன்னபோது பரிதி அவரை ஏளனத்துடன் பரிகசித்தார். "நீ ஒரு கண்ணகியாக இருந்திருந்தால், தமிழ்நாடு சுட்டுப் பொசுங்கியிருக்கும். ஆனால் நீ கேவலம் ஒரு நடிகை. நடிக்கத்தான் தெரியும் உனக்கு."

தவறு செய்தவர்கள் பலனை அனுபவித்தாக வேண்டும் என்று ஜெயலலிதா சொல்லியிருந்தார். தவறு என்பதில் திமுகவினர் – மூத்த தலைவர்களிலிருந்து கீழ் வரிசை தொண்டர் வரை அவளை வேசி என்று பழித்துக் கேவலமாகப் பேசிய பேச்சுக்களும் அடங்கும். ஆலிஸ் கூப்பர் என்ற ஆங்கிலப் பெண் கவிஞரின் கவிதை தனக்காகவே எழுதப்பட்டதாக அவருக்குத் தோன்றும்,

"என்னுடைய ஒவ்வொரு அணுவையும் அவர்கள் வெறுத்தார்கள்,
நான் மறந்துவிடுவேன் என்று எதிர்பார்த்தார்கள்
என்னைப் புதைக்கத் தீவிரமாக முயன்றார்கள்
நான் ஒவ்வொரு முறையும் பிழைத்தேன்
குற்றம் என்று தண்டிக்கப்பட்டேன்

சமயத்துக்குக் காத்திருந்தேன்
ஆனால் இங்கிருந்து வெளியேறியதும்
ஒன்றைத் தெளிவாக்கப் போகிறேன்
பழிவாங்கல் என் விருப்பம்

மன்னிப்பது தெய்வீகம்
ஆனால் பழிவாங்கல் என் விருப்பம்
பழிவாங்கல் என் விருப்பம்
பழிவாங்கல், பழிவாங்கல், பழிவாங்கல்..."

அவருடைய கோபத்துக்கு இலக்கானவர்கள் திமுகவினர் மட்டுமல்ல. சுவீகார புத்திரன் என்று சொல்லி ஆடம்பரமாகத் திருமணம் செய்வித்துப் பிறகு அவர் இனி ஏதும் உறவில்லை என்று நிராகரித்த தத்துப் பிள்ளை வி.என். சுதாகரன் மேலும் சாட்டை விழுந்தது. ஜுன் 13 (2001) சுதாகரன் அதிகாலை 3 மணிக்குக் கொலைக்குற்றம் சுமத்தப்பட்டுக் கைதானார். வீட்டைச் சோதனைச் செய்தபோது லைஸென்ஸ் இல்லாத துப்பாக்கி ஒன்றும் ஒரு பாக்கெட் ஹெரோயின் போதைப்பொருளும் கிடைத்ததாகப் போலீஸ் சொன்னது. எல்லாம் பொய் என்று சுதாகரன் அலறினார். எல்லோருக்கும் தெரியும், அது ஜோடிக்கப்பட்ட வழக்கு என்று. ஆனால் அம்மாவின் கோபத்தை நிச்சயமாகச் சம்பாதித்திருக்க வேண்டும் அப்படிக் கைதாவதற்கு. வதந்திகள் ஏராளமாக வலம் வந்தன. ஜெயலலிதா சிறையில் இருந்தபோது போயஸ் கார்டன் வீடு சோதனை செய்யப்படப் போகிறது என்று தெரியவந்தவுடன், சுதாகரன் பல லட்சம் ரூபாய்களை அபேஸ் செய்துவிட்டதாகச் செய்தி. அதை அவன் திருப்பாதது மட்டுமல்ல, தன் பிம்பத்தை வளர்க்கும் முயற்சியில்

விளம்பரம் தேடிக்கொண்டிருந்தார். இளைய எம்ஜிஆர் என்று பாவனை செய்தார். கோவில் குளம் என்று அலைந்து பக்தர் வேஷம் போட்டார். தானே ஜெயலலிதாவின் வாரிசு என்று சிலரை நம்பவைத்து ஊதாரித்தனமாகச் செலவழித்தான். முட்டாள்களை சகித்துக்கொள்ள முடியாத ஜெயலலிதா அவரைச் சுவீகரிக்க நினைத்தது எப்படி என்பது புரியாத புதிர். அந்த நிலைக்கு ஜெயலலிதா இறங்கவேண்டிய நிர்ப்பந்தம் என்ன இருந்தது என்று யாராலும் கடைசி வரை ஊகிக்கமுடியவில்லை. சுதாகரன் கைதான அன்று மதியமே அவருடைய தந்தை டி. விவேகானந்தனும் கைது செய்யப்பட்டார். குடும்பத் தலைவரைக் கைது செய்ததன் மூலம் சசிகலாவின் குடும்பத்துக்கு ஜெயலலிதா எச்சரிக்கை விடுத்தார். சசிகலா அவருடைய தோழியாக வீட்டில் தங்கியிருந்தாலும் சசிகலாவின் குடும்பத்தினர் ஜெயலலிதாவைத் தொக்காக நினைத்துவிட முடியாது.

திமுக வட்டத்தில் ஒரு பீதி கலந்த மௌனம் நிலவியது. ஆனால் யாருமே, ஏன் அவருடைய பரம எதிரி கருணாநிதிக்கு என்ன நிகழவிருந்தது என்று கற்பனை செய்திருக்க முடியாது. சர்வாதிகார ஆட்சியில் நடப்பதுபோல 30, ஜூன் அன்று நள்ளிரவுக்குமேல் 2 மணிக்கு ஆலிவர் ரோட் பங்களாவில் அயர்ந்து உறங்கிக்கொண்டிருந்த கருணாநிதி படுக்கையிலிருந்து எழுப்பப்பட்டார். 72 வயது முதியவர் உடுப்பை மாற்றக்கூட போலீஸார் நேரம் அளிக்கவில்லை. தொலைபேசி இணைப்பு துண்டிக்கப்பட்டிருந்தது. வீடு முழுவதுமே போலீஸின் கைவசம் சிக்கியது போல கெடுபிடி பரவியது. சில நாட்களுக்கு முன்வரை கருணாநிதிக்கு சலாம் போட்ட அதிகாரிகளின் ஆளுமையே மாறிப்போயிருந்தது. இப்போது அவர்கள் ‘அம்மா’வின் ஆணையைக் கடைப்பிடிக்க வந்தவர்கள். கருணாநிதி படுக்கைக்குப் பக்கத்திலிருந்த கை பேசியில் உடனடியாக ஊரில் அப்போது இருந்த மத்திய அமைச்சரும் அவருக்குத் தனயனைப்போல இருந்தவருமான முரசொலி மாறனை அழைத்தார். சில நொடிகளில் மாறன் வந்து சேர்ந்தார். உடனே சன் டிவி குழுவும் வந்தது. இப்படிப்பட்ட சம்பவம் நிகழக்கூடும் என்று முன்னேற்பாடாக மாறன் அவர்களை எப்பவும் தயார் நிலையில் இருக்கச் சொல்லியிருந்தார். போலீஸ் தங்களுடைய அதிகாரப் போதையில் சன் டிவி கேமராக்களைக் கவனிக்கவில்லை; அல்லது கவனித்தும் கேமராவின் முன் அங்கு அரங்கேறிய கேவலமான நாடகத்தில் தங்களைக் கதாநாயகப் புருஷர்களாகக் காட்ட விரும்பினார்களோ என்னவோ? அவர்களை அனுமதிப்பதுபோல கண்டும் காணாமல் இருந்தார்கள். சினிமாப்படம் பிடிப்பதுபோல ஓர் அசைவு விடாமல் அங்கு நடந்த மனித உரிமை மீறல்களை,

அதிகார துஷ்பிரயோகத்தை, வன்முறையைக் கேமராக்கள் படம் பிடித்தன. 'ஐயோ' என்று பயத்திலும் உடல் வேதனையிலும் அலறும் 72 வயது முதியவர், படிக்கட்டில் பத்துக் காவலர்கள் அவரைக் குண்டுக்கட்டாக இழுத்துவருகிறார்கள், அவருடைய ரப்பர் செருப்பு ஒன்று நழுவுவதையும் பொருட்படுத்தாமல்... பிறகு அவர் வலுக்கட்டாயமாக வேனுக்குள் தள்ளப்படுகிறார். கைது வாரண்டைக் காண்பியுங்கள் என்று மாறன் போலீஸைக் கேட்க போலீஸ் இதய நோயாளியும் மத்திய அமைச்சருமான அவரையும் தாக்குகிறது. அதைத் தடுக்கப் பார்த்த இன்னொரு மத்திய அமைச்சரும் திமுக தலைவருமான டி.ஆர். பாலுவும் தாக்கப்படுகிறார். சன் டிவிக்குத் தெரியும் இந்தக் கானொளி எத்தனை சக்தி வாய்ந்த சாதனம் என்று. 30ஆம் தேதி காலையிலிருந்து அது விடாமல் ஒளிபரப்பப்பட்டது. 'ஐயோ என்னைக் கொல்றாங்களே' என்ற கூக்குரல் பிறகு அதனுடன் ஒட்டப்பட்டிருக்க வேண்டும், பார்ப்பவர்களிடம் அனுதாபத்தைத் தூண்ட. ஆனால் எந்தத் தூண்டுதலும் தேவையிருக்கவில்லை. குரூரமான மனித உரிமை மீறல் என்று மக்களை அதிர்ச்சி கொள்ள வைத்த காட்சி அது.

சன் குழு அத்தனைத் துரிதத்துடன் வந்தது ஜெயலலிதா எதிர்பாராதது. ஊடகங்களுக்குத் தெரியாமல் கைது நடக்க வேண்டும் என்ற எண்ணத்தில்தான் நடு இரவுக்குப்பின் நடத்தச் சொல்லியிருந்தார். ஆனால் போலீஸுக்குக் கேமராக்களைத் தடை செய்ய வேண்டும் என்ற எண்ணம் வரவில்லை.

ஆனால் ஜெயலலிதா ஊடகங்களுக்கு அளித்த தனது அறிக்கையில் அரசுக்கு ஊடகத்தின் உரிமையைப் பறிக்கும் எண்ணம் இல்லாததால்தான் தடை செய்யவில்லை என்றார். அந்தச் சுருள் முழுவதும் திருத்தப்பட்டது, உண்மையில் அப்படி நடக்கவே இல்லை என்றார். சென்னை போலீஸ் கமிஷனர் அலுவலகம் காண்பித்த அதிகாரப்பூர்வ படப்பிடிப்பு வேறு மாதிரி காண்பிக்கிறது என்றார்.

ஆனால் சன் டிவி காட்டிய காட்சியின் தாக்கம் எத்தகையதாக இருக்கும் என்று அவர் உணரவில்லை. தமிழகத்தில் அதிகபட்ச தொலைக்காட்சிப் பார்வையாளர்கள் சன் டிவி பார்வையாளர்கள். மிக நுணுக்கமாகக் காட்சிப்படுத்திய அந்தப் பிம்பங்கள் பார்ப்போரை, ஏன் ஜெயலலிதாவின் ஆதரவாளர்களைக்கூட மிகப்பலமாகப் பாதித்தது. அதை அவர் குறைத்து மதிப்பிட்டார். தவிர திமுக மாநிலத்தில் அதிகாரத்தில் இல்லாவிட்டாலும் மத்தியில் அதற்குச் செல்வாக்கு இருந்தது. திமுக மத்திய அமைச்சரவையில் அங்கம் வகித்தது.

ஊடகங்களுக்கு எப்போதுமே ஜெயலலிதாவைவிட கருணாநிதியிடம் அதிக சரளம் இருந்தது.

கருணாநிதியின் கைது தமிழ்நாட்டில் மட்டுமல்ல அனைத்து இந்தியாவிலும் தேசிய தொலைக்காட்சி சானல்கள் மூலம் தெரிய வந்து அதிர்ச்சி ஏற்படுத்தியது. தேசிய ஜனநாயக கூட்டணி அரசின் ஒரு குழு பாதுகாப்பு அமைச்சர் ஜார்ஜ் ஃபெர்னாண்டஸ் தலைமையில் தில்லியிலிருந்து வந்து கருணாநிதியை மத்திய சிறைக்குச் சென்று பார்த்து, தமிழ்நாட்டில் குடியரசுத் தலைவர் ஆட்சியை அமலாக்கவேண்டும் என்று சிபாரிசு செய்தது. ஆனால் பிரதமர் வாஜ்பாய் அவசர முடிவெடுக்கச் சம்மதிக்கவில்லை.

பிரதமராக ஒன்று மட்டும் செய்ய முடிவெடுத்தார். அதில் பலியானது ஆளுநர் ஃபாத்திமா பீவி. தமிழகத்தில் நிலவிய அசாதாரண சுழ்நிலையைப் பாரபட்சமில்லாமல் மத்திய அரசுக்குத் தெரிவிக்கவில்லை என்று ஃபாத்திமா திரும்ப அழைக்கப்பட்டார். ஏற்கனவே பீவி ஜெயலலிதாவுக்குப் பதவிப் பிரமாணம் செய்வித்ததற்காகக் கடும் விமர்சனத்துக்கு உள்ளாகியிருந்தார். ஆளுநர் திரும்ப அழைக்கப்பட்டது ஜெயலலிதாவுக்கு பலத்த எச்சரிக்கையாக இருந்தது. மத்திய அரசை அதிகம் எரிச்சலடைய இடம் கொடுக்கக்கூடாது என்று உணர்ந்து கைது செய்யப்பட்ட அமைச்சர்களையும் கருணாநிதியையும் சிறையிலிருந்து விடுவித்தார். ஆனால் தன் பக்க விவாதத்தை மத்திய அரசுக்கு விளக்க ஓர் அமைச்சர் குழுவைத் தில்லிக்கு அனுப்பினார். குழு சட்டம் ஒழுங்கு துணை அமைச்சர் அருண் ஜெட்லியைச் சந்தித்தது. அதிமுக எம்பி, கே. மலைச்சாமி, “சட்ட அமைச்சர் வழக்குரைஞர் மட்டும் இல்லை, நீதிபதியும்கூட என்று நிரூபித்தார்”. ஆனால் ஜெட்லி பிறகு சொன்னார் “நாங்கள் உறுமினோம். வாயை மூடிக்கொண்டார்கள்” என்றார்.

‘அவருடைய முதிய வயதைக் கணக்கில் எடுத்துக்கொண்டு மனிதநேய அடிப்படையில் தமிழக முதல்வர் ஜெ. ஜெயலலிதா கருணாநிதி விடுவிக்கப்படவேண்டும் என்று கட்டளையிடுகிறார்’ என்ற அறிவிப்பு மீடியாக்களுக்கு அனுப்பப்பட்டது. ‘ஆனால் அவர் மீது தொடுக்கப்பட்ட வழக்குகள் நீதிமன்றத்தில் தொடரும்.’

மனிதநேயம் என்று ஜெயலலிதா சொல்வது மிகப்பெரிய கேலிக்கூத்து என்றன ஊடகங்கள்.

பத்திரிகை நிருபர்கள்கூட உணர்ச்சிவசப்பட்டார்கள், ஐந்து நாட்கள் சிறைவாசத்துக்குப்பிறகு ஜூலை 4, 2001 அன்று விடுதலையான கருணாநிதி பத்திரிகையாளர்களைச் சந்தித்தபோது...

தனது பரிதாபமான அனுபவத்தைச் சொன்னார். பயமும் அதிர்ச்சியும் கொண்ட கலவையாகச் சொற்கள் வெளிப்பட்டன. “முஹம்மத் அலி (சிபிசிஐடி, டி.ஐ.ஜி) என்னுடைய வலது தோளைப் பற்றிக் கீழே இழுத்துக்கொண்டு போனதில் என் தோளில் மறை கழன்றுவிட்டது. என் கையை என்னால் இப்போது தூக்கமுடியவில்லை. இந்தக் கையால்தான் நான் எழுதுவது. என் கால்கள் இரண்டும் வீங்கிவிட்டன. என்னால் இரண்டு நிமிஷங்களுக்கு மேல் இப்போது நிற்க முடியவில்லை. என்னைப் படிக்கட்டில் இழுத்துக்கொண்டு போனபோது என் கால்கள் ஒவ்வொரு படியிலும் இடித்தன.”

இதைக்கேட்டு நிறைய பத்திரிகையாளர்கள் கண்கலங்கினார்கள். ஊடகம் முழுவதும் அவர் பக்கம் சாய்ந்தது. ஜெயலலிதா இதைக் கண்டுகொள்ளவில்லை. ஒவ்வொரு வழக்குப் பதிவுக்கும் ஒரு தேதி வரம்பு வைத்து அவர் செயல்பட்டதாகத் தோன்றிற்று. கருணாநிதியைத் தொடர்ந்து முன்னாள் அமைச்சர் கோ.சி. மணி, முன்னாள் தலைமைச் செயலர் கே.ஏ. நம்பியார் ஆகியோர் கைது செய்யப்பட்டார்கள். முரசொலி மாறன், போலீஸ் கைதின்போது தனக்கு ஏற்பட்ட கடும் பாதிப்பினால் சென்னை அப்பல்லோ மருத்துவமனையில் அவசர சிகிச்சைப் பிரிவில் சேர்க்கப்பட்டிருந்தார். மு.க. ஸ்டாலின் சில மணி நேரங்களில் போலீஸில் சரணடைந்தார். சென்னையில் கட்டப்பட்ட மேம்பால ஊழல் வழக்கில் ஸ்டாலின் பிரதானக் குற்றவாளியாக வழக்கு தொடரப்பட்டிருந்தது. அத்துடன் இருபது பத்திரிகை நிருபர்களும் கைது செய்யப்பட்டார்கள்.

மேம்பாலங்கள் கட்டப்பட்டதில் ரூ.12 கோடி மதிப்பின் முறைகேடு நடந்திருப்பதாக கருணாநிதி, ஸ்டாலின் உள்ளிட்ட பன்னிரண்டு பேர்மீது வழக்கு தொடரப்பட்டது. அதற்கான முதல் தகவல் அறிக்கை, ஊழல் கறைபடிந்த ஒரு முன்னாள் கார்ப்பரேஷன் கமிஷனரால் போடப்பட்டது. அது ஆதாரமில்லாத ஜோடிக்கப்பட்ட வழக்கு என்று எல்லோருக்கும் தெரியும். என்று ஒரு அதிமுக உறுப்பினர் சிரித்துக்கொண்டே சொன்னார், “மேடமுக்கு வழக்கு வலுவானதான்னெல்லாம் அக்கறையில்லே. அவங்களை ஒரு நாளாவது கம்பி எண்ண வெச்சுடணும் என்கிறதுதான் நோக்கம். ஜெயில்லே இருக்கட்டுமே, கரைஞ்சா போயிடுவாங்க? அம்மா 28 நாட்கள் ஜெயில்லே இருக்கல்லே?”

ஆனால் தனது ஆக்ரோஷத்தை வெளிக்காட்டுவதிலும் ஒரு முறை இருக்கவேண்டும் என்பதை ஜெயலலிதா நினைத்துப் பார்க்கவில்லை. ஒரு முன்னாள் முதல்வரை நடு இரவில் வாரண்ட் இல்லாமல் கைது செய்ய எப்படிப் பணித்தார்?

அவர் மேல் ஊடகங்கள் வைத்த விமர்சனங்களை அடியோடு மறுத்தார். எல்லா குற்றச்சாட்டுகளுக்கும் அவரே எழுதி கேள்வி பதில் அறிக்கையை ஊடகங்களுக்கு அளித்தார்.

78 வயது முதியவரை நள்ளிரவில் கைது செய்ய வேண்டிய அவசியம் என்ன? அவருடைய பதில்: "இந்திய போலீஸ் கையேடு தெளிவாகச் சொல்கிறது – பொதுமக்கள் ஆதரவு கொண்ட ஒரு அரசியல் தலைவர் சட்டம் ஒழுங்கு பிரச்சினையைத் தவிர்க்க நடு இரவில்தான் கைது செய்யப்பட வேண்டும் என்கிறது." கைது வாரண்ட் இல்லாமல் ஏன் கைது செய்யப்பட்டது என்பதற்கு அவர் கொடுத்த பதில்: "ஐ.பி.கோ பிரிவு 41இன் கீழ் கிரிமினல் குற்றம் சம்பந்தப்பட்ட வழக்கில் கைது வாரண்ட் தேவை இல்லை." அது சரி, ஆனால் கருணாநிதி கண்ணியமாக உங்களை நடத்தினாரே? உங்கள் கைது பகலில் நடந்ததே? பளீரென்று வந்தது பதில்: "அவருக்கு வேறு வழியில்லை. நாட்டின் சட்டம் மிகத் தெளிவாகச் சொல்கிறது. பெண்கள் மாலை 6 மணியிலிருந்து காலை 6 மணிவரை கைது செய்யப்படக்கூடாது; போலீஸ் காவலில் வைக்கப்படக்கூடாது."

போலீஸ் வரம்பு மீறி மூர்க்கமாக நடந்துகொண்டது என்ற குற்றச்சாட்டை அவர் வன்மையாக மறுத்தார். "கருணாநிதி உள்ளே வர அனுமதித்த பிறகுதான் போலீஸ் வீட்டின் உள்ளே நுழைந்தது. போலீஸ் அவரைத் துன்புறுத்தியது, மாடிப்படிகளில் இழுத்துக்கொண்டு போயிற்று என்பதெல்லாம் கட்டுக்கதை. முரசொலி மாறனும் டி.ஆர். பாலுவும் கருணாநிதியும் ஜோடித்த அண்டப்புளுகு" என்றார்.

போலீஸ் அவரை இழுத்துக் கொண்டு செல்லும்போது கருணாநிதி ஒரு நிருபரின் தாளில் அவசரமாக 'அறம் வெல்லும்' என்று எழுதினார். அவர் விடுதலையான பிறகு வழக்கைப் பற்றி ஒரு செய்தியும் வரவில்லை. ஜெயலலிதாவின் அடிமன ரௌத்திரத்திற்கு கருணாநிதியின் கைது ஒரு வடிகால். ஒரு அற்ப சமாதானம்.

எல்லா தரப்பிலிருந்தும் வந்த அழுத்தத்தால் ஓய்வுபெற்ற நீதிபதி ஏ. ராமன் தலைமையில் ஒரு விசாரணைக் கமிஷனை நியமித்தார். கருணாநிதி அதைப் புறக்கணித்தார். சன் டிவியின் வீடியோ ஜோடிக்கப்பட்டது அம்பலமாகிவிடும் என்றே கருணாநிதி புறக்கணிக்கிறார் என்று அவர் *ஹிந்து*வுக்குக் கொடுத்த பேட்டியில் சொன்னார். ஆனால் வெளியுலகம் அவர் தரப்பை ஏற்கத் தயாராக இல்லை. அந்த ஒரு சம்பவத்தின் மூலம் அவரை இனம் கண்டுகொண்டதுபோல விமர்சனப் பார்வையுடனேயே அவரைக் கவனிக்க ஆரம்பித்தது.

அவருக்கே இனி எச்சரிக்கையுடன் இருக்கவேண்டும் என்று புரிந்திருக்கும். மக்களின் பெரும்பான்மை வாக்குடன் ஆட்சியைப் பிடித்தால் போதாது; அதைப் பாதுகாக்கவும் வேண்டும். அவரது விரோதிகள் அவரைவிட கெட்டிக்காரர்கள். அவர்கள் ஒரு குழுவைப்போல ஒன்றாக வேலை செய்தார்கள். சாதாரண ஆட்கள் இல்லை. மகா சாமர்த்தியசாலிகள். கூட்டுக்குடும்பத்தில் ஆதரவுக்குப் பஞ்சமில்லை. கஷ்டகாலத்தில் ஆள் ஆளுக்கு உதவிக்கரம் நீட்டுவார்கள். அவரைப்போல இல்லை – தனி ஆளாக உறவும் ஒட்டும் இல்லாமல். யார் அவருக்கு ஓடிவந்து உதவ வருவார்கள் அவருக்கு நெருக்கடியான நேரத்தில்? மோசமான நெருக்கடியைச் சாதகமாகத் திருப்புவார்கள்? கருணாநிதி கொடுத்துவைத்தவர் என்பதில் சந்தேகமில்லை.

ஜெயலலிதாவின் ஆலோசகர்கள் யார்? எந்த அரசியல் நோக்கர்களுக்கும் தெரியாத விஷயம் அது. அவர்கள் எத்தகைய யோசனையைச் சொல்கிறார்கள்? அல்லது முன்பு வெங்கட்ராமனின் ஆலோசனையை நிராகரித்ததுபோல எல்லா நல்ல யோசனைகளையும் ஒதுக்கிவிட்டுத் தன் போக்கில், தனது சொந்த விருப்பு வெறுப்புப்படி மாநிலத்தை ஆள முடிவெடுக்கிறாரா? எல்லாமே அவரது விருப்பப்படிதானா? யாரும் வாயைத் திறப்பதில்லை. அதிகாரிகள், அமைச்சர்கள், யாரும். அவருடைய கோபம் அவ்வளவு பிரசித்தம். பீதியை ஏற்படுத்தும் கோபம், அவர் பதவியில் இருந்தாலும் இல்லாமற்போனாலும். அவர் திரும்ப ஆட்சிக்கு வந்துவிட்டால் என்ன செய்வது? எப்படி அத்தகைய பீதி பரவுகிறது? என்ன செய்கிறார் அதற்கு? எதிரிகள் என்னென்னவோ சொல்கிறார்கள் அவரைப்பற்றி. ஆனால் எது நிஜம் என்று சொல்வதற்கில்லை.

அவரைக் கண்டு மற்றவர்கள் பயத்தில் நடுங்குகையில் அவருக்கோ யார் மீதும் நம்பிக்கையில்லை. அவரது பூரண அன்பைப் பெற்றவர் யாரும் இருந்ததாகத் தெரியவில்லை.

ஒரு தொலைக்காட்சிப் பேட்டியில் முன்னாள் நடிகை சிமி க்ரேவால் அவரை, “எல்லையற்ற காதலை நீங்கள் உணர்ந்திருக்கிறீர்களா?” என்று கேட்டதற்கு “இல்லை, நான் உணர்ந்ததில்லை” என்றாள். “அது வெறும் புத்தகத்தில், கவிதையில், சினிமாவில் இருப்பது. நிஜ வாழ்வில் இல்லாதது. நிச்சயமாக இல்லை.”

அதுவே ஜெயலலிதாவின் குறையாக இருந்திருக்கக்கூடும், காதல் நிறைவேறாத குறையாக. தன்னைச் சேர்ந்தவராக யாரையும் இனம்காண முடியாததும் – தானே வகுத்துக்கொண்ட வாழ்க்கை முறையாக இருந்தாலும், தனியாக வாழும் பெண்ணாகத் தான் சுலபமாக ஏமாற்றப்படலாம் என்ற எண்ணமும், அவருக்கு

தற்காப்பு யுக்திகளை அளித்தன. சுபாவமான அகம்பாவம் முகமூடியாயிற்று. நம்பிக்கையின்மை, சகிப்பின்மையாக உருவெடுத்தது. பதவிக்குப் பாலின பேதம் இல்லை. கையில் சாட்டையைச் சுழற்றுவது ஆண்களின் உரிமை மட்டுமா? பழுத்த அரசியல் அனுபவமுள்ள கருணாநிதி தனக்குச் சமதையானவர் அல்ல என்று அவர் எண்ணினார். தன் பேச்சை இப்போது யாரும் ரசிக்கவில்லை என்பதை அவர் புரிந்துகொள்ளவில்லை. அவர் பேசினால் பழிவாங்கும் சொற்களும் எண்ணங்களும் தலைதூக்கி நின்றன. அவருடைய வெற்றி அவரது வசீகரத்தை நம்பியிருந்தது. வசீகரம் நிரந்தரமில்லை.

கருணாநிதி மத்தியில் யாருடன் கூட்டணி வைத்துக் கொண்டாலும் நம்பிக்கைக்குரிய கூட்டாளியாக இருந்தார். தவிர தனது ஆட்களுக்கும் தனக்கும் நன்மை அளிக்கும் வகையில் பேரம் செய்தார். ஜெயலலிதா தனது முதிர்ச்சி இல்லா அகம்பாவ நடத்தையால் கிடைத்த எல்லா தருணத்தையும் கோட்டை விட்டார். கருணாநிதி ஒரு சாணக்கியர், வியூகம் வகுப்பதில் ஒரு பெண், அதுவும் ஒரு 'பாப்பாத்தி' தன்னை மிஞ்சி நடந்துவிட அனுமதிக்கமாட்டார்.

அது ஒரு சமனற்ற போட்டி. அதில் ஜெயலலிதா கண்ணை மூடிக்கொண்டு பயணித்தார், காயப்படுவதைக் கண்டும் நின்று விடாமல். தனக்கென்று நல்ல நம்பிக்கைக்குரிய ஆலோசகர் குழு ஒன்று வைத்துக்கொண்டு அவர்கள் சொல்லும் வார்த்தைகளைப் பணிவுடன் கேட்டு நடக்க அவர் பழகியிருந்தால் தனது எதிரிகளைச் சமாளித்திருக்கலாம். ஆனால் அதற்குச் சாத்தியமே இல்லாமல் போனதால் ஜெயலலிதா திரும்பத்திரும்ப தவறு செய்தார்.

12

ஜெயலலிதாவுக்கு இப்போது ஒரே ஒரு யோசனைதான் இருந்தது. அவர் தேர்தலில் நிற்கத் தடையாக இருந்த தண்டனையிலிருந்து விடுவிக்கப்படவேண்டும். குறைந்த பட்சம் தண்டனையில் விதிக்கப்பட்ட இரண்டு ஆண்டுகளேனும் குறைக்கப் படவேண்டும். நவம்பர் மாதம் மத்தியில் அவருக்கு விதிக்கப்பட்டிருந்த ஆறு மாத அவகாசம் முடிந்துவிடும். அதற்குள் அவர் தேர்தலில் நின்று ஜெயித்தாக வேண்டும். தண்டனை அதற்குக் குறுக்கே நின்றது. 'டான்ஸி', 'ப்ளெஸென்ட் ஸ்டே ஹோட்டல்' வழக்குகளில் தனக்கு வழங்கப்பட்ட தண்டனைகளிலிருந்து உடனடியாகத் தான் விடுவிக்கப்படவேண்டும் என்று உச்சநீதிமன்றத்தில் மேல் முறையீடு செய்தார். ஆனால் உச்ச நீதிமன்றம் அந்த முறையீடுகளுக்குத் தடை விதித்தது. அவர் அவசரஅவசரமாக அரசியல் நாகரிகத்தை மதிக்காமல், தேர்தலில் நின்று வெற்றி பெறமுடியாத நிலையிலும் முதல்வராகப் பதவி ஏற்றது, பொதுவாக நீதிபதிகளுக்கும் கடுப்பேற்றியிருக்கக்கூடும்.

உச்சநீதிமன்றத்தின் தடை, நவம்பர் 14க்குள் அவருக்கு விடிவு கிடைக்க வாய்ப்பில்லை என்று தெரிவித்தது. அவருடைய ஆதரவாளர்கள் வரக்கூடிய எதிர்மறைத் தீர்ப்புக்குத் தம்மைத் தயார்படுத்திக் கொண்டார்கள். அவர் பயந்தபடியே நடந்தது. செப்டம்பர் 21 அன்று ஐந்து நீதிபதிகள் (எஸ்.பி. பரூச்சா, ஜி.பி. பட்நாயக், ஒய்.கே. ஸபர்வால், ருமா பால், ப்ரிஜேஷ் குமார்) கொண்ட அமர்வு ஒருமனதாகத் தீர்ப்பளித்தது. மே 14 அன்று

முதலமைச்சராக ஜெயலலிதா பதவி ஏற்றது அரசியல் அமைப்புக்கு எதிரானது, செல்லாதது என்றது. அவையின் உறுப்பினர் ஆவதற்குத் தகுதி இல்லாத ஒருவர் சாசனத்தின் பிரிவு 164(4)இன்படி அமைச்சராக நியமனம் பெறமுடியாது என்றது.

‘அது மிக முக்கியமான தீர்ப்பு. புரட்சிகரமான தீர்ப்பாகவோ புதிய நீதிமன்ற வழிமுறையைச் சொல்வதாகவோ இல்லா விட்டாலும் நீதிபதிகள் வெகு ஜாக்கிரதையாக இந்த நெருக்கடியைச் சமாளித்தார்கள்’ என்று *தி எகனாமிக் அண்ட் பொலிடிகல் வீக்லி* எழுதிற்று. ஏனென்றால் தீர்ப்பின் விளைவைப் பற்றியும் அவர்கள் யோசிக்க வேண்டியிருந்தது. நீதிமன்றங்களுக்கு எதிராக மக்கள் சக்தியை முன்வைப்பது இந்திராகாந்தியின் காலத்திலிருந்து தொடர்கிறது. ஜெயலலிதாவின் வழக்கறிஞர்களும் மக்களின் வாக்குதான் தலையானது என்றார்கள். அதற்குப் பதில் கொடுக்கும் வகையில் நீதிபதிகள், சாசனம்தான் தலைமையாயது என்றார்கள். ‘அதில் ஏதும் முரண்பாடு இல்லை’ என்றார்கள். ‘நீதிமன்றம் சாசனத்தைப் பற்றின கேள்வியைத் தீர்மானிக்கும்போது அது மக்களின் விருப்பத்தை நிறைவேற்றுகிறது. ஆனால் நீதிமன்றம் ஒரு குறிப்பிட்ட சமயத்தில் உணர்ச்சிவசப்பட்டு கும்பல் தெரிவித்த விருப்பத்தைக் கண்டு தடுமாறாது.’ அரசியல் அழுத்தத்தில் நீதிமன்றம் தடுமாறவில்லை என்பதையும் தீர்ப்பு தெரிவித்தது.

ஜெயலலிதாவிடம் இந்தத் தீர்ப்பு எப்படிப்பட்ட தாக்கத்தை ஏற்படுத்தியிருக்கும் என்று அனுமானிப்பது கடினம். அவர் கட்சியினரைச் சமாளித்தாகவேண்டும் முதலில். ‘மக்கள் தீர்ப்பே மகேசன் தீர்ப்பு’ என்று அவர் சொல்லிவந்ததை அவர்கள் நம்பினார்கள். இப்போது இந்தத் தீர்ப்பைக் கேட்டுப் பொங்கினால் ஆபத்து. அவர்கள் உணர்ச்சிவசப்பட்டு வன்முறையில் இறங்கினால் சட்டம் ஒழுங்குப் பிரச்சினை என்று சொல்லி 356 பிரிவின்கீழ் ஆட்சி கலைக்கப்படலாம். திமுக இதற்காகவே காத்திருக்கிறது. கட்சியினருக்குச் சொல்லியாகவேண்டும் ஆட்சியில் மாற்றமேதுமில்லை என்று. அவர் உடனடியாக *நமது எம்ஜிஆரில்* ஓர் அறிக்கை வெளியிட்டார்.

‘நான் தமிழக மக்களுக்கும் அஇஅதிமுக உறுப்பினர்களுக்கும் அமைதிகாக்கும்படிக் கேட்டுக்கொள்கிறேன். உச்சநீதிமன்றம் நான் பதவி ஏற்றதுதான் தவறு என்றது. தேர்ந்தெடுக்கப்பட்ட அஇஅதிமுக உறுப்பினர்கள் இருப்பார்கள். அஇஅதிமுக ஆட்சி, எம்ஜிஆர் ஆட்சிதான் தொடரப்போகிறது. அதனால் நீங்கள் பொறுமையாக அமைதியாக வன்முறையில் ஈடுபடாமல் இருக்கவேண்டும். வன்முறைச் சம்பவங்கள் நடந்தால் உடனே

சட்டம் ஒழுங்கு குலைந்துவிட்டது என்று, மத்திய அரசில் பங்கேற்கும் திமுக இங்கு குடியரசுத் தலைவர் ஆட்சியைக் கொண்டு வரப் பார்க்கும். தயவு செய்து அப்படி ஒரு சந்தர்ப்பத்தை அதற்குக் கொடுக்காதீர்கள். நான் திரும்பவும் வருவேன். நான் எல்லா வழக்குகளையும் சந்தித்து நிரபராதி என்று நிரூபிப்பேன். அதற்குப் பிறகு தேர்தலில் நின்று முதலமைச்சராகத் திரும்ப ஆட்சி செய்ய வருவேன். இது தற்காலிகமான ஏற்பாடுதான். ஞாபகம் இருக்கட்டும், கழுகுபோல கருணாநிதி காத்திருக்கிறார், வன்முறை வெடிக்கிறதா சட்டம் ஒழுங்கு மாநிலத்தில் குலைகிறதா என்று பார்த்துக்கொண்டு.'

போயஸ் கார்டனில் அமைச்சர்களுடனும் மாவட்டச் செயலாளர்களுடனும் அவசரக்கூட்டம் நடந்தது. உடனடியாக ராஜ்பவனுக்கு ஜெயலலிதா சென்ற வாகனத்தில் மூவர்ணக் கொடி இல்லை, அஇஅதிமுக கொடி மட்டும் இருந்தது . ஆளுநர் ஸி.கே. ரங்கராஜனிடம் தான் பதவி விலகப்போவதாகவும் புதிய முதல்வர் அன்று மாலைக்குள் அறிவிக்கப்படுவார் என்றும் தெரிவித்தார். அதற்கிடையே என்னவெல்லாமோ வதந்திகள் பரவத்துவங்கின. சசிகலா குடும்பத்துடன் அவர் பல மணிநேரம் ஆலோசனையில் இருந்ததாகச் சில பத்திரிகைகள் எழுதின. சசிகலாதான் அடுத்த முதல்வர் என்ற வதந்தி காட்டுத்தீயைப்போல பரவிற்று. கடைசியில் யாரும் சற்றும் எதிர்பாராதவகையில் பெரியகுளம் தொகுதியிலிருந்து முதல்முறையாக சட்டசபை உறுப்பினராகத் தேர்வு செய்யப்பட்டிருந்த ஓ. பன்னீர்செல்வத்தை முதல்வராக அவர் நியமித்தது எல்லோரையும் அதிர்ச்சி அடையச் செய்தது.

தேவர் சமூகத்தைச் சேர்ந்த ஒரு ஏழை விவசாயியின் மகனான பன்னீர்செல்வம் ஒரு பட்டதாரி. எளிமையானவர், பணிவானவர் என்று அறியப்பட்டிருந்தார். சசிகலாவின் மருமகன் (நாடாளுமன்ற உறுப்பினர்) தினகரனின் நல்லெண்ணத்தைப் பெற்றவர். தினகரன் பெரியகுளம் தொகுதியில் நாடாளுமன்றத் தேர்தலுக்காக நின்றபோது அவருக்காக பன்னீர்செல்வம் கடுமையாக உழைத்ததில் தினகரனின் நம்பிக்கைக்குப் பாத்திரமாகியிருந்தார். தினகரன் செய்த சிபாரிசினாலேயே ஜெயலலிதா பன்னீர்செல்வத்தைத் தேர்ந்தெடுத்ததாகச் சொல்லப்பட்டது. நல்லவேளை, சசிகலா தேர்வு செய்யப்படவில்லை என்று கட்சிக்காரர்கள் ஆசுவாசப் பெருமூச்சு விட்டார்கள்.

ஆனால் ஜெயலலிதாவின் முடிவினால் அதிக திகைப்பும் பீதியும் அடைந்தது பன்னீர்செல்வம்தான் என்பது மறுநாள் பத்திரிகைகளில் வந்திருந்த அவரது புகைப்படங்களில் தெரிந்தது.

அவரும் மற்ற அமைச்சர்களும் பதவிப்பிரமாணம் செய்ததும் ஜெயலலிதாவின் கால்களில் மறுபடி விழுந்து வணங்கி அவருடைய ஆசி பெற்றனர். அம்மா அமைதியே உருவமாக இருந்தார்.

ஜெயலலிதா ஆட்சியில் எந்த மாற்றமும் இருக்காது என்று சொன்னது சரியான வார்த்தை. ஆட்சியை அவர் நடத்துவது போலத்தான் இருந்தது. பன்னீர்செல்வம் போயஸ் கார்டன் வளாகத்திலேயே ஓர் அறையில் தங்கிவிட்டதாக வதந்தி இருந்தது. எல்லா கோப்புகளும் ஜெயலலிதா பார்த்த பின்னரே அவர் கையெழுத்திட்டதாகச் சொல்லப்பட்டது. தலைமைச்செயலகத் தாழ்வாரங்கள் அம்மாவின் வருகைக்காக வாயை மூடிக்கொண்டு காத்திருந்தன.

எதிர்பார்த்ததைவிட விரைவாக நல்ல சேதி கிடைத்தது. டிசம்பர் மத்தியில் சென்னை உயர்நீதிமன்றம் அவரையும் மற்றவர்களையும் டான்ஸி வழக்கிலிருந்து குற்றமற்றவர்கள் என்று விடுவித்தது. (சிறப்பு நீதிமன்றத்தின் இரண்டு ஆண்டுச் சிறைத்தண்டனையினால் தேர்தலுக்கு நிற்கும் தகுதியை ஜெயலலிதா இழந்திருந்தார்.) இந்தத் தீர்ப்பு திமுகவிற்கு அதிர்ச்சியை அளித்தாலும், "அரசியல் அழுத்தத்தால் நடந்த தீர்ப்பு என்று குற்றம் சொல்வதற்கில்லை" என்றார் சோ. ராமசாமி *துக்ளக்கில்* எழுதிய தலையங்கத்தில். 'இது சாதாரண வழக்கு இல்லை. வழக்கில் சாரமில்லை என்று உயர்நீதிமன்றம் முதலில் நிராகரித்தது அது உச்ச நீதிமன்றத்துக்கு எடுத்துச் செல்லப்பட்டது. உச்சநீதிமன்றம் அதை மீண்டும் சிறப்பு நீதிமன்றத்துக்கு அனுப்ப, சிறப்பு நீதிமன்றம் தண்டனை விதித்தது. வழக்கு மறுபடி உயர்நீதிமன்றத்துக்குச் சென்றது. ஜெயலலிதாவின் கீழ் அரசு நியமிக்கும் வழக்கறிஞர் பட்சமாகச் செயல்படலாம் என்று நீதிமன்றமே நியமித்த சிறப்பு வழக்கறிஞர் வேங்கடபதி – திமுக அரசால் அட்வகேட் ஜெனரலாக நியமிக்கப்பட்டிருந்தவர். அவர் அதிக அவகாசம் கேட்டிருந்ததால் மேல்முறையீட்டிற்குத் தடை ஏற்பட்டிருந்தது. ஒரு புதிய நீதிபதி இரண்டு தரப்பையும் ஆய்ந்து அலசிக் குற்றம் சாட்டப்பட்டவர்கள் எல்லோரும் விடுவிக்கப்பட வேண்டும் என்ற முடிவுக்கு வந்திருக்கிறார். நீதி கிடைத்தால் மட்டும் போதாது, அது நேர்மையாக நடந்ததாகவும் காணப்பட வேண்டும்' என்று தலையங்கம் விவரித்தது.

அஇஅதிமுக கட்சி அலுவலகம் இருந்த சென்னை லாயிட்ஸ் சாலை முழுவதும் பட்டாசு ஒலி காதைப் பிளந்தது. மிகப்பெரிய நிம்மதியும் மகிழ்ச்சியும் அடைந்தது பன்னீர்செல்வம்தான் என்பதில் சந்தேகமில்லை. ராமனின் வரவுக்குக் காத்திருந்த

பரதன் போல அம்மாவின் வருகைக்காகக் காத்திருந்த விசுவாசி. ஜெயலலிதா மறுபடி தேர்தலில் நின்று அபரிமிதமான வாக்குகள் பெற்று மீண்டும் முதல்வரானார். இடையில் அவர் இல்லாமலிருந்ததாக யாரும் உணரவே இல்லை.

மீண்டும் அதிகாரம் கிடைத்ததும் அம்மாவின் ஆளுமை பழைய வடிவம் எடுத்தது. கருணாநிதியைக் கைது செய்ததிலிருந்து அவருடைய தோழமைக் கட்சிகளை விரோதித்துக்கொண்டிருந்தார். இப்போது சட்டமன்றத்தில் அவருடைய கட்சிக்கு 234இல் 187ஆக மிருக பலம் தந்த கிறுகிறுப்பில் கூட்டணிகள் தேர்தல் சமயத்தில்தான் தேவையே தவிர பிறகு தேவை இல்லை என்று அறிவித்தார். தோழமை கட்சிகளுடன் அவர் என்றுமே அரசியல் நாகரிகம் கடை பிடித்ததில்லை. இது நல்லதற்கில்லை என்று அவரிடம் சொல்ல கட்சிக்காரர்கள் பயந்தார்கள். முன்பு பாஜக அவரது இலக்காக இருந்தது. இப்போது திடீரென்று காங்கிரஸ் கட்சித் தலைவி சோனியா காந்தியை வாய்க்குவந்தபடி விமர்சிக்க ஆரம்பித்தார். அடுத்த நாடாளுமன்றத் தேர்தலில் சோனியா பிரதமர் பதவிக்கு வேட்பாளராக இருப்பார் என்ற செய்தி பரவ ஆரம்பித்திருந்தது. சரத் பவாரும் பி.ஏ. சங்மாவும் அதற்குப் பலத்த எதிர்ப்பு தெரிவித்தார்கள். பாஜகவும் ஆர்எஸ்எஸ்ஸும் ஒரு வெளிநாட்டவர் இந்தியப் பிரதமராவது எப்படி என்று கடுமையாகத் தாக்கின. இதில் ஜெயலலிதா எதற்கு மூக்கை நுழைக்கவேண்டும், அதுவும் ஆக்ரோசமாக என்பது யாருக்கும் விளங்கவில்லை. இந்திய அரசியலில் தான் முக்கியமானவர் என்று காண்பிப்பதற்கா? தெற்கில் இருக்கும் தன்னை யாரும் ஒதுக்கிவிடமுடியாது என்று காட்ட விருப்பமா? அல்லது மத அடிப்படைவாத ஆர்எஸ்எஸ், பாஜகவின் தோழமையைப் பெற்றால் உதவியாக இருக்கும் என்ற எண்ணத்தினாலா?

தில்லியில் பிரதமர் வாஜ்பாயி தலைமையில் நடந்த காவிரி நதிநீர் தீர்ப்பாயம் கூட்டத்தில் கலந்துகொள்ள ஜெயலலிதா தலைநகருக்குச் சென்றார். கூட்டத்தின் இடையிலேயே அவர் வெளிநடப்புச் செய்தது பரபரப்பை ஏற்படுத்திற்று. அந்த தீர்ப்பாயம் 'ஒரு பல்லில்லாத புலி' என்றார். கர்நாடகா அதன் சொல்படி நடக்காதவரை கூட்டம் போட்டுப் பேசுவதில் எந்த அர்த்தமும் இல்லை, உச்ச நீதிமன்றத்தில் முறையீடு செய்வதுதான் ஒரே வழி என்றார். (அவரை கருணாநிதி கன்னடக்காரி, தமிழச்சி இல்லை என்று பழித்திருக்கிறார். ஆனால் முதலமைச்சராக ஜெயலலிதாதான் காவிரி விஷயத்தை மத்திய அரசுக்கும் கர்நாடகத்துக்கும் அதிக தீவிரமாக எடுத்துச் சென்றது என்று சொல்லவேண்டும்.)

அதற்குப்பிறகு அவர் பாஜக தலைவர் அத்வானியை 'மரியாதை நிமித்தம்' சந்திக்கச் சென்றார். பிறகு பத்திரிகையாளர் சந்திப்பின்போது சொன்னார், "இத்தாலியில் பிறந்த சோனியா காந்தியின் இயற்பெயர் அண்டோனியோ மைனோ. இந்தியப் பிரதமராக அவரை ஏற்கவே முடியாது. இரண்டு நாடாளுமன்ற அவைகளும் சேர்ந்து வெளிநாட்டவர் அத்தகைய பெருமைவாய்ந்த பதவிக்கு வருவதைத் தடுக்கும் சட்டம் இயற்றவேண்டும்" என்றார். அத்தோடு நிற்கவில்லை, சென்னைக்குத் திரும்பியதும் தமிழில் மிக மோசமாக அவதூறுகளைத் தொடர்ந்தார். "இந்தியரான ராஜீவ் காந்தியைத் திருமணம் செய்துகொண்டதன் சான்றிதழைத் தவிர சோனியா காந்தியிடம் வேறு என்ன இருக்கிறது? சுதந்திரம் பெற்று ஐம்பது ஆண்டுகளுக்குப் பின் இந்தியாவை ஓர் அந்நியரிடம் ஒப்படைக்கலாமா? மறுபடியும் ஒரு காலனிய ஆட்சிக்கு வழிவகுப்பதா? ஜெயபால் ரெட்டி, லாலு பிரசாத் யாதவ் போன்ற தலைவர்கள் சோனியாவின் வாலைப் பிடித்துக்கொண்டு ஏன் அலையவேண்டும்? நான் காங்கிரஸிலும், மற்ற கட்சிகளிலும் இருக்கும் சகோதர சகோதரிகளைக் கேட்டுக்கொள்கிறேன், ஒரு வெளிநாட்டவரைப் பிரதமராக்கி இன்னொரு காலனிய ஆதிக்கம் ஏற்பட முயற்சிசெய்யாதீர்கள்." அத்தோடு ஜெயலலிதா நிறுத்தவில்லை. சோனியா தன்னுடைய நண்பரும் இத்தாலிய வர்த்தகருமான ஒட்டாவியோ குவாத்ரோச்சிக்கு போஃபோர்ஸ் பேரத்தில் உதவினார் என்றார். புராதனப் பொருள்களை இத்தாலிக்கு ஏற்றுமதி செய்தார் என்றார்.

1999இல் ஏன் காங்கிரஸுடன் கூட்டணி வைத்தீர்கள் என்று ஒரு நிருபர் கேட்டார். "அது அரசியல் கட்டாயத்தால் நடந்தது, நாட்டின் நலனைக்கருதி, ஒரு பொதுத்தேர்தலைத் தவிர்க்க; ஆனால் நான் சோனியா காந்தியை என்றும் ஏற்றுக்கொள்ளவில்லை. அதனால்தான் நான் சோனியா காந்தியை விழுப்புரத்தில் சந்திக்கவில்லை' என்றார். அந்தச் சமயத்தில் காங்கிரஸ் கட்சியின் தலைவர் ஷரத் பவாரைப் பிரதமர் பதவி வேட்பாளர் என்று தான் கருதியதாகச் சொன்னார்.

அவருடைய வெறுப்பு மிகுந்த பேச்சு பத்திரிகைகளில் வந்தபோது அதிர்ச்சியை அளித்தது. இத்தனை ஆக்ரோஷத்தைக் காண்பிக்க வேண்டிய அவசியம் என்ன என்று நடுநிலையாளர்களுக்குத் தோன்றிற்று. தன்னை ஒரு தேசத் தலைவியாகக் காண்பிக்கவேண்டும் என்று ஜெயலலிதா விரும்பியிருக்க வேண்டும். பிரதமர் பதவிக்குத் தனக்கு அதிக தகுதி இருப்பதாக நினைத்திருக்கலாம். ஒரு மலையாள ஜோசியர் ஜெயலலிதா பிரதமர் பதவிக்கு வருவார் என்று சொல்லியிருந்ததாக வதந்தி இருந்தது. காங்கிரஸ் தலைவர்களுக்கு ஏற்பட்ட கோபம் புரிந்து

கொள்ளக்கூடியது. "ஜெயலலிதா ஏதோ பெரிய விளையாட்டை ஆடுகிறார்" என்றார் ஆனந்த் சர்மா. "எங்கள் கட்சி யாரைப் பிரதமர் பதவி வேட்பாளராகத் தேர்ந்தெடுத்தாலும் அவருக்கு அதில் சம்பந்தமில்லை. சோனியா காந்தி இந்திய நாட்டுப்பிரஜை. முறையாக தேர்தலில் வெற்றி பெற்று நாடாளுமன்றத்தின் உறுப்பினரானவர்."

யோசனையே இல்லாமல் அவர் ஆடிய ஆபத்தான விளையாட்டுதான் அது. "பாஜகவின் நல்லெண்ணத்தைச் சம்பாதிக்கப் பார்க்கிறார் தனது டான்ஸி வழக்குக்கு நல்ல தீர்ப்பு கிடைக்க" என்றார், தமிழக காங்கிரஸ் தலைவர் இளங்கோவன். "அவருடைய பழைய வரலாற்றை அவிழ்த்துவிட அதிக நேரம் செல்லாது."

அவர் சாட்டையாகப் பதிலடித்தார். "உச்சநீதிமன்றத்தைக் கேவலப்படுத்தாதீர்கள்! என்னுடைய பழைய வரலாற்றை உங்கள் மனம்போனபடி சொல்லிக்கொள்ளுங்கள். என்னுடைய வாழ்க்கை ஒரு திறந்த புத்தகம். எனக்கு யாரைக்கண்டும் பயமில்லை!"

அவருடைய உருவப்பொம்மைகள் எரிக்கப்பட்டன. சில காங்கிரஸ்காரர்கள் கைது செய்யப்பட்டார்கள்.

காங்கிரஸ்காரர்கள் மட்டுமில்லை, அவர் தனது எதிரிகள் என்று நினைத்தவர்கள் எல்லோரும் தாக்குதலுக்கு உள்ளானார்கள். ஆட்சிக்குச் செலவிடும் நேரத்தைவிட அவருக்கு விரோதமானவர்களை ஒழித்துவிடும் வேலையில் நேரம் செலவழிப்பதைப் போலிருந்தது. ஒரு பெரும் சுழற்காற்று தமிழகத்தில் வீசுவது போன்ற பீதி எழுப்பிற்று. பல தலைவர்கள் சிறையில் அடைக்கப்பட்டார்கள். பாஜகவின் கூட்டணியில் இருந்த மதிமுக தலைவர் வைகோ, தடைபட்ட இயக்கமான எல்டிடிஈக்கு ஆதரவாகப்பேசினார் என்று ஜாமீன் பெறமுடியாத பொடா சட்டத்தின்கீழ் கைது செய்யப்பட்டார். தேர்தல் சமயத்தில் அவரை மிகக் கடுமையாக வசைபாடியிருந்தார் வைகோ. பதினெட்டு மாதங்கள் அவர் சிறையில் இருக்க நேர்ந்தது. மத்தியில் இருந்த பாஜக அரசு உதவ முன்வரவில்லை. வைகோவைத் தொடர்ந்து பழ. நெடுமாறனும் அதே காரணத்துக்காக பொடாவின்கீழ் கைது செய்யப்பட்டார். *நக்கீரன்* ஆசிரியர் ஆர்.ஆர். கோபால், பிரிவினைவாதிகளுடன் தொடர்பு வைத்திருப்பதாகவும் லைசென்ஸ் இல்லாத துப்பாக்கி ஒன்று அவரிடமிருந்து கைப்பற்றப்பட்டதாகவும் பொடாவின்கீழ் சிறையில் அடைக்கப்பட்டார். அதற்கு முன்பு அவர் இரண்டு கொலை வழக்கில் குற்றம் சாட்டப்பட்டிருந்தார். இந்தக் குற்றச்சாட்டுகள் எல்லாம் ஜோடிக்கப்பட்டவை என்று எல்லா

பத்திரிகைக்காரர்களுக்கும் தெரியும். கோபால் சளைக்காமல் ஜெயலலிதாவை எதிர்த்து எழுதி வந்திருந்ததற்கான தண்டனை அது. அது தவிர கோபாலுக்குச் சந்தனக்கடத்தல் வீரப்பனுடன் தொடர்பு இருந்தது. வீரப்பனுடன் கோபால் நடத்திய பேட்டியின் போது வீரப்பன் ஜெயலலிதாவையும் சசிகலாவையும் மிகக் கீழ்த்தரமாகத் திட்டியிருந்தான். அந்தப் பேட்டியைத் தேர்தல் பிரச்சாரத்தின்போது சன் டிவி ஒளிபரப்பியபடி இருந்தது. நக்கீரன் கோபாலின் கைதை எதிர்த்துப் பத்திரிகையாளர்கள் குரலெழுப்பியபோது கருணாநிதியின் ஆதரவுக் குரலாக அது எடுத்துக்கொள்ளப்பட்டது. ஜெயலலிதாவின் சுபாவம் தெரிந் திருந்ததால் சில பத்திரிகைக்காரர்கள் அதில் கலந்துகொள்ளத் தயங்கினார்கள். கோபால் ஜாமீனில் வெளிவர ஓராண்டு ஆயிற்று.

முன்னாள் அமைச்சர்கள் பலரின் வீடுகள் சோதனைக்கு உள்ளாயின. ஒரு அதிமுக வழக்கறிஞர் ரகசியமாகச் சொன்னார். “2001 தேர்தலுக்கு முன்பே திமுகவினருக்கு எதிராக என்னென்ன வழக்குகள் தொடரலாம் என்று ஒரு பட்டியல் தயாரிக்கச் சொல்லப்பட்டது. முன்பு குறைந்தபட்சம் எதிர்க்கட்சியினரை வளைக்கக் காரணம் இருந்தது. இப்போது அரசுக்கு எதிராக யார் பேசினாலும் உள்ளே தள்ளிவிடுகிறார்கள்.”

ஜெயலலிதாவின் அடையாளமே மாறிப்போனது. கேள்வி கேட்க யாருமே இல்லை என்பதுபோல இப்போது பூரண சர்வாதிகாரியாகச் செயல்பட்டார். அவரைத் தாக்கி எழுதியவர்கள் மேல் சகட்டுமேனிக்கு வழக்குகள் போடப்பட்டன. பத்திரிகைத் துறையின் முதுகெலும்பு விண்டு போனதுபோல இருந்தது. ஊடகங்களுடனான உறவு முழுவதும் கசந்து போயிருந்தது. அதை ஒரு பொருட்டாக அவர் நினைக்கவே இல்லை. திடீரென்று சட்டசபையில் எந்த விவாதத்துக்கும் இடம் கொடுக்காமல் *ஸூ மோட்டோ* அறிக்கை விடுத்தார் – புதிய செயலகம் கட்டுவதற்காக நூறு வயது பழைமை வாய்ந்த ராணி மேரி கல்லூரியை இடிக்கப்போவதாக. 4500 புதிய – பழைய மாணவிகள், சென்னைவாசிகள் பொங்கிவிட்டார்கள். திமுக தருணத்தை உபயோகித்துக்கொண்டது. மு.க. ஸ்டாலின் கல்லூரிக்குச் சென்று மாணவிகளுக்குத் தமது கட்சியின் முழு அனுதாபமும் ஒத்துழைப்பும் உண்டு என்று காண்பித்துக் கொண்டார். அன்று ஸ்டாலின் இளைஞர்களின் கதாநாயகர் ஆனார். முதல்வரின் கட்டளைப்படி போலீஸ் விரைந்து அவரைக் கைது செய்தது. பயந்துபோன கல்லூரி பிரின்ஸிபால், அனுமதி இல்லாமல் ஸ்டாலின் உள்ளே வந்தார் என்று அறிக்கை விட்டார். சோ *துக்ளக்*கில் எழுதினார்:

'சிறைகள் இருப்பதே எதிர்கட்சியினரை அடைக்க என்று முதல்வர் முடிவுக்கு வந்துவிட்டார். ஸ்டாலினின் கைது அதைத்தான் சொல்கிறது. அனுமதி பெற்றுதான் செல்லவேண்டும் என்பதற்கு ராணி மேரி கல்லூரி அணு மின்நிலையம் இல்லை. ஆனால் ஸ்டாலின் கல்லூரிக்குச் சென்று மாணவிகளுடன் பேசியதே குற்றம் என்று ஜெயலலிதா நினைக்கிறார். ஊழல் குற்றச்சாட்டில் சிக்கவைக்க முடியாத நபர் எப்படியாவது சிறை யில் இருக்கவேண்டும் என்று, நீதி விசாரணைக்கு இது ஏற்றதா என்ற யோசனையே இல்லாமல் அந்தக் கைது நடத்தப்பட்டது.'

உயர்நீதிமன்றத்தில் அளிக்கப்பட்ட முறையீட்டில் நீதிமன்றம் அரசின் அந்த முடிவைத் தடுத்து நிறுத்திற்று.

கிராமப்புறத்தவருக்கும் அவருடைய ஆதரவாளர்களுக்குமே அதிர்ச்சி அளிக்கும் விதத்தில் கோவில்களில் கொடுக்கப்படும் மிருக பலிகளுக்கு அவர் தடை விதித்தார். கிராமத்து எளிய மக்கள், தடையை மீறும் குற்றத்தைவிட நேர்த்திக்கடனைச் செலுத்தாமல் போனால் தெய்வக்குற்றத்துக்கு ஆளாவோம் என்று பயந்தார்கள். காஞ்சி சங்கராச்சாரியாரின் ஆலோசனையின் பேரில் ஜெயலலிதா அதைச் செய்ததாக வதந்தி கிளம்ப, திராவிடக் கட்சி சித்தாந்த ஆதரவாளர்களும் திமுக ஆதரவு அறிவுஜீவிகளும் தடையை மிகக் கடுமையாக எதிர்த்து விமர்சித்தார்கள்.

சட்டசபையும் அதன் நடவடிக்கைகளும் கேலிக்கூத்தாகின. எதிர்க்கட்சியினர் பேச அனுமதிக்கப்படவில்லை. அதிமுக உறுப்பினர்கள் ஜெயலலிதாவின் புகழ்பாடுவதிலேயே நேரம் கழித்தனர். அதை அவர் ரசிப்பதுபோல இருந்தது. எதிர்க்கட்சியினர் வெளிநடப்பு செய்தபோது அவர்கள் தன்னைக்கண்டு பயந்து விட்டதாக அவர் நினைத்தார். "ஜெயலலிதா அம்மையார் தேன் கூட்டில் கைவைக்கிறார்" என்றார் கருணாநிதி.

அவருடைய சைகைகளைக்கண்டு மிக அதிகமாக ஏமாற்றமடைந்தவர் சோ. ராமசாமியாகத்தான் இருக்கவேண்டும். "அவருடைய செய்கைகள் சாமர்த்தியத்தையோ அரசியல் முதிர்ச்சியையோ காண்பிக்கவில்லை. ஏனென்றால் இவை எதுவும் அரசியல் ரீதியாக அவருக்கு உதவாது. ஆனால் திமுகவுக்கு உதவும். அண்ணன் – தம்பி சச்சரவில் சிக்கியிருந்த குடும்பம் ஒன்று சேர்ந்து உறவைப் பலப்படுத்தும். அத்தோடு திமுகவுக்கும் காங்கிரஸுக்கும் இடையே, நடக்காது என்று நினைத்திருந்த நெருக்கம் ஏற்படும்" என்றார்.

அமைச்சர்களும் அதிகாரிகளும் ஊடகங்களுடன் பேசக் கூடாது என்று வாய்மொழி உத்தரவு இருந்தது. 2001இல் ஜெயலலிதா

பதவி ஏற்றபோது ஒரு ஐ.ஏ.எஸ் அதிகாரி சொன்னார், "அவர் நிறைய பாடம் கற்றுக்கொண்டிருக்கிறார். இப்போது அவரை அணுகுவதில் சிரமம் இருக்காது. அவருடன் பணிபுரிவதும் எளிதாக இருக்கும்." ஆனால் ஒரே மாதத்தில் அந்த எதிர்பார்ப்பு பொய்த்துப்போனது. அமைச்சர்களுடனோ அதிகாரிகளுடனோ கலந்து பேசாமல் கருணாநிதியைக் கைது செய்ய உத்தரவிட்டார். அடுத்த இரண்டு ஆண்டுகளில் சர்வாதிகாரியாக வலம் வந்தார். 'இரும்பு மனுஷி' என்று வர்ணித்தார்கள். அவருடைய அரசுக்கும் ஊடகங்களுக்கும் இடையே இரும்புத்திரையை ஏற்படுத்தினார். அரசு என்ன செய்கிறது என்பது பரம ரகசியமாக இருந்தது. அமைச்சரவையைக் கூட்டினார். கூடவே அமைச்சர்களின் இலாகாவை இஷ்டத்துக்கு மாற்றினார். இரண்டு ஆண்டுகளில் பதினோரு மாற்றங்கள் இருந்தன. 23 அமைச்சர்கள் பதவி இழந்தார்கள். அதில் ஐந்துபேர் திரும்ப அழைக்கப்பட்டார்கள். "அம்மாவின் கீழ், நாளை என்பது யாருக்கும் நிச்சயமில்லை" என்றார் ஒரு அதிமுக தலைவர். "பாதுகாப்பற்ற உணர்வை ஏற்படுத்தினால்தான் வேலை செய்வார்கள் என்று நினைக்கிறார்."

ஒவ்வொரு இலாகாவைப் பற்றியும் அந்த அமைச்சரைவிட அதிகமாக ஜெயலலிதாவுக்குத் தெரிந்திருந்தது. அமைச்சர்களை அழைத்தாலும் எல்லா முடிவுகளும் அவருடையது. எந்த அமைச்சரும் சுதந்திரமாகக் கருத்து சொல்வது அவருக்குப் பிடிக்காது. வாயைத் திறந்தால் கழுத்தில் கத்தி விழும் என்று அவர்களுக்குத் தெரியும். அவருடைய ஆட்சியில் வேலை செய்த பெயர் குறிப்பிட விரும்பாத ஓர் அதிகாரி சொன்னார், "எங்களிடையே எப்பவும் ஒரு பயம் இருக்கும். அவருக்கு என்ன பிடிக்குமோ அதை மட்டுமே நாங்கள் சொல்லவேண்டும் என்று எதிர்பார்க்கப்பட்டது. வாதத்தில் குறையிருப்பதை யாராவது சுட்டிக்காட்டினால் அவருக்கு மகாக் கோபம் வந்துவிடும். நாங்கள் எல்லோரும் வாயடைத்துப் போவோம்."

சில நெருக்கடியான தருணங்களில் மிகக் கடுமையாகவும் உறுதியாகவும் முடிவு எடுக்கும் திறமை ஜெயலலிதாவுக்கு இருந்தது. மாநில அரசு ஊழியர்கள் வேலை நிறுத்தத்தில் இறங்கிய போது அது வெளிப்பட்டது. மத்திய அரசு ஊழியர்களுக்கு இணையாக தங்களுக்கு ஊக்கத் தொகையும் பண்டிகை முன்பணமும் கொடுக்கப்படவேண்டும் என்று அவர்கள் கோரிவந்தார்கள். 'அவர்கள் கோரியிருந்தபடி வருங்கால வைப்பு நிதி முழுவதையும் ரொக்கமாக வழங்கவும் கூடுதலாக 3% அகவிலைப்படியை ரொக்கமாகக் கொடுக்கவும் அரசு ஏற்கெனவே ஒத்துக்கொண்டிருக்கிறது. அரசுக்கு இருக்கும் நிதிச்சுமை காரணமாக மேலும் ஊதிய உயர்வுக்கும் விடுமுறை

நாட்களுக்கான முன் பணமும் கொடுப்பதற்கான அவசியம் ஏதும் இல்லை' என்றது அரசு. திமுக சார்புத் தொழிலாளர் சங்கங்கள் என்று நினைக்கப்பட்ட அமைப்புகள் அளித்த தைரியத்தில் ஜூலை 1, 2003 அன்று வேலை நிறுத்தத்தில் இறங்கியபோது, அதுவரை தமிழக அரசு ஊழியர்களிடம் காண்பித்திராத கடுமையுடன் நடந்து கொண்டது ஜெயலலிதாவின் அரசு. உடனடியாக வேலை நிறுத்தத்தில் ஈடுபட்டவர்கள் பணிநீக்கம் செய்யப்படுவார்கள் என்று அரசாணை பிறப்பித்த கையோடு தமிழக அரசு இரண்டு லட்சம் ஊழியர்களையும் ஆசிரியர்களையும் பணி நீக்கம் செய்தது. வன்முறையில் ஈடுபட்டார்கள் என்று நள்ளிரவில் பலர் கைது செய்யப்பட்டார்கள். சில சங்கத்தலைவர்கள் எதிர்க்கட்சிகள் அளித்த ஆதரவு தந்த தைரியத்தில் பொது மேடைகளில் ஜெயலலிதாவை மிகக் கேவலமாகத் தூற்றியிருந்ததாகச் சொல்லப்பட்டது. TESMA என்ற தமிழ்நாடு அவசிய சேவைகள் பராமரிப்புச் சட்டத்தின் துணையுடன் துறைச் செயலர்களும் மாவட்ட கலெக்டர்களும் ஜூலை 2 அல்லது 3 அன்று பணிக்குச் செல்லாதவர்களைக் கண் இமைக்காமல் பணி நீக்கம் செய்தார்கள். அரசு அதிவேகமாகக் காலி இடங்களை நிரப்ப தற்காலிகப் பணியாளர்களை நியமிக்கத் தொடங்கியது.

பொதுமக்களுக்கு அரசு ஊழியர்களிடம் ஏதும் அனுதாபம் இருக்கவில்லை. ஊழியர்கள் ஊழலுக்கும் அராஜகத்துக்கும் அடையாளமாகி மதிப்பை இழந்திருந்தார்கள். " ஜெயலலிதாவின் செய்கை அசாத்திய துணிச்சலானது" என்றார் சோ. "வேறு எந்த முதலமைச்சரும் செய்திருக்கமாட்டார். தேர்தல் பூத்களில் பணியாற்றுபவர்களும் அரசு ஊழியர்கள் என்பதால் அவர்களை விரோதித்துக்கொள்ள யாரும் விரும்ப மாட்டார்கள்."

பணிநீக்கம் செய்யப்பட்ட ஊழியர்கள் பதறிப்போனார்கள். வேலை நிறுத்தத்தில் பங்குகொண்ட 80 சொச்ச அமைப்புகளிடையே மோதல் ஏற்பட்டது. ஒன்றை மற்றொன்று குற்றம் சாட்டின. உச்ச நீதிமன்றம் ஜெயலலிதாவுக்கு ஆதரவாகத் தீர்ப்பு சொன்னது. ஊழியர்களுக்கு வேலை நிறுத்தத்தில் ஈடுபட ஏதும் உரிமை இல்லை என்றதோடு, பணிநீக்கம் செய்யப்பட்டவர்கள் மன்னிப்புக்கடிதம் எழுதினால் மீண்டும் சேர்த்துக்கொள்ளும்படி ஜெயலலிதாவுக்கு உபதேசித்தது. வேலை நிறுத்தத்தை மிக உறுதியுடன் துணிச்சலாக ஜெயலலிதா கையாண்டதை வெகுவாகப் பாராட்டிற்று.

ஆனால் ஜெயலலிதா பணிநீக்கம் செய்யப்பட்டவர்களைச் சேர்த்துக்கொள்ள மறுத்தார். பணிநீக்கம் செய்யப்பட்டவர்கள் சுயகௌரவம் முழுவதும் இழந்து பொதுவெளியில் டிவி

கேமராக்கள் முன்பு அழுது புலம்பினார்கள். கேமராவுக்குமுன் தெய்வ சன்னிதானத்தில் இறைஞ்சுபவர்கள் போல 'அம்மாவின் ஆணைகளை ஒருபோதும் மீற மாட்டோம், ஒரு தாய் குழந்தை செய்த பிழைகளை மன்னிப்பதுபோல மன்னித்து அருளவேண்டும்' என்று வேண்டினார்கள்.

கடைசியில் 3000 சொச்சம் பணியாளர்கள் நீங்கலாக மற்றவர் களைச் சேர்த்துக்கொள்ள அவர் பச்சைக்கொடி காண்பித்ததும் அதே டிவி கேமராக்கள் முன்பு ஊழியர்கள் கண்ணீர் மல்க நன்றி தெரிவித்தார்கள். ஜெயலலிதா தெய்வத்தாயின் அடையாளமாகிப் போனார்.

ஆனால் ஒரு விஷயத்தை அவர் உணரவில்லை. தமிழ்நாட்டு மக்கள் தொகையில் அரசுப்பணியாளர்கள் 2% கூட இல்லை என்று அவர் சொன்னாலும் அந்தச் சில நாட்களில் அவர்கள் பட்ட அவமானமும் வேதனையும் அவர்களால் வாழ்நாளுக்கும் மறக்கமுடியாது. 'அரசு ஊழியர்கள் இனி அதிமுகவுக்கு வாக்களிக்கமாட்டார்கள்' என்றார் பாதிக்கப்பட்ட ஒரு கல்லூரி ஆசிரியை. மாறாக, கருணாநிதி அவர்களை எப்பவுமே பராமரித்து வந்திருக்கிறார். மத்திய அரசு தரும் சலுகைகள் எல்லாம் தர முயன்றிருக்கிறார், அவர்கள்தான் தேர்தல் சாவடிகளைக் கவனிப்பவர்கள் என்கிற எச்சரிக்கையுடன்.

உச்சநீதிமன்றத்தின் ஒரு சின்ன பாராட்டு ஜெயலலிதாவுக்குப் போதுமானதாக இருந்தது. டெஸ்மா சட்டத்தின் கீழ் கருணாநிதி உள்ளிட்ட அனைத்து எதிர்க்கட்சித் தலைவர்களுக்கும் (திமுக, இடது சாரிகள், காங்கிரஸ்) எதிராக வழக்குகள் போட்டார் வேலை நிறுத்தத்துக்கு ஆதரவு அளித்ததாக. அதைத்தொடர்ந்து எல்லா பத்திரிகைகள் மீதும் அவதூறு வழக்குகள் தொடர்ந்தார். *ஹிந்து* பத்திரிகைமீது மட்டுமே 20 வழக்குகள் போடப்பட்டன. ஏப்ரல் 2003 'அதிகரிக்கும் சகிப்பின்மை' என்று எழுதப்பட்ட தலையங்கம் அதில் பிரதானமாகக் குற்றச்சாட்டுக்கு இலக்கானது.

சட்டசபையில் ஹிந்து தலையங்கம் சிறப்புக் கவனத்திற்கு எடுத்துக் கொள்ளப்பட்டது. வழக்கு தொடர்ந்த அரசு தரப்பு சாட்டிய குற்றம் – 'எல்லா கட்சிகளாலும் எல்லா தரப்பு மக்களாலும் அவருடைய செய்கைகளுக்காகவும் ஆற்றலுக்காவும் போற்றிப் பாராட்டப்படும் நமது முதல்வரின் நற்பெயருக்கும் கண்ணியத் திற்கும் வேண்டுமென்றே களங்கம் விளைவிக்கும் எண்ணத்துடன் *ஹிந்து* பத்திரிகை எழுதுகிறது.'

ஆனால் யாருமே எதிர்பாராதது நடந்தது. சபாநாயகர், கே. காளிமுத்து *ஹிந்து* ஆசிரியர் என். ரவியையும் நான்கு

ஊழியர்களையும் கைது செய்ய வாரண்ட் பிறப்பித்தார். புதிதாகத் தலைமை ஆசிரியராகப் பதவி ஏற்றிருந்த என். ராம். தகவலறிந்ததும் உடனடியாக செயல்பட்டார். உச்ச நீதிமன்ற நீதிபதிகளை அணுகி, அன்று சனிக்கிழமையாக இருந்தும் கைதுக்குத் தடை உத்தரவு பெற்றார்.

தமிழக அரசின் சர்வாதிகார நடவடிக்கையை நாடு முழுவதும் கண்டனம் செய்தது. அவருக்கு அது வியப்பைத் தந்திருக்கும்; ஆனால் அதை வெளிப்படுத்தவில்லை. மோசமான காலகட்டத்திலும் அவர் யாருக்கும் தலை வணங்கியதில்லை. உச்ச நீதிமன்றத்திலிருந்து வந்திருந்த மற்றொரு உத்தரவு ஏற்கெனவே பின்னடைவை ஏற்படுத்தியிருந்தது. திமுக பொதுச் செயலாளர் கே. அன்பழகன் கொடுத்திருந்த முறையீட்டை – ஜெயலலிதாவுக்கு எதிரான வழக்குகள் நியாயமாக சுதந்திரமாகத் தமிழகத்தில் நடக்கும் என்கிற நம்பிக்கை மக்களுக்குப் போய்விட்டதால் வேறு மாநிலத்துக்கு அவை மாற்றப்படவேண்டும் என்ற முறையீட்டை, ஏற்றுக்கொண்டு ஜெயலலிதாவின் வழக்குகளை சென்னை சிறப்பு நீதிமன்றத்திலிருந்து கர்நாடகாவுக்கு, பெங்களூரில் இருந்த சிறப்பு நீதிமன்றத்துக்கு மாற்ற உத்தரவிட்டிருந்தது.

2004க்குள், அடுத்த நாடாளுமன்றத் தேர்தலுக்கு நாடு தயாராகிக்கொண்டிருந்த நேரத்தில், மாநிலம் முழுவதிலும் அவருடைய செல்வாக்கு வெகுவாகக் குறைந்திருந்தது. மிக முக்கியமாக ஊடகங்களின் கோபம் உச்சத்தில் இருந்தது. அதன் விளைவாக அவர் செய்த சில நல்ல செயல்களைக்கூட அவர்கள் பாராட்டாமல் இருந்தார்கள். மிகத் தொலைநோக்கு பார்வையுடன் ‘மழை நீர் சேமிப்பு’ திட்டத்தை அவர் எல்லா குடியிருப்பிலும் கட்டாயப்படுத்தியது சென்னையின் குடிநீர் நிலையை ஆச்சரியகரமாக மேம்படுத்தியிருந்தது. இரண்டு மாதங்களுக்குள் எல்லா குடிமக்களும் மழை நீர்சேமிப்புத் தொட்டிகளை வீடுகளில் வைக்கவேண்டும், அதன் செலவில் பாதியை அரசு ஏற்கும் என்று அவர் ஆணை பிறப்பித்தார். அது சென்னையில் ஆரம்பித்து மாநிலம் முழுவதும் பரவிற்று. மழைபெய்து கிணறுகளும் ஆறுகளும் நிரம்பியபோது ஊடகங்களும்கூட அரை மனத்துடன் ‘மழைநீர் சேமிப்புத் திட்ட’த்தின் வெற்றி அது என்று சிலாகித்தன. திமுக அரசு பரணில் போட்டுவிட்டிருந்த வீராணம் நீர் திட்டத்தையும் அவர் புதுப்பித்ததில் சென்னைக்கு நீர் இனி உறுதியாகக் கிடைக்கும் என்கிற நம்பிக்கை வந்தது.

சென்னையைப் பல வருஷங்களாகக் கலங்கடித்துக் கொண்டிருந்த ரவுடிக்கும்பல்கள் அவர் காவல் துறைக்கு ஜெயலலிதா கொடுத்திருந்த சுதந்திரத்தால் பல வகையான

நேரிடை மோதல், கொலைகள் மூலம் நிர்மூலமாக்கப்பட்டன. சில மனித உரிமை அமைப்புகள் குரல் எழுப்பின. யாரும் கண்டுகொள்ளவில்லை. அனைத்து மகளிர் காவல் நிலையங்களை இந்தியாவில் முதன்முதலாக ஏற்படுத்திய பெருமை ஜெயலலிதாவைச் சேரும். பிறகு மகளிர் காவல் துறையைப் பலப்படுத்தும் வகையில் மகளிர் செயற் படையையும் உருவாக்கினார்.

விவசாயிகள் தன்மீது கோபமாக இருந்தார்கள் என்று ஜெயலலிதாவுக்குத் தெரியும். அவர்களுக்குக் கிடைத்துவந்த இலவச மின்சாரத்தை நிறுத்தியிருந்தார். உலக வங்கி பல இலவசங்களுக்குத் தடை விதித்திருந்தது. அதன் நிதி உதவி பல திட்டங்களுக்குத் தேவைப்பட்டது. மீனவர்களுக்குக் கிடைத்த டீசல் விலைச் சலுகை நிறுத்தப்பட்டது. மாணவர்களின் பேருந்துச் சலுகை நிறுத்தப்பட்டது. அவர்களைச் சமாதானப்படுத்த மாணவிகளுக்கு இலவச சைக்கிள் வழங்கினார். பத்தாம் வகுப்புவரை புத்தகங்கள் இலவசமாக வழங்கப்பட்டன. விவசாயிகளைச் சமாதானப்படுத்த, அவர்கள் மின்சார பில்களை அனுப்பினால் அதைக்கட்ட அரசு காசாணை மூலமாகப் பணம் அனுப்பும் என்றார். அது விவசாயிகளைக் குழப்பிற்று என்றன ஊடகங்கள்.

வேறு பல நல்ல விஷயங்களும் நடந்தன, அவரது ஆட்சியில். ஆனால் கிடைக்கவேண்டிய பாராட்டு கிடைக்காமல் போயிற்று. சில பரிகாசத்துக்கும் உள்ளாயின. பெண்களை வலிமைப்படுத்தும் எண்ணத்தில் தந்தையின் பெயருக்கு பதில் தாயின் பெயரைத் தங்கள் பெயருடன் இணைத்துக்கொள்ளலாம் என்று அவரது அரசு வேறு எந்த மாநிலமும் செய்திராத வகையில் ஆணை பிறப்பித்தது. அது பெண்களைத் தவறான உறவு வைத்துக்கொள்ளவும் திருமணமாகாமல் குழந்தை பெற்றுக்கொள்ளவும் ஊக்கப்படுத்தும் என்று எதிர்த்தரப்பினர் பழித்தனர். 3000 ஏழைத் தம்பதிகளுக்கு எல்லா செலவையையும் அரசு ஏற்கும்படி அவர் திருமணம் செய்வித்தார். அவர்களில் பலர் ஏற்கெனவே திருமணம் ஆனவர்கள் என்றும் கணக்கு காட்டுவதற்காக மண்டபத்துக்கு இழுத்து வரப்பட்டார்கள் என்றும் பத்திரிகைகள் எழுதின. எல்லோரும் அதிமுக உறுப்பினர்கள் என்பது எல்லோருக்கும் தெரிந்த ரகசியம். 180 கோவில்களில் தினமும் அன்னதானம் நடத்த ஏற்பாடு செய்தார்; அது போல 100 தேவாலயங்களுக்கும் 12 மசூதிகளுக்கும் ஏற்பாடு செய்யப்பட்டது. தன்னுடைய சம்பளத்தை அதற்குக் கொடுப்பதாகச் சொன்னார். இது அரசியல் தந்திரம் என்றது எதிரணி.

ஜெயலலிதா இன்னும் நம்பினார் – நகர்ப்புற வாசிகள் தன்னை வெறுத்தாலும் கிராமப்புற மக்கள் தன்னை ஆதரிப்பார்கள் என்று. அவர்களும் அவரது செயல்பாடுகளால் காயம்பட்டவர்கள், அதிருப்தி அடைந்தவர்கள் என்று அவர் அறியவில்லை. அவரது விரோதிகள் எல்லோரும் இப்போது ஒன்று சேர்ந்தார்கள் அவளது' மக்கள் விரோத'ச் செயல்களை எதிர்ப்பதற்கு. திமுகவிற்கு இது புதிய தெம்பை அளித்தது. திமுகவின் மூத்த உறுப்பினரும் ஸ்டாலினுக்கு நெருக்கமாக இருந்தவருமான தா. கிருஷ்ணனின் கொலையில் முதல் குற்றவாளியாக கருணாநிதியின் மூத்த மகன் மு.க. அழகிரி குற்றம் சாட்டப்பட்டுக் கைது செய்யப்பட்டதிலிருந்து திமுக மிகுந்த சங்கடத்தில் இருந்தது. அத்துடன் கருணாநிதிக்கு மகனைப்போல நெருக்கமாக இருந்த மத்திய அமைச்சர் முரசொலிமாறன் காலமானார். அந்த இழப்பை அவரால் தாங்கமுடியுமா என்று கட்சியினர் கவலைப்பட்டார்கள்.

ஆனால் கருணாநிதியின் மூளை, சவால்கள் அதிகரிக்கும்போது அதிக வேகத்துடன் செயல்படும். மிகப்பெரிய மதச்சார்பற்ற அணியை – பாஜக ஜெயலலிதாவிடம் நெருங்கும் என்கிற எதிர்பார்ப்பில் – கூட்டினார். சோனியா காந்தி அவரை வாழ்த்த தொலைபேசியில் அழைத்தபோது, தனது வியூகத்துக்கு வெற்றி என்று தெரிந்துகொண்டார். ஜெயின் கமிஷன் அறிக்கையை காங்கிரஸ் ஒதுக்கிவைத்து கருணாநிதியுடன் கை கோத்தது. இப்போது எல்லா கட்சிகளும் – இடதுசாரிகள், பாமக, மதிமுக கருணாநிதியுடன் சேர்ந்தன. கருணாநிதிக்கு அது வெறும் நாடாளுமன்றத் தேர்தலாக இருக்கவில்லை. அடுத்த இரண்டு ஆண்டுகளில் வரவிருந்த மாநிலத் தேர்தலுக்கான ஒத்திகையாக இருந்தது.

அந்தப்பெண், தீமையின் உருவம்; அவர் ஒழிக்கப்பட வேண்டும் மண்டியிட வைக்கப்பட வேண்டும் என்கிற எண்ணம் அவரை ஆட்கொண்டது. மக்களும் கிட்டத்தட்ட கருணாநிதியின் மனநிலைக்கு வந்திருந்தார்கள்.

13

சென்னை சி.ஐ.டி காலனியில் அந்தப் புதிய வீட்டின் வரவேற்பறையில் இருந்த பிரம்மாண்ட செயற்கை சூர்யகாந்திப் பூக்கள் உற்சாகத்துடன் சிரிப்பதுபோல இருந்தன. கருணாநிதி – ராஜாத்தியின் புதிய வீடு. இப்போதெல்லாம் பூக்களுக்கு அருகில் கருணாநிதி புன்சிரிப்புடன் அமர்ந்திருக்கும் புகைப்படம் தினசரிகளின் முதல் பக்கத்தை அடிக்கடி அலங்கரிக்க ஆரம்பித்திருந்தது. அந்தப் புகைப்படங்களில் காங்கிரஸ் தலைவர்கள் மன்மோகன் சிங், மணி சங்கர ஐயர் சி.பி.ஐ.(எம்) தலைவர் ஹர்கிஷன் சிங் சுர்ஜீத் போன்றவர்களும் தென்பட்டார்கள், பின்னணியில் சூர்யகாந்திகள் சிரிக்க. கருணாநிதியின் புன்னகை அதிகப் பிரகாசமாகத் தெரிந்தது சூரிய ஒளி பட்டதுபோல.

அவர் புன்னகைக்க நிறைய காரணம் இருந்தது. சமீபத்தில் – முரசொலிமாறனின் மரணத்துக்குப்பின், பாஜக ஜெயலலிதாவுடன் நெருக்கமாவதற்கான சந்தேகத்திற்கு இடமில்லாத சமிக்ஞைகள் கிடைத்ததும் – திமுக தேசிய ஜனநாயக கூட்டணியிலிருந்து விலகியிருந்தது. திமுகவுடன் இணைய முடியாதவர்கள் என்று கருதப்பட்டிருந்த கட்சிகள் இப்போது திமுகவுடன் உறவுகொள்ள ஆரம்பித்திருந்தன. இரண்டு இடதுசாரிகள் கட்சி, காங்கிரஸ், மதிமுகவுடன் சிறுபான்மையினர், தலித் இயக்கத்தினர் ஆகிய எல்லோரும் கருணாநிதியின் தோழமையை விரும்பினார்கள். ‘மதில் மேல் பூனை’

என்று ஊடகங்களால் விமர்சிக்கப்பட்ட பாமக தலைவர் ராமதாஸும் சேர்ந்துகொள்வார் என்று நம்பப்பட்டது.

கருணாநிதியின் விமர்சகர்கள் அவரது கூட்டணியை சந்தர்ப்பவாதக் கூட்டணி என்றார்கள். ஆனால் அந்தப் பழுத்த அரசியல்வாதிக்குத் தெரியும், கூட்டணி அரசியல் காலகட்டத்தில், வெற்றிக்கு அனுகூலமான கூட்டணி சாத்தியக்கூறுகள் அதிக முக்கியத்துவம் பெற்றவை என்பது. பாஜகவுடனான அவரது தோழமையும் அப்பட்டமான சந்தர்ப்பவாதம்தான். முரசொலிமாறன் துணிச்சலுடன் செயல்படுத்தியது அது. கூட்டணியில் மட்டும் பங்கு இல்லை, அரசாங்கத்திலும் பங்கு பெற்றது. ஜெயலலிதாவை மறைமுகமாக அடக்க அதற்கு அரசியல் அதிகாரம் தேவைப் பட்டது. இந்த அதிகார மயக்கமே திமுகவைப் பலவீனப்படுத்தியது. சிறுபான்மையினரின் செல்வாக்கை இழந்தது. குஜராத் மதக்கலவரத்தில் நரேந்திர மோடி ஆட்சியில் நூற்றுக்கணக்கான முஸ்லிம்கள் கொல்லப்பட்டபோது கருணாநிதி மௌனமாக இருந்தார். 'ராமன் என்பதே பொய்!' என்று ஒருசமயம் முழங்கியவர், தேஜகூவில் இருந்தபோது அயோத்தியில் ராமர் கோவில் கட்டும் பிரச்சினை எழுந்தபோதெல்லாம் வாயே திறக்கவில்லை.

பொடாவுக்கு ஆதரவாகக் கட்சி வாக்களித்தது. ஆகையால், ஜெயலலிதா பொடாவின் கீழ் வைகோவைச் சிறையிலடைத்த போது செய்வதறியாமல் திகைத்தது. உண்மையில் பாஜகவை விமர்சிக்கமுடியாத செயலற்ற பலவீனத்தை திமுக வெளிப் படுத்தியது. அதை கருணாநிதி நன்றாக உணர்ந்திருந்தார். முரசொலிமாறன் நோய்வாய்ப்பட்டு மருத்துவமனையில் இருந்த தால் மிகுந்த மனவேதனையில் இருந்த கருணாநிதி தனது முடிவை ஒத்திவைத்தார். மாறன் நவம்பர் 23, 2003 அன்று மாலை மாரடைப்பு கண்டு இறந்தார்.

முரசொலி மாறனின் இறுதிச் சடங்கிற்குப் பிரதமர் வாஜ்பாயிலிருந்து பல அமைச்சர்களும் பாதுகாப்பு அமைச்சர் ஜார்ஜ் ஃபெர்னாண்டஸும் வந்திருந்தார்கள். இறுதிச் சடங்கில் ஜெயலலிதாவோ தமிழக அமைச்சர்களோ கலந்துகொள்ளவில்லை என்பது தமிழகத்து 'அரசியல் நாகரிகம்' எந்த அளவுக்குத் தாழ்ந்துபோயிருந்தது என்பதைத் தெளிவாக்கிற்று. இரண்டு நேர்விரோதமான ஆளுமைகளினிடையே இருந்த வெறுப்பே அதன் அரசியலைத் தீர்மானித்தது என்பது வேறு எந்த மாநில அரசியலிலும் இல்லை.

மத்தியிலிருந்து அத்தனை அமைச்சர்களும் வந்து அவரது துக்கத்தில் பங்கு கொண்டிருந்தாலும், ஜெயலலிதாவிடம்

அவர்கள் நெருக்கமாகத் தொடங்கியதை அறிந்த கருணாநிதி, மத்திய அமைச்சரவையிலிருந்தும் பாஜக கூட்டணியிலிருந்தும் திமுக விலகுவதாக அறிக்கை விடுத்தார். ஹிந்துத்துவ கட்சியுடன் கூட்டணி வைத்திருந்ததில் மிகுந்த சங்கடத்தில் இருந்த கட்சியினர் நிம்மதிப்பெருமூச்சு விட்டார்கள்.

ஜெயலலிதாவின் சமீபகால காங்கிரஸ் தாக்குதல் பாஜக விற்கு உற்சாகமாக இருந்தாலும், அவருடன் கூட்டணி வைக்கக் கரம் நீட்டியபோது ஜெயலலிதா மெத்தனமாகவே நடந்து கொண்டார். 'இந்தியா ஒளிர்கிறது' என்ற கோஷத்தை பாஜக முழுமையாக நம்பிற்று. மறுபடி ஆட்சியைப் பிடிப்போம் என்கிற நம்பிக்கையுடன் இருந்தது. ஜெயலலிதாவும் நம்பினார். ஆனால் தன்னுடைய கட்சியினர் பெரும்பான்மைத் தொகுதிகளில் நின்று வெற்றி பெற்று அமைச்சரவையில் பதவி வகிக்கவேண்டும் என்று நினைத்தார். 33 அதிமுகவுக்கும் ஆறு பாஜகவுக்குமாகத் தொகுதிகள் விநியோகிக்கப்பட்டன.

தேர்தல் பிரச்சாரத்தில் கருணாநிதியும் ஜெயலலிதாவும் காரசாரமாக பரஸ்பர தாக்குதலில் ஈடுபட்டார்கள். "உங்களுக்கு அண்டானியோ மைனோ என்ற பெயர் கொண்ட ஒரு வெளிநாட்டவர் பிரதமராக வேண்டுமா அல்லது மரியாதைக்குரிய தேசியத் தலைவர் வாஜ்பாயி பிரதமராக வேண்டுமா?" என்று கூட்டத்தைப் பார்த்துக் கேட்டார். அத்துடன், "இந்த இத்தாலி நாட்டுப்பெண் உண்மையாகவே கணவனிடம் அன்பு வைத்திருந்தால் கணவரைக் கொன்றவர்களுக்குத் துணைபோன கட்சியுடன் கூட்டணி வைத்திருப்பாரா?" என்றார். கருணாநிதியின் தாக்குதலுக்கு அதிக வரவேற்பு இருந்தது. "அம்மையார் இன்று வாஜ்பாயியின் புகழ் பாடுகிறார். இவரேதான் எழுத்து மூலமாக வாஜ்பாயிக்குத் தேசவிரோதிகளுடன் தொடர்பு இருப்பதற்கான ஆவணம் தன்னிடம் இருப்பதாகச் சொன்னார். இவர்கள் இருவரும் எத்தனை நாட்கள் இணைந்திருப்பார்கள்?"

கருணாநிதிக்குத் திமுக அணியின் நாடாளுமன்றத் தேர்தல் முடிவுகள் 2006இல் வரவிருந்த மாநில சட்டசபைத் தேர்தலுக்கான பலப் பரிட்சை. அவரும் அவரது தோழமைத் தலைவர்களும், முடிவுகள் ஓரளவுக்குத் தெம்பை அளிக்கக்கூடியதாக, ஜெயலலிதாவைச் சிறிதாவது பலவீனப்படுத்தும் அளவுக்கு இருந்தால் நல்லது என்று நினைத்தார்கள். கருணாநிதியின் அணி மிக வலுவாக இருந்தாலும் ஜெயலலிதாவுக்குத் தனது வெற்றியில் சிறிதும் சந்தேகம் இருக்கவில்லை. புதுச்சேரியையும் சேர்த்து 40 தொகுதிகளும் தனது அணிக்கே கிடைக்கும் என்று நம்பினார். ஆனால் கருணாநிதிக்கே வியப்பை அளிக்கும்

விதத்தில் நாற்பது தொகுதிகளும் அவரது அணிக்கே – ஜனநாயக முற்போக்குக் கூட்டணிக்கே கிடைத்தன. ஜெயலலிதா அதிர்ந்துபோனார். ஜெயலலிதாவின் மக்கள் விரோத ஆட்சிக்குக் கிடைத்த தீர்ப்பு இது என்றார் கருணாநிதி. பாஜக/அதிமுகவின் படுதோல்வி எங்களுக்குக் கிடைத்த வெற்றி என்றார். மத்தியில் காங்கிரஸ் தலைமையில் ஜனநாயக முன்னேற்றக் கூட்டணி ஆட்சி அமைத்தபோது அவர் கறாராகப் பேரம் செய்து தமது ஆட்களுக்குச் செல்வாக்குள்ள அமைச்சரவைகளைப் பெற்றார். ஜெயலலிதாவின் ஆட்சி மக்கள் விரோதமானது என்று சொன்னாலும் அதைக் கலைக்கவேண்டும் என்று சொல்ல அவர் விரும்பவில்லை. அவர் பொறுத்திருப்பார். இப்போது மக்களிடம் சென்று திராவிடப் பாரம்பரியத்தைப் பற்றிப் பேசுவதில் அவருக்குக் கூச்சமிருக்காது. சிறுபான்மையினர் இப்போது அவர் பக்கம் – மக்களும்தான்.

தோல்வியில் ஜெயலலிதா விதிர்த்துப்போனார். தன்னுடைய நடவடிக்கைகளுக்கு இப்படி ஒரு சாட்டை அடி கிடைக்கும் என்று அவர் நினைத்திருக்கவில்லை. தன்னுடைய அரசை விமர்சனம் செய்த எதிர்க்கட்சியினரும் ஊடகங்களும் எழுப்பிய தவறான பிம்பமே தோல்விக்குக் காரணம் என்று அவர் சொன்னாலும் உடனடியாகவே மக்களின் முன்பு மண்டியிட்டார். பதற்றத்துடன், கடந்த மூன்று ஆண்டுகளில் அதிக விமர்சனத்துக்குள்ளான அரசாணைகளை ரத்து செய்தார். அவற்றில் முக்கியமானவை – மதமாற்றத் தடை, ஊடகங்களின் மீதும் அரசியல் தலைவர்கள் மீதும் போடப்பட்டிருந்த அவதூறு வழக்குகள், அரசு ஊழியர்கள்மீது ஒழுங்கு நடவடிக்கை, ரேஷன் அட்டைமீது விதிக்கப்பட்ட வருவாய் உச்சவரம்பு ஆகியன. விவசாயிகளுக்கு இலவச மின்சாரமும் மாணவர்களுக்கு பஸ் பாஸும் மீண்டும் வழங்கப்பட்டன.

இதனாலெல்லாம் மக்கள் ஏமாந்துவிடமாட்டார்கள் என்றார் கருணாநிதி. ஆனால் அவற்றால் பாதிக்கப்பட்டவர்கள் அவர் செய்த திருத்தங்களை வரவேற்றார்கள். ஊடகங்களின்மீது போடப்பட்ட வழக்குகள் கைவிடப்பட்டதை என். ராம் வரவேற்றார். அரசுக்கும் ஊடகத்துக்கும் இடையே ஒரு நல்ல உறவு மலருவதை தாம் எதிர்நோக்குவதாகச் சொன்னார். சிறுபான்மை அமைப்புகள் மதமாற்றத் தடைச் சட்டத்தை ரத்து செய்ததற்குப் பாராட்டின. திமுகவின் மறுமலர்ச்சி அவரைத் துன்புறுத்தியது. 2006இல் திமுக ஆட்சியைப் பிடித்தால் அவருடைய கதி என்ன ஆகும் என்று நினைக்கவே அச்சமேற்பட்டது. அவருடைய அரசியல் எதிர்காலமே முடிவுக்கு வரலாம். மீண்டும் மக்களின் விசுவாசத்தைப்

பெற்றாக வேண்டும். அதற்கு விலை கொடுத்தாக வேண்டும். உலக வங்கி அவரது இலவசங்களைக் கண்டு மலைத்து அவர் கேட்ட கடன்களைக் கொடுக்க மறுத்தது. விவசாயிகளுக்கான இலவச மின்சாரத்துக்கும் மாணவர்களுக்கான இலவசப் பேருந்து நுழைவுச் சீட்டுக்குமே 200 கோடி ரூபாய் செலவாகும். இருந்தும் தேர்தலில் வெல்வது ஒரு சூதாட்டம். அதற்கு அவர் தன்னைத் தயார்ப்படுத்திக்கொண்டார். மக்கள் மனம் நிலையானது அல்ல. அவர்களை முதலில் சமாதானப்படுத்தித் தன் பக்கம் திருப்பவேண்டும்.

ஆச்சரியகரமான உறுதியுடன் அவர் தன்னுடைய ஏமாற்றங்களைப் புறம் தள்ளிவிட்டுச் செயல்பட ஆரம்பித்தார். விசித்திரமாக, 2004இலிருந்து 2006 வரையிலான அந்த இரண்டு ஆண்டுகளே அவரது ஆட்சியின் மிகச் சிறப்பான கட்டமாக இருந்தது. "என்னுடைய ஒரு பக்கத்தைத்தான் நீங்கள் பார்த்திருக்கிறீர்கள்" என்றார் ஒரு நிருபரிடம். "இனி என்னுடைய இன்னொரு பக்கத்தைப் பார்ப்பீர்கள்." அந்த மறுபக்கம் நம்பமுடியாத துணிகரமானதாக இருந்தது.

அதிகரித்துவரும் கள்ளச்சாராயச் சாவுகளைத் தடுக்கும் வகையில், அரசே மதுபான விற்பனையை மேற்கொள்ள ஜெயலலிதா முடிவுசெய்தார். அரசு நிறுவனமான தமிழ்நாடு வாணிபக் கழகத்தின் (TASMAC- The Tamil Nadu State Marketing Corporation) ஏகபோக விற்பனையின் மூலம் கலப்படமில்லாத சாராயம் மலிவு விலையில் கிடைத்ததோடு அரசின் வருவாயும் பெருகிற்று. ஆயிரக்கணக்கான வேலையில்லாப் பட்டதாரிகளுக்கு வேலை வாய்ப்பு கிட்டியது.

அவருடைய மிகப்பெரிய வெற்றி 2004, அக்டோபர் 18 அன்று நிகழ்ந்தது. தொலைக்காட்சி சானல்கள் கொட்டை எழுத்துக்களில் அதைத் தெரிவித்தன. 'பல ஆண்டுகளாகப் பிடிபடாமல் போலீஸுக்குப் பீதி அளித்துவந்த சந்தனக்கடத்தல் வீரப்பன் தமிழ்நாடு சிறப்பு அதிரடிப் படையினரால் பிடிபட்டு மோதலில் சுட்டுக் கொல்லப்பட்டான்' என்ற செய்தி எல்லோரையும் திகைப்பில் ஆழ்த்திற்று. தர்மபுரி மாவட்டத்தில் பாப்பாரப் பட்டியில் கூடுதல் டைரக்டர் ஜெனரல் கே. விஜயகுமார் தலைமையில் அந்த அதிசாதுர்யமான அதிரடிக் கொலை நடந்தது. "வீரப்பனைப் பிடிக்க வியூகம் வகுப்பதில் முதலமைச்சர் எனக்குப் பூரண சுதந்திரத்தை அளித்திருந்தார், அதனாலேயே இதைச் சாதிக்க முடிந்தது – அவனது பயங்கர சரிதைக்கு ஒரு முடிவு ஏற்பட்டது" என்றார் விஜயகுமார். தமிழ்நாடு, கர்நாடகா, கேரளா என மூன்று மாநிலங்களின் வனப்பகுதிகளில் 20

ஆண்டுகளாகத் தனி ராஜ்யம் நடத்திவந்தவன் வீரப்பன். போலீஸ், வனத்துறையினர் உள்பட 180 பேரைக் கொலை செய்தவன். 200க்கும் மேற்பட்ட யானைகளைக் கொன்று கோடிக்கணக்கான யானைத் தந்தங்களைக் கடத்தியவன். கர்நாடகத்தின் பிரபல நடிகர் ராஜ்குமாரைக் கடத்திக் காட்டுக்குள் 100 நாட்கள் வைத்திருந்தவன். சிறப்பு அதிரடிப் படைகள் வைத்திருந்தும் அவனைப் பிடிக்கமுடியாமல் அதுவரை கர்நாடக அரசும் தமிழக அரசும் தவித்தன. அவனைப் பிடிக்கவே முடியாது என்று மக்கள் நினைக்க ஆரம்பித்தார்கள். அதனாலேயே அவன் ஒரு நாடோடிக் கதாநாயகனைப் போல் ஆனான். தமிழ் ஊடகங்கள் முக்கியமாக, அவனைக் காட்டிற்குள் சென்று பேட்டிகண்ட *நக்கீரன்* பத்திரிகை அவனை 'மகா வீரன்' என்றும் 'பச்சைத்தமிழன்' என்றும் வர்ணிக்க ஆரம்பித்தது.

விஜயகுமார் தலைமையில் வீரப்பன் வேட்டைக்கு 'ஆபரேஷன் கக்கூன்' என்று பெயர் சூட்டப்பட்டது. வீரப்பன் நடமாடும் காட்டுக்குள் விவசாயத் தொழிலாளியாகவும் வியாபாரியாகவும் அதிரடிப்படையினர் ஊடுருவினார்கள். ஒரு போலீஸ்காரர், வீரப்பன் கூட்டத்திலேயே சேர்ந்துவிட்டார். அக்டோபர் 18ஆம் தேதி வீரப்பன் தனது கண் சிகிச்சைக்காக மருத்துவமனைக்குச் செல்ல திட்டமிட்டிருந்தான். அவனை அந்தப் போலீஸ்காரர் காட்டைவிட்டு வெளியே அழைத்துவந்து தர்மபுரி மாவட்டம் பாப்பாரப்பட்டி கிராமத்தில் ஆம்புலன்ஸ் போல நிறுத்தப்பட்டிருந்த போலீஸ் வேனுக்குக் கூட்டிவந்தார். உள்ளே வீரப்பனும் கூட்டாளிகளும் அமர்ந்ததும் அதிரடிப்படையினர் அவர்களைச் சுற்றி வளைத்தனர். சரண் அடைந்துவிடுமாறு விடுத்த எச்சரிக்கைக்குப் பதிலடியாக வீரப்பன் கூட்டாளிகள் துப்பாக்கிச் சூட்டில் ஈடுபட்டதும் அதிரடிப்படையினரும் துப்பாக்கியினால் சுட்டார்கள். அதில் வீரப்பன் மரணமடைந்தான் என்று பத்திரிகைகள் விவரித்தன.

ஜெயலலிதாவுக்கு வீரப்பனின் மரணம் மிகுந்த சமாதானத்தை ஏற்படுத்தியிருக்கவேண்டும். அவன் ஒரு பயங்கர கிரிமினல் என்பதால் மட்டுமல்ல, அவரை வீரப்பன் மிகக் கேவலமாகப் பழித்திருந்தான். ஜெயலலிதாவின் பழிவாங்கும் பட்டியலில் அவனுக்கு முக்கியமான இடம் இருந்தது.

கருணாநிதியின் 2001 தேர்தல் பிரச்சாரத்தின்போது சன் டிவி, *நக்கீரன்* பத்திரிகை எடுத்த வீரப்பன் பேட்டி வீடியோ படத்தை அடிக்கடி ஒளிபரப்பிற்று. அதில் வீரப்பன் அவரையும் சசிகலாவையும் மிக மோசமான வார்த்தைகளில் திட்டியிருந்தான். அப்போதே அவர் தீர்மானித்திருக்க வேண்டும். நான் ஆட்சிக்கு

வந்தால் அவன் தொலைந்தான். மற்றவர்களால் செய்ய முடியாததை அவர் செய்து முடித்தது மகத்தான சாதனை என்பதில் ஐயமில்லை. நாடே வியந்து பாராட்டிற்று. கர்நாடகா போலீஸ் நிம்மதிப் பெருமூச்சுவிட்டது.

சில மனிதநேய ஆர்வலர்கள் வீரப்பன் கொலையைப் பற்றிக் கேள்வி எழுப்பினார்கள். ஆனால் பொதுவாக அவனுடைய மரணத்துக்கு யாரும் கண்ணீர் சிந்தவில்லை.

யாரும் எதிர்பாராத ஒன்றையும் ஜெயலலிதா செய்தார். பக்திப்பாடல்களைக் கேட்க தீபாவளி அன்று தமிழ் மக்கள் (நவம்பர் 12, 2004) தொலைக்காட்சிப் பெட்டியைத் திறந்தபோது, காஞ்சி சங்கர மடத்தின் பீடாதிபதி ஜெயேந்திர சரஸ்வதி சுவாமிகள் முந்தைய இரவு – 11ஆம் தேதி கைது செய்யப்பட்டார் என்றது சேதிச் சுருள். செப்டம்பர் 3ஆம்தேதி கோவிலுக்குள் வைத்தே மேலாளர் சங்கரராமன் கொலை செய்யப்பட்ட வழக்கில் முக்கிய குற்றவாளியாகக் காஞ்சிமடத்தின் பீடாதிபதி கைது செய்யப்பட்டதாகச் செய்திச் சுருள் வந்தவண்ணம் இருந்தது. கைது செய்யப்பட்டபோது ஆந்திர மாநிலம் மெகபூப் நகரில், 70 வயது ஜெயேந்திரர் தங்கியிருந்தார். அங்கிருந்து காஞ்சிபுரத்துக்கு அழைத்து வந்து மத்திய சிறையில் அடைக்கப்பட்டார். ஆத்திகர்கள் அதிர்ந்து போனார்கள். ஜெயலலிதா காஞ்சி மடத்தின் விசுவாசி என்று அறியப்பட்டவர். உண்மையான காரணம் என்னவென்று கடைசிவரை தெரியவில்லை. காஞ்சி பீடாதிபதி பெண்களுக்கு எதிராகப் பிற்போக்குத்தனமான கருத்துக்களை அடிக்கடி உதிர்த்து, படித்த பெண்களுக்கு எரிச்சலூட்டினார். அவரிடம் ஜெயலலிதா நல்ல உறவில் இருந்ததாகத்தான் தோன்றிற்று. அவர் தனது வரம்பை மீறினதால் ஜெயலலிதாவுக்குக் கோபம் என்றார்கள். ஆனால் அது என்ன என்று எவருக்கும் தெரியாத மர்மமாக இருந்தது. அரசின் இந்து அறநிலையத்துறையின் கீழ் இருந்த கோவில்களின் நிர்வாகத்தில் காஞ்சி பீடாதிபதி தலையிட்டார் என்பது ஜெயலலிதாவுக்குப் பிடிக்கவில்லை என்றார்கள். சங்கராச்சாரிக்குத் தமிழ்நாட்டுக்கு வெளியிலும் செல்வாக்கு இருந்தது. ஆகையால் விளைவுகளைப்பற்றிக் கவலைப்படாமல் அவரைக் கைது செய்ய மகாதுணிச்சல் இருக்கவேண்டும். கருணாநிதியே வியந்து நீதிக்கு எதிரில் எல்லோரும் சமம் என்று ஜெயலலிதா துணிச்சல் காட்டியதைப் பாராட்டினார். பிராமண சமூகத்தின் ஒரு பகுதி விக்கித்துப்போனாலும் பொது ஜனங்கள் அவரது செய்கையை ஆதரித்தார்கள். காஞ்சி மடத்தில் சில விரும்பத்தகாத செயல்கள் நடைபெறுவதாக வதந்திகள் உலவியிருந்தன.

சில நாட்களிலேயே காஞ்சிபுரத்தில் இடைத்தேர்தல் நடந்தது. "தான் செய்தது தவறா என்று மக்களின் தீர்ப்பு சொல்லும்" என்றார். ஜெயலலிதா தைரியமாக. 13 அமைச்சர்கள் காஞ்சிபுரத்தில் தங்கிப் பிரச்சாரத்தில் ஈடுபட்டார்கள். ஏழு கட்சி கூட்டணி அதிமுக வேட்பாளருக்கு எதிராகப் போட்டியிட்டது. ஆனால் அதிமுக வேட்பாளருக்கே வெற்றி கிடைத்தபோது நாடு வியந்தது. அவருக்குப் பெருமிதம் மட்டுமல்ல நிம்மதியும் ஏற்பட்டிருக்கும்.

சங்கடங்கள் தொடர்ந்தன. அதுவரை உலகம் கண்டிராத ஓர் இயற்கைப் பேரிடர் தமிழ்நாட்டுக் கரைகளைத் தாக்கிற்று. டிசம்பர் 26, 2004 சுனாமி தாக்கியதில் நூற்றுக்கணக்கான பேர்கள் கணப்போதில் மாண்டார்கள். சிலமணி நேரத்துக்குள் ஜெயலலிதாவின் அரசு அதிரடியாகச் செயலில் இறங்கியது.

கிறித்துமஸுக்கு மறுநாள் முன்னெச்சரிக்கை ஏதுமில்லாமல் அந்த ராட்சஸப் பிரளயம் நரபலி எடுக்க வந்ததுபோல கரையோரமெல்லாம் பிணக்குவியலாக்கிற்று. மொத்த 10,136 மரணங்களில் 76% தமிழ்நாட்டில் ஏற்பட்டவை. கடலூர் மாவட்டத்தின் 57.5 கி.மீ. நீளக் கடலோரப்பகுதியில் ஒரு லட்சம்பேர் பாதிக்கப்பட்டார்கள். 610 பேர் இறந்தார்கள். நாகப்பட்டினம் மாவட்டத்தில் அதிக சேதம். 6065 பேர் இறந்தார்கள். அத்துடன் ஆயிரக்கணக்காக மடிந்த ஆடுமாடுகள், கணக்கிடமுடியாத சொத்து இழப்பு. இத்தகைய சமயத்தில் சாதாரணமாக ஸ்தம்பித்துப்போகும் நிர்வாகம் ஆச்சரியப்படும் அளவுக்கு மனிதநேயத்துடன் அதீத வேகத்துடன் செயல்பட்டது. நாடெங்கிலுமிருந்து தன்னார்வக் குழுக்கள் அபரிமிதமாக உதவி அளிக்க முன்வந்தன. ஒரு எம்.பி. கர்நாடகாவிலிருந்து 60,000 சப்பாத்திகள் அனுப்பினார் அரிசிச்சோறு மட்டுமே சாப்பிடும் கடலூர்வாசிகளுக்கு. மூட்டை மூட்டையாகப் பழம் துணிகள் வந்தன; தன்மானம் மிக்க மீனவர்கள் அவற்றை வாங்கிக்கொள்ள மறுத்தார்கள். வெளிநாட்டிலிருந்து நவீனக் கழிப்பறைகள் வந்தன, கழிப்பறையே உபயோகிக்காதவர்களுக்கு. நாகப்பட்டினம் கலெக்டர் ஜி. ராதாகிருஷ்ணன் சொன்னார்: "தன்னிச்சையாக வந்த அந்த உதவிகள் குழப்பத்தை ஏற்படுத்தின. அவர்களுடைய உதவியை ஒருங்கிணைந்த செயலாக ஒழுங்கு படுத்தவேண்டிய அவசியத்தை அரசு உணர்ந்தது. அரசு ஓர் அரசாணையைப் பிறப்பித்தது. தன்னார்வத் தொண்டு நிறுவனங்களும் கார்பொரேட் செக்டாரும் நீண்டகாலப் பணிகளான வீடு, வாழ்வாதாரம் போன்ற சேவைகளைத் திட்டங்களாக மேற்கொள்ளவேண்டும் என்று கோரியது." அது மிக புத்திசாலித்தனமான நடவடிக்கை.

ஆச்சரியமாக ஓராண்டுக்குள் நகரங்களும் கிராமங்களும் உயிர்ப்பித்துக்கொண்டன. குப்பையும் கூளங்களும் அநேகமாக அகற்றப்பட்டு, சாலைகள் – பாதைகள் சரி செய்யப்பட்டு, குடிநீர் வசதிக்காக தொட்டிகள் நிரப்பப்பட்டன. தற்காலக் குடியிருப்புகள் பல அங்கங்கே உருக்குலைந்து தென்பட்டாலும் பல இடங்களில் புதிய காங்கிரீட் வீடுகள் காலனிகளாகக் கட்டப்பட்டிருந்தன. கடைகளில் சாமான்கள் கிடைத்தன. அங்கு அடிக்கடி வருகை தந்த பத்திரிகையாளர்கள், தொண்டு நிறுவனத்தினர் தங்க ஹோட்டல்களும் முளைத்துவிட்டன.

பொருள் இழப்பைவிட, சிறுவர்களுக்கும் முதியோர்களுக்கும் அநாதைக் குழந்தைகளுக்கும் ஏற்பட்டிருந்த உணர்வு பூர்வமான பாதிப்பையும் மென்மையாக அணுகவேண்டிய பணி அதிக சிரமமானது. அதை மனத்தில் கொண்டு இரு மாவட்ட கலெக்டர்களும் – கடலூரின் ககந்தீப்சிங் பேடி, நாகப்பட்டினத்தின் ஜி.ராதாகிருஷ்ணன் – மிகச் சிறப்பாகச் செயல்பட்டார்கள். கடலூரில் வசித்த, விஜய் டிவியில் க்ரைம் நிகழ்ச்சியைத் தொகுத்துவந்த எஸ். ஸ்ரீதர் நெகிழ்ச்சியுடன் சொன்னார். “இப்படிப்பட்ட மாபெரும் பேரிடரின்போது நிர்வாகம் குலைந்துவிடவில்லை என்பது பாராட்டப்பட வேண்டியது. கலெக்டர் உடனடியாகச் செயல்பட்டார். எல்லா அதிகாரிகளும் தங்கள் வீட்டில் நடந்த விபத்துபோல உணர்வுப்பூர்வமாகச் செயல்பட்டார்கள்.”

ஆனால் முதலமைச்சர் பதவியில் ஜெயலலிதா காண்பித்த தலைமைப் பண்புதான் அவர்களைப் போர்வீரர்கள்போல உத்வேகத்துடன் பணிபுரியும் தெம்பை அளித்திருக்கவேண்டும். ராதாகிருஷ்ணனே சொன்னார்: “இந்தப் பாலம் மூன்று நாட்களுக்குள் முடித்தாக வேண்டும் என்பார். முடிந்துவிடும். இது சிஎம்முடைய லீடர்ஷிப்னாலேதான் நடத்தமுடிந்தது.”

சுனாமிக்குப் பிறகான மறு சீரமைப்பு வேலைகள் நிறைய இருந்தன. 79 இடங்களில் 17,461 வீடுகள் புதுப்பிக்கப்பட்டன. நாகப்பட்டினத்துக்கு 27 மே, 2006 சுனாமி நிவாரணப்பணிகளுக்கான ஐநாவின் சிறப்புத் தூதராக வருகை தந்த பில் கிளிண்டன் மாவட்ட நிர்வாகத்தை வெகுவாகப் பாராட்டினார். இது உலகமெங்கும் ஒரு முன்மாதிரியாக எடுக்கப்படவேண்டும் என்றார்.

கடலூர், நாகப்பட்டினம் மாவட்டக் கரைகளில் வண்ண வண்ண ஃபைபர் படகுகளும், பெரிய படகுகளும் இந்தியக் கொடி உற்சாகமாக அசைய மீன்பிடிக்குச் செல்ல ஆயத்தமாக நின்றன. நாகப்பட்டினத்தில் அரசு அதுவரை 15.41 கோடி ரூபாய்

கட்டுமரம், வள்ளம், ஃபைபர் படகுகள், விசைப்படகுகள் ஆகியவற்றை அளிக்க செலவு செய்திருந்தது. 15,000 மீனவர்கள் பயனடைந்தார்கள் என்று சொல்லப்பட்டது. அரசு, ரூபாய் 5 லட்சம் உதவித்தொகை அளித்துத் தேசிய வங்கிகளிலிருந்து கடன் பெறவும் ஏற்பாடு செய்தது. மீனவர் சக்திவேலுக்கு அப்படித்தான் 22 லட்சத்துக்கு ஒரு படகு வாங்கமுடிந்தது. மீனவர்கள் இதைவிட ஒரு நல்ல தருணத்தைக் கண்டிராதவர்போல ஆயினர். ககந்தீப்சிங் சொன்னதுபோல, "சுனாமி ஒரு பேரிடர் துன்பியல்தான். ஆனால் அது ஒரு வாய்ப்பாகவும் நிர்வாகத்திற்கு அமைந்தது. மறு சீரமைப்பின் மூலம் முறையான நகர வளர்ச்சிக்குத் திட்டமிட முடிந்தது."

விரோதமாகவே இருந்த ஊடகங்களும் இப்போது ஜெயலலிதாவின் அரசை, அது மேற்கொண்டு சிறப்பாக ஆற்றிய மறுசீரமைப்புப் பணிகளுக்காகவும், அதைத் திறமையாகக் கையாண்டதற்காகவும் முதல்வரைப் பாராட்டின. வெற்றியின் ரகசியம், அவர் அதிகாரிகளுக்குக் கொடுத்த சுதந்திரத்திலும், பணியை முடிக்கும் கெடுவைக் கடைப்பிடிப்பதில் அவர் காண்பித்த கண்டிப்பிலும் இருந்தது.

இப்போது காற்று முழுவதும் அவர் பக்கம் வீசுவதுபோல இருந்தது, மாநில சட்டசபைத் தேர்தல் நெருங்கும் சமயத்தில். 2004இல் வீசிய ஆட்சிக்கு எதிரான அலை சுனாமி சீரமைப்புப் பணிகளில் அடித்துக்கொண்டு போனதுபோல இருந்தது. அவருடைய நிர்வாகத்திறமையை எல்லோருமே உணர்ந்து கொண்டதுபோல இருந்தது. தில்லி அதிகாரத் தாழ்வாரங்கள்கூட அவரைச் சிலாகித்தன.

திமுக தலைவர் கருணாநிதி உறக்கமிழந்தார். இரண்டு ஆண்டுகளுக்கு முன் அவமானகரமான தோல்வி அடைந்த இந்தப் பெண்மணி இன்று விசுவரூபமெடுத்து நிற்பது எப்படி? மீண்டும் மீண்டும் உயித்தெழுந்து வரும் ஃபீனிக்ஸ் பறவையைப்போல பலம் பெறும் அவரை எப்படி வீழ்த்துவது? ஒரு அதி சாமர்த்திய வியூகம் வகுத்தாக வேண்டும் அவருடைய எதிர்பார்ப்புகளை முறியடிக்க.

அதைத்தான் அவர் செய்தார். தலையில் இடி விழுந்ததுபோல இருந்தது ஜெயலலிதாவுக்கு.

14

"நீங்களே வந்து பாருங்கள் மேடம்" என்றார்கள் அவர்கள் மலர்ந்த முகத்துடன். "மக்கள் கண்களில் நீர்மல்க உங்களுக்கும் உங்கள் அரசுக்கும் நன்றி சொல்கிறார்கள்."

ஜெயலலிதா பெருமிதத்துடனும் பூரிப்புடனும் அவர்கள் சொல்வதைக் கேட்டார். கடலூர், நாகப்பட்டினம் மாவட்டங்களின் துடிப்பும் புத்திசாலித்தனமும் மிக்க இளம் கலெக்டர்கள் சுனாமியின் பேரழிவுக்குப்பின் அரசு நடத்தியிருக்கும் புனர்வாழ்வு சீரமைப்புச் செயல்பாடுகளின் முன்னேற்றத்தையும் மக்களின் திருப்தியையும் வரைபடம் வைத்து விளக்கினார்கள். அவருக்கு 2006 தேர்தல் யுத்தத்தைப் பாதி வென்றுவிட்டதுபோல இருந்தது. அவருக்குக் கிடைத்த தகவல்களின்படி மக்கள் அவர் புகழ் பாடத் தொடங்கியிருந்தார்கள். காற்று அவருக்குச் சாதகமாக வீசத் தொடங்கிவிட்டது. அதற்கு ஒரு சுனாமி தேவைப்பட்டது என்பதுதான் சோகம். ஆனால் நெருக்கடியான சமயங்களில் சமயோசிதமாகச் சமாளிக்கும் சாமர்த்தியத்தில்தான் ஒரு தலைவரின் ஆளுமை வெளிப்படும்; வெளிப்படவேண்டும். அதை அவர் நிரூபித்துக் காண்பித்திருந்தார். ஊடகங்களின் கடுமையான விமர்சனம் இப்போது இல்லை. அவர் என்றுமே ஊடகங்களை லட்சியம் செய்ததில்லை என்பது வேறு விஷயம். துன்பப்பட்ட மக்கள் இப்போது பயனடைந்து அவருடைய நல்லெண்ணத்தைப்

புரிந்துகொண்டார்கள் என்பதே போதுமானது. அஇஅதிமுகவின் தேர்தல் அறிக்கை சீரமைப்புப் பணிகள் தொடரும், அத்துடன் மேலும் பல நலத் திட்டங்கள் ஆரம்பிக்கப்படும் என்று அறிவித்தது.

திமுக தனது தேர்தல் அறிக்கையை இன்னும் வெளியிடவில்லை. தமிழகத்தில் சில ஆண்டு காலமாக திமுகவும் அஇஅதிமுகவுமே மாறிமாறி ஆட்சிக்கு வந்திருந்தாலும் சுனாமிக்குப்பின் அரசின் செயல்பாடுகளினால் ஜெயலலிதாவின் திறம் பெரும் அளவுக்கு ஏறிவிட்டதை கருணாநிதி கவலையுடன் கவனித்தார். திமுகவுக்கு மீண்டும் வாய்ப்பு கிடைக்கும் என்கிற நிச்சயம் அவருக்குக் குறைந்திருந்தது. நிச்சயமாக திமுகவுக்கு இல்லை என்று ஜெயலலிதா உறுதியாக நம்பினார். அந்தக் கண்மூடித்தனமான நம்பிக்கை பார்வையை மறைத்தது. (வரவிருந்த எதிரணியின் வியூகங்களைக் கற்பனை செய்யமுடியாமல் போனது.)

2004இல் நாற்பது தொகுதிகளும் தேஜகூ வென்றதே வரப்போவதன் அறிகுறி என்று அவர் அப்போது பயந்தது உண்மை. நிலைமை இப்போது மாறிவிட்டது என்று அவர் நினைத்திருக்கலாம். 2004இல் அவருடன் கைகோத்து நினைத்துப் பார்த்திராத அளவுக்கு வெற்றி பெற்று மத்திய அமைச்சரவையில் பதவி சுகம் கண்டிருந்த மற்ற கட்சிகள் கருணாநிதியின் ஆற்றலைக்கண்டு பிரமித்தன. ‘அவர்தான் தமிழகத்து தலைவர்னு காண்பிச்சுட்டார் இல்லே?’ என்று எம்ஜிஆர் ஆதரவாளர் ஆர்எம்வீ சொன்னார். 2006 தேர்தலிலும் தேஜகூ கட்சிகள் அவரது தலைமையில் ஒன்று சேரத் தயாராகியிருந்தன. எல்லோருமே ஒவ்வொரு காலகட்டத்தில் ஜெயலலிதாவால் அவமானப்படுத்தப்பட்டவர்கள். ‘அந்தப் பொம்பிளே ஒழியணும். மக்கள் விரோத ஆட்சி முடிவுக்கு வரணும்’ என்றார்கள் தனித்தனியாக டிவி கேமராக்களுக்கு முன்பு. அவர்கள் ஒன்று சேர்ந்ததன் காரணம் அதுமட்டுமே என்பது வெட்டவெளிச்சமாயிற்று. ஜெயலலிதா அவர்களது ஏசலைத் தூசு தட்டுவதுபோல ஒதுக்கினார். மக்களிடையே தன்னுடைய செல்வாக்கும் வசீகரமுமே அவருக்கு வெற்றியை அளிக்கும் என்று நினைத்துக்கொண்டார்.

எதிர்பாராமல் ஒரு மூன்றாவது அம்சம் முளைத்தது. நடிகர் விஜயகாந்த் தேசிய முற்போக்கு திராவிடக்கழகம் என்ற கட்சியைத் தொடங்கினார். கறுப்பு எம்ஜிஆர் என்று அவரது ரசிகர்களால் அழைக்கப்பட்ட விஜயகாந்த் ஊழல் கட்சிகளான இரண்டு திராவிடக் கட்சிகளுக்கும் எதிரான கட்சி தன்னுடைய என்று முன்னிறுத்திக்கொண்டார். அவருக்குச் சொல்ல எந்த

சித்தாந்தமோ, தமிழகத்தின் எதிர்கால முன்னேற்றத்துக்கான செயல் திட்டங்களோ இருக்கவில்லை. ஆனால் அவருடைய பேச்சைக் கேட்க பிரம்மாண்ட கூட்டம் சேர்ந்தது. திமுக, அதிமுகவுக்கு மாற்று என்ற ஐதீகமே மக்களைக் கவர்வதாகத் தோன்றிற்று. இரண்டு கட்சிகளுடனும் தான் கூட்டு சேரப்போவதில்லை என்றார். அரசியல் நோக்கர்கள் அவரது வருகை திமுகவின் வாக்குகளைச் சரிய வைக்கும் என்றார்கள். திமுகவுக்குக் கவலையேற்பட்டதில் வியப்பில்லை. பத்திரிகைகள் நடத்திய தேர்தல் கணிப்புகள் ஜெயலலிதாவுக்கு நிலைமை சாதகம் என்றன.

கிட்டத்தட்ட தேர்தல் நெருங்கும் சமயத்தில் திமுக தனது தேர்தல் அறிக்கையை வெளியிட்டது. திக்குமுக்காட வைத்த அறிக்கை. ஏராளமான சலுகைகளை வாக்காளர்களுக்கு சமர்ப்பித்தது – ரூபாய் இரண்டுக்கு ஒரு கிலோ அரிசி, இலவச கலர் டிவி விநியோகம், ஏழ்மைக்கோட்டுக்குக் கீழ் இருப்பவர்களுக்கு இலவச காஸ் இணைப்பு, நிலமற்ற ஏழைகளுக்கு இரண்டு ஏக்கர் நிலம் ஆகியவற்றை ஆட்சியைப் பிடித்தால் திமுக அளிக்கும் என்றது அறிக்கை. இடதுசாரிக் கட்சிகளும் மற்ற கட்சிகளும் திகைத்தன; ஆனால் ஏதும் சொல்லவில்லை. விமர்சகர்கள் அறிக்கையைக் கடுமையாக விமர்சித்தார்கள்; மக்களை முட்டாள்களாக நினைக்க முடியாது என்றார்கள். ஆனால் எதிரணிக்குக் கலக்கம் ஏற்பட்டது. ஜெயலலிதா இது ஒரு தேர்தல் தந்திரம் என்று அதை ஒதுக்கினாலும் அவரும் அவசரமாகச் சில சலுகைகளை அறிவித்தார்.

அது சாதுர்யமான தந்திரம்தான். தமிழ்நாட்டுப் பெண்களுக்கு இருந்த டிவி மோகம் ஒரு பித்தாக உருவாகியிருந்தது. அவர்களது பலவீனத்தைப் புரிந்துகொண்ட தந்திரம். திமுக எப்போதும் இல்லாத அளவுக்குக் கட்சியின் தேர்தல் பணியாளர்களுக்குத் தாராளமாக நிதி உதவி அளித்தது. கருணாநிதிக்கு உடல்நிலை மோசம் என்ற வதந்தியைப் பொய்யாக்குவதுபோல கருணாநிதி மாநிலமெங்கும் தேர்தல் பிரச்சாரத்தில் ஈடுபட்டார். என்றுமே பெண்கள் வாக்கு அவருக்கு அதிகமில்லை. ஆனால் இப்போது ஒரு தந்தை ஸ்தானத்தில் அவர் பார்க்கப்பட்டார். அவர் அளிக்கப்போவதெல்லாம் சீதனம்போல இருந்தன. அவருக்கு வாக்களித்தால் நிலமும் கிடைக்கும்! நம்பமுடிகிறதா? தந்திரம் பலித்தது. திமுக அணி வெற்றிபெற்றது. ஆனால் திமுகவுக்கு ஆச்சரியமாகப் பெரும்பான்மை வாக்குக் கிடைக்கவில்லை. விஜயகாந்தின் தேமுதிக ஒரு சீட்டு மட்டுமே வென்றாலும் வாக்கு விகிதத்தில் எட்டு சதவீதம் பெற்றிருந்தது. அது பதினைந்து

வருஷம் அரசியல் களத்தில் இருந்த மதிமுக, பாமகவைவிட அதிகம். தேர்தலுக்குப் பிந்திய ஆய்வில் அது திமுகவின் வாக்குவங்கியைப் பாதிக்கவில்லையென்றும் அதிமுகவின் வாக்கு வங்கியையே பாதித்தது என்றும் தெரிய வந்தது. அதிமுகவின் எண்ணிக்கை மோசமாகிவிடவில்லை. 61 சீட்டுகள் வென்றிருந்தது. திமுகவின் 95க்கு அடுத்ததாக இரண்டாவது பெரிய கட்சி அது இப்போது. விஜயகாந்தின் தேமுதிக இல்லையென்றால் அதிக சீட்டுகள் பெற்றிருக்கும். காங்கிரஸ் 35 சீட்டுகள் வென்றிருந்தது. அமைச்சரவையில் இடம் கிடைக்கும் என்று நினைத்தது. ஆனால் சோனியா காந்தியுடன் கருணாநிதி தேர்தலுக்கு முன் ரகசிய ஒப்பந்தம் செய்துகொண்டிருந்தார். தங்கள் அணிவென்றால் அது திமுகவின் ஆட்சியாக மட்டுமே இருக்கும் என்று. தமிழ்நாடு காங்கிரஸ் வாயைத் திறக்கவில்லை. திமுகவிற்கு வெளியிலிருந்து தோழமைக் கட்சிகள் ஆதரவு தந்தன. பாதியில் விலகுவது அரசியல் நாகரிகமும் இல்லை என்று அக்கட்சிகளுக்குத் தெரியும்.

தேர்தல் அறிக்கையில் கொடுத்த வாக்குறுதிகளை கருணாநிதி எப்படி நிறைவேற்றப் போகிறார் என்ற விமர்சனம் அவர் பதவியேற்றவுடனேயே இரண்டு ரூபாவுக்கு ரேஷன் அரிசி என்ற அரசாணையில் கையெழுத்திட்டபோது அடங்கிப்போயிற்று. ஒரு மாதத்திற்குள் கலர் டிவி விநியோகமும் இலவச காஸ் இணைப்பும் படிப்படியாக ஆரம்பித்தன. அவர் அவற்றை விநியோகிப்பதை சன் டிவி தவறாமல் ஒளிபரப்பிற்று. பயன்பெற்றவர்கள் எல்லாம் திமுகவைச் சேர்ந்தவர்கள் என்று ஏழைகள் நினைக்கவில்லை.

தேர்தல் முடிவுகள் வந்ததும் ஜெயலலிதா நம்பவில்லை. பிறகு மிதமிஞ்சிய கோபம் வந்தது. வாக்குப்பெட்டிகளில் ஏதோ ஏமாற்றல் நடந்திருக்கவேண்டும் என்று தோன்றிற்று. திமுகவின் தேர்தல் அறிக்கை வெளிவந்ததுமே அவருக்கு எச்சரிக்கையாக சேதி வந்தது, அதிமுகவுக்கு வெல்வது கடினம் என்று. அவர் சீறி வெடித்தார். 'இது என்ன பிதற்றல்? ஜனங்கள் எப்படி நான் செய்த நல்ல காரியங்களை மறப்பார்கள்?' புதிதாக முளைத்த ஒரு தெனாவட்டுக்கட்சி, வெறும் தூசு என்று அலட்சியமாக ஒதுக்கியிருந்த தேமுதிக, தனது வாக்கு வங்கியைக் கணிசமாகக் கரைத்தது என்பதை அவரால் நம்ப முடியவில்லை. இரண்டு புதிய உறுப்பினர்களைத் தவிர அவருடைய கட்சிக்காரர்கள் யாரும் அதிமுக தோற்கும் என்று நினைத்திருக்கவில்லை.

"2006 தேர்தலில் அவர் தோற்பார் என்று நான் நிச்சயமாக நினைக்கவில்லை." என்றார் பதர் சயீத், அதிமுக எம்.எல்.ஏ. (அவர் பின்னாளில் அதிமுகவிலிருந்து விலகி ஆம்ஆத்மி கட்சியில் சேர்ந்தார். பிறகு அதிலிருந்தும் விலகினார்.)

"ஏனென்றால் அவர் தமிழ்நாட்டிற்கு ஏராளமாகச் செய்தார். சுனாமியின்போது எத்தனை அபாரமாகச் செயல்பட்டார். நிமிஷத்தில் அவர் எல்லா இடத்திலும் இருந்தார். அதனாலேயே நான் தேர்தலில் வென்றாலும் கட்சி தோற்றது வியப்பாக இருந்தது. கட்சிக்காரர்கள் சரியாக வேலை செய்யவில்லை என்று நினைக்கிறேன். இல்லாவிட்டால் அதிக சீட்டுகள் வென்றிருப்போம்."

அந்தக் காலகட்டத்தை நடிகர் எஸ்.வி.சேகர் நினைவுகூர்ந்தார். (சுதந்திர வேட்பாளராக நின்று பிறகு அதிமுகவில் இணைந் திருந்தார். பிறகு கிட்டத்தட்ட திமுகவில் சேர்ந்து, காங்கிரஸில் சேர்ந்தார். பிறகு அங்கிருந்தும் விலகி பாஜகவுடன் இணைந் திருக்கிறார்.)

"தேர்தல் முடிவுகள் வந்து அதிமுகவுக்கு 60 சீட்டுகள்தான் என்று அறிவிப்பு வந்ததும் அதிமுக கட்சி அலுவலகத்தில் இறுக்கம் சூழ்ந்திருந்தது. தேர்தல் முடிவுகளின் ஆய்வுக்கூட்டத்திற்கு எல்லோரும் அழைக்கப்பட்டிருந்தார்கள். சேகர் பாபு அடக்கமுடியாமல் அழுதுகொண்டிருந்தார். அவரைக்கண்டு அநேகமாக எல்லோரும் அழுதார்கள். அங்கு பதர் சயீதும் நானும் மட்டுமே அமைதியாக இருந்தோம். அஇஅதிமுகவின் தோல்வி எதிர்பாராதது என்றார் ஜெயலலிதா. 'நாம் என்ன தப்பு செஞ்சோம்? இதில் ஏதோ தவறு இருக்கிறது. அதற்கான காரணங்களை நாம் கண்டுபிடிக்கவேண்டும்' என்றார்."

"நான் சொன்னேன்: 'இல்லை நம்முடைய வாய்ப்பை எது தட்டிப்பறித்தது என்று அறிவது கஷ்டமில்லை. திமுகவின் தேர்தல் அறிக்கை அறிவித்த கலர் டிவி, ரூபாய்க்கு இரண்டு கிலோ அரிசி போன்றவை மக்களுக்கு அதிகக் கவர்ச்சியாக இருந்தது. அதை ஏழைகளால் கனவுகூட காண முடியாது. அதனால்தான் திமுக வென்றது.' உடனே ஜெயலலிதா இடைமறித்தார். 'இல்லை சேகர். அது சரியில்லை' என்றார்."

விஜயகாந்த் கட்சியைப் பற்றி சேகர் ஆரம்பத்திலேயே எச்சரித்திருந்தார். அதிமுக வாக்குவங்கியை அது பாதிக்கலாம் என்றார். "அது சுத்த பிதற்றல். விஜயகாந்த் வெறும் தூசு, அவருக்கு எந்த முக்கியத்துவமும் கொடுக்கக்கூடாது," என்றார் ஜெயலலிதா.

"தான் நினைப்பதைத்தான் கட்சிக்காரர்கள் சொல்லவேண்டும் என்று ஜெயலலிதா எதிர்பார்த்தார்" என்றார் சேகர்.

தேர்தலில் தோல்வி ஏற்படும்போதெல்லாம் கட்சிக்காரர்கள் மீதுதான் ஜெயலலிதாவுக்குக் கோபம் வரும்; ஐயம் வரும்;

துரோகிகள் யார் என்று மனசு பதறும்; எல்லா புதர்களிலும் பூதங்கள் ஒளிந்திருப்பதாகத் தோன்றும். அவரை வீழ்த்தப் புறப்படும் பூதங்கள். முட்டாள்கள், துரோகிகள், காசுக்கு விலைபோகிறவர்கள். காலில் விழுந்து அவரை உதைக்கக் காத்திருக்கும் பதர்கள். அவரால் யாரையும் நம்பமுடியாது என்கிற பீதி அவரைத் தொடர்ந்தவண்ணம் இருந்தது.

பதவிக்குத் திரும்பியதும் கருணாநிதிக்குப் புத்துணர்ச்சி ஏற்பட்டது போல இருந்தது. நாற்பது ஆண்டுகளுக்கு முன் இருந்த அவரது புத்திக்கூர்மையும் நினைவாற்றலும் சற்றும் மங்கவில்லை. முன்பைவிட அவர் ஆரோக்கியமாக இருந்தார். நிர்வாகம் கைக்கு வந்ததும் ஜெயலலிதாவுக்கும் விஜயகாந்துக்கும் எதிராக வழக்குகள் ஒன்று மாற்றி ஒன்று தொடுக்கப்பட்டன. 2001இல் ஜெயலலிதா நான்கு தொகுதிகளில் வேட்பாளர் மனு கொடுத்தது எப்படி என்று மீண்டும் வழக்கு போடப்பட்டன. நீதிமன்ற வழக்குகள் ஏற்கெனவே பணப்பற்றாக்குறையில் இருக்கும் விஜயகாந்தின் முதுகை ஒடிக்கக்கூடும். ஜெயலலிதா மறுபடி தேர்தலில் நிற்கும் தகுதியை இழக்கலாம். எதிரிகளை அடக்கவேண்டிய சமயங்களில் காட்டுப்பூனையைவிட கருணாநிதியின் ஆற்றல்கள் அதிகக் கூர்மையாகும்.

ஆனால் மனத்துள் எப்பவுமே அவருக்குப் புல்லில் பதுங்கியிருக்கும் பாம்புகளைப் பற்றின பயம் உண்டு. திடீரென்று அவரது புழக்கடை தோட்டத்திலேயே பாம்புகள் இருந்ததைக் கண்டறிந்தபோது அவர் தடுமாறிப் போனார். ஆனால் கண்டுபிடித்ததும் எப்படி அவற்றைச் சமாளிப்பது என்பதைப் பற்றின குழப்பம் இருக்கவில்லை. வாழ்வின் அந்திம காலத்தில் இருக்கும் குடும்பத்தலைவர் கடுமையைக் காண்பிக்கவேண்டும் என்றால் அவர் என்ன முடிவெடுப்பார்?

பழுத்த அரசியல்வாதியான அவருக்குப் பழமொழிகளும் அத்துப்படி. 'தானாடாவிட்டாலும் சதையாடும்' என்பதை அவர் அடிக்கடி வெளிப்படுத்தியிருக்கிறார். 'அவருடைய பலவீனம் அவரது குடும்பப் பாசம்' என்றார் சோ ஒரு முறை. ஆனால் புகழ் பெற்ற வசனகர்த்தாவான கருணாநிதிதான் எடுக்கும் முடிவுகளுக்கு சாமர்த்தியமாக 'கட்சியின் ஜனநாயக முடிவு அது' என்கிற போர்வையைப் போர்த்தத் தெரியும்.

வைகோ கட்சி விரோத நடவடிக்கைக்காக 1993இல் வெளியேற்றப்பட்டபோது அதுதான் நடந்தது. எல்லோருக்கும் தெரியும், தனக்குப்பிறகு ஸ்டாலின் தலைமையேற்க வேண்டும் என்ற அவரது விருப்பத்துக்குக் குறுக்கே வைகோ இருந்துவிடுவார் என்கிற பயமே அதற்குக் காரணம் என்று. 'வாரிசு அரசியல்

நடத்த திமுக ஒரு சங்கர மடம் இல்லை' என்று அவர் அடிக்கடி சொல்வார். இப்போது வீட்டுக்குள்ளேயே ஒரு நெருக்கடி வந்தது.

பல நாட்களாக வதந்திகள் உலா வந்தன. முதலமைச்சர் குடும்பத்தில் நிலைமை சரியில்லை என்று. அவருடைய மகன்கள் அழகிரிக்கும் ஸ்டாலினுக்கும் இருந்த அண்ணன் தம்பிப் பூசலைப் பற்றித் தமிழகம் அறியும். ஆனால் இந்தப் பூசல் வேறு கிளையில் தொடங்கியது. மத்திய அமைச்சர் தயாநிதி மாறனின் சகோதரரும் சன் டிவி குழுமத் தலைவருமான கலாநிதிமாறனின் தினகரன் செய்தித்தாள் பல கேள்விகளை வாசகர்கள் முன் வைத்து ஒரு தொடர் ஆய்வு நடத்தியது. கருணாநிதியின் வாரிசு கட்சியில் யாராக இருக்கவேண்டும் என்று கேட்டது. அதற்கு முன்னதாக மத்திய அமைச்சர்களான தயாநிதி மாறன் (தகவல் / தொழில்நுட்பத்துறை), ப. சிதம்பரம் (நிதி அமைச்சர்), அன்புமணி ராமதாஸ் (சுகாதாரம்) ஆகியோரில் யார் சிறந்தவர் என்ற கேள்விக்கு தயாநிதியே ஆகச்சிறந்தவர் என்று வாக்குப்பதிவு ஆகியிருந்ததாகச் செய்தி வெளியாகியது. இது ஏற்கெனவே பாமக தலைவரும் திமுகவின் தோழமைக்கட்சித் தலைவருமான மருத்துவர் ராமதாஸைக் கோபப்படுத்தியிருந்தது. சர்வேயின் முடிவில் 70% ஸ்டாலினே கருணாநிதிக்கு அடுத்து வரவேண்டியவர் என்று வாக்குப்பதிவாகியிருந்ததாகச் சொல்லப்பட்டது. இரண்டு சதவீதம் மட்டுமே அழகிரிக்கும் இரண்டு சதவீதம் கனிமொழிக்கும் பதிவாகியிருந்தது. ஸ்டாலினுக்குப் பிறகு தயாநிதி மாறனே தகுதியானவர் என்று மறைமுகமாகத் தெரிவித்தது. தமிழ்நாட்டில் துண்டுப் பிரசுரத்துக்கும் புயல் வீசும். இப்போது பூகம்பம் வெடித்தது. கட்சித் தகவல்படி, அந்த சர்வேயை வெளியிட வேண்டாம் என்று கருணாநிதி சொன்னதாகவும் ஆனால் பத்திரிகை ஏற்கனவே அறிவித்திருந்ததால் பிரசுரித்ததாகவும் தெரிகிறது. மே 9, 2007, 'தென்மாவட்ட முதல்வர்' என்று அழைக்கப்பட்ட அழகிரியின் விசுவாசிகள் மதுரையிலிருந்த தினகரன் அலுவலகத்தைத் தீயிட்டுக் கொளுத்தினர். அலுவலகம் சூறையாடப்பட்டது. கண்ணாடி ஜன்னல்கள் உடைக்கப்பட்டன. பெட்ரோல் குண்டுகள் வீசப்பட்டன. போலீஸ் செய்வதறியாமல் திகைத்தது. முதல்வரின் அலுவலகத்திலிருந்து அரசியல் அனுமதிக்குக் காத்திருந்து, பிறகே கலகக்காரர்களை அடக்கப் புறப்பட்டது. கருணாநிதி கட்டளையிடுவதற்குள் விஷயம் கைமீறிப்போயிருந்தது. இரண்டு ஊழியர்களும் ஒரு செக்யூரிட்டி காவலரும் இறந்துபோனார்கள். தன்னுடைய செய்தி நேரத்தில் சன் டிவி அழகிரியை நேரிடையாகக் குற்றம் சாட்டிற்று. உடனடியாக அழகிரி கைது செய்யப்படவேண்டும் என்றதோடு அழகிரியின் பழைய அட்டகாசச் செயல்களைப் பட்டியலிட்டது.

அழகிரி ஒரு கொலையில் சம்பந்தப்பட்ட வழக்கு இன்னும் நீதிமன்றத்தில் இருப்பதைச் சுட்டிக்காட்டிற்று. திமுக தலைவர், அழகிரியைக் கட்சி அரசியல் ரீதியாகப் புறக்கணித்தபோது வன்முறையைத் தூண்டிவிட்டதையும் நினைவுபடுத்தியது. தமிழ்நாட்டில் அதிக பட்சம் சன் டிவி பார்வையாளர்கள். இந்தச் செய்தியை அதிர்ச்சியுடன் பார்த்தார்கள். அதன் தாக்கம் கட்சிக்கு அவப்பெயர் கொடுக்கக்கூடியது என்று திமுக உணர்ந்தது. கருணாநிதி கைதானபோது சன் டிவி விடாமல் ஒளிபரப்பிய படச்சுருள் ஒரே நாளில் மக்களை ஜெயலலிதாவுக்கு எதிராகத் திருப்பியதை அதனால் மறக்கமுடியாது. மாநில மின்சாரத்துறை அமைச்சரும் கருணாநிதிக்கு நெருக்கமானவருமான ஆற்காடு வீராசாமி, பொதுமக்கள் பார்வைக்கு ஒரு சேதி அளித்தார். உள்துறைச் செயலர் எஸ். மாலதியை தயாநிதி மாறன் ‘அழகிரியை உடனடியாகக் கைது செய்யுங்கள், செய்யாவிட்டால் அதன் விளைவை நீங்கள் அனுபவிக்கவேண்டும்’ என்று மிரட்டிய தாகவும் அந்தச் சேதி சொன்னது. கட்சி கூடியது நிலவரத்தை ஆராய. கூட்டத்துக்கு வந்தவர்கள் தயாநிதியின் கட்சி விரோத நடத்தைக்குக் கண்டனம் தெரிவித்தார்கள். தயாநிதிக்கு எதிராக எடுக்கவேண்டிய நடவடிக்கைக்குக் கட்சித்தலைவரான கருணாநிதிக்குப் பூரண அதிகாரம் அளித்தார்கள். தகவல் தொழில் நுட்பத்துறை அமைச்சராக வெகுகுறுகிய காலத்துக்குள் தன் திறமையை வெளிப்படுத்தியிருந்த தயாநிதி தனது ராஜினாமாவை அனுப்பினார்.

கட்சியின் தீர்மானமனாது, ஜனநாயக முடிவு, பிள்ளைப் பாசத்தினால் எடுத்ததல்ல என்று கருணாநிதி காண்பித்துக் கொண்டார். கூட்டத்துக்கு வந்தவர்கள், மதுரையில் அழகிரியின் ஆட்களின் கட்டவிழ்க்கப்பட்ட அராஜகத்தையோ, மூன்றுபேர் மாண்டதையோ, மதுரையில் சட்டம் ஒழுங்கு குலைந்ததையோ ஊடகத்துச் சுதந்திரம் பாதிக்கப்பட்டதையோ கேள்வி கேட்க வில்லை. குண்டர்கள் பத்திரிகை அலுவலகத்தைத் தாக்கிய போது மதுரை போலீஸ் ஏன் பேசாமல் பார்த்துக்கொண்டு நின்றது என்று உள்துறை அமைச்சரான முதல்வரை அவர்கள் கேட்க பயந்தார்கள். பொதுமக்களுக்குச் சம்பந்தமில்லாத குடும்பச்சண்டையினால் உயிரிழந்த அந்த மூன்று அப்பாவிகளின் இறப்புக்குப் பொறுப்பேற்கப்போவது யார் என்று அவர்கள் கேட்கத் தயங்கினார்கள். கலவரத்துக்குக் காரணம் தினகரன் வெளியிட்ட அந்தச் சர்ச்சைக்குரிய சர்வே என்று கட்சி முடிவுக்கு வந்தது போலிருந்தது. அது தவறான நேரத்தில் வேறு வெளியாகியிருந்தது. கருணாநிதி சட்டசபைக்குள் நுழைந்த ஐம்பதாவது ஆண்டு நிறைவைக் கொண்டாடும் பொன்விழா

தயாரிப்பில் கட்சி இருந்தது. தவிர ஸ்டாலின்தான் கருணாநிதியின் வாரிசு, அழகிரி தென் மாவட்டங்களுக்குத் தலைவன் என்கிற சமாதானத்துக்கு கட்சி வந்திருந்தது.

பொன்விழாவுக்குச் சென்னை வந்த அழகிரி சென்னை விமான நிலையத்தில் மிகுந்த மரியாதையுடன் வரவேற்கப்பட்டு விவிஐபி பாதைவழியாக அழைத்துச் செல்லப்பட்டார். தன் மகனின் பேரில் தவறு இல்லை என்று கருணாநிதி தெளிவுபடுத்தினார். மனித உரிமை மீறல் பற்றிக்கேள்வி எழுப்பியவர்களின் வாயையும் சாமர்த்தியமாக அடக்கினார். தன் மகன் சம்பந்தப்பட்ட வழக்கு என்பதால் மாநிலப் புலனாய்வுத்துறை விசாரிக்காது என்றும் வழக்கு மத்தியப் புலனாய்வுக்கு அனுப்பப்படுகிறது என்றும் தெரிவித்தார். இதற்குப்பிறகு, சம்பவம் நடந்தபோது மிக வன்மையாகக் கண்டித்திருந்த *ஹிந்து* பத்திரிகை மௌனமாயிற்று. சன் டிவியும் மௌனமாயிற்று. கட்சியும் குடும்பமும் தலைவரின் கட்டுக்குள் இருந்தன என்பது அனைவருக்கும் விளங்கிற்று. தயாநிதிமாறன் தான் நிரபராதி என்றும் தனது தலைவர் கருணாநிதியென்றும், திமுகவின் விசுவாசத் தொண்டனாக வாழ்நாள் முழுவதும் தான் இருப்பதாகவும் பத்திரிகை கூட்டத்தில் சொன்னார். சிரித்துக்கொண்டே பேசினாலும் தன்னம்பிக்கை குறைந்திருந்தது தெரிந்தது.

கருணாநிதி தனது சகோதரியின் மகன் முரசொலி மாறனிடம் சொந்த மகன்களுக்கும் மேலாக அன்புவைத்திருந்தார். முன்பின் அரசியலுக்குப் பரிச்சயமில்லாதிருந்த மாறனின் இரண்டாவது மகன் தயாநிதியை மக்களவைத் தேர்தலுக்கு நிற்க வைத்ததும் பிறகு தகவல் தொழில் நுட்பத்துறை அமைச்சர் பதவியைப் பெற்றுக் கொடுத்ததும் அதன் வெளிப்பாடு. மத்திய அமைச்சராகப் பல ஆண்டுகள் பதவி வகித்த முரசொலி மாறன் தமக்கு உதவியாக இருந்ததுபோல தயாநிதியும் ஸ்டாலினுக்கு உதவியாக இருக்கலாம் என்கிற எண்ணம் கருணாநிதிக்கு. அதில் ஏதும் சிக்கல் வராது என்று அவர் நினைத்திருக்கலாம்.

புத்திசாலியான, ஊடகங்களுடன் நட்புடன் பழகத்தெரிந்த வசீகரம் கொண்ட தயாநிதியும் மிகக்கூர்மையான வியாபார நுணுக்கம் அறிந்த கலாநிதியும் ஒரு அதிசாமர்த்திய சகோதர ஜோடி. தங்கள் பணிகளில் பெரும் வெற்றி பெற்று நாட்டின் பார்வையைக் கவர்ந்தவர்கள். நன்றாகப் படித்தவர்கள், ஆங்கிலக்கல்வி பயின்றதால் சரளமாக கச்சிதமான ஆங்கிலம் பேசத்தெரிந்தவர்கள். ஸ்டாலினும் அழகிரியும் அதிகமாகப் படிக்காதவர்கள், ஆங்கிலம் பேசத் தெரியாதவர்கள். மாறன் சகோதரர்களின் வளர்ச்சி

அவர்களுக்கு ஒரு தாழ்வு மனப்பான்மையை ஏற்படுத்தியிருந்தால் ஆச்சரியப்படுவதற்கில்லை. வெளி ஆட்களுக்கு, திமுக தலைவரின் எண்ணத்தின்படி தயாநிதியை மட்டுமே கண்டித்ததும் அழகிரியின் ஆட்களின் அராஜகத்தைக் கண்டு அதிராமலும் இருந்ததும் அதிர்ச்சியைத் தந்தது. ஆனால் மாறன் சகோதரர்களுக்காக யாரும் அனுதாபப்படவில்லை என்பது யதார்த்தம். கட்சி அவர்களின் வளர்ச்சியைக் கண்டு முகம் சுளித்தது. மாபெரும் ஊடக சாம்ராஜ்யத்துக்கும் செல்வத்துக்கும் அதிபதிகளாகிவிட்ட மாறன் சகோதரர்கள் எல்லோருக்கும் விரோதிகளாகிப் போயிருந்தார்கள், முக்கியமாகக் கருணாநிதியின் குடும்பங்களுக்கு!

கலாநிதிமாறன் சன் குழுமத்துக்கு முழு உரிமையாளராகும் எண்ணத்துடன் காய் நகர்த்த ஆரம்பித்தபோது விரிசல் ஏற்படத் தொடங்கியது. கருணாநிதியுடைய மனைவி தயாளு அம்மாளின் பங்குகளை அதன் சந்தை மதிப்பைவிட 15%க்கும் குறைவான விலைக்கு கலாநிதி வாங்கிக்கொண்டதாகச் சொல்லப்பட்டது. இது அப்பட்டமான துரோகம் என்றார்கள் திமுகவினர். கலைஞர் கொடுத்த ஒரு கோடி அன்பளிப்பை வைத்து மாறன் சகோதரர்கள் 1993இல் சன் தொலைக்காட்சியை ஆரம்பித்தார்கள் என்பதைச் சுட்டிக்காட்டினார்கள்.

பண விஷயத்தில் இருந்த உரசல் தவிர அரசியல் வட்டத்தில் தயாநிதி ஆணவத்துடன் நடப்பதாகவும் ஸ்டாலினின் திறமையைப் பொது இடங்களில் விமர்சிப்பதாகவும் பேச்சு இருந்தது. ஆனால் குடும்பத்துக்குள் தீவிர கவலை இருந்தது. ஜனரஞ்சகமாக, சன் டிவியின் உதவியினால் தயாநிதி அதிக வெளிச்சத்தில் இருப்பதாக உணர ஆரம்பித்தது.

ஒன்றை மறுக்கமுடியாது. தயாநிதி மூன்று ஆண்டுகள் வகித்த அமைச்சர் பதவியின்போது பாராட்டும்படியான பல விஷயங்கள் செய்தார். ஆங்கிலம் பேசிய 51 வயது மாறன் அமைச்சரவையில் நிறைய அரசியல் யுத்தங்களைத் திறம்பட வென்றார். அதேபோல அதிகமாக வசூலித்த டெலிகாம் கம்பெனிகளை வழிக்குக் கொண்டுவந்தார். உலகளாவிய முதலீட்டாளர்கள் மடிக்கணினி சகிதம் தங்களுடன் சரள ஆங்கிலத்தில் வாதம் செய்யும் அமைச்சரின் வசீகரத்தில் கவரப்பட்டார்கள். இரண்டு ஆண்டுகளுக்குள் நோக்கியா, மோட்டோரோலா, மைக்ரோஸாஃப்ட், ஐபிஎம் போன்ற மாபெரும் கம்பெனிகளை நாட்டுக்கு வரவழைத்தார். ஆனால் திமுகவினர் தயாநிதியின் வேறு முகத்தை விவரித்தனர். ஆணவம், ஊழல், பழிவாங்குதல், அவமானப்படுத்தல் என்கிற விரும்பத்தகாத இயல்புகள் எல்லாம் உள்ளவர் என்றார்கள். அவரைக் கட்டுப்படுத்த நல்லவேளையாக

தினகரன் சம்பவம் நடந்தது என்றார்கள். கருணாநிதி, தயாநிதி வகித்த அமைச்சரவையை ஆ. ராசாவுக்குக் கொடுக்கும்படி பிரதமரைக் கேட்டுக்கொண்டார். தயாநிதியின் மேலவை இருக்கை ராதிகா செல்விக்குக் கொடுக்கப்பட்டது. அதற்குள் அந்த விவகாரம் முடிவுக்கு வந்தது.

மாறன்களுக்குக் கிடைத்த குட்டு தமிழ் ஊடகங்களுக்கு மிகுந்த மகிழ்ச்சியை ஏற்படுத்தியது. ஊடக சாம்ராஜ்யத்தை, தயாநிதியின் அரசியல் செல்வாக்கும் சேர்ந்ததால், சன் குழுமம் தனது ஏகபோக உரிமையைப்போல நடத்தியது. அதனுடைய ஆணவத்தை எல்லோரும் வெறுத்தார்கள். அவர்களுடைய சுமங்கலி கேபிள் நிறுவனம் தமிழ்நாடு முழுவதும் இருந்த கேபிள் ஆபரேட்டர்களை 'எங்களுடைய சேனல்கள் இல்லாமல் நீங்கள் தொழில் செய்ய முடியாது' என்று மிரட்டுவதாக கேபிள் ஆபரேட்டர்களுக்கு மிகுந்த அச்சமும் கோபமும் இருந்தன. மற்ற சேனல்களான ஜெயா டிவி, ராஜ் டிவி போன்றவற்றின் வளர்ச்சி தடுக்கப்பட்டது. கேபிள் ஆபரேட்டர்கள் சன் குழுமத்தை விரோதித்துக்கொள்ள பயந்தார்கள். ஜெயலலிதா ஆட்சியில் இருந்தபோது கேபிள் விநியோகத்தை அரசுடைமையாக்க ஒரு மசோதா கொண்டுவர முயற்சித்தார். அப்போது கருணாநிதியின் நண்பர் சுர்ஜித்சிங் பர்னாலா ஆளுநராக இருந்தார். கருணாநிதி அவரை நேரில் சந்தித்து அந்த மசோதாவில் கையெழுத்திட வேண்டாம் என்று கேட்டுக்கொண்டதாகச் சொல்லப்படுகிறது. இப்போது அவரது கட்சியினர், சகோதரர்களுக்கு மண்டைக்கனம் ஏறிவிட்டது என்றார்கள். சன் டிவி தயாநிதி மாறனுக்கு மட்டுமே முக்கியத்துவம் கொடுத்தது. தினகரன் சம்பவம் துரிதமாகச் செயல்படவைத்தது.

அந்தச் சம்பவத்திற்கு ஆக்கப்பூர்வமான விளைவும் இருந்தது. குழந்தைகளை ஒன்று சேர்த்தது. கருணாநிதியின் மூன்றாவது மனைவி ராஜாத்தியின் மகள் கனிமொழி, கோபாலபுரத்தில் வசித்த தயாளு அம்மாளின் குடும்பத்துடன் நெருக்கமாக இருந்ததை என்றும் பார்த்திராதவர்கள், இப்போது ஸ்டாலின், அழகிரியுடன் சேர்ந்து நிற்கும் புகைப்படங்களைத் தினசரிகளில் பார்த்தார்கள். கனிமொழி ராஜ்யசபை உறுப்பினரானபோது சகோதரர்கள் எதிர்க்கவில்லை. 'அழகிரிக்கும் ஸ்டாலினுக்கும் இடையே எந்தப்போட்டியும் இல்லை' என்று திமுக நிர்வாகச் செயலர் இளங்கோவன் தொடர்ந்து சொன்னார். 'எங்களுடைய அடுத்த தலைவர் ஸ்டாலினாக இருப்பார்; எல்லோரும், அழகிரி உள்பட அவரை ஏற்றுக்கொண்டிருக்கிறார்கள்.' தெற்கில் அழகிரியின் அதிகாரம் தொடரும் என்பது அவர் சொல்லாமல் விட்டது.

கருணாநிதி இப்போது கேபிள் விநியோகத்தை அரசு நிறுவனமாக்க முனைந்தார். அந்த அறிவிப்புக்குப் பிறகு கலைஞர் டிவி என்ற சொந்த சானல் செப்டம்பர் 15, 2007 அன்று ஆரம்பித்தார். பல திறமையான டெக்னீஷியன்களும் தொகுப்பாளர்களும் சன் டிவியிலிருந்து வெளியேறி அதிக சம்பள ஆசையில் அதில் சேர்ந்தார்கள். சன் குழுமத்துடன் வீச்சில் போட்டிபோட முடியாவிட்டாலும் சொந்த சானல் இருந்தது புதிய பலம் கிடைத்ததுபோல இருந்தது கருணாநிதிக்கு. கேபிள் விநியோகம் கடைசியில் அரசுடைமை ஆக்கப்படவில்லை.

ஆனால் வெகு விரைவில் பணமும் அரசியல் அதிகாரமுமே குடும்பச் சண்டைக்குக் காரணம் என்று தெளிவாயிற்று. தினகரன் சம்பவத்தால் திடுக்கிட்ட மக்கள், மாறன் சகோதரர்கள் மீண்டும் கலைஞர் தாத்தாவுடன் ஒன்றுசேர்ந்தபோதும் திகைத்தார்கள்.

ஒன்றுசேர்ந்த குடும்பத்தின் பெரிய வண்ணப் புகைப்படங்கள் செய்திப் பத்திரிகைகளின் முதல் பக்கத்தை அலங்கரித்தன. ராஜாத்தியும் கனிமொழியும் மட்டுமே அவற்றில் இருக்கவில்லை. கருணாநிதியின் விட்டுப்போகாத பாசத்தினாலோ அல்லது பிசினஸுக்கும் அரசியலுக்கும் குடும்பம் ஒன்றுபட்டு இருந்தாலே எல்லோருக்கும் லாபம் என்று மாறன் சகோதரர்களும் உணர்ந்த தாலோ குடும்பம் இணைந்தது. கருணாநிதியை ஆதரிக்க, அவர் புகழ்பாட, இப்போது இரண்டு தொலைக்காட்சி சானல்கள் கிடைத்தன.

2009 நாடாளுமன்றத் தேர்தலிலும் திமுக ஐக்கிய முற்போக்குக் கூட்டணியில் இருந்தது. பதினெட்டு சீட்களை வென்றது. ஆட்சிக்கு வந்த காங்கிரஸிடம் கருணாநிதி தயாநிதிக்கு அமைச்சரவைப் பதவி பெற்று கொடுத்தார். ஆனால் தகவல் தொழில் நுட்பத்துறை ஆ. ராசாவுக்கே சென்றது. யாரும் எதிர்பாராமல் முன்பின் தமிழ்நாட்டு எல்லைக்கப்பால் சென்றிராத, ஆங்கிலமோ ஹிந்தியோ அறியாத அழகிரிக்கும் கருணாநிதி அமைச்சர் பதவி பெற்றார். அழகிரி கொடுத்துவந்த தொல்லை ஓயும் என்று நினைத்தாரோ என்னவோ. தலைவரின் செய்கைகள் கட்சியினருக்குக் குழப்பத்தை அளித்தன. 2000ஆம் ஆண்டு திமுக பொதுச் செயலாளர் கே. அன்பழகன் கட்சியின் கட்டுப்பாட்டை அழகிரி மீறியதால் அவருடன் கட்சியினர் எவரும் தொடர்பு கொள்ளக்கூடாது என்று அறிக்கை விட்டிருந்தார். அழகிரிக்குத் தில்லி வாசம் அலுத்தது. நாடாளுமன்றத்தில் பேச வேண்டியிருக்குமோ என்று பயந்து அவைக்குச் செல்வதில்லை என்று விமர்சிக்கப்பட்டது. மொழி தெரியாமல் தாழ்வு மனப்பான்மை அவருக்கு என்றார்கள். மதுரையிலோ அவரே

முடிசூடா மன்னன். தொண்டர்கள் அவரைத் தெய்வமாகப் போற்றினார்கள். அஞ்சாநெஞ்சன் என்றார்கள். தில்லியில் அவர் நோஞ்சானாகிவிட்டதுபோல இருந்தது.

மாறன் சகோதரர்களின் பண பலமும் அதிகார பலமும் அதிகரித்தன. கருணாநிதியின் பேரன்கள், ஸ்டாலின் மகன் உதயநிதியும் அழகிரியின் மகன் தயாநிதியும் பெரிய அளவில் படத்தயாரிப்பாளர்களானார்கள். தமிழ் சினிமா உலகம் முழுவதும் அவர்களின், குடும்பத்துடைய அதிகாரத்துக்குக் கட்டுப்படவேண்டிய நிலைமைக்கு வந்தது. 90% திரை அரங்குகள் கலாநிதி, உதயநிதி, தயாநிதி ஆகியோரின் கட்டுப்பாட்டுக்குள் இருந்ததாக *இந்தியா டுடே* எழுதியது. ஆளுக்கு 30%. அவர்கள் தயாரித்த படங்களையே அரங்குகள் காண்பிக்க வேண்டும் என்று கட்டாயம் ஏற்பட்டது. வசூல் ஆகிறதோ இல்லையோ 20 நாட்களுக்குப் படம் காண்பிக்கவேண்டும். மற்ற தயாரிப்பாளர்கள் எடுத்த படங்களுக்கு அரங்கம் கிடைப்பதே கடினமாயிற்று. ஒரு தயாரிப்பாளரும் தானாக வியாபாரம் செய்யமுடியாத நிலை ஏற்பட்டது.

திமுகவுக்குள்ளே முணுமுணுப்புகள் கேட்க ஆரம்பித்தன. தலைவரின் குடும்ப உறுப்பினர்கள் வெளிப்படையாகக் காண்பித்த அடாவடித்தனம் அவர்களைச் சங்கடப்படுத்தியது. கருணாநிதி முன்பு எப்போதும் சொல்வார் – கட்சிதான் தனது குடும்பம் என்று. எல்லா உறுப்பினர்களும் தன்னுடைய உடன்பிறப்புகள். இப்போது அவரது குடும்பமே கட்சியின் அடையாளம்போலத் தெரிந்தது. 'என் உயிருக்கும் மேலான உடன்பிறப்புகளே' என்று அவர் சொல்வதெல்லாம் வெறும் வார்த்தை ஜாலம் என்று அடிமட்டத் தொண்டர்கள் நினைக்க ஆரம்பிக்கலாம் எனக் கவலை எழுந்தது. அரசியலில் அரிச்சுவடி அறியாத கனிமொழி, எம்.பி. ஆக்கப்பட்டபோது திமுகவை ஆதரித்து வந்திருந்த ஆட்டோ ரிக்ஷாக்காரர்களும் வெறுத்துப்போனார்கள். கட்சியின் தார்மீகப் பலம் வெகுவாகக் குறைந்துபோனதாகத் தலைவர்கள் கவலைப்பட்டார்கள்.

இத்தனை அமர்க்களத்துக்கு இடையிலும் அதிமுக, நாடாளுமன்றத் தேர்தலுக்குப்பிறகு அதிக பலவீனமாகியிருந்தது. காங்கிரஸைத் தேவையில்லாமல் விரோதித்துக்கொண்டு, தமிழகத்தில் முகமே இல்லாத பாஜகவுடன் கூட்டணி வைத்தது கட்சியைப் பலவீனப்படுத்தியிருந்தது. தோழமை வைத்திருந்த கட்சிகள் எல்லாம் அவருடைய சுபாவத்தினால் விலகியிருந்தன. அவருடைய கட்சி உறுப்பினரிடமிருந்தே அவர் விலகிப்

போயிருந்தார். அவர் ஏன் அப்படி நடந்துகொண்டார்? யாருக்கும் தெரியாது. அவர்கள் பழியை சசிகலாவின் மேல், அவருடைய குடும்பத்தினர்கள் மேல் சுமத்தினார்கள். அவர்களால் மட்டுமே தலைவியை அணுகமுடிந்தது. இரண்டு முறை ஒரு பெரிய மாநிலத்து முதலமைச்சராகப் பதவியிலிருந்த, அதிபுத்திசாலியான தலைவி மன்னார்குடியைச் சேர்ந்த, திறமையில் குறைந்த ஒரு கும்பலை, வீட்டைப் பராமரிக்க வந்த சிலரை ஏன் நம்பியிருந்தார் யாரும், என்று கேட்கவில்லை. அவர்கள் தலைவிக்கு வந்த கடிதங்களையும் விண்ணப்பங்களையும் மறைத்தார்கள் என்று வைத்துக்கொண்டாலும் அவராக ஏன் கட்சி அலுவலகத்துக்குச் சென்று கட்சியினரைச் சந்திக்கவில்லை? முன்பு செய்ததுபோல தொண்டர்களை ஏன் சந்திப்பதில்லை? பதர் சயீத் சொன்னார்: "எல்லோரும் என்னைக் கேட்கிறார்கள், நீங்க சொல்றீங்க, உங்க கடிதங்களையெல்லாம் யாரோ அவங்களுக்குப் போகவிடாம தடுக்கறாங்கன்னு, ஆனா அம்மா ஏன் உங்களைக் கூப்பிடல்லே?"

அவருடைய பள்ளித் தோழிகளும் கேட்டார்கள், "அவர் ஏன் எங்களிடமிருந்து முழுசாகத் தன்னை விலக்கிக்கொண்டுவிட்டார்?"

ஜெயலலிதாவுடைய முடிவு அது. தோழமைக்கும் காதலுக்கும் குடும்ப வாழ்வின் கதகதப்புக்கும் ஏங்கிய நாட்களிலிருந்து தூர விலகியிருந்தது அவரது விருப்பம். அதெல்லாம் முடிந்துபோன அத்தியாயங்கள். அவரைப் போன்ற ஒரு பெண் தான் வகித்த பொறுப்பில் தனது உணர்ச்சிகளைக் காண்பிக்க முடியாது. கட்சியினரைப் பார்ப்பது இப்போதெல்லாம் சோர்வைத் தந்தது. அவர்களுடைய புகழுரைகளும் அர்த்தமற்ற குறைகளும் அலுப்பைத் தந்தன. தொண்டர்களைச் சந்திக்க அவருக்குத் தெம்பில்லை – தோல்விக்குப்பிறகு. என்ன வார்த்தைகள் சொல்லி அவர்களைத் தேற்றுவார்? அவர்கள் தன்மீது வைத்திருந்த நம்பிக்கைக்குத் தான் ஏமாற்றமளித்துவிட்டதாகக் குற்ற உணர்வு ஏற்பட்டது. எல்லாம் முடிந்துவிட்டதுபோல அவர்கள் ஒப்பாரிவைக்க ஆரம்பித்தால் ஜெயலலிதாவால் தாங்கமுடியாது. வந்த பாதையைப் பற்றி அவருக்கு மட்டுமே தெரியும். தன்னுடைய வாழ்க்கை ஒரு திறந்த புத்தகம் என்று சொன்னதெல்லாம் பத்திரிகைகளுக்கு. அதைப் படிக்கவேண்டுமானால் தாம்புக்கயிறாய் நெளிந்த இருள்சூழ்ந்த குகைகளில் பயணிக்கவேண்டும். ஒவ்வொரு மூலையிலும் துரோகிகளும் வில்லன்களும் மறைந்திருந்தார்கள். அதில் தனியாக அகப்பட்டுக்கொண்ட கதாநாயகி அவர். அவருக்கும் மறைவான மூலை வேண்டும், யாரும் தன்னைக் கண்டுகொள்ளாமல் இருக்க; உற்றுப்பார்க்காமல் இருக்க! 'கேள்வி கேட்கவேண்டாம், தன்னைச் சுற்றி ஒரு மர்மம் இருக்கவேண்டும்.'

என்று அவர் நினைத்திருக்கலாம். கடல் ஆழத்தில் இருக்கும் இருளைப்போல மர்மப் போர்வை தன்னை மூடட்டும். தான் ஆளப் பிறந்தவள். தன் மூலமே கட்சி உயிர்த்தெழும். அவர்கள் ஏன் பதறுகிறார்கள்?

எல்லோரும் அதை உணர்வார்கள். அதனால்தான் பதற்றம். இது அரசாட்சி இல்லை. ஜனநாயகம். அவருடைய பாரத்தைப் பகிர்ந்து சுமக்க அவருக்கு மக்கள் தேவை. அவருக்கு உயிரைக் கொடுக்கச் சித்தமாக இருக்கும் தொண்டர்கள். மாவட்டச் செயலாளர்களுக்கும் சட்டமன்ற உறுப்பினர்களுக்கும் ஆலோசனைகள் தேவை.

ஆனால் அம்மா இப்போதெல்லாம் சென்னையில் இருப்பதே இல்லை. கொடநாட்டில் மறைந்திருந்தார், மலைகளுக்கு நடுவில்.

15

கொடநாடு எஸ்டேட் அவருடைய புகலிடம் இப்போது. ஒரு ஆங்கிலேயரிடமிருந்து 1995இல் வாங்கியது. ஊட்டி மலைப்பகுதியில் 862 ஏக்கர் நிலப்பரப்பு கொண்ட தேயிலைத் தோட்டம். அந்தப் பசுமையின் உள்ளே வெளி ஆட்கள் கண்ணில் படமுடியாத பிரம்மாண்ட பங்களா. அவருக்காகவே வடிவமைக்கப்பட்டதுபோல இருந்தது. அதில் அவர் சில மாற்றங்களைச் செய்திருந்தார். மனச்சோர்வு ஏற்படும்போதெல்லாம், தேர்தல் தோல்விக்குப் பிறகும், அங்கு தஞ்சம் புகுவார். பாட்டரியால் இயங்கும் சிறிய வாகனத்தில் அமர்ந்து தோட்டத்தைச் சுற்றி வர அவருக்குப் பிடிக்கும். மனசுக்கும் உடலுக்கும் புத்துணர்ச்சி அளிக்கும். இதமான சீதோஷ்ணத்தில் அவர் அனுபவிக்கும் ஆன்மீகக் குளியல் அது. நடந்தவற்றுக்காக வருத்தப்படுவாரா? தெரியாது. அவருடைய உள்ளார்ந்த கோபங்கள் ஆறுமா? அதற்கும் தயாரில்லை. அந்தக் கங்குகள் அவருள் இருக்கவேண்டும். அதுவே அவருடைய உந்து சக்தி. அந்த மலை வாசஸ்தலத்தில் அவர் ஆற அமர யோசிப்பார், யாருடைய தொந்தரவும் இல்லாமல். எதிர்கால வியூகங்களை வகுக்க.

ஆனால் அவர் ரசித்து அனுபவிக்கும் விஷயமெல்லாம் கருணாநிதிக்கு எரிச்சலூட்டுவது. 2007இல் அவருடைய அரசு ஜெயலலிதா மீது குற்றம் சாட்டிற்று – எஸ்டேட்டை விரிவுபடுத்தியது மலைப் பகுதி வளர்ச்சித் திட்டத்துக்கு விரோதமானது என்று

எஸ்டேட் மேலாளர் மீது வழக்கு போட்டது. சட்டசபையில் திமுக – அதிமுகவினர் அந்த விஷயமாக மோதிக்கொண்டார்கள். அரசு கேட்டுக்கொண்டபடிக் கொடநாட்டின் பஞ்சாயத்து யூனியன் கட்டடத்தை இடிக்க நோட்டீஸ் அனுப்பிற்று. அதற்கு முன்னதாக நீலகிரி மாவட்ட கலெக்டரும் சில அதிகாரிகளும் வீட்டைத் திடீர் சோதனை செய்ய வந்தார்கள். அவரது ஆன்மீகப் புகலிடத்தையும் கருணாநிதி ஒழித்துவிடுவார் போலிருந்தது. அவருடைய குற்றச்சாட்டுக்கு அடித்தளமே இல்லை என்று கோபம் வந்தது. ஜெயலலிதாவின் சொத்து அது. உள்ளூர் மக்கள் எஸ்டேட் ஊடாகத் தெருவுக்குச் செல்லும் பாதையை உபயோகிக்க குறிப்பிட்ட நேரங்கள் ஒதுக்கப்பட்டிருந்தன.

இருந்தும் ஜெயலலிதா பயந்தார். எஸ்டேட்டுக்குள் அவர் கட்டியிருந்த விநாயகர் கோவிலில் விசேஷ பூஜைகள் செய்தார். நீதிமன்றத்தில் தீர்ப்பு வரவிருந்த தினம் அது அவருக்கு எதிரானதாக இருக்கும் என்ற எதிர்பார்ப்பில் கொடநாடு எஸ்டேட்டுக்கு வெளியில் மாபெரும் புல்டோசர்கள் காத்திருந்தன கட்டடத்தை இடிக்க. சேதி தெரிந்ததும் அவர் பயத்துடனும் கோபத்துடனும் எதிரிகளைச் சபித்தபடி அமர்ந்திருந்தார். அவரது அடிமனத்து நினைவுக் கோப்பில் எதிரிகளின் பெயர்களைப் பட்டியலிட்டுக்கொண்டு போவது அவருடைய வழக்கம். பட்டியல் நீளமானது. கோப்பு கனமானது. புல்டோசர்களின் பிரவேசத்துக்குக் காத்திருந்தபோது நம்பமுடியாத அந்தச் சேதி கிடைத்தது. நீதியரசர் சந்துரு அவருக்கு ஆதரவாகத் தீர்ப்பு அளித்திருந்தார். பஞ்சாயத்து யூனியன் கொடுத்த உத்தரவும் கலெக்டர்களின் திடீர் சோதனையும் சட்டவிரோதமானது என்றார். எஸ்டேட் விரிவாக்கம் சட்டப்பூர்வ அனுமதியுடன் செய்யப்பட்டது என்றார். எஸ்டேட் வழியாகப் பொதுமக்களுக்கு ஒரு தனிப்பாதை என்ற கோரிக்கையை சந்துரு நிராகரித்தார். ஒருவருக்குச் சொந்தமான நிலத்தில் பொதுமக்களுக்கென்று தனிப்பாதை போடமுடியாது என்றும் செயலில் இருக்கும் குறுக்குப்பாதையில் குறிப்பிட்ட நேரங்கள் பொதுமக்கள் செல்ல வழக்கம்போல அனுமதிக்கப்படவேண்டும் என்றும் சொன்னார்.

(ஜெயலலிதா இறந்த பிறகு அதுவரை வாய்பேசாமல் இருந்தவர்கள் எல்லாம் பேச ஆரம்பித்தார்கள். தன்னிடமிருந்து பலவந்தமாக எஸ்டேட் குறைந்தவிலைக்கு வாங்கப்பட்டதாக அந்த ஆங்கிலேயர், எஸ்டேட்டின் முதல் சொந்தக்காரர் சொன்னார். தனக்கு மிரட்டல் வந்ததாகவும் சொன்னார். ஜெயலலிதாவின் உயில், அவருக்குப்பின் அது யாருக்குச் சொந்தம் போன்ற விவரங்கள் வெளியில் வரவில்லை. திடீரென்று அங்கு

திருடு நடந்தது. அதைத்தொடர்ந்து அங்கு பணிபுரிந்தவர்கள் 'விபத்தில்' இறந்தார்கள். விஷயம் பிறகு பேசப்படவில்லை.)

புல்டோசர்கள் விலகுவதைக் கண்ட ஜெயலலிதாவுக்கு மிகப்பெரிய நிம்மதி ஏற்பட்டிருக்கவேண்டும். அன்று விநாயகருக்கு விஷேச பூஜைகள் நடந்தன. தனக்கு அபயம் அளித்த நீதியரசருக்கு நன்றி தெரிவிக்க வேண்டும் என்று அவருக்குத் தோன்றவில்லை. கருணாநிதி அதற்கு நேர்விரோதம். தமக்குச் சாதகமாகத் தீர்ப்பு வரும்போதெல்லாம் *முரசொலியில்* நீதிபதியைத் தனது தினசரி பத்தியில் பாராட்டத் தவறமாட்டார்.

இத்தகைய நாசூக்குகளைப் பற்றி நினைக்கக்கூட நேரமில்லாமல் ஜெயலலிதாவுக்கு நிறைய பிரச்சினைகள் இருந்தன. அவர் எடுத்துவைக்கும் ஒவ்வோர் அடிக்கும் எதிரிகளின் அதி சாமர்த்தியத்தால் பின்னடைவு ஏற்பட்டு வந்தது. 2006 தேர்தலில் வெல்லும்படியாக ஒரு தேர்தல் அறிக்கையை திமுக வைத்தது மட்டுமல்லாமல் வாக்காளர்களுக்குப் பணமும் கொடுக்கப்பட்டது என்று அவர் அறிந்தார். அதை ஆரம்பித்து வைத்தது 'அஞ்சாநெஞ்சன்' அழகிரி என்று சொல்லப்பட்டது. அடுத்த மூன்றாண்டுகளில் வந்த நாடாளுமன்றத் தேர்தலில் அதிமுகவுக்கு 17 இருக்கைகளாவது கிடைக்கும் என்று நினைத்தார். அதை வைத்து, வரவிருந்ததாக நினைத்த பாஜகவுடன் பேரம் பேசும் தகுதியைப் பெறமுடியும். தில்லி பயணத்துக்கான ஏற்பாடுகளையும் செய்திருந்தார். கடைசியில் காங்கிரஸ்தான் மறுபடியும் ஆட்சிக்கு வந்தது. திமுக 18 இருக்கைகள் வென்றது. அதிமுகவுக்கு 9 மட்டுமே. கருணாநிதி தனது குடும்பப் பரிவாரங்களுக்கு அமைச்சகங்கள் பெற்றார். ஆ. ராசாவின் மேல் அலைக்கற்றை ஊழல் புகார் தோன்றியிருந்தபோதும் தகவல், தொழில் நுட்பத்துறை மறுபடி கிடைத்தது. எப்படி அதையெல்லாம் அந்தக் கிழவரால் சாதிக்க முடிந்தது சக்கர நாற்காலியில் அமர்ந்தபடி என்று ஜெயலலிதாவுக்குத் திகைப்பேற்பட்டது.

ஆனால் மெல்லக் காற்று லேசாக மாறிவருவதையும் கவனித்தார். தமிழ்நாட்டில் காங்கிரஸும் அதனுடன் கூட்டணி வைத்திருந்த திமுகவும் இலங்கையில் நடந்த இனப் போரில் தமிழர்கள் அனுபவித்த கொடுமைகளுக்கு இலங்கை அரசைக் கண்டிக்கவில்லை என்று தமிழ் தேசியவாதிகளும், விடுதலைப்புலிகளின் ஆதரவாளர்களும் போராட்டம் நடத்தினார்கள். மத்திய அரசில் பங்கு கேட்டுப் பெற்ற கருணாநிதி இலங்கையில் போரை நிறுத்த எந்த முயற்சியையும்

மேற்கொள்ளவில்லை என்று கோபப்பட்டார்கள். இந்திய அரசு இலங்கை அரசுக்கு ஆயுதம் அளிப்பதாகக் குற்றம் சாட்டினார்கள். தமிழினத்தலைவர் என்று தன்னைச் சொல்லிக்கொள்ளும் கருணாநிதி அண்டை நாட்டில் ஆயிரக்கணக்கில் பலியாகும் தமிழர்களைக் காப்பாற்ற எதுவும் செய்யவில்லை என்று கோஷமிட்டார்கள். அதுவரை தான் கடைபிடித்த கொள்கை விடுதலைப்புலிகளுக்கு எதிரானதாக இருந்தும், ஜெயலலிதா காற்று வீசும் பக்கம் சேர முடிவெடுத்துத் தனி ஈழம் கோஷத்தை எழுப்புபவர்களுடன் சேர்ந்துகொண்டார். தான் ஆட்சிக்கு வந்தால் தனி ஈழம் அமைக்க உதவுவேன் என்றார். அவர் பிரபாகரனையும் விடுதலைப்புலிகள் இயக்கத்தையும் தீவிரமாக எதிர்த்தவர். இயக்கத்துக்குத் தடைவிதிக்கச் செய்தவர். இப்போது அவருடைய மாறுபட்டபேச்சு விமர்சனத்துக்குள்ளானது. கருணாநிதி அவரது சந்தர்ப்பவாதத்தைப் பரிகசித்தார். பிரபாகரனுக்கு எதிராகப் பேசிய அவருடைய பேச்சுக்களை மேற்கோள் காட்டினார். ஆனால் தமிழினத் தலைவர் என்ற கருணாநிதியின் பிம்பம் விரிசல் கண்டிருந்தது. போரில் பிரபாகரனை இலங்கை ராணுவம் கொன்றது. தமிழ்நாட்டில் தமிழ் தேசியவாதிகள் கருணாநிதி தான் அந்தக் கொலைக்கு மறைமுகக் காரணம் என்றார்கள் இலங்கை ஓர் அயல்நாடு என்பதை மறந்து! ஜெயலலிதாவுக்கு எல்லாம் தெரியும். இருந்தும் தமிழுணர்வைத் தட்டி எழுப்பினால் நாடாளுமன்றத் தேர்தலில் வாக்கு கிடைக்கும் என்று நினைத்தார். இலங்கைத் தமிழர் விவகாரம் தமிழ்நாட்டில் என்றுமே தேர்தல் பிரச்சினையானது இல்லை; காற்றைத் திசை திருப்பிதுமில்லை (1991 ராஜீவ் படுகொலைக்குப் பிறகு வந்த தேர்தலைத்தவிர. அப்பவும் அது திமுகவுக்கு எதிரான வாக்கு. புலிகள் இயக்கத்தின் மேல் எழுந்த கோபத்தின் பதிவு) இப்பவும் வாக்காளர்கள் திமுகவுக்கு ஆதரவாக வாக்களித்தார்கள். அது பொதுவாக எல்லோரையும் ஆச்சரியப்படுத்திற்று. சென்னையில் எதிர்ப்புக் கொடி பிடித்தவர்களின் கோஷங்கள் தமிழர்கள் ஒட்டு மொத்தமாகக் குரலெழுப்பியது போன்ற தோற்றத்தை ஏற்படுத்தியிருந்தது. பணப்பட்டு வாடாதான் ஓட்டுகளை வாங்கியது என்கிற செய்தி உண்மையாக இருக்கவேண்டும் என்று நிச்சயமாயிற்று. ஆளுக்கு 500 ரூபாய் உறையில் வைக்கப்பட்டுக் கொடுக்கப்பட்டதாம். ஒரு வீட்டில் நான்கு வாக்காளர்கள் இருந்தால் 2000 ரூபாய். கசக்குமா என்ன?

வாக்காளர்களுக்கு ஆசைகாட்டுவது புதிதல்ல. பணமும் பிரியாணிப் பொட்டலங்களும் கொடுப்பது வழக்கத்தில் இருந்தது. அதை ஆரம்பித்தது ஜானகி ராமச்சந்திரன். ஆனால் இப்போது நடப்பது திகைப்பை ஏற்படுத்திற்று. ஆட்சியில்

இல்லாதவர்கள் நிச்சயம் அப்படிப் பணத்தை விசிறமுடியாது. அடுத்தாற்போல மூன்று தொகுதிகளில் இடைத்தேர்தல் வந்தது. இப்போது பணப் பட்டுவாடா கனஜோராக நடந்தது. ஐந்நூறு ஆயிரமாகிவிட்டது என்றார்கள். அதற்கு 'திருமங்கலம் ஃபார்முலா' என்று விமர்சகர்கள் பெயர் சூட்டினார்கள். உறைகள் போடப்படுவதற்காக இரவில் வாயிற் கதவை மக்கள் திறந்துவைத்தார்கள். திருமங்கலத்தில் ஒரு ஜோக் உலவியது. தேர்தல் அறிவிப்பு வந்ததுமே சிலர் வீட்டுக்கு வண்ணம் அடிக்கத் திட்டம் போட்டார்களாம். தமிழ்நாடு தேர்தல் ஆணையர் நரேஷ் குப்தா செயலற்றவர் போலத் தெரிந்தார். இப்போது அதிமுகவும் பணம் கொடுக்க ஆரம்பித்தது. ஆனால் திமுகவுடன் போட்டி போடமுடியவில்லை. மூன்று தொகுதிகளிலும் திமுகவே வென்றது. அஇஅதிமுக கட்சி அலுவலகத்தில் தொண்டர்கள் சுரத்தில்லாமல் இருந்தார்கள். கட்சியின் அதிகாரப்பூர்வ புகைப்படக்காரர் ரூபன் 'அம்மா வரணும்னு நினைக்கிறோம்,' என்று முணுமுணுத்தார். 'ஆனா திமுகவுடைய பணபலத்தைப் பாத்தா பயமா இருக்கு.'

ஜெயலலிதாவுக்கு இவையெல்லாம் எரிச்சல் தந்தன. சட்டசபையில் பட்ஜெட் கூட்டத் தொடரின்போதுகூடச் செல்ல விருப்பமில்லாமல் கொடநாடுக்குப் போய்விட்டார். கட்சியினருக்கு ஏமாற்றமாக இருந்தது. எத்தனை ஆணித்தரமாகப் பேசி திமுக தலைவரைத் திகைக்கவைத்திருக்கிறார் முன்பு? ஆனால் இதற்கு முன்னதாகவே அவர் கட்சி அலுவலகத்துக்குச் செல்வதையும் நிறுத்தியிருந்தார். அவர் எங்கிருக்கிறார் என்றுகூட யாருக்கும் தெரியவில்லை. ஊடகங்கள் அதை விமர்சித்தபோது, "நான் என்ன நாட்டைவிட்டு ஓடிவிட்டேனா? கொடநாடு இந்த மாநிலத்துக்குள் தான் இருக்கிறது. சென்னையிலிருந்து வேலை செய்வதுபோல அங்கிருந்தும் என்னால் செய்யமுடியும்" என்றார்; உண்மைதான். கட்சிக்காரர்களுக்கு அவர் எங்கிருந்தாலும் வித்தியாசம் ஏதும் இல்லை. ஆனால் வரவர அவர்கள் ஆதாரம் இழந்துவருவதுபோல உணர்ந்தார்கள். கட்சித்தலைவி தொடர்பில்லாமல் இருப்பது குழப்பத்தை ஏற்படுத்தியது. கருணாநிதி தருணம் பார்த்துக் காத்திருந்தார், அவர்களை ஈர்க்க. ஜெயலலிதாவின் நினைவே அவரை எரிச்சல் படுத்தியது. மைனாரிட்டி அரசு என்று அவர் ஓயாமல் பரிகசித்தது சகிக்க முடியாமல் இருந்தது. அவருடைய ஆணவத்துக்கு அளவே இல்லை என்று ஆத்திரம் ஏற்பட்டது. அஇஅதிமுக சித்தாந்தத்தில் ஓடவில்லை. எம்ஜிஆரை மறந்து எத்தனையோ நாளாச்சு. தனிநபர் செல்வாக்கில் ஓடுகிறது. என்ன அசடுகள் இவர்கள்! ஒரு

திமிர் பிடிச்ச பாப்பாத்தி காலில் விழுந்துகொண்டு வாழ்நாள் முழுவதையும் பாழடைத்துக் கொண்டவர்கள்; பணமும் பதவியும் கொடுத்தால் வருவார்கள்.

ஒவ்வொருவராக அவரைவிட்டு விலகியபோது ஜெயலலிதா திகைத்தார். எஸ்.வி. சேகரிலிருந்து (மைலாப்பூர்) ஆரம்பித்து அவருக்கு வெகுவிசுவாசமாக இருந்த அனிதா ராதா கிருஷ்ணன் (திருச்செந்தூர்), எஸ். ராதாகிருஷ்ணன், (கோவில் பட்டி) கே. ராஜேந்திரன் (ஜெயங்கொண்டம்) பகிரங்கமாகத் தங்களது அதிருப்தியைத் தெரிவித்து விலகினார்கள். அவர் பொதுக்குழுக் கூட்டத்தில் சொன்னார், "யாரெல்லாம் கட்சியை விட்டு விலகவேண்டுமோ அவர்கள் விலகலாம். அது கட்சியைப் பாதிக்காது." ஆனால் கட்சியின் நிர்வாகச் செயலரும் முன்னாள் அமைச்சருமான எஸ். முத்துசாமி விலகுவதாக அறிவித்த போது, அவர் அதிர்ந்தார். பத்திரிகையாளர்களிடம் சொன்னார், "யாருக்காவது ஏதேனும் குறையிருந்தால் என்னிடம் நேரிடையாகப் பேசித் தீர்த்துக்கொள்ளலாம். ஒரு உறுப்பினரும் விலகிச் செல்வதை நான் விரும்பவில்லை." ஆனால் முத்துசாமி அசைந்துக் கொடுக்கவில்லை. "பிரச்சினை ஏகமா இருக்கு. அத்தனை சுலபமா விளக்கிட முடியாது" என்றார்.

மூத்த பத்திரிகையாளர் சோலை சொன்னார்: "தொண்டர் களும் செயலர்களும் சந்திக்கமுடியாத தலைவி அவங்க. அவங்க புரிஞ்சுகொள்ளணும், கட்சிக்கு உண்மையா உழைச்சவங்களை அலட்சியப்படுத்தக் கூடாதுன்னு."

கட்சியைவிட்டு விலகிய எஸ்.வி. சேகர் சொன்னார்: "கட்சியிலே ஏற்படுத்தப்பட்டிருக்கிற பய உணர்வும் (fear psychosis) அதைக் கட்சிக்காரங்க தீனி போட்டு வளர்க்கிறதும் வெறுப்பூட்டுவது மட்டுமில்ல, அபத்தமானது. வெளியிலே ஒரு சாதாரண வாக்கியத்தைக்கூட யாரும் சொல்லிவிட முடியாது. ஜெயலலிதா எங்கிட்ட சொன்னார். 'என்னைக் கேட்டுக் கொண்டுதான் யாரும் எதையும் பேசணும்.' ஆனா அவருடைய சம்மதத்தை எப்படிப் பெறுவது? எப்படி சந்திக்கிறது? அவருடைய ஆட்சியில் அரசுச் செயலர்கள்கூட அவங்க நல்ல மனநிலையை எதிர்பார்த்து நாட்கணக்கில் காத்திருக்கவேண்டியிருந்தது."

"அது ஒரு மில்லியன் டாலர் கேள்வி" என்றார் ஒருவர். "கடவுளுக்கு விண்ணப்பம் போட்டுக் காத்திருப்பதுபோல."

கட்சித்தலைவர் சற்று ஒதுங்கியே இருக்கவேண்டும் என்று எம்ஜிஆர் நினைத்தார். ஜெயலலிதாவும் அப்படித்தான் நினைத்தார், முக்கியமாக அவர் பெண் என்பதால். ஆண்கள்

அவர் காலில் விழுந்தால் விழட்டும். அவருக்கு நல்லது. அது அவர்களைச் சற்று எட்ட நிற்க வைக்கும். அவரைத் தெய்வமாகப் போற்றுவது அவருக்குக் கவசம். கற்பனை வறண்ட அவருடைய எதிரிகள் வேறு எந்தக்காரணமும் அவரைப் பழிக்கக் கிடைக்காவிட்டால் அவருடைய நடத்தையை தூஷிக்கிறார்கள். இது மேற்கு வங்கத்தில் இருக்கும் மம்தா பானர்ஜிகோ உத்திரப்பிரதேசத்து மாயாவதிக்கோ நடக்காது. சக ஆண்களுடன் அவர்களைப்போல இவர் சகஜமாகத் தமிழ்நாட்டு அரசியல் சூழலில் பழகமுடியாது. கலாச்சார வேறுபாடு அது. அந்தப் பூடகமான உறவே அவரைத் தலைமை ஸ்தானத்தில் வைத்திருந்தது. "தன்னந்தனியாக, ஒரே ஆளாக, கட்சியைக் கட்டுக்கோப்புடன் வைத்து வாக்கு வங்கியையும் சிதறாமல் வைத்திருப்பது பெரிய சாதனை இல்லையா?" என்று மூத்த திமுக தலைவர் செ. மாதவன் ஒருமுறை சொன்னார்.

அவருக்குக் கட்டுப்பட்டுத்தான் கட்சித்தொண்டர்கள் இருந்தார்கள். ஆனால் தலைவி அடிக்கடி காணாமல்போவது பலவித ஐயங்களை ஏற்படுத்திற்று. அவருடைய உடல்நிலை மோசமாகி வருவதாக வதந்தி இருந்தது. உண்மையாக இருக்கலாம். அதனால்தான் கொடநாடு வாசமோ?

ஜெயலலிதா இல்லாத சமயத்தில் அவருடைய எம்எல்ஏக்கள் சபையில் விவாதத்தின்போது அரசின் நடவடிக்கைகளுக்கு எதிர்ப்பு தெரிவிக்கும் விதத்தில் வெளிநடப்பு செய்தார்கள். அவர் கொடநாடில் அமர்ந்தபடி முதல்வர் குடும்பத்தினரின் அதிகரிக்கும் செல்வாக்கையும் பணபலத்தையும் சந்தை உலகத்தை அடக்கி ஆளும் திறமையையும் உன்னிப்பாகக் கவனித்தார். அவர்களது செய்கைகளெல்லாம் சட்டத்திற்கு உட்பட்டவை என்று அவரைச் சூழ்ந்தவர்கள் நம்பும்படியாக நடத்தும் அந்தச் சாமர்த்தியத்தைக்கண்டு வியந்தார். ஆட்சி அதிகாரத்தைக் குடும்பத்தினர் துஷ்பிரயோகம் செய்தது அவர்களது எல்லா செயல்களிலும் அப்பட்டமாகத் தெரிந்தது. திடீரென்று ஸ்டாலினின் மகன் உதயநிதியும் அழகிரியின் மகன் தயாநிதியும் – எந்த முன் தகுதியும் இல்லாதவர்கள் – பெரிய பட்ஜெட் படத்தயாரிப்பாளர்கள் ஆகியிருந்தார்கள். எந்த நிதி நிறுவனத்திடமும் அவர்கள் உதவி பெறவில்லை என்றும் ஜெயலலிதா அறிந்தார். அவர்களுக்கு எங்கிருந்து பணம் கிடைத்தது? தாத்தா சம்பாதித்த கருப்புப்பணத்தைப் பேரன்கள் வெள்ளையாக்குகிறார்கள் என்று திமுக வட்டத்தில் ரகசிய பேச்சு உலவுவதாக அவருக்குச் சேதி வந்தது. "என் பேரன்கள் ஏன் சினிமாவிற்குள் நுழையக்கூடாது? அது அவர்கள்

இஷ்டம்" என்றார் கருணாநிதி. தன்னை ப்ரித்வி ராஜ்கபூருடன் ஒப்பிடுவதுபோல, 'கபூர் குடும்பம் முழுவதும் சினிமாவில் நுழையவில்லையா' என்று கருணாநிதி சொன்னபோது அவருக்கு அந்த அபத்த ஒப்பீட்டைக் கேட்டு எரிச்சல் ஏற்பட்டது. யார் காதில் கருணாநிதி பூ சுற்றுகிறார்? ப்ரித்விராஜ் கபூர் ஒரு கலைஞர் மட்டுமே, ஒரு மாநில முதலமைச்சராக இருக்கவில்லை. கருணாநிதி படங்களுக்கு இன்னமும் வசனம் எழுதுவதாகச் சொல்கிறார். ஒரு படத்துக்கு ஐம்பதிலிருந்து எண்பது லட்சம் வரை கிடைக்கிறதாம். அப்படிப்பட்ட தொகையை எந்த வசனகர்த்தாவும் பெற்றதில்லை. இதற்கெல்லாம் காரணம் இருக்கவேண்டும். கணக்கில் வராத பணம், அரசு அதிகாரம், விஷுவல், ப்ரிண்ட் ஊடகங்களின் மீதான பூரண ஆதிக்கம், படத்துறையின் எல்லா முக்கிய பிரிவுகளும் அவர்களது கட்டுப்பாட்டில் – எத்தனை நாட்கள் மக்கள் பேசாமல் பார்த்துக்கொண்டிருப்பார்கள்? சசிகலாவுக்கும் அவரது குடும்பத்தினருக்கும் – அவர்களுக்கு இத்தனைக்கும் அவர் எந்த முக்கிய பதவியையும் கொடுக்கவில்லை – அதீத அதிகாரத்தைக் கொடுத்ததாகத் தன்னைப் பழித்த மக்கள் இப்போது ஏன் வாய்மூடிக் கொண்டிருக்கிறார்கள்?

கருணாநிதியே ரொம்பத் தெம்பாக இருந்தார் என்று சொல்லமுடியாது. அவரைப் பலநாட்களாகப் பீதியும் கவலையும் அரித்தது. அதை மறைக்க அவர் திரைப்பட விழாக்களில் கலந்துகொண்டார்.

அங்கு நல்லவேளையாக கருணாநிதியைப் பாராட்டும் பேச்சுக்களையே கேட்கமுடிந்தது. (குடும்பத்தினரின் அத்துமீறல் களை ஜெயலலிதாவிடம் பட்டியலிட்டுச் சொல்ல அவருக்கு உள்துறை புலனாய்வுக் கூடங்களில் சிலர் இருந்தார்கள்.) எல்லாவற்றையும் அவர் தனது நினைவுப்பெட்டகத்தில் அடக்கம் செய்தார். பின்வரும் நாட்களில் உபயோகிப்பார். முறையில்லா மின்வெட்டு, அதிகரிக்கும் விலைவாசி, முல்லைப்பெரியாறு அணை விவகாரத்தில் கருணாநிதி செயல்படாமல் இருப்பது, மணல் கொள்ளை என்று புகார் பட்டியல் நீண்டது.

கருணாநிதி ஆட்சி அபத்தத்தின் உச்சம்– 2010 ஜூலை மாதம் கோயமுத்தூரில் நடந்த உலகச் செம்மொழி தமிழ் மாநாடு. அங்கு தமிழ் மொழியைப் பற்றின அரங்குகளைவிட கருணாநிதியைப் போற்றும் அமர்வுகள் அதிகம் இருந்தன. விவாதப்பொருள்களாக கலைஞரின் உரைநடையும் கனிமொழியின் கவிதையும் ஏற்கப்பட்டன. கருணாநிதியின் மங்கும் செல்வாக்கை உயர்த்திப்பிடிக்கவே அந்த மாநாடு

என்று புரிந்துகொள்ள முடிந்தது. புலவர்கள் அவர் புகழ் பாட கருணாநிதி சோழர் கால மன்னன்போல தன் குடும்பப் பரிவாரம் முழுவதும் சூழ அமர்ந்திருந்தார். அவரது குடும்ப உறுப்பினர்களே முதல் வரிசைகளை நிரப்பியிருந்தார்கள் – தமிழறிஞர்கள் பின் வரிசைகளில் அமர்ந்தார்கள். பள்ளிகளும் கல்லூரிகளும் மாநிலம் முழுவதும் ஐந்து நாட்களுக்கு மூடப்பட்டன. வாகனங்களில் நூற்றுக்கணக்கானோர் அழைத்து வரப்பட்டனர் கலைஞரின், அவரது குடும்பத்தின் உன்னதத்தைக் கண்டு களிக்க!

இரையைத் தாக்கும் தருணத்துக்குக் காத்திருந்த ஜெயலலிதா அது வந்துவிட்டதை உணர்ந்தார். தமிழ் செம்மொழி மாநாடு முடிந்த கையோடு மிகத் துணிச்சலாக அதே கோவையில் ஜூலை 13ஆம் தேதி, அரசுக்குக் கண்டனம் தெரிவிக்க ஆர்ப்பாட்டம் நடத்தப்போவதாக, திமுகவைப் பல கேள்விகள் கேட்கப்போவதாக அறிவித்தார். திமுகவினர் அலட்சியமாகச் சிரித்தனர். ஆனால் கருணாநிதி கூட்டத்துக்கு வரும் மக்களைத் தடுக்கும்படி போலீஸுக்குச் சொன்னார். ஜெயலலிதா ஆடத்துணிந்த சூதாட்டம் அது; அதற்குப் பலன் இருந்தது. புரட்சித்தலைவியின் அறிவிப்பு அவருடைய கட்சியினரைப் பெரிதும் உற்சாகப்படுத்தியதில் மிக நேர்த்தியாகக் கூட்டத்திற்கு ஏற்பாடு செய்தார்கள். அவர் பேச்சைக் கேட்க கும்பல் கும்பலாக ஜனம் வந்தது. கிட்டத்தட்ட 8 லட்சம் பேர் வந்ததாகத் தகவல். அரசியல் ஆய்வாளர்கள் நிமிர்ந்து உட்கார்ந்தார்கள்.

ஜெயலலிதா 1996 தேர்தலில் சொந்தத் தொகுதியிலேயே தோற்றபோது 'அவள் தொலைந்தாள்' என்றார்கள் அவருடைய எதிரிகள். இருந்தும் 2001இல் பெரும்பான்மைப் பலத்துடன் ஆட்சியைப் பிடித்தார், தேர்தலில் நிற்கத் தகுதி இழந்திருந்தும். மீண்டும் 2011இல் அத்தகைய வெற்றி கிடைக்குமா?

கோவையில் வந்த கூட்டத்தைப் பார்த்தால் அது சாத்தியம் என்று தோன்றிற்று. செம்மொழி மாநாட்டுக்கு வந்ததுபோன்ற அழைத்து வரப்பட்ட கூட்டம் இல்லை இது. மக்கள் தாமாக வந்தவர்கள் என்று அவருடைய விமர்சகர்களும் ஒப்புக்கொண்டார்கள். தலைவி புதிய அவதாரம் எடுத்து விட்டதைக்கண்டு தொண்டர்களின் உற்சாகம் கரைபுரண்டது. அவருடைய டெம்போவில் கண்ணாடிக்குப் பின்னால் தெரிந்த அவருடைய முகமும் மாதா அமிர்தானந்தமயியின் புன்னகை போன்ற மலர்ந்த புன்னகையும் அவர்களை உணர்ச்சி வசப்படுத்தின. அவரது வசீகரம் அவர்களை ஆட்கொண்டது. மேடையில் நின்று நெருப்பை உமிழும் வார்த்தைகளைக் கக்கியபோது கட்சியையும் அவர்களையும் உய்விக்கவந்த காளி

சுவரூபம் போல் இருந்தது. முதல் ஆர்ப்பாட்டக் கூட்டத்தை அடுத்துவந்த கூட்டங்கள் உறுதிப்படுத்தின. திருச்சியில் 24 ஜூலை நடந்த ஆர்ப்பாட்டத்திற்கு இன்னும் அதிகக் கூட்டம் வந்தது. திமுகவின் நிர்ப்பந்தத்தால் ஊடகங்கள், கூட்டத்தின் எண்ணிக்கையைக் குறைத்துச் சொல்கின்றன என்று அவர் குற்றம் சாட்டினார். ஆனால் அவருடைய மிகத் துணிச்சலான செயல் அழகிரியின் கோட்டையான மதுரையில் அக்டோபர் 18 அன்று ஆர்ப்பாட்டக் கூட்டம் நடத்த முடிவு எடுத்ததுதான். அதற்கும் கூட்டம் வந்தது, கடலைப்போல! அழகிரியுடைய ஆட்கள் நிறைய அச்சுறுத்தல்கள் விடுத்தார்கள். மக்களுக்கும் மிரட்டல் அனுப்பினார்கள். அவற்றை மீறி ஜெயலலிதா வந்ததும் மக்கள் திரண்டதும் ஓர் அசாதாரண நிகழ்வாகவே தோன்றிற்று.

அவர் தனது குண்டு துளைக்காத வாகனத்தில் வந்து இறங்கியபோது தொண்டர்கள் உணர்ச்சிப்பெருக்கில் திக்கு முக்காடிப் போனார்கள். 'நான் மிரட்டலுக்கு அஞ்சமாட்டேன்' என்றார் அவர். "நான் இங்கு இறக்க நேர்ந்தாலும் மீனாட்சி கோவில் கொண்ட ஆன்மீக நகரமான மதுரை மக்களின் முன்பு சந்தோஷமாக இறப்பேன்" என்று அவர் சொன்னதும் 'அம்மா அம்மா' என்று கூக்குரலிட்டுத் தேம்பினார்கள்.

கருநீலப்புடவை தழையத்தழைய அவர் பாதங்களை மறைக்க அவர் மெல்ல மேடைக்கு வந்தார். முகம் சோர்ந்திருந்தது. மூப்பு தெரிந்தது. பளிங்கு போன்ற சருமத்தில் கரும்புள்ளிகள் தெரிந்தன. மிகக் கவனமாக மெல்ல அடியெடுத்து வைத்தார்.

"நான் மதுரைக்கு வந்தால் கொல்லப்படுவேன் என்று நிறைய அச்சுறுத்தல் கடிதங்கள் வந்தன" என்றார், அவர் தனக்கு முன்னால் குழுமியிருந்த ஜன சமுத்திரத்தைப் பார்த்து. அவர்களைக் கண்டு அவருக்கு நெகிழ்ச்சி ஏற்பட்டது. அவர்களுக்கு விடுக்கப்பட்ட மிரட்டல்களையும் பொருட்படுத்தாமல் 15 கி.மீ.களுக்கு மேல் நடந்து ரிங் ரோடு மைதானத்தில் நடந்த கூட்டத்துக்கு வந்திருந்தார்கள். "இது அஞ்சாநெஞ்சனின் கோட்டை என்கிறார்கள். மதுரை என்ன அழகிரியின் பரம்பரைச் சொத்தா? நான் அந்த மிரட்டல்களைக் கண்டு பயந்துவிடமாட்டேன். உங்களுக்கு முன் நான் நிற்கிறேன் அஞ்சாநெஞ்சம் யாருக்கு இருக்கிறது என்று நிரூபிக்க!" என்று அவர் முழங்கியபோது ஆயிரக்கணக்கான குரல்கள் ஆரவாரித்தன. மதுரை மாநகரத்து மக்கள் அழகிரியையும் அவருடைய ஆட்களையும் கண்டு பயப்படுவதாகச் சொன்னார். அரசு அதிகாரிகளும் கலெக்டர்களும் போலீஸ் அதிகாரிகளும் அழகிரியின்

விருப்பப்படி நடக்காவிட்டால் மாற்றப்படுகிறார்கள் என்றார். "நான் எதிர்க்கட்சித் தலைவி என்பதால் இந்தக் குற்றச்சாட்டுகளை அடுக்கவில்லை. ஒரு பொறுப்புள்ள பிரஜையாகச் சொல்கிறேன்". தினகரன் பத்திரிகை அலுவலகம் எரிக்கப்பட்டதையும் மூன்று அப்பாவிகள் அதில் இறந்து போனதையும் நினைவுபடுத்தினார். குடும்பத்துக்குள் சமரசம் செய்து வழக்கை மூடிவிட்டார்கள், குற்றவாளிகள் தண்டிக்கப்படவே இல்லை" என்றார் குரலை ஒவ்வொரு குற்றச்சாட்டுக்கும் உயர்த்தி. "தமிழ்நாட்டில் இரண்டு அரசாங்கங்கள் இருக்கின்றன. ஒன்று சென்னையில் கருணாநிதியும் துணை முதல்வர் மு.க. ஸ்டாலினும் நடத்துவது. இரண்டாவது, தென் தமிழ்நாட்டுக்கு முதல்வராக அழகிரி ஆட்சி செய்வது."

அவரை நிறுத்த முடியாதுபோல் இருந்தது. எழுதிவைத்திருந்த தாளிலிருந்து படித்தும் அந்தக்கணம் தோன்றியதையுமாக 90 நிமிடங்களுக்கு ஆக்ரோஷமாகப் பேசினார். கொடநாட்டில் தங்கியிருந்தபோது மிகத்தீவிரமாக விவரங்கள் சேகரித்திருப்பார் அழகிரியையும் கருணாநிதியையும் தாக்க. அந்த விவரங்கள் பொய்யில்லை என்று அவருடைய விமர்சகர்களும் ஒப்புக் கொண்டார்கள். உண்மையிலேயே அழகிரியின் கோட்டையில் யாரும் அவற்றைப் பேசப் பயந்தார்கள். ஜெயலலிதாவின் வீராவேசப் பேச்சைக்கேட்டதும் அஞ்சாநெஞ்சு என்றால் இதுதான் என்று தோன்றிற்று. தங்களுக்காக அவர் பேசியது சமாதானத்தை ஏற்படுத்திற்று. ஜெயா டிவி ஒரு விநாடி பிசகாமல் ஒளிபரப்பிற்று. வந்திருந்த கூட்டத்தைக் கண்டு பார்வையாளர்கள் வியந்ததைவிட அவருடைய ஆணித்தரமான ஆவேசப் பேச்சைக் கேட்டு அதிகம் வியந்தார்கள்.

ஒரு டிவி நிருபர் அவருடைய குற்றச்சாட்டுகளைப் பற்றி அழகிரியைக் கேட்டபோது, "அந்தப் பொம்பிளைக்குப் பாவம் என்ன தெரியும்? யாரோ தப்பு தப்பா எழுதிக்கொடுத்ததைப் படிக்குது. நாய் குரைக்குதுன்னு விட்டுட்டேன்" என்றார் மெதப்பாக. ஜெயலலிதாவின் சாமர்த்தியம் தனக்கு இல்லை என்று அழகிரி உணராமல் இருந்திருக்கமுடியாது. சில நாட்களுக்கு முன் மிகவும் கீழ்த்தரமாக அவரை ஏசியிருந்தார். "அவங்களுடைய தொண்டர்கள் அவங்களை மீனாட்சி, காமாக்ஷி, விசாலாட்சின்னு கும்பிடறாங்க. மாசில்லா கண்ணகியேயென்றுன்னு சொல்வாங்களா?"

அவர் அத்தகைய ஆணாதிக்கப் பேச்சை இப்போதெல்லாம் லட்சியம் செய்வதே இல்லை. அவை அவரது நினைவுப்

பெட்டகத்தில் பதுங்கியிருந்த பூதங்களை நினைவுபடுத்தும். அவர்களை மிதித்து நடக்கக் கற்றுக்கொண்டிருந்தார். பலர் வெறும் காற்றடைத்த பைகள் தங்களையே ஊதிப் பருத்தவர்கள். பல வித பூதங்கள் – பழிக்கும், ஏசும், பிரமிக்கும் பழிவாங்கும், இன்னும் என்னென்னவோ – எல்லோரையும் வரிசைப்படுத்தி வைத்திருந்தார் மனக்குகையில். ஒரு மகாபாரத நாடகத்துக்குத் தேவையான பாத்திரங்கள். அவருக்குச் சமயம் வரும், எல்லோரையும் வைத்து ஆட்டம் நடத்த ...

ஆர்ப்பாட்டக் கூட்டங்கள் சந்தித்த வரவேற்பினால் கட்சியின் வெற்றி வெகு அருகில் வந்துவிட்டதாகத் தொண்டர்கள் நினைக்க ஆரம்பித்தார்கள். அம்மா சொல்லியிருந்தார், "2011 தேர்தல் வியூகங்களை நான் கச்சிதமாக வகுப்பேன். நீங்கள் உங்கள் வேலையைக் கவனியுங்கள். நமது வெற்றி உங்கள் உழைப்பில் இருக்கிறது." அவளுடைய திட்டம் என்ன என்று யாருக்கும் தெரியாது. திடீரென்று ஒருநாள் ஒரு தேசிய சானலுக்கு (டைம்ஸ் நௌ) குண்டைத் தூக்கிப்போடுகிற மாதிரி பேட்டியில் சொன்னார். மிகத் தெளிவாக தேசிய அரசியலில் ஏற்பட்டிருந்த நெருக்கடியை உணர்ந்த பேச்சு அது. 2ஜி அலைக்கற்றை ஊழல் விவகாரம் உச்சத் தீவிரத்துடன் தாக்கப்பட்டுக் கொண்டிருந்தது. ஊழலுக்குக் காரணம் என்று நம்பப்பட்ட திமுகவைச் சேர்ந்த தகவல் தொழில்நுட்ப அமைச்சர் ஆ. ராசா உடனடியாக ராஜினாமா செய்யவேண்டும் என்று நாடாளுமன்றத்தில் ஏக ரகளை ஆகிவிட்டது. இரண்டு ஆண்டுகளுக்கு மேலாக அந்த விவகாரம் பேசப்பட்டு வந்தது. அலைக்கற்றை விநியோகத்தில் ஊழல் நடந்ததாகவும், அதனால் அரசுக்குப் பெரும் பொருள் நஷ்டம் ஏற்பட்டதாகவும் மத்திய கணக்குத் தணிக்கையாளரின் அறிக்கை உறுதிப்படுத்தவே நாடு முழுவதும் சர்ச்சைக் கிளம்பிற்று. திமுகவுக்கு 18 எம்பிக்கள் இருந்தார்கள். அதனுடைய ஆதரவு காங்கிரஸ் அரசுக்குத் தேவைபட்டது. கருணாநிதி வாயைத் திறக்கவில்லை. ஜெயலலிதா சவால் விட்டார் தொலைக்காட்சிப் பேட்டியில்: "காங்கிரஸுக்கு 18 பேர்களின் எண்ணிக்கைதானே தேவை? நான் தருகிறேன் அதை. அதிமுகவின் 9 எண்ணிக்கையோடு மற்ற கட்சிகளின் ஆதரவைப்பெற்று 18க்கு நான் ஏற்பாடு செய்கிறேன் காங்கிரஸ் ஆட்சிக்கு ஆதரவாக. ஊழல் கறைபடிந்த திமுகவை நிராகரியுங்கள்" என்றார். "நிபந்தனையற்ற ஆதரவு அது" என்று சேர்த்துக்கொண்டார்.

அவருடைய அடாவடிப் பேச்சைக் கேட்டு நாடே ஸ்தம்பித்தது. உண்மையில் நடக்கக்கூடிய காரியமா? 'விளைவு எப்படி இருந்தாலும் ஜெயலலிதாவுக்கு வெற்றி' என்றார் சோ. ராமசாமி. திமுக திகைத்தது. காங்கிரஸ் கட்சியை அவர்

ஆதரிப்பதா, அவ்வளவெல்லாம் காங்கிரஸ் கட்சித்தலைவி சோனியாவைத் தூற்றியபிறகு? ஜெயலலிதா அமைதியாகப் புன்னகைத்தார். "என் கட்சிக்கு 38 ஆண்டுகள் ஆகின்றன. நான் அரசியலுக்கு வந்து இருபத்தியெட்டு ஆண்டுகள் ஆகின்றன. ஏற்றத்தாழ்வுகள் இல்லாமல் இருக்காது. பழசைப் பற்றியே பேசினோமானால் முன்னால் நகரமுடியாது." (ஒரு தேசியத்தலைவியாக அவர் தொனித்தார்.) ஊழலுக்கு எதிராக நாடு தழுவிய விழிப்புணர்வை ஏற்படுத்தவேண்டும் என்பதே எனது எண்ணம்."

ஜெயலலிதா ஆடியது ஒரு சூதாட்டம் என்று கருணாநிதி அறிவார். காங்கிரஸ் அவர் பேச்சை நம்பி மாட்டிக்கொள்ளாது என்று கருணாநிதிக்குத் தெரியும். பதவி ஆசைப்பிடித்த திமுக என்ற ஜெயலலிதாவுடைய பிரச்சாரம் அஇஅதிமுகவுக்குக் கைகொடுக்கும். வரவிருக்கும் மாநிலத் தேர்தலில் அதிமுக வெற்றி பெறவேண்டும். எப்படியாவது வென்றாக வேண்டும். தன்னுடைய வசீகரத்தை முழுவதும் நம்பிவிட முடியாது. தேர்தல் கூட்டணிக் கணக்கு இப்போது தேவைப்பட்டது. கூட்டணி வலுவாக இருக்கவேண்டும். விஜயகாந்த் வெறும் தூசு என்று இனி சொல்லமுடியாது. எல்லோரையும் அணைக்கவேண்டும் இப்போது. மைனாரிட்டி அரசாக இருந்தாலும் ஏகபோக ராஜாங்கம் நடத்திய, அந்தத் திமிர் பிடித்த, ஊழல்மிகுந்த குடும்ப ஆட்சிக்கு முடிவு கட்டவேண்டும்.

ஜெயலலிதா யுத்தத்துக்குத் தயாரானார். தொண்டர்களும் மாவட்டச் செயலாளர்களும் உற்சாகத்துடன், பவ்யத்துடன் அவர் சொன்ன ஒவ்வொரு வார்த்தையையும் தெய்வவாக்கு போல, கட்டளைப்போல ஏற்று உழைத்தார்கள்.

வெற்றி நிச்சயம் என்று உறுதியாகத் தோன்றிற்று.

16

“திமுகவைப்பற்றி இனி கவலைப்பட வேண்டியதில்லை” – என்றார் ஜெயலலிதா அலட்சிய மாகக் கையை அசைத்தபடி. ராயப்பேட்டை அவ்வை ஷண்முகம் சாலையில் இருந்த அஇஅதிமுகவின் அலுவலகத்துப் பெரிய கூட்டம் நிரம்பி வழிந்தது. உட்கார இடமில்லாமல் தொண்டர்கள் சுவரோடு ஒட்டி நின்றிருந்தார்கள். பரபரப்பும் உற்சாகமும் நிறைந்த கூட்டம். தேர்தல் முடிவுகள் திட்டவட்டமாக அஇஅதிமுகவின் வெற்றியைக் காட்டியதும் ஜெயலலிதா கட்சியினரையும் தொண்டர்களையும் கட்சி அலுவலகத்துக்கு அழைத்திருந்தார். அம்மாவின் அழைப்பை ஏற்று ஓடோடி வந்திருந்தார்கள். புகைப்படக்காரரர் ரூபன் உற்சாகமாகக் காத்திருந்தார். அம்மா நேர்த்தியான ஒப்பனையுடன் வந்திருந்தார். சரியான கோணம் கவனித்து எடுக்காவிட்டால் ஜெயலலிதாவுக்கு எரிச்சல் வரும். மேடையில் நின்ற அவரைத் தெய்வதரிசனம் கிடைத்தது போலப் பார்த்துப் பரவசப்பட்டார்கள் வந்திருந்த தொண்டர்கள்.

“அது ஒரு முடிந்துபோன கதை” என்று கையை மறுபடி அசைத்தார் வெறுப்புடன். பல ஆண்டு களாக மனத்தில் மண்டிக்கிடந்த கோபத்துக்கும் வெறுப்புக்கும் அந்தக் கை அசைவில் நிவாரணம் கிடைத்ததுபோல இருந்தது. அவர் புன்னகைத்தபடி கூட்டம் எழுப்பிய கரகோஷத்தைக் கர்வத்துடன் பார்த்தார். அது அவரது வெற்றிக்கான கரகோஷம்.

அவருக்குத் தெரியும், தன்னாலேயே வெற்றி சாத்தியமாயிற்று. தங்கள் தலைவியைத் தவிர வேறு யாராலும் அத்தகைய திருப்பத்தை ஏற்படுத்தியிருக்க முடியாது என்று கட்சியினர் நினைத்து நினைத்துப் பிரமித்தார்கள். ஆறு மாதங்கள் முன்வரை பதர் சயீத் போன்றவர்கள் தொடர்பு கொள்ளமுடியாத நிலையில் குழம்பித் தவித்தார்கள். அவர் சரியான சமயத்தில் பிரவேசித்தார், கட்சியை ரட்சிக்க; அவர்களை ரட்சிக்க.

உடல் மொழியிலும் உருவத்திலும் மாற்றம் தெரிந்தது. தன்னம்பிக்கையும் மிடுக்கும் தெரிந்தது. இப்போது அதிக இளமையுடன் அழகுடன் தெரிந்தார். உடல் சற்று மெலிந்திருந்தது.

முடிக்குச் சாயம் பூசியிருந்தார். பத்து ஆண்டுகளுக்கு மேலாக மூளிக்காதாக இருந்த இடத்தில் ஒற்றைக்கல் வைரத்தோடு பளபளத்தது. கட்சியில் இருந்த பெண்களுக்குத் தன் காது மூளியாக இருந்தது வேதனை தந்தது என்பதால் தான் தோடு அணிந்ததாகச் சொன்னார்.

“திமுக ஒரு முடிந்துபோன கதை!”

மே 13 2011இல் வெளிவந்த 14ஆம் தமிழகச் சட்டசபைத் தேர்தல் முடிவுகள் கதையைச் சொல்லின. 234 தொகுதிகளில் ஜெயலலிதாவின் கூட்டணி 203 தொகுதிகளில் வென்றது. அஇஅதிமுகவுக்கே 150 கிடைத்துப் பெரும்பான்மை பலம் வந்தது. திமுக அணிக்கு வெறும் 31 தொகுதிகள் மட்டுமே கிடைத்தன. 163லிருந்து வெகுவாகச் சறுக்கியிருந்தது. திமுகவுக்கு 23 மட்டுமே. தேமுதிக 29 பெற்றது. அதிமுகவை அடுத்து அதுதான் பெரிய கட்சி அவையில். அதிகார பூர்வ எதிர்க்கட்சியாகச் செயல்பட முடிவெடுத்தது. திமுகவால் பிரதான எதிர்க்கட்சியாகக்கூட செயல்படமுடியவில்லை. திமுகவிற்கு அதிர்ச்சித் தோல்வி என்பதில் சந்தேகமில்லை.

திமுக அணியில் எட்டு கட்சிகள் இருந்தன. அஇஅதிமுகவில் 11. இந்த முறை வென்றே ஆகவேண்டும் என்கிற பதற்றத்தில் முன்பு தூசு என்று ஒதுக்கியிருந்த விஜயகாந்தைக் கூட்டணியில் சேரும்படி ஜெயலலிதா அழைத்தார். சென்ற 2006 தேர்தலில் தேமுதிக 8% வாக்கு பெற்று அசத்தியிருந்தது. ஜெயலலிதாவின் நண்பரும் ஆதரவாளருமான சோ. ராமசாமி கூட்டணி ஏற்படுவதில் மிக மும்முரமாக இருந்தார். தனது எண்ணம் என்ன என்பதை அவர் *துக்ளக்* பத்திரிகையின் 41வது ஆண்டு விழாவின்போது தெரிவிக்கத் தயங்கவில்லை. தனது தலைமை உரையில் திமுகவை மிகக் கடுமையாக விமர்சித்தார். திராவிடக்

கட்சிகளுடன் இணையப்போவதில்லை என்கிற அடிப்படை எதிர்ப்புக் கருத்தோடு தனது கட்சியை ஆரம்பித்திருந்த விஜயகாந்தின் மனத்தை மாற்றி ஜெயலலிதாவுடன் கூட்டணி வைக்கச் செய்தார். திமுகவை வீழ்த்த இடதுசாரிக் கட்சிகளும் ஜெயலலிதாவுடன் இணைந்தன.

திமுக தனது தலையில் தானே மண்ணை வாரிப்போட்டுக் கொண்டது. கருணாநிதியின் அரசு ஆரம்பத்தில் சில நல்ல காரியங்களைச் செய்திருந்தது. வளர்ச்சித் திட்டங்கள், ஏழைகளுக்கு இலவச மருத்துவ உதவி, ரூபாய் ஒன்றுக்கு ஒரு கிலோ அரிசி, இலவச தொலைக்காட்சிப் பெட்டி, காஸ் இணைப்பு, காங்கிரீட் வீடுகள் என்று பல சலுகைகள் கிடைத்தன. அரசு அலுவலகங்களில் ஐந்து லட்சம் பேர்களுக்கு வேலை வாய்ப்பு கிடைக்கச் செய்தது அதன் மிக முக்கியமான சாதனை, அண்ணா நூற்றாண்டு நூலகம் கட்டியது. இந்தியாவிலேயே அதி நவீனமான நூலகம் என்று பெயர் பெற்றது. ஜெயலலிதா ஆட்சிக்கு வந்ததும் அதை அநியாயமாகப் பயன்படுத்த முடியாமல் செய்தார். கருணாநிதி மிகப்பெரிய செலவில் புதிய செயலகம் கட்டினார். அதை ஜெயலலிதா மருத்துவமனையாக மாற்றினார். அவருடைய ஜோதிடர்கள் அவருடைய ராசிக்குப் பழைய புனித ஜார்ஜ் செயலகக் கட்டடமே உகந்தது என்று சொன்னதாக வதந்தி எழுந்தது. ஆனால் அரசியல் நோக்கர்களுக்கு ஜெயலலிதாவுடைய சுபாவம் தெரியும்; திமுகவுக்குப் பெருமை சேர்ப்பதாக எந்த அடையாளமும் இருப்பதை அவர் விரும்பவில்லை.

ஆனால் திமுகவின் நல்ல செயல்கள் எல்லாம் பல தீவிரப் பிரச்சினைகளால் முக்கியத்துவம் இழந்து போயிருந்தன. விலைவாசி ஏற்றம், 2ஜி ஸ்பெக்ட்ரம் ஊழல், தமிழக அரசியலிலும் வர்த்தக உலகிலும் கருணாநிதியின் குடும்பங்களின் அதீத செல்வாக்கும் அதிகாரமும், மக்களை முழுவதுமாக திமுகவிற்கு எதிராகத் திருப்பியிருந்தன. அதிலிருந்து இன்னமும் திமுக மீளவில்லை. கட்சியே எனது குடும்பம் என்று சொன்னவரான கருணாநிதி தனது வயதான காலத்தில் குடும்பப் பாசம் கண்ணை மறைக்க, கட்சியைப் பின்னுக்குத் தள்ளியதில் திமுக இப்போது ஸ்டாலினின் பெருமுயற்சிக்குப் பிறகும் நிமிர சிரமப்படுகிறது.

2011இல் கிடைத்த மாபெரும் வெற்றி, எதிர்காலத்தைப் பற்றிய பயத்திலிருந்து விடுவித்தது. அவருடைய இரண்டாவது ஆட்சியில் அவருடைய கோபமும் எல்லா துன்பங்களுக்கும் காரணமாக இருந்த கருணாநிதியைப் பழிவாங்கும் வெறியும் அவரை ஆட்கொண்டிருந்தன. 2011இல் அதற்கு ஏதும் அவசியம்

இருக்கவில்லை. திமுக செம அடி வாங்கிக் கண்ணுக்குத் தெரியாமல் போயிருந்தது; கட்சித் தலைவரின் குடும்பமோ சீரழிந்து போகும் நிலையில் இருந்தது. கருணாநிதியின் மகள் கனிமொழி எம்.பி., 214 கோடி ரூபாய் லஞ்சம் வாங்கியதாக மத்திய புலனாய்வுத்துறையால் குற்றம் சாட்டப்பட்டுக் கைதாகி (மே 21) திஹார் சிறையில் இருந்தார். அந்த லஞ்சம் 2ஜி ஊழலுடன் சம்பந்தப்பட்டது என்று சொல்லப்பட்டது.

திமுக எம்.பி., ஆ. ராசா ஏற்கெனவே பிப்ரவரி மாதத்திலிருந்து சிறையில் இருந்தார். 2ஜி ஊழல் அவர் திட்டமிட்டுச் செய்தது என்று சிபிஐ குற்றம் சாட்டிற்று.

திமுகவிடமிருந்து வரக்கூடிய சவால்களை எதிர்கொள்ள வேண்டியிருந்த காலம் இப்போது போய்விட்டது என்கிற நிம்மதி ஜெயலலிதாவுக்கு அசாத்திய பெருமையாக இருந்தது. கருணாநிதி இப்போது பல்லைப் பிடுங்கிய பாம்பு. அவரைப் பற்றி நினைக்கக்கூட நேரமில்லாமல் கருணாநிதிக்குக் கவலைகள் இருந்தன. மத்திய அரசில் பங்கு பெற்றும் சிறையிலிருந்து மகளையும் ஆ. ராசாவையும் மீட்க வழி தெரியாமல் வேதனையில் இருந்தார்.

ஒரு நெடும் பயணத்துக்குப்பின் சிறிது ஆசுவாசம் கிடைத்து போல இருந்தது. ஜெயலலிதா இப்போது மாறியிருந்தார். எத்தனையோ இடர்களிலிருந்து மீண்டு எழுந்த முதிர்ந்த அரசியல் தலைவி, நெருப்பாற்றில் நீந்திவந்தவர், புடம் போட்ட தங்கம் என்றார்கள் அவருடைய ஆதரவாளர்கள். தான்தோன்றித்தனமாகக் கோபத்துடன், ஆத்திரத்துடன் செயல்பட்டால் தன்னைத்தான் அது பாதிக்கும் என்று தனது ஆட்சியில் உணர்ந்து கொண்டார். ஆனால் கண்டிப்பு குறையாது. கட்சிக்குள் கடைப்பிடித்த ராணுவக் கட்டுப்பாடு குறைந்தால் கட்சிக்காரர்கள் மனம்போனபடி நடப்பார்கள் – அவருடைய வலிமை குலைந்துவிடும். மன்னிப்பு என்பது அவருடைய அகராதியில் இடம் பெறவில்லை. முதல் இரு ஆண்டுகளில் 17 அமைச்சர்களை தன் இஷ்டப்படி மாற்றினார் காரணம் ஏதும் சொல்லாமல். அரசாங்கத்தில் எந்த எதிர்ப்பையும் அவர் ஏற்கவில்லை. அவர் சொல்லே சட்டம் என்று நினைக்கப்பட்டது. மூன்று ஆண்டுகள் ஊழல் புகார் ஏதுமில்லாமல் ஆட்சி முடிந்திருந்தது. இப்போது அவரது பிம்பமே மாறத்துவங்கியது. பல மக்கள் நலத் திட்டங்கள் அவருடைய பெயரில் ஆரம்பிக்கப்பட்டன. (சாமான்ய மனிதனுக்கு அன்றாடத் தேவைக்கான சகலமும் 'அம்மா'வின்முகம் பதிந்த லேபிலுடன் மலிவு விலையில்

கிடைத்தன. 'அம்மா உணவகங்கள்', 'அம்மா குடிநீர்', 'அம்மா மலிவுவிலை மருந்தகம்', 'அம்மா உப்பு', 'அம்மா சிமெண்ட்' என்று பல. ஏழ்மைக்கோட்டுக்குக்கீழ் இருந்த குடும்பங்களுக்கு 20 கிலோ அரிசி இலவசமாகக் கிடைத்தது. மிக்ஸி–கிரைண்டர், மின் விசிறி – பள்ளிச்சிறுவர்களுக்கு சைக்கிள், மடிக்கணினி – எல்லாம் அவருடைய அமைதியான புன்னகைக்கும் முகத்துடன் கிடைத்தன. மிக முக்கியமாக நகரங்களில், ஊராட்சி மையங்கள் நடத்திய 'அம்மா' உணவகங்களில் இட்லி ஒரு ரூபாய்க்கும் தயிர் சாதம் மூன்று ரூபாய்க்கும் வாய்க்கு ருசியாக, ஐந்து ரூபாய்க்குள் வயிற்றை நிரப்புவதாக இருந்தது. 'உண்டி கொடுத்தோர் உயிர் கொடுத்தோரே' என்ற பாரம்பரிய நம்பிக்கைக்கொண்ட தமிழ் மக்கள் அவரைப் போற்ற ஆரம்பித்ததில் வியப்பில்லை. எல்லோருக்கும் அவர் இப்போது அன்னை – அம்மா. அருள்பாலிக்கும் தேவியின் சொரூபம்.

அது ஒரு திட்டமிட்ட வியூகம்.

ஊடகங்களுடனும் நட்புகொள்ள வேண்டும் என்று அவருக்குத் தெரியும். அவை எப்பவுமே கருணாநிதிக்குச் சார்பானவை. மத்திய காங்கிரஸ் அரசின் கூட்டாளியாக இருந்த திமுக இலங்கைத் தமிழர்கள் அங்கு நடந்த உள்நாட்டுப் போரில் ஆயிரக்கணக்கில் கொல்லப்பட்டபோது கருணாநிதி செயலிழந்து போனார் என்று இப்போது அவருக்கு எதிராக மாறியிருந்தன. திடீரென்று அவர் எல்லோரையும் ஆச்சரியப்படுத்தினார். விடுதலைப்புலிகளுக்கு எதிரான கொள்கையை அதுவரை கடைப்பிடித்திருந்த அவர் தனது நிலைப்பாட்டை மாற்றிக்கொண்டார். மக்களின் மன நிலை இப்போது மாறிப்போயிருந்ததைக் கவனித்தார். அவர்கள் சுற்றுச்சூழலைப் பற்றிக் கவலைப்பட்டார்கள். கூடங்குளத்தில் அணுமின் நிலையத்தை எதிர்த்து நடந்த ஆர்ப்பாட்டம் அதைத் தெரிவித்தது. இலங்கையில் நடந்த மனிதஉரிமை மீறல்களைக் கேட்டுக் கோபப்பட்டார்கள். தமிழின உணர்வு அதிகரித்திருந்தது. பல காலமாக விடுதலைப்புலிகள் சார்புத் தமிழ் குழுக்கள் ராஜீவ் காந்தி படுகொலையில் சம்பந்தப்பட்டுச் சிறையில் இருந்த 7 பேரை – அவர்களில் ஆறு பேர் மரண தண்டனையை எதிர்கொள்ள இருந்தவர்கள் – விடுதலை செய்யப்படவேண்டும் என்று கோரிக்கை விடுத்து வந்தார்கள். ஆயுள் தண்டனைக் காலகட்டத்தையெல்லாம் தாண்டி நிரபராதிகளான அவர்கள் சிறையில் வாடுவதாகச் சொன்னார்கள்.

உச்ச நீதிமன்றம் மரண தண்டனை பெற்றவர்களின் தண்டனையை ஆயுள் தண்டனையாக மாற்றித் தீர்ப்பு

சொன்னதுடன், அவர்களுக்கு விடுதலை அளிக்கும் அதிகாரம் சம்பந்தப்பட்ட அரசுக்கு உண்டு என்றது பூடகமாக. பிப்ரவரி 19, 2014 அன்று ஜெயலலிதா உச்ச நீதிமன்ற வழிகாட்டுதல் வழங்கியதை ஏற்று அவர்கள் ஏழு பேரையும் விடுதலை செய்வதற்குத் தமிழக அமைச்சரவை முடிவு செய்துள்ளதாக அறிவித்தார். அது நாடு முழுவதும் அதிர்ச்சியை அளித்து ஊடகங்களின் தலைப்புச் செய்தி ஆயிற்று. அதற்கு முன்தினம்தான் கருணாநிதி *முரசொலியில்* அவர்கள் விடுவிக்கப்படவேண்டும் என்று எழுதியிருந்தார்.

ஆனால் அரசு அதிகாரத்தில் இருந்த ஜெயலலிதா அதைச் செயலாக்குவதாக அறிவித்தது எல்லோரையும் திகைப்பில் ஆழ்த்தியது. மத்திய புலனாய்வுத்துறையால் குற்றம்சாட்டப்பட்ட வழக்கில், அதில் தலையிட மாநிலத்துக்கு அத்தகைய அதிகாரம் உண்டா இல்லையா என்பது அவருடைய விசாரம் இல்லை. அதன்மூலம் 2014 நாடாளுமன்றத் தேர்தலில் காங்கிரஸுக்குத் தமிழகத்தில் யாருடைய கூட்டணியும் கிடைக்காமல் செய்யமுடியும். அது மட்டுமல்ல, அவருடைய முடிவை எந்த திராவிடக்கட்சியும் எதிர்க்கமுடியாமல் போகும்.

பத்திரிகை உலகம் உடனடியாக அவரை ஏகமாகப் பாராட்டிற்று. மனிதநேய அணுகலைப் புகழ்ந்தது. முக்கிய மாகத் தமிழ் ஊடகம் முழுவதையும் அவர் தன் பக்கம் கவர்ந்து கொண்டார். எதிர்க்க நினைத்தவர்களும் வாயை மூடிக் கொண்டார்கள். (ஆச்சரியமாக இருந்தது, அவர் எப்படி ஒவ்வொன் றாகக் காய்நகர்த்தி எல்லா தரப்பு மக்களின் நல்லெண்ணத்தையும் சம்பாதிக்க ஆரம்பித்தார் என்பது.) அவர் தனது அறிவிப்புக்கு எந்த விளக்கமும் கொடுக்கவில்லை. அரசு அறிக்கை சுருக்கமாக இருந்தது. 'தமிழக அரசு வழக்கில் சம்பந்தப்பட்ட ஏழு குற்றவாளிகளையும் விடுவிக்க இருக்கிறது. மத்திய அரசை மூன்று நாட்களுக்குள் பதிலளிக்கும்படி கேட்டிருக்கிறோம்.'

மத்திய அரசுக்கு அவர் போடும் இறுதி நிபந்தனையாக இருந்தது. அவருக்குத் தெரியாமல் இருந்திருக்காது, மாநில அரசுக்கு அத்தகைய அதிகாரம் ஏதுமில்லை என்று. அவர் வேண்டுமென்றே பத்து ஆண்டுகளாக மத்தியில் அரசாண்ட காங்கிரஸ் கட்சிக்கு சங்கடம் விளைவிக்க ஆடிய ஆட்டம் அது. அத்தோடு தமிழினத் தலைவர் என்று 'பீற்றிக்கொள்ளும்' கருணாநிதியைவிட தனக்குத்தான் தமிழினத்தைக் காப்பதில் அதிக அக்கறை என்று அவர் பேச்சில் மயங்கியவர்களுக்கு வெளிப்படுத்திக்கொள்ள முடிந்தது. ஏழு குற்றவாளிகளுள் ஒருவரான பேரறிவாளனின் தாய், அற்புதம்மாள், தொலைக்

காட்சி சானல்களில் கேமராவுக்குமுன் அழுதார். 'அம்மா'வின் தாயுள்ளத்தின் கருணைக்கு நன்றி தெரிவித்தார். மகன் திரும்பிவிட்டது போல அந்த அன்புத் தெய்வத்தை நேரில் சென்று அவரது கைகளைக் கண்ணில் ஒற்றிக்கொள்ள விரைந்தார். 'கவலைப்படாதீங்க, எல்லாம் நல்லபடியாக நடக்கும்' என்று ஜெயலலிதா அவரை அணைத்து ஆறுதல் சொன்னார். அதை எல்லா சானல்களும் ஒளிபரப்பின. ஜெயலலிதாவின் முகத்தில் தெரிந்த அமைதி உண்மை நிலவரத்தை மறைத்தது.

மத்திய அரசு அவருடைய அறிவிப்பை எதிர்த்து பிப்ரவரி 20ஆம் தேதி உச்ச நீதிமன்றத்துக்குச் சென்றது. எதிர்பார்த்தபடியே உச்ச நீதிமன்றம் ஜெயலலிதாவின் அறிவிப்புக்குத் தடை விதித்தது.

(டிசம்பர் 2, 2015இல் உச்ச நீதிமன்றம் தெளிவுபடுத்திற்று– மத்தியப் புலனாய்வுத்துறையால் குற்றம் சாட்டப்பட்டுத் தண்டனை பெற்ற குற்றவாளிகளின் தண்டனையைக் குறைக்கவோ தள்ளுபடி செய்யவோ முடிவெடுக்கும் அதிகாரம் மத்திய அரசுக்கே உள்ளது என்றது. பதவிக்கு வந்திருந்த பாஜக அரசு விடுதலை செய்ய சம்மதிக்கவில்லை)

அவர் தனக்குத் தோல்வி ஏற்பட்டதாக நினைக்கவில்லை. அவர் எதிர்பார்த்ததுதான் நடந்தது. அவர் ஆடிய சூதாட்டம், எப்போதும்போல. அதில் அவருக்குக்குக் கிடைத்த சாதகம் அதி சாமர்த்தியமானது. அவர் ஏப்ரல் – மே மாதத்தில் நடக்கவிருந்த 2014 நாடாளுமன்றத் தேர்தலுக்குத் திட்டமிடத் துவங்கினார். பத்து ஆண்டுகளில் கணக்குகள் மாறியிருந்தன. யாருக்கும் தோழமைக் கரத்தை நீட்டவேண்டிய அவசியம் அவருக்கு இருக்கவில்லை. மத்தியில் அடுத்ததாக அரசு அமைக்கும் பணியில் அவருக்கு முக்கிய பங்கு இருக்கும் என்று நினைக்கப்பட்டது.

சில மாதங்களாக தமிழ்நாடு முழுவதும் அடுத்த பிரதமர் ஜெயலலிதா எனும் அர்த்தம் பொதிந்த விளம்பரப் பலகைகள் தெரிந்தன. அப்போதே பிரதமராகிவிட்டதுபோல அதிரடி முடிவுகளை அவர் எடுத்தார், அவை எதிர்க்கப்படும் என்று தெரிந்தும். ஒரு பலகையில் அவர் மையமாகப் புன்னகை தவழ நிற்கையில் உலகத்தலைவர்கள் எல்லாம் குறுகி அவருக்கு வணங்குவதுபோல சித்திரம் இருந்தது. கடந்த 20 ஆண்டுகளில் அவர் மூன்றுமுறை தமிழக முதல்வராக இருந்திருக்கிறார். மிகப்பெரிய எதிரியான முதியவர் கருணாநிதியும் திமுகவும் இனி எந்த அச்சுறுத்தலையும் தர இயலாதவர்கள் என்றானபின் ஜெயலலிதா வானத்தை வளைக்கும் ஆசையில் இருந்தார். தமிழகம்/புதுச்சேரியில் அடங்கிய 40 நாடாளுமன்றத்

தொகுதிகளையும் அஇஅதிமுக வென்றால், அவர் மத்தியில் ராஜ்ஜியம் செய்யப்போகிறவரைத் தேர்ந்தெடுக்கலாம்; இல்லை தானே அரியணையில் அமரலாம். தமிழகத்தில் அவர் செய்த ஆட்சிகள் முழுவதும் திமுக எதிர்ப்பு, கருணாநிதி வெறுப்பு ஆகிய உந்துதலினாலேயே செயல்பட்டன. திடீரென்று அவருக்கு வேலையில்லாமல் போய்விட்டது. போட்டியில்லாமல் போனதால் தமிழக அரசியல் சுவாரஸ்யம் இழந்துவிட்டது. கருணாநிதி மத்திய அரசுகளில் மறைமுகப்பங்கு மட்டுமே பெற்றார். தானோ அதற்கு மேலும் ஆசைப்படத் தேவையான சாமர்த்தியமும் தகுதியும் பெற்றவர் என்று தேசிய அரங்கில் நிரூபிப்பார். பிப்ரவரி மாதம் இடதுசாரிக் கட்சிகள் மூன்றாம் அணியைப் பற்றிப் பேச்சுவார்த்தை நடத்தியபோது வெகுசில நாட்கள் அவர்களுடன் உறவாடினார். இவர் தம்மின் தீவிரமான ஆதரவாளர் என்று இடதுசாரிகள் நம்பத்துவங்குகையில், 39 தொகுதிகளிலும் அதிமுக வேட்பாளர் பட்டியலை ஜெயலலிதா அறிவித்தபோது, உறவு முறிந்தது. பிப்ரவரி 2ஆம் தேதி கூட்டணி ஏற்பட்ட போது சி.பி.ஐயின் தலைவர் ஏ.பி. பரதன் "இந்தக்கூட்டணி வெற்றி பெற்றால் ஜெயலலிதாவுக்கு வாய்ப்புகள் ஏற்படும்" என்றார். ஆனால் அவர்கள் விரும்பிய தொகுதிகளைக் கொடுக்க அவர் மறுத்தார். இடையில் அவருக்குத் தோன்றியிருக்கும், நாற்பதையும் தாமே வெல்லவேண்டும் என்று.

அவர் இடதுசாரிகளுடன் சொற்பகாலம் உறவு வைத்ததும் ஒரு காரணத்துக்காகவே சமீப காலமாக திமுகவின் செயல் தலைவர் மு.க. ஸ்டாலின் கட்சிப்பணிகளில் தீவிரமாக ஈடுபட்டிருந்தார். திமுக தொண்டர்களிடையே புதிய உத்வேகம் தெரிந்தது. 'திமுக ஒரு முடிந்துபோன கதை' என்று அவர் சொல்லியிருந்தாலும் அலட்சியமாக இருக்க விரும்பவில்லை. ஸ்டாலின் சொல்லிவந்தார், வரவிருக்கும் தேர்தலில் திமுக காங்கிரஸுடனோ பாஜகவுடனோ கூட்டணி சேராது என்று. திமுகவுக்கு என்றுமே இடதுசாரிகளுடன் நெருக்கம் உண்டு. திமுகவுக்கு இருந்த ஒரே சாத்தியம் இடதுசாரிகளுடன் கூட்டு சேருவது. அதை முறியடிக்கவே ஜெயலலிதா முந்திக்கொண்டார். திமுக தடுமாறியது. விஜயகாந்தை வளைக்க அரும்பாடு பட்டது. ஆனால் முடியவில்லை. விஜயகாந்தின் தேமுதிக, பாஜகவுடன் கூட்டணி அமைத்தது.

ஸ்டாலின் பாஜகவுடன் உறவு வைக்க விரும்பவில்லை என்று அவருக்குத் தெரியும். ஆனால் கருணாநிதி திடீரென்று பாஜகவையும் பிரதமர் வேட்பாளர் மோடியையும் புகழத் தொடங்கியிருப்பதாக, அவர்களுடன் கூட்டணி வைப்பதில் திமுகவுக்கு ஆட்சேபம் இருக்காது என்றும் சொன்னதாகச்

செய்தி வந்தது. அப்படிப்பட்ட கூட்டணி வந்தால் தன்னுடைய ‘40’ இலக்குக்கு ஆபத்து என்று நினைத்தார். அவருடைய பிரச்சாரங்களின் தொனி மாறத் தொடங்கியது. பாஜகவையோ மோடியையோ அவர் விமர்சிக்கவே இல்லை. காங்கிரஸைத்தான் அவர் தூஷித்தார்.

இடதுசாரிகளிடமிருந்து விலகியதனால் அவருக்கு நஷ்டம் ஏதுமில்லை. மேற்கு வங்க முதல்வர் மம்தா பானர்ஜி ஜெயலலிதாவைப் பிரதமராக்குவதற்கான சமயம் வந்தால், தன்னுடைய ஆதரவு இருப்பதாக அறிவித்தார். ஒருவேளை பாஜக தலைமையிலான தேசிய ஜனநாயகக் கூட்டணி, ஆட்சி அமைக்கப் போதிய எண்ணிக்கை இல்லாமல் தவிக்குமானால், தன்னிடம்தான் ஆதரவுக்கு வந்தாக வேண்டியிருக்கும். எப்படிப் பார்த்தாலும் லாபம் தனக்குத்தான் என்று ஜெயலலிதா உறுதியாக நம்பினார்.

அஇஅதிமுகவின் தேர்தல் அறிக்கையே அவருடைய தன்னம் பிக்கையைக் காட்டிற்று. அது ஒரு தேசிய திட்டம் போல இருந்தது. நதிகள் இணைப்பு, வெளிநாட்டுச் சேமிப்பில் பதுக்கப்பட்டிருந்த கருப்புப் பணத்தை மீட்பது, சட்டசபைகளில் பெண்களுக்கு ஒதுக்கீடு இத்தியாதி. பிப்ரவரி 21ஆம் தேதி அவர் தலைமை தாங்கிய தொழிலதிபர்களின் கூட்டத்தில் அவருடைய உடல் மொழி மாறியிருந்தது. “எனக்கு இந்தியாவுக்கான ஒரு தோற்றம் தெரிகிறது, தமிழ்நாடு அதில் முக்கிய பங்காற்றும். இந்தியா; புத்துயிர் பெற்ற இந்தியாவின் எதிர்காலத்துக்கான தரிசனம்.” அப்போதே நாட்டை அவர் ஆள்வதுபோல இருந்தது. மாநாட்டில் வெளியிட்ட ‘தமிழ்நாடு விஷன் 2023’ திட்டத்திற்கு 16 தொழிலதிபர்கள் 15 லட்சம் கோடி முதலீட்டில் பாகம் பெறுவதாக தெரிவித்தனர்.

தன் கட்சிக்காரர்களுக்குச் சொன்னார், “பராக் ஒபாமா ‘ஆம் நம்மால் முடியும்’ என்று சொன்னதுபோல– அஇஅதிமுக மத்திய அரசைக் கைப்பற்ற முடியும்; இந்த தேசத்தைப் புதிய சுதந்திரத்துக்கு அழைத்துச் செல்லமுடியும்.” அவர்கள் அவர் சொற்களை நம்பினார்கள். ஆமாம் முடியும். தலைவியால் முடியாதது ஏதுமில்லை. ஒவ்வொரு சாலையும் தெருவும் பலகைகளைச் சுமந்தன. அவருடைய அழகிய முகத்துடன், ‘வருங்காலப் பிரதமர்’, ‘நிரந்தர தமிழக முதல்வர்’ என்கிற கொட்டை எழுத்துக்கள், புகழுரைகள். யாருக்கும் அதில் முரண் இருந்ததாகத் தெரியவில்லை.

ஜெயலலிதாவுடன் கட்சியினர் எவருக்கும் நெருக்கம் இருந்ததில்லையென்பதால் குழப்பத்துடன் அவர் பேச்சுக்குத்

தலையசைத்தார்கள். அவருடைய வியூகம் என்ன என்று தெரியவில்லை; கேட்கவும் தைரியமில்லை. அவர் 2011இல் முதல்வராகப் பதவியேற்றபோது நரேந்திர மோடியை விழாவிற்கு அழைத்திருந்தார். பாஜகவின் பிரதமர் பதவி வேட்பாளர், அவருக்கு நெருக்கமானவர் என்று நம்பப் பட்டது. மோடி பாஜக பிரச்சாரக் குழுவுக்குத் தலைவரானபோது, வெளிப்படையாக அவரை வாழ்த்தினார். ஆனால் அவர் பிரதமர் பதவி வேட்பாளர் என்ற அறிவிப்பு வந்தபிறகு மோடி சென்னைக்கு வந்தபோதெல்லாம் அவரைத் தவிர்த்தார். மோடிக்கு நெருக்கமானவர் என்று காண்பித்துக்கொண்டால் சிறுபான்மையிரின் வாக்கு கிடைக்காது என்று ஜெயலலிதாவுக்குத் தெரியும்.

தன்னை வருங்காலப் பிரதமராக கட்சியினரின் முன் ஒரு மாயையை வளர்ப்பது அவர்கள் அதிக முனைப்புடன் தேர்தல் பணிகளை ஆற்ற உத்வேகம் அளிக்கும் என்று ஜெயலலிதா நினைத்திருக்கலாம். ஆனால் அவரும் அதிமுகவும் அரசுப் பணிகளில் மோடிக்குச் சற்றும் குறைந்தவர்களல்ல என்று வெளிப்படையாகத் தேர்தல் பரப்புரைகளில் சொன்னார்கள். அஇஅதிமுக உறுப்பினர் சொன்னார்: “அம்மாவுடைய வியூகம் அடிப்படைகளைச் சார்ந்தது. எல்லோரையும் சமமாகப் பாவிக்கும், எல்லோருக்கும் எல்லாம் கிடைக்கும் என்ற சமத்துவ நோக்கு பிரதிபலிக்கும் அரசாட்சி. சமூக நலத் திட்டங்கள் எல்லாம் பொருளாதார வளர்ச்சியை மேம்படுத்தும் வியூகம்.”

மக்களவைத் தேர்தல் முடிவுகள் வெளியாகும்போது கட்சி அலுவலகம் மிகுந்த பரபரப்பில் இருந்தது. 39 தொகுதிகளில் போட்டியிட்ட அதிமுக 37இல் வென்றது. அது மாபெரும் வெற்றி என்றாலும் கட்சியினருக்கு ஏமாற்றமாக இருந்தது. நாட்டை ஆச்சரியப்படுத்திய மோடி அலை, அந்த மகிழ்ச்சியை ஒன்றுமில்லாததாக்கிவிட்டது. பாஜகவுக்கு யாருடைய ஆதரவும் தேவையாக இருக்கவில்லை. 282 தொகுதிகளில் வென்றதில் அதற்குத் தனிப்பெரும்பான்மை கிடைத்திருந்தது. தேசிய ஜனநாயகக் கூட்டணிக்கு 336 (மொத்த மக்களவை இருக்கைகள் 542) கிடைத்திருந்தன. ஜெயலலிதா போட்ட கணக்கெல்லாம் அர்த்தமற்றதாகிவிட்டன.

இருந்தாலும் பாஜக, அஇஅதிமுகவை அலட்சியப்படுத்த முடியாது என்று கட்சி உறுப்பினர்கள் நினைத்தார்கள். பாஜகவுக்கு மேலவையில் பெரும்பான்மை இருக்கவில்லை. எந்த மசோதாவைச் சட்டமாக்க முயலும்போதும் மேலவையில் காங்கிரஸ் உள்ளிட்ட எதிர்க்கட்சிகளின் எதிர்ப்பைச் சந்திக்க

வேண்டியிருக்கும். அப்போது மேலவையில் இருக்கும் 11 அதிமுக எம் பிக்களின் உதவி அதற்குத் தேவைப்படும்.

ஜெயலலிதா எப்படியோ யதார்த்தத்தில் வாழப் பழகியிருந்தார். போனதை நினைத்து வருந்துவதில் எந்தப் புண்ணியமும் இல்லை என்று தெரியும். மக்களவையில் அதிமுக, பலத்தில் மூன்றாவது இடத்தில் காங்கிரஸுக்கு அடுத்ததாக இருந்தது என்பது அவருக்குத் திருப்தி அளித்தது. தவிர ஒரு விஷயம் மிகத் தெளிவாக இருந்தது. தமிழ்நாட்டில் எந்தக் கொம்பனும் வீழ்த்தமுடியாது.

ஆ, அவர் மறந்தே போயிருந்தார், தலைக்குமேல் கொடுவாள் தொங்கிக்கொண்டிருந்ததை! அவர் மேல் போடப்பட்டிருந்த 'வருமானத்துக்கு அதிகமான சொத்துக்குவிப்பு வழக்கு'- கர்நாடகா நீதிமன்றத்தில் விசாரணை முடிந்து, தீர்ப்பை எதிர்நோக்கி இருந்ததை!

17

செப்டம்பர் 27, 2014 அத்தகையதொரு இடிதாக்கும், தன்னைச் செயலிழக்கச் செய்யும் என்று ஜெயலலிதா நிச்சயம் நினைத்திருக்க முடியாது. பெங்களூருக்கு வெளியே பரப்பனஹள்ளி அக்ரஹாரா சிறை வளாகத்தில் இருந்த சிறப்பு நீதிமன்றத்தில் அமர்ந்திருந்த பிரத்தியேக நபர்களின் முன் – முக்கியமாக ஜெயலலிதா, சசிகலா, இளவரசி, சுதாகரன் – அந்த நினைத்துப் பார்த்திராத தீர்ப்பு சொல்லப்பட்டது. இருபது ஆண்டுகளுக்கும் மேலாக அவரை வதைத்துவந்த பீதி திரும்பியது; எப்படியோ இந்தியச் சட்ட இடுக்குகளில் புகுந்து கண்ணா மூச்சி ஆடி அதிலிருந்து தப்பித்து வந்திருந்த சாகசம் இன்று மாயை என்று தெரிந்தது. மிகச் சுருக்கமாகத் தீர்ப்பு சொன்னது – ஜெயலலிதா குற்றவாளி; நான்கு ஆண்டு சிறைத் தண்டனை – என்றது தெளிவாக; 100 கோடி ரூபாய் அபராதமும்கூட. 1991–96 ஆண்டுகளில் வருமானத்துக்கு அதிகமான ரூ. 53.64 கோடி சொத்துக்குவிப்பில் அவருடைய மூன்று கூட்டாளிகளான, அவரை அந்த நிலைக்குத் தள்ளியவர்கள் என்று அபிமானிகள் நினைக்கும், வி.கே. சசிகலா, சசிகலாவின் சகோதரரின் மனைவி ஜே. இளவரசி, சகோதரர் மகன் வி.என். சுதாகரன் ஆகியோரும் நான்கு ஆண்டு சிறைத் தண்டனை பெற்றார்கள், ஆனால் குறைந்த – 10 கோடி ரூபாய் அபராதத்துடன். அதை வாசித்த மறுநிமிடம் நீதிபதி எழுந்து உள்ளே சென்றுவிட்டார், தான் கிளப்பியிருந்த பூகம்பத்தை உணராமல்; அல்லது உணர்ந்ததாலேயே உள்ளே விரைந்திருக்கலாம்.

சிறப்புமன்ற நீதிபதி ஜான் மைக்கேல் குன்ஹாவின் 1000 பக்கங்கள் கொண்ட தீர்ப்பு, குற்றவாளி ஜெயலலிதா ரூ. 53.64 கோடி பெறுமான சொத்துக்களைச் சட்டத்துக்குப் புறம்பாகச் சேர்த்திருந்ததைச் சந்தேகத்திற்கு இடமில்லாமல் அரசு தரப்பு வாதம் நிரூபித்திருப்பதாகக் குறிப்பிட்டார். ஆனால் அரசுத்தரப்பு ரூ. 66.65 கோடி பெறுமான சொத்துக்குவிப்பு என்றிருந்தது.

தீர்ப்பு வருவதற்கு முன்னால் ஜெயலலிதா தன் மீதான வழக்கு அரசியல் காழ்ப்புணர்ச்சியால் தன்னுடைய அரசியல் போட்டியாளர்களால் 18 ஆண்டுகளுக்கு முன் போடப்பட்டது என்றும் அதனால் தன்னுடைய மோசமான உடல்நிலை, மன உலைச்சல் ஆகியவற்றைக் கணக்கில் கொண்டு தண்டனையை குறைக்கக் கருணை காட்டவேண்டும் என்றும் விண்ணப்பித்ததாக 28ஆம் தேதியிட்ட *தி இந்தியன் எக்ஸ்பிரஸ்* பத்திரிகை எழுதியது. பத்திரிகை சொன்னது உண்மை என்றால், தண்டனை கடுமையாக இருக்கும் என்கிற செய்தி அவருக்கு சூசகமாகத் தெரிய வந்திருந்ததா என்று தெரியவில்லை.

வளாகத்துக்கு வெளியே காத்திருந்த, சென்னையிலிருந்து பெங்களூர் வந்திருந்த நூற்றுக்கணக்கான ஜெயலலிதாவின் அபிமானிகள், அமைச்சர்கள், தொண்டர்கள் ஆகியோரைச் சமாளிப்பதே கர்நாடக அரசுக்குப் பெரும்பாடாகிவிட்டது. ஆகையால் பாதுகாப்பு ஏற்பாடுகள் மிகப்பலமாக இருந்தன. இரண்டு கிலோமீட்டர் விஸ்தீரணத்துக்குத் தடுப்புச் சட்டம் போடப்பட்டது. நீதிமன்ற வளாகத்தின் வெளியே காவல்துறை ஏற்பாடு செய்திருந்த ஒரு கூடாரத்தில் ஜெயலலிதாவின் 29 அமைச்சர்களும் பாராளுமன்ற உறுப்பினர்களும் காத்திருந்தார்கள். அவர்கள் 'அம்மா' நிச்சயம் விடுதலை ஆகிவிடுவார் என்று எதிர்பார்த்திருந்தார்கள். தண்டனையின் விவரமும் தெரியவந்ததும் அதிர்ச்சியில் உறைந்துபோனார்கள். பலர் 'அம்மா அம்மா' என்று அரற்றித் தேம்ப ஆரம்பித்தார்கள். ஜெயலலிதா பெங்களூரு மத்தியச் சிறைச்சாலைக்கு அழைத்துச் செல்லப்படும்போது அங்கு வந்திருந்த பெண்கள் மார்பில் அடித்துக்கொண்டு துக்கம் தாளாமல் அழுதார்கள்.

எத்தனை வழக்குகளை அம்மா சந்தித்திருப்பார்! எல்லா வற்றிலிருந்தும் நிரபராதி என்று வெளியில் வந்திருந்தாரே. இந்த சொத்துக்குவிப்பு வழக்கிலிருந்தும் மீண்டு வந்துவிடுவார் என்று எல்லோரும் நினைத்தார்கள். எதிரிகள் போட்ட பொய்வழக்கு அல்லவா அது? உண்மையில் அவர்கள் எல்லோரும் நல்ல சேதி வரும் என்கிற உறுதியான நம்பிக்கையுடன் பட்டாசு வெடிக்க, இனிப்பு வழங்கக் காத்திருந்தார்கள்.

அம்மா மெல்ல சில விநாடிகளுக்கு மட்டுமே வெளியில் வந்தார். நம்பிக்கைக்குரிய விசுவாசி ஓ. பன்னீர்செல்வத்திடம் ஏதோ சொன்னார்; முகத்தில் எந்த உணர்ச்சியும் தெரியவில்லை. 1996இல் போயஸ் கார்டனிலிருந்து சிறைக்குப் புறப்பட்ட போது வாசலில் நின்றிருந்த விசுவாசிகளைப்பார்த்து, 'நாளை நமதே' என்று வெற்றிச் சின்னம் காட்டும் இரண்டு விரல்களை அசைத்துச் சொன்னார்; சொன்னபடியே மீண்டும் வந்து ஆட்சியைப் பிடித்தார். இப்போது அம்மா அவர்களைப் பார்க்கக்கூட இல்லை. இந்த முறை அவர்களைச் சமாதானப்படுத்த வார்த்தை ஏதும் இல்லை என்று தோன்றிற்று. அம்மா இன்றிக் கட்சி இல்லை, தாங்களும் இல்லை என்று அவர்கள் உணர்வார்கள்.

ஜெயலலிதாவின் மனத்தில் எத்தகைய கொந்தளிப்பு இருந்திருக்கும் என்று கற்பனை செய்வது கடினம். தீர்ப்பின் கடுமை உணர்வுகளை மழுங்கடித்திருக்கக் கூடும். சில நாட்களுக்குமுன் வரை தன்னை வீழ்த்த எவரும் இல்லை என்கிற இறுமாப்பும் நம்பிக்கையும் அவரை ஆட்கொண்டிருந்தன. வானத்தை வில்லாக வளைக்கமுடியும் என்று தோன்றிற்று. ஆகாயத்தை எட்டும் வலிமை மனத்துக்கு இருந்தது. பிரதமராகும் தருணம் வந்துவிட்டதான கனவு இருந்தது. ஜோதிடர்கள் சொன்னார்கள், 'மகத்துப்பெண் நீ; ஜெகத்தை ஆள்வாய்' என்றார்கள். இந்திரன், சந்திரன் என்று புகழ்ந்து காசை அள்ளிக்கொண்டு போனார்கள். அவருடைய பலவீனம் ஜோதிடர்களுக்குத் தெரியும், புகழுக்கு அவர் அடிமை என்று. ஒரு கண்டம் பாக்கியிருக்கிறது என்று சொல்லாமல் போனார்கள். வாழ்வில் அவர் சந்தித்த எல்லா கண்டங்களையும் தான் ஒருவராக, தனது சொந்த சாமர்த்தியத்தினால் மட்டுமே தாண்டி வந்திருக்கிறார். ஆணாதிக்கம் மிக்க, தமிழ் எங்கள் மூச்சு என்று சூளுரைத்த திராவிட அரசியல் களத்தில் நுழையும் தகுதி அவருக்கு இருக்கவில்லை. கர்நாடகத்தில் பிராமணக் குடும்பத்தில் பிறந்தவர்; தமிழ் பேசும் ஐயங்கார் குடும்பம் ஆனாலும் கன்னட மொழியை அதிக சரளத்துடன் பேசியவர். அவர் ஒரு பெண் – முன்னாள் நடிகை – இவை எல்லாமே அவருக்கு எதிரானவை. அஇஅதிமுக தலைவர் எம்ஜிஆரால் அவருடைய வசீகரமும் துணிச்சலும் கட்சிக்கு உதவும் என்கிற காரணத்தினாலேயே அரசியலுக்கு அழைத்து வரப்பட்டவர்; அன்று அது புரியவில்லை. தலையில் கிரீடம் சூட்டப்பட்டதாகப் பெருமையில் மனசு கிறுகிறுத்தது. எல்லோரையும் எல்லா எதிரிகளையும் தன் புத்திசாலித்தனத்தால் வென்று விடமுடியும் என்கிற அறிவார்ந்த கர்வம் இருந்தது. அவருக்குத் தெரியாது, கலாச்சார எதிர்ப்பு எப்படிப்பட்ட கூர்வாள் என்று! எப்படிப்பட்ட அரசியல் பாதையை அவர் கடந்து வந்தார் – பொறாமை, அவமானம்,

துரோகம், வன்மம் நிறைந்து தகித்த பாதை. 'நெருப்பாற்றில் நீந்தி வந்தேன்' என்று அவர் சொன்னது பொய்யில்லை. மக்கள் உருகி, அவரை நேசித்து, வாக்களித்தது பொய்யில்லை. அவரை யாரும் ஜெயிக்க முடியாது என்று கட்சி வளர்த்த பிம்பம் இப்போது விரிசல் கண்டுவிட்டது. ரட்சிக்க வந்த அம்மா – இப்போது குற்றவாளி என்று தீர்ப்பு சொல்கிறது.

அந்தத் தீர்ப்பு நிச்சயமாக அவரது வாழ்வில் ஒரு நாடகத் திருப்பம். சோக நாடகம்போல. தென்னிந்தியாவின் பலம் மிக்க தலைவராக உருவாகியிருந்த சமயத்தில் கிடைத்த சம்மட்டி அடி. அவரைப் பதவி விலகவைத்தது மட்டுமல்ல, அடுத்த பத்து ஆண்டுகளுக்கு அவர் தேர்தலில் நிற்கும் தகுதியையும் இழப்பவர். மக்கள் தீர்ப்பு மகேசன் தீர்ப்பு என்று அவர் தன்னையே ஏமாற்றிக் கொண்டிருந்தார். இன்னும் பல விசயங்களில் தன்னை ஏமாற்றிக்கொண்டிருந்தார். தன்னைச்சுற்றி ஒரு வட்டத்தை வளரவிட்டிருந்தார். நாளாவட்டத்தில் அந்த வட்டத்துள் அவரும் ஒருவரானார். எப்படி அது சாத்தியமாயிற்று? அரசியலுக்கு வந்த புதிதில் அவருடன் பழகியிருந்த பத்திரிகையாளர் சோலை (2010இல்) நம்பமுடியாமல் தலையை அசைத்தார். "அந்தம்மா எப்படி அப்படி மாறினாங்கன்னு ஆச்சரியமா இருக்கு. நிலம் கிலம் நகை எதுவுமே வேணாம்னு சொல்லும். ரொம்ப எளிமையா இருக்கும். அத்தனை ஊழல்வாதியா எப்படி ஆக முடிஞ்சுது?"

ஒவ்வொரு முறையும் பெரும்பான்மைப் பலத்துடன் ஆட்சிக்கு வரும்போது அவர் மாறினார். முதல் வெற்றியில் மனசு உன்மத்த வெறிகொண்டிருந்தது. அந்த ஐந்தாண்டுகள் நடந்த வெறியாட்டத்தின் விளைவுகள் சாகும்வரைத் தொடரும் என்று அவர் உணரவில்லை. நடந்த தவறுகளுக்கு யாரையும் பழி சொல்லமுடியாது. அவர் அதி புத்திசாலி. அவர் அறியாமல் எதுவும் நடந்திருக்கமுடியாது. நடந்தவற்றுக்காக அவர் வருந்தினாரா? யாருக்கும் தெரியாது. தன்மீது தவறு இருந்ததாக அவர் நினைத்ததில்லை. நினைத்ததுபோல அவர் நடந்துகொண்டதில்லை.

தீர்ப்பு வந்த அன்று திமுகவின் தலைமை அலுவலகமான அண்ணா அறிவாலயத்தில் திமுகவினருக்குக் கொண்டாட்டமாக இருந்தது. அவர்கள் தொடுத்த, பல ஆண்டுகளாகப் போராடி வெற்றி பெற்ற வழக்கு. ஆனால் கருணாநிதி அவர்களை எச்சரித்தார். விஷயம் மிக நாசூக்கானது, இத்தகைய தருணத்தில் நிதானம் இழந்தால் கட்சிக்கு எதிர்மறையான விளைவு ஏற்படும் என்றார்.

தீர்ப்பின் கடுமை பத்திரிகைத் துறையிலும் அதிர்ச்சி அலையை எழுப்பிற்று. ஜெயலலிதா இல்லையென்றால் தமிழக அரசியல் அரங்கம் வண்ணமும் துடிப்பும் இழக்கும் என்றார்கள்.

ஆனால் அந்தத் தீர்ப்புடன் ஜெயலலிதா போன்ற ஆளுமையின் அரசியல் வாழ்வு அஸ்தமிக்கும் என்று யாரும் நினைக்கவில்லை. தீர்ப்பை எதிர்த்து உயர்நீதிமன்றத்தில் மேல் முறையீடு செய்யலாம். தீர்ப்பு தலைகீழாக மாறிவிடலாம். எதுவும் சாத்தியம். அவருடைய வாழ்க்கையில் எத்தனையோ ஆச்சரிய திருப்பங்களைச் சந்தித்திருக்கிறார். தான் ஒரு ஃபீனிக்ஸ் பறவை என்று நிரூபித்திருக்கிறார்.

அவர் 21 நாட்கள் அமைதியாக பெங்களூர் மத்திய சிறையில் இருந்தார். அந்தச் சமயத்தில் கட்சித்தொண்டர்கள் ஜான் மைக்கேல் குன்ஹா, கருணாநிதியின் உருவப் பொம்மைகளை எரித்தார்கள். முதலில் வழக்கு தொடுத்த சுப்பிரமணியம் சுவாமியின் உருவப் பொம்மையையும் எரித்தார்கள். தொலைக்காட்சி கேமராக்கள் படம் பிடிக்க வந்ததும் அதிக உற்சாகத்துடன் தங்கள் ஆவேசத்தை வெளிப் படுத்தினார்கள். ஜெயலலிதாவின் ஜாமீன் மனு உயர் நீதிமன்றத்தில் நிராகரிக்கப்பட்ட (7 அக்டோபர்) சேதி வந்ததும் பேருந்துகள் எரிக்கப்பட்டன. சிலர் தற்கொலை செய்துகொண்டதாக நாளேடுகள் கூறின. அமைச்சர்கள், மூத்த தலைவர்கள் எல்லோரும் கோவில் கோவிலாக அலைந்தார்கள். விரதம் மேற்கொண்டார்கள். மண்சோறு தின்றார்கள். பால் காவடி எடுத்தார்கள். தீ மிதித்தார்கள். ஆண்களும் பெண்களும் கோவில்களில் அங்கப்பிரதட்சணம் செய்தார்கள். ஜாமீனிலாவது தலைவி வந்து சேரட்டும் என்று கண்ணீர் மல்கப் பிரார்த்தித்தார்கள்.

கடவுள் மனம் இரங்கினார். உச்சநீதிமன்றத் தலைமை நீதியரசர் ஹெச்.எல். தத்துவின் தலைமையில் இருந்த அமர்வு, அக்டோபர் 18ஆம் தேதி ஜெயலலிதாவுக்கும் அவருடன் குற்றம் சாட்டப்பட்ட மற்ற மூவருக்கும் ஜாமீன் அளித்தது. ஆனால் எச்சரிக்கையுடன். கர்நாடகா உயர்நீதிமன்றத்தில் ஓர் தீர்ப்பை எதிர்த்துத் தொடுத்திருந்த மேல்முறையீட்டு வழக்கை வழக்கம்போல இழுத்தடிக்கக்கூடாது என்றது. 'வழக்கு 18 ஆண்டுகள் இழுத்தடிக்கப்பட்டதற்கு நீங்கள்தான் காரணம்' என்றது. அவருக்காக ஆஜரான பிரபல வழக்கறிஞர் ஃபாலி நாரிமன் உச்ச நீதிமன்றம் சொன்ன கெடுவைக் கண்டிப்பாகக் கடைப்பிடிப்பதாக உறுதி அளித்தார்.

உச்சநீதிமன்றம் மேலும் கடுமையாகச் சொல்லிற்று: "காகித வேலையையெல்லாம் டிசம்பர் 18க்குள் உயர்நீதிமன்ற விசாரணைக்கு அனுப்பி முடிக்கவில்லையென்றால் ஒருநாள் கூட நாங்கள் சலுகை தரமாட்டோம். ஜெயலலிதா மறுபடி சிறைக்குச் செல்ல வேண்டும்."

அஇஅதிமுக உறுப்பினர்கள் கலவரத்தில் ஈடுபட்டதையும் நீதிமன்றம் வன்மையாகக் கண்டித்தது. "நீங்கள் (ஜெயலலிதா) உங்கள் கட்சி உறுப்பினர்களுக்கு அமைதியாக இருக்கும்படிச் சொல்லவேண்டும். அவர்கள் வன்முறையில் ஈடுபட்டால், நீதிபதிகளை அநியாயமாகக் குறை கூறினால் இனி உங்களது எந்த முறையீடுகளையும் நாங்கள் ஏற்கமாட்டோம்." சுப்ரமணியம் சுவாமி தன்னுடைய வீடு தாக்கப்பட்டதாகவும் தனக்குக் கொலை மிரட்டல் வந்திருப்பதாகவும் புகார் தொடுத்திருந்தார்.

சிலமணி நேரங்களுக்குப் பிறகு ஜெயலலிதா கட்சியினருக்கு ஓர் அறிக்கை அனுப்பினார்: "தமிழ்நாட்டு மக்களுக்கு, எனது நல விரும்பிகள் மற்றும் எனது அன்புக்கினிய கட்சியினருக்கு எனது வேண்டுகோள்: தயவுசெய்து யாரைப்பற்றியும் தவறாகப் பேசக்கூடாது என்று கேட்டுக்கொள்கிறேன்."

சென்னையில் இருந்த மூத்த வழக்கறிஞர்கள் விசாரணைக் காலக் கெடு இரண்டு மாதம் என்று உச்ச நீதிமன்றம் மிகக் குறைந்த வரம்பு வைத்தது சரியில்லை என்றார்கள். அது நேர்மை யான தீர்ப்புக்கு உத்திரவாதம் இல்லை என்றார்கள். அவர்களது அனுமானம் சரியானது என்று சில மாதங்களில் தெரிந்தது.

ஜெயலலிதா விடுதலைபெற்று வந்ததுபோல அதிமுக அலுவலகத்தில் கட்சியினர் பட்டாசு வெடித்து இனிப்பு வழங்கினார்கள். சில நாட்களில் வரவிருந்த தீபாவளிப் பண்டிகையைத் தங்களுடன் சேர்ந்து அம்மா கொண்டாடுவார் என்று பேசிக்கொண்டார்கள்.

ஜெயலலிதா பெங்களூர் மத்திய சிறையிலிருந்து சென்னைக்குத் தனிப்பட்ட விமானம் மூலம் வந்து இறங்கினார். அவரது வண்டி வந்த வழியிலெல்லாம் சாலையோரம் பலர் நின்றிருந்தார்கள். போயஸ் கார்டன் வீட்டை அடைந்தபோது கொட்டும் மழையைப் பொருட்படுத்தாமல் நூற்றுக்கணக்கான ஆதரவாளர்கள் அவரை வரவேற்கக் காத்திருந்தார்கள். மத்தளம் முழங்க பலர் நாட்டியம் ஆடத் தொடங்கினார்கள். ஜெயா டிவி கேமராக்கள் படம் பிடித்த உற்சாகத்தில். அம்மாவுக்குத் தெரியவேண்டும் தங்களது ஆனந்த வரவேற்பு பற்றி.

ஆனால் அம்மாவுக்கு அவர்களைப் பார்க்கும் ஆர்வம் இல்லையென்று தோன்றிற்று. அவருடைய வாகனம் போயஸ் கார்டன் பாதைக்குள் நுழைந்தவுடன் எல்லோரும் ஒரே குரலாக, 'அம்மா வாழ்க!' என்று கோஷமிட்டார்கள். அவருடைய வெளேரென்ற கை அசைப்பை மட்டுமே பார்க்கமுடிந்தது. வண்டி வீட்டுக்குள் நுழைந்ததும் இரும்புக் கதவு இறுக்கமாக மூடிக்கொண்டது. அவரை நேரில்கண்டு வாழ்த்த காத்திருந்த அமைச்சர்களைக்கூட அவர் பார்க்கவில்லை, இன்டர்காமிலும் பேசவில்லை என்று சொல்லப்பட்டது. மனச்சோர்வு, உடல் சோர்வு இரண்டும் அவரை வாட்டியிருக்க வேண்டும். மறுநாள் ஓர் அறிக்கை மட்டும் அனுப்பினார் கட்சியினருக்கு: தான் குற்றமற்றவர் என்று நிரூபித்து வெற்றியுடன் திரும்பி ஆட்சியைப் பிடிப்பதாக – அதுவரை பொறுமையுடன் இருங்கள். அவர்களுக்கு அந்தச் செய்தியே போதுமானதாக இருந்தது. அவரது வாக்கு என்றும் பொய்த்ததில்லை.

அடுத்த எட்டு மாதங்கள் அவர் தனது இல்லத்தைவிட்டு வெளியே வரவில்லை. அந்தச் சுவர்களுக்குள் அவர் என்ன செய்தார் என்று ஒருவருக்கும் தெரியவில்லை. அவருடைய உடல்நிலை மிகவும் மோசமாகிப் போனதாக வதந்தி உலவியது. அது நம்பும்படியாகவும் இருந்தது. அவருக்குப் பல ஆண்டுகளாக நீரிழிவு நோய் இருந்தது பற்றிப் பரவலாகச் செய்தியாளர்களுக்குத் தெரிந்திருந்தது. இப்போது சிறுநீரகக் கோளாறும் சேர்ந்துகொண்டதாகச் சொன்னார்கள். பல வதந்திகள் கிளம்பின. மருத்துவ உலகம் கம்மென்றிருந்தது. அவர் பதவியில் இருந்தாலும் இல்லாவிட்டாலும் எந்த ரகசியமும் வெளியில் வராத இறுக்கம் அவரைச்சுற்றி இருந்தது பெரிய ஆச்சரியம். ராணியைப்போல வாழ்ந்தவருக்கு 21 நாள் சிறைவாசம் உடல் நிலையை வெகுவாகப் பாதித்திருக்கும் என்பதில் சந்தேகமில்லை. ஆனால் அவர் தோல்வியை ஏற்பவர் அல்ல. சட்டநிபுணர்களுடன் வீட்டில் அமர்ந்தபடி வெகு முனைப்பாக தான் மாட்டிக்கொண்டிருந்த சட்டச் சிக்கலிலிருந்து விடுபடும் மார்க்கங்களைத் தேடியிருக்கவேண்டும். தண்டனையைக் குறைக்கும் வழியையாவது ஆராய்ந்திருக்கவேண்டும், அவர் மீண்டும் தேர்தலில் நிற்கும் தகுதி பெறுவதற்கு. அவர் குற்றவாளி என்று சொன்ன ஜான் மைக்கேல் குன்ஹாவின் கணக்கு தப்பு என்று சொல்லமுடியுமானால் நல்லது. இந்த முறை எந்தத் தவறும் ஏற்படக்கூடாது என்கிற பதைப்பு அவருக்கு இருந்தது. அவர் சொல்லுக்கு 'இல்லை'என்ற பதிலை அவர் விரும்பியதில்லை. சட்ட ரீதியான பின்னடைவையும் அவரால் ஏற்கமுடியாது. சென்றமுறை தன் தரப்பு வக்கீல் செய்த தவறு அவருக்குப் புரிந்தது. அவர்

செலவைப் பற்றிக் கவலைப்பட்டதில்லை. நாட்டின் மிகச் சிறந்த வக்கீல்களை அமர்த்த அவரிடம் செல்வம் இருந்தது. சசிகலா தன் பங்கிற்குத் தமிழ்நாட்டுக் கோவில்களில் ஆடம்பர பூஜைகளுக்கு ஏற்பாடு செய்தார். அமைச்சர்களுக்கு இலாகா வேலை என்று ஒன்று இருப்பதே மறந்து போனது. அம்மா மறுபடி முதல்வர் ஸ்தானத்தில் அமரவேண்டும் என்கிற பிரார்த்தனையிலும் புதிது புதிதான சடங்குகளிலும் மூழ்கிப்போனார்கள். ஒன்பது மாதங்களுக்கு அரசு செயல்படாத இயந்திரமாயிற்று. ஓ. பன்னீர்செல்வம் முதலமைச்சர் நாற்காலியில் அமரவே இல்லை. அமர்வது தெய்வகுற்றம்போல தான் முன்பு வகித்த நிதியமைச்சர் அறையிலேயே அமர்ந்திருந்தார். ஒரு கோப்பும் நகரவில்லை; ஒரு திட்டமும் அனுமதி பெறவில்லை. மாநிலத்தின் செயல்கள் எல்லாம் அம்மாவின் பெயரிலேயே இருக்கவேண்டும். வேறு பெயரில் வருவது அபச்சாரம். அம்மா நிச்சயமாக வெற்றியோடு திரும்புவார் என்று அவர்கள் கண்மூடித்தனமாக நம்பினார்கள். அம்மாவுக்குத் தெய்வீக அருள் உண்டு.

அவர்களுடைய வழிபாடுகளில் தெய்வங்கள் திக்கு முக்காடிப் போயிருக்கவேண்டும். போதுமடா சாமி என்று மண்டியிட்டிருக்க வேண்டும். எட்டுமாதங்கள் குழப்பத்தில் நகர்ந்தபிறகு மே 11, 2015 அன்று உயர்நீதிமன்றத் தீர்ப்பு வந்தது. மறுபடி தமிழகமெங்கும் அதிர்வலைகள் எழுந்தன.

ஒருசில நிமிடங்களில் ஜெயலலிதாவின் அரசியல் வாழ்வு உயிர்த்தெழுந்தது. கர்நாடக உயர் நீதிமன்றம் ஜெயலலிதாவையும் மற்ற மூவரையும் வருமானத்துக்கு அதிகமாகச் சொத்து சேர்த்த வழக்கிலிருந்து முழுமையாக விடுவித்தது. சிறப்பு நீதிமன்றம் அளித்த தீர்ப்பை நிராகரித்தது. தி ஹிந்து ஆங்கிலப் பத்திரிகையில் வந்த செய்தி அதை விவரித்தது: 'நீதிமன்றத்தின் 14 எண் கூடம் நிரம்பிவழிந்தது. ஜெயலலிதா, சசிகலா, இளவரசி, வி.என். சுதாகரன் ஆகியோரது மேல்முறையீடுகள் ஏற்கப்பட்டன என்றும் அவர்கள் அறியப்பட்ட வருமானத்துக்கு அதிகமாக சொத்து சேர்த்ததாகச் சாட்டப்பட்டிருந்த குற்றச்சாட்டிலிருந்து விடுவிக்கப்படுகிறார்கள் என்றும் நீதி அரசர் குமாரசாமி அறிவித்தவுடன் அங்கு இருந்த அஇஅதிமுகவினர் உற்சாகமாக ஆரவாரித்ததைக் காணமுடிந்தது. ஐந்து நிமிடத்தில் விவகாரம் முடிந்தது. நீதியரசர் தனது தீர்ப்பில் நடைமுறைப்படுத்தவேண்டிய பகுதியை மட்டும் வாசிக்கத் தேர்ந்தெடுத்தார்.'

திமுக அதிர்ச்சியில் உறைந்தது. எல்லா குற்றச்சாட்டு களிலிருந்தும் முழு விடுதலையா? எப்படி சாத்தியம் அது? ஊடகங்களும் அதிர்ச்சி அடைந்தன. பெங்களூரின் நீதித்துறையைச்

சேர்ந்தவர்களும் நம்பமுடியாமல் திகைத்தார்கள். சிறப்பு நீதிமன்றத்தின் தீர்ப்பை உயர்நீதிமன்றம் ஏற்கலாம் அல்லது தண்டனையைக் குறைக்கக்கூடும் என்று அவர்கள் நினைத் திருந்தார்கள். 18 ஆண்டுகள் வேண்டுமென்றே குற்றம் சாட்டப் பட்டவர்களால் இழுத்தடிக்கப்பட்ட ஒரு வழக்கு, இப்படி புசுக்கென்று முடிந்தது கதை என்றால் நம்பமுடிகிறதா? இதில் நிச்சயமாக ஏதோ சூது இருக்கிறது என்று தங்களுக்குள் பேசிக்கொண்டார்கள். “அந்தக் குமாரசாமி கர்நாடகா நீதித்துறைக்குக் களங்கம் ஏற்படுத்திவிட்டார்” என்றார்கள்.

நீதி அரசர் குமாரசாமி தனது 919 பக்க தீர்ப்பில், அரசு சிறப்பு வழக்கறிஞர் சொத்துக்குவிப்பு வழக்கில் சூது இருப்பதற்கான நிரூபணத்தைக் காட்டத் தவறிவிட்டார் என்றார். 1991–96 வரையான வருமானம், செலவினத்தை மறுபடி கணக்குப்பார்த்து, அதிகப்படியான சொத்து சேகரிப்பு 8.12% மட்டுமே என்றார். உச்சநீதிமன்றத்தின் ஒரு தீர்ப்பைச் சுட்டிக்காட்டி அதிகப்படியான சொத்து சேகரிப்பு 10%க்கும் குறைவாக இருந்தால் குற்றம் சாட்டப்பட்டவர்கள் விடுதலைபெற உரிமை உடையவர்கள் என்ற உச்சநீதிமன்ற முன்னுதாரணத்தை மேற்கோள் காட்டினார்.

தங்கள் தலைவி சந்திக்க நேர்ந்த வழக்குகளெல்லாம் அரசியல் எதிரிகள் போட்ட பொய் வழக்கு என்று எப்பவுமே நம்பிய அதிமுகவினரின் மகிழ்ச்சி கரைபுரண்டது. ஆண்டவனின் கருணை அம்மாவைப் பழியிலிருந்து மீட்டது என்றார்கள். ஜெயலலிதாவுக்கு அரசியலில் புனர் ஜென்மம் எடுத்ததுபோல. இனி அதற்குக் குறுக்கே எந்தச் சுவரும் இல்லை. அவர் வீட்டில் அமர்ந்தபடி கேட்ட தீர்ப்புக்குப் பிறகு வெளியிட்ட அறிக்கையில் “இந்தத் தீர்ப்பு எனக்கு மிகுந்த திருப்தியை அளிக்கிறது” என்றார். “நான் நிரபராதி என்று நிரூபிக்கப்பட்டுவிட்டது. என்னுடைய அரசியல் எதிரிகள் எனக்கு எதிராக விளையாடி வந்த சூதாட்டத்தை நிறுத்திக்கொள்ளட்டும். எனக்காகப் பிரார்த்தித்த மக்களுக்கும் கழகக் கண்மணிகளுக்கும் என்னுடைய நன்றியைத் தெரிவித்துக்கொள்கிறேன்,” என்றார்.

ஆனால் விநோதமாக அவர் இப்பவும் தன்னை நேரில் வாழ்த்த வந்த யாரையும், மூத்த கட்சி உறுப்பினர்களையோ அமைச்சர்களையோ பார்க்க விரும்பவில்லை. வெளியில் ஆயிரக்கணக்கான தொண்டர்கள் குழுமி ஆட்டமும் பாட்டமுமாக உற்சாக வெறியில் திளைத்தார்கள். இடைக்கால முதல்வர் ஓ. பன்னீர்செல்வம் செய்தி அறிந்தவுடன் பூச்செண்டுடன் மற்ற அமைச்சர்களுடன் போயஸ் கார்டனுக்கு விரைந்தார். மூத்த அரசு அதிகாரிகளும் காவல்துறையினரும் அவரை வாழ்த்த

நின்றார்கள். ஆனால் அம்மாவைக் காண இயலவில்லை. அவர் வெளியிலேயே வரவில்லை. "அவரைப் பார்க்க முடியாததால் நாங்கள் எங்கள் வாழ்த்துச் செய்திகளை எழுதி வைத்துவிட்டு வந்தோம்" என்றார் ஓர் அமைச்சர். "அம்மாவுக்கு உடம்பு சுகமில்லே" என்றார் ஒரு போலீஸ் அதிகாரி.

தலைவியின் திட்டம் என்ன என்று கட்சியினருக்கு விளங்கவில்லை. அவர் மறுபடி முதல்வர் பதவியில் அமர தேர்தலில் நின்று வெற்றிபெற வேண்டியிருந்தது. அது பிரச்சினை யில்லை. அவரது மௌனம்தான் பிரச்சினை.

அவருடைய மௌனத்திற்குக் காரணம் இருந்திருக்கவேண்டும். குமாரசாமியின் தீர்ப்புக்கு திமுகவினர் நீதிமன்றத்திலிருந்து தடை உத்தரவு பெறலாம் என்று அவர் நினைத்திருக்கலாம். ஏனென்றால் அந்த தீர்ப்பில் இருந்த பிழைகளைச் சுட்டிக்காட்டிக் கர்நாடக அரசின் வழக்கறிஞர்களிடமிருந்து உடனடியாகப் பலத்த எதிர்ப்பு வரவிருந்த செய்தி அவருக்குக் கிடைத்திருக்கவேண்டும்.

கர்நாடகச் சிறப்பு அரசு வழக்கறிஞர் பி.வி. ஆச்சார்யா தீர்ப்பைக் கடுமையாக விமர்சித்தார். "கர்நாடக உயர் நீதிமன்றத்தில் நடந்த விசாரணை ஒருதலைப்பட்சமாக மாறிவிட்டது. குற்றம் சாட்டிய கர்நாடக மாநிலம் அதில் பங்குகொள்ள விடப்படவில்லை, அதன் வாதங்களும் கேட்கப்பட வில்லை, அது மிக முக்கியமான சட்டத்தேவையாக இருந்தும்" என்றார். "உச்சநீதிமன்றம் கர்நாடக அரசுக்கு எழுத்துமூலம் கொடுக்கவேண்டிய வாக்குமூலத்திற்கு ஒருநாள் அவகாசம் மட்டுமே கொடுத்தது. மிக அவசியமான வாய்வழி வாக்குமூலம் கொடுக்க எங்களுக்கு வாய்ப்பே தரப்பட வில்லை. அது சட்டத்துக்குப்புறம்பானது" என்றார்.

ஹிந்து பத்திரிகை தீர்ப்புக்குப் பிறகு எழுதிய தலையங்கத்தில் "இது பரபரப்பு மிகுந்த அசாதாரண மறுபிரவேசம், எந்த அரசியல்வாதியும் இருமுறை பதவி இழந்தபிறகு பதவியேற்கும் தகுதி பெற்றதில்லை" என்றாலும் உயர்நீதிமன்றத்தின் தீர்ப்பு பொது வெளியில் அக்கு வேறு ஆணிவேறாகப் பிரித்து அலசப்பட்டது. உச்சநீதிமன்றத்தின் மூத்த வழக்கறிஞர் சஞ்சே ஹெக்டே சொன்னார்: "பல ஆண்டுகள் பல நீதிமன்றங்களில் நீட்டிக்கப்பட்டு முன்னேறிய வழக்கில் கடைசியில் கர்நாடக உயர்நீதிமன்றத்தால் விடுவிக்கப்பட்டிருக்கிறார். ஆனால் இது முடிவு என்று சொல்ல முடியாது. மேல் முறையீடு செய்வதற்கு வாய்ப்பு இருக்கிறது."

அதற்கேற்றாற்போல கர்நாடக அரசு உச்ச நீதிமன்றத்தில் உயர்நீதிமன்றத் தீர்ப்பை எதிர்த்துச் சிறப்பு அனுமதி விண்ணப்பம் (special leave petition -SLP) அளித்தது. ஆனால் அது உடனடியாக நடக்கவில்லை. கர்நாடக முதல்வர் சித்தராமையா காலம் கடத்திவந்தார். ஆனால் முதுபெரும் வழக்கறிஞர் ஆச்சார்யா நீதித்துறையில் மிகுந்த செல்வாக்கும் மதிப்பும் உள்ளவர். வெகுகடுமையாக அவர் குமரசாமியின் தீர்ப்பை எதிர்த்துக் காரணங்களுடன் விளக்கியது பொதுமக்களின் கவனத்தையும் ஆதரவையும் கர்நாடகத்திலும் தமிழகத்திலும் பெற்றது. கடைசியில் ஜெயலலிதா ஆர்.கே.நகர் தொகுதியில் ஜூலை மாதம் தேர்தல் பிரச்சாரத்தில் ஈடுபட்ட சமயத்தில், உச்ச நீதிமன்றத்தில் கர்நாடக அரசு விண்ணப்ப மனு சமர்ப்பித்தது.

மே 11 அன்று நீதிஅரசர் ஸி.ஆர். குமாரசாமி அளித்த தீர்ப்பு தர்க்கரீதியற்றது, நீதிக்குப் புறம்பானது என்று எஸ்.எல்.பி. விவரித்தது. நீதிபதியின் கணக்குகள் மோசமான பிழைகள் கொண்டவை, அதனாலேயே ஜெயலலிதாவும் மற்ற மூவரும் விடுவிக்கப்பட்டார்கள் என்று பழித்தது. குமாரசாமி பல்வேறு செலவினங்களின் மதிப்பைக் கல்யாணச் செலவுகள், கட்டட வேலைகள் ஆகியவற்றின் அன்றைய சந்தை விலையைப் பற்றின அறிவில்லாமல் தவறாகக் குறைத்து மதிப்பிட்டது வியப்பைத்தருகிறது என்றது. “சிறப்பு நீதிமன்ற நீதிபதி குன்ஹா அளித்த தீர்ப்பைத் தலைகீழாக மாற்றியதற்குக் குமாரசாமி சரியான விளக்கம்கூடக் கொடுக்கவில்லை”. “வாங்கப்பட்ட 10 கடன்களின் மொத்த மதிப்பு உயர்நீதிமன்றம் ரூ. 24, 173, 31, 274 என்றது. உண்மையான கணக்கு ரூ. 10,67,31,274 ஆகும். அதனாலேயே குமாரசாமி வருமானத்துக்கு அதிகமான சொத்தின் மதிப்பு வெறும் 8.12% என்றார். ஜெயலலிதாவையும் அவரது கூட்டாளிகளையும் விடுதலை செய்தார். ஆனால் உண்மையில் சொத்தின் மதிப்பு 76.7% ஆகிறது.”

“குமாரசாமி மேற்கோள் காட்டும் உச்சநீதிமன்ற ‘அக்னிஹோத்ரி’ வழக்கிற்கும் இதற்கும் சம்பந்தமே இல்லை. அதில் வருமானத்துக்கு அதிகமான சொத்து ஆயிரங்களில் இருந்தது. ரூ. 11250 மட்டுமே, 13 ஆண்டுகளில் சேர்க்கப்பட்ட அதிகப்படியான சொத்து. ஜெயலலிதா வழக்கிலோ திட்டமிட்டு ஊழல் செய்து 1991–96க்குள் சேர்க்கப்பட்டவை. கோடிக்கணக்கில். சட்ட வரைமுறைகளை அறிந்திருக்க வேண்டிய குமாரசாமி எப்படி இதையெல்லாம் கருத்தில் கொள்ளாமல் அத்தகைய தவற்றைச் செய்தார்?”

மொத்தத்தில் குமாரசாமியின் தீர்ப்பு நெறிதவறலுக்கு ஒப்பானது என்றது கர்நாடக அரசின் சிறப்பு விண்ணப்பம்.

அதிர்ச்சியில் செயலிழந்து போயிருந்த திமுகவும் உசுப்பப் பட்டது போல விழித்துக்கொண்டு கர்நாடக அரசுடன் சேர்ந்து உச்சநீதிமன்றத்தில் குமாரசாமியின் தீர்ப்பை எதிர்த்து விண்ணப்பம் சமர்ப்பித்தது.

இவையெல்லாம் நத்தை வேகத்தில்தான் முன்னேறும் என்று உணர்ந்த ஜெயலலிதா இயல்பு வாழ்க்கைக்குத் திரும்பினார். ஆர்.கே.நகரில் தேர்தல் பிரச்சாரத்தைத் தனது வண்டியில் அமர்ந்து புன்னகை தவழ வலம் வந்தார். அவரை எதிர்த்து நின்ற இந்திய கம்யூனிஸ்ட் கட்சியைச்சேர்ந்த சி. மகேந்திரனை மிகச் சுலபமாக 1.50 லட்சம் வாக்கு வித்தியாசத்தில் தோற்கடித்தார். அது யாரையும் ஆச்சரியப்படுத்தவில்லை. திமுக புத்திசாலித்தனமாக எந்த வேட்பாளரையும் நிறுத்தவில்லை. இடையில் ஒரு நாடகத் திருப்பம் நடந்திருந்த உணர்வே இல்லாமல் மக்கள் வாழ்க்கையைத் தொடர்ந்தார்கள். ஜெயலலிதா முதல்வர் பதவிக்குத் திரும்பினார். அவர் அரசியலிலிருந்து எட்டு மாதங்கள் விலகியிருந்ததுகூட யார் கவனத்திலும் நிற்கவில்லை. அவருடைய உடல்நிலை மோசம் என்ற வதந்திகளைப் பொய்யாக்குவது போல நிறுத்தி வைக்கப்பட்டிருந்த திட்டங்களையெல்லாம் ஒவ்வொன்றாக வெளியிட ஆரம்பித்தார். அவருக்கே தமிழகத்தின் திட்டங்களுக்கான பெருமை உரித்தானது என்கிற எண்ணத்துடன் ஓ. பன்னீர்செல்வம் அத்தனை நாட்களுள் கையைக் கட்டிக்கொண்டு இருந்தது அதிசயம் என்று யாரும் நினைக்கவில்லை.

கட்சிக்கு ஒரே தலைவர்தான் இருக்கமுடியும்.

18

உச்சநீதிமன்றத்துக்குச் சென்றிருந்த கர்நாடக அரசின் சிறப்பு விண்ணப்பத்தை அஇஅதிமுகவினர் பெரிதாக நினைக்கவில்லை. அம்மா களங்கமற்றவர்; அவர் மீது எந்தக் கறையும் படியாது; அவர் வீழ்த்தப்பட முடியாதவர் என்று அவர்கள் உறுதியாக நம்பினார்கள். கர்நாடக அரசுடன் திமுகவும் சேர்ந்துகொண்டது அவர்களுக்குக் கேலிக்குரியதாகத் தோன்றிற்று. ஜெயலலிதாவே அதைப் பற்றிக் கவலைப்பட்டதாகத் தெரியவில்லை. அதைப் பற்றிப் பேசவும் இல்லை. அவர் வெகுதூரம் பயணித்திருந்தார். அந்த அசாதாரணப் பயணத்தில் வந்த இடர்களையெல்லாம் சமாளிக்கக் கற்றிருந்தார். சுயம் உணர்ந்தவர் என்கிற மனோபலம் இருந்தது. அவருக்குத் தெய்வானுக்கிரகம் இருப்பதாகக் கட்சியினர் நம்பினார்கள். கடவுள் அம்மாவின் பக்கம் என்பதை அவர்கள் பல இக்கட்டான நெருக்கடிகளில் கண்டிருக்கிறார்கள்.

அவருடைய அரசில் பெருகி வந்த ஊழல் களைப் பற்றின புகார்களைக்கூட அவர் லட்சியம் செய்யவில்லை. அவருடைய விரோதிகள் முதுகு ஒடிந்து படுத்திருந்தார்கள். அவருக்கு எதிரான சட்டப்போரிலும் தோற்றுப்போனார்கள். அவருக்கு இப்போது கருணாநிதியைக் கண்டு பயமில்லை. கோபமும் இல்லை. தன்னுடன் நடத்திவந்த யுத்தத்தில் தோற்றுப்போனவர். தொண்ணூற்று மூன்று வயதில் பலம்குன்றிச் செயல்திறன் மங்கிப்போனவர். அவருடைய மகன் ஸ்டாலினும்,

பாவம் சாது; ஆகவே தனக்கு அச்சுறுத்தல் இல்லை. கர்நாடகாவின் உயர்நீதிமன்றம் அளித்த தீர்ப்பு பெரிய நிம்மதியை அளித்த ஒன்று. மக்களுக்குமுன் தலைநிமிர்ந்து நிற்கலாம். அவர் குற்றமற்றவர் என்று, நிரபராதி என்று நீதிமன்றத்தால் நிரூபிக்கப்பட்டவர். உச்சநீதிமன்ற விண்ணப்பத்தைப் பற்றி நினைத்து அவர் நேரத்தை வீணாக்கப் போவதில்லை. வழக்கறிஞர்கள் அதைக் கவனித்துக்கொள்வார்கள்.

அரசு வேலைகள் இருந்தன; பல தேங்கி நின்றிருந்தன. முன்பு '23 மணி நேரம் உழைக்கிறேன்' தமிழ் மக்களுக்காக என்று சூளுரைப்பார். இப்போது உடம்பு படுத்திற்று. சேர்ந்தாற்போல் இரண்டு மணி நேரம் உட்கார முடியவில்லை. உள்ளுக்குள் அந்தக் கவலை அரித்தது. ஆனால் உடல்நிலையைப்பற்றி வெளியில் சொல்ல விருப்பமில்லை. தனது பிம்பம் பலவீனப்பட்டுப் போகும். அவருக்கு அத்தனை நெருக்கமாக இருந்த எம்ஜிஆரின் உடல் நிலையே மோசமாகும் வரை தனக்குத் தெரிந்திருக்கவில்லை. தானும் அப்படித்தான் இருக்கவேண்டும். வீட்டுக்கே வந்து கவனித்த மருத்துவர்களும் அவரது விருப்பப்படி வாயைத் திறக்கமாட்டார்கள்.

முன்பு சுனாமி தாக்கியதுபோல அவருடைய அரசு மறுபடி ஓர் இயற்கைப் பேரிடரைச் சந்தித்தது. வரலாறு கண்டிராத வகையில் மிக கனத்த வடகிழக்குப் பருவ மழை நவம்பர் 2015இன் கடைசி வாரத்தில் கிழக்குக் கடற்கரையைத் தாக்கிற்று. முக்கியமாக சென்னை; நூறு ஆண்டுகளில் அத்தகைய மழையைக் கண்டிருக்கவில்லை. எதிர்க்கட்சிகள் சொன்னதுபோல, தவறான சமயத்தில், செம்பரம்பாக்கம் ஏரியைத் திறந்துவிட்டதில் சென்னையின் பெரும் பகுதிகள் வெள்ளத்தில் மூழ்கின. அரசு, ஆரம்பத்தில் ஸ்தம்பித்துப் போனதுபோல இருந்தது. நூற்றுக் கணக்கான மனிதர்களும் கால்நடைகளும் இறந்துபோனதாகச் செய்தி பரவியது. மின்சாரம் மூன்று நாட்களுக்குச் சுத்தமாக நின்றுபோனதில் கைபேசியைக்கூட மக்களால் செயல்படுத்த முடியவில்லை. உதவிக்கரம் நீட்ட நேரில் சென்று நிலைமையை ஜெயலலிதா ஆராயவில்லை என்று ஜனங்களுக்கு மிகுந்த கோபம் ஏற்பட்டிருந்ததை சன் டிவி விவரமாகக் காண்பித்தவண்ணம் இருந்தது. ஸ்டாலின் தலைமையில் திமுக, நகரம் முழுவதும் தொண்டர்களை உதவி செய்யப் பணித்து, செயல்படாத அரசைக் கண்டித்தது. தன்னார்வக் குழுக்களின் அபார சேவையை சென்னை அதன் இருண்ட நாட்களில் கண்டு சிலிர்த்தது. அதிமுகவினர் நேரிடையாக உதவி செய்யாமல் தன்னார்வக் குழுக்கள், தொண்டு நிறுவனங்கள் அனுப்பிய

பொருள்களின்மேல் ஜெயலலிதா முகம் பதித்த ஸ்டிக்கர்களை ஒட்டினார்கள். மிகப் பலத்த கண்டனக்குரல்கள் எழுந்ததும் அரசு சட்டென்று களத்தில் புகுந்தது. மருத்துவ, சுகாதார உதவிகள் துரிதமாக, செம்மையாக வழங்கியதில் நல்ல வேளையாக மழைக்குப்பின் ஏற்படக்கூடிய தொற்று நோய் பரவவில்லை. ஆனால் பொதுவாக மக்கள் அன்றைய அரசின் மீதும் முந்தைய அரசுகளின்மீதும் அவை தாழ்ந்த நிலப்பகுதியில் கட்டடங்கள் கட்ட சகட்டுமேனிக்கு அனுமதி வழங்கிய அராஜகத்தின் மீது ஆத்திரமடைந்தார்கள். அதைப்பற்றின விவாதங்கள் தொடர்ந்து தொலைக்காட்சி நிரலில் இடம்பெற்றன. அந்தக்கோபம் நகர்ப்புறமெங்கும் பரவியிருந்தது. எதிர்க்கட்சிகள் அது 2016 மே 16ஆம் தேதி வரவிருந்த சட்டமன்றத் தேர்தலில் தமக்கு உதவும் என்று நம்பின.

ஜெயலலிதா எதற்கும் கலங்காதவர்போல இருந்தார். திமுக கூட்டணியைச் சேர்க்கப் பரபரத்த நிலையில் இவர் தைரியமாக 234 தொகுதிகளிலும் அஇஅதிமுகவே போட்டியிடும் என்று அறிவித்தார். "சரியான நேரத்தில் நான் சரியான முடிவெடுப்பேன்" என்று அவர் சொல்லியிருந்தார். அவரது தன்னம்பிக்கை எல்லோருக்கும் திகைப்பை அளித்தது, சொந்தக் கட்சியினர் உள்பட. ஆனால் அவரது மக்கள் நலத் திட்டங்கள் இப்பவும் பெரும்பான்மைப் பலத்தைத் தரும் என்று நம்பினார்கள்.

ஆச்சரியமாக இருந்தது அவர் காட்டிய தன்னம்பிக்கை. எதிரணிகள் ஒன்று சேர்ந்திருந்தால் நிச்சயம் அவை வென்றிருக்கும். ஆனால் அதிர்ஷ்டம் அவர் பக்கம் இருந்தது. (ஒருவேளை அவரே எதிரணியின் பிளவுக்கு வழிசெய்திருந்தாரோ என்னவோ?) கருணாநிதி ஒன்றிணைந்த எதிரணியை ஏற்படுத்த செய்த முயற்சியெல்லாம் தோற்றன – முடிவில் ஐந்து அணிகளாகப் பிரிந்ததில் ஜெயலலிதாவுக்கு உதவியானது. திமுக+காங்கிரஸ், விஜயகாந்த் தலைமையில் மதிமுக + விடுதலை சிறுத்தைகள் + இடதுசாரிக் கட்சிகள் + பிறகு சேர்ந்த தமிழ் மாநில காங்கிரஸ் கொண்ட மக்கள் நலக் கூட்டணி, பாஜக மற்றும் பாமக என்று போட்டியிட்டன. கருணாநிதி சோர்ந்துபோனது அவருடைய உடல் மொழியிலேயே தெரிந்தது. இத்தனைக்கும் ஸ்டாலின் பல மாதங்களாக இந்தத் தேர்தலுக்காகத் தொகுதி தொகுதியாகப் பயணித்துத் தொண்டர்களை 'நமக்கு நாமே' என்ற திட்டத்தின் மூலம் ஊக்குவித்துக் கடுமையாக உழைத்து வந்தார். நால்வர் அணி, தேர்தலில் ஒரு சீட்டுக்கூட வெல்லாவிட்டாலும் திமுகவின் வாக்குகளைப் பிரித்தது. தேர்தல் ஆய்வாளர்கள் இந்தப்பிளவு ஆட்சிக்கு எதிரான வாக்குகளையும் பிரிக்கும் என்பதால் அது ஜெயலலிதாவுக்குத்தான் லாபம் என்று கருதினார்கள்.

ஜெயலலிதாவுக்கும் அது தெரியும். ஏர்கூலர்களின் குளிர்ந்த காற்றில் மேடையில் கம்பீரமாக அமர்ந்தார். எழுதிவைத்த வரிகளைச் சுட்டெரிக்கும் வெய்யிலில் காலையிலிருந்து அவர் வரவிற்காகக் காத்திருந்த கூட்டத்துக்குமுன் வாசித்தார். அவருடைய டொயொட்டோ ப்ராதோ வெள்ளிபோல தகதகக்க அதிமுக கொடி பறக்க, வந்து சேரும் நேரம் அவர்கள் கைதட்டி கரகோஷிக்கும் நேரத்துக்கான சிக்னல். கரும் பச்சை நிறப்புடவையில் பளீரென்று மின்னுவார். அவருடைய பேச்சில் காரமில்லை. தனது சாதனைகளை அவர் பட்டியலிடுவதைக் கேட்பதில் சுவாரஸ்யமும் இல்லை. அவர்கள் பேச்சைக் கேட்க வரவில்லை. ஜெயலலிதாவுக்காக வந்தார்கள். "மக்களால் நான், மக்களுக்காகவே நான்" என்று சொன்ன அம்மாவுக்காக.

அம்மா அவர்களை ரட்சிக்க வந்தவர். அம்மா திரும்பி வருவார் என்று தெரியும். அவர்களை அம்மா ஏமாற்றவில்லை.

மே 19ஆம் தேதி 2016. மிக்க எதிர்பார்ப்புடன் காத்திருந்த நாள். எதிரணியினர் பிரிந்திருந்தாலும் ஆட்சிக்கு எதிரான போக்கு என்று அது சென்னையிலிருந்து கன்னியாகுமரி வரை பரவியிருந்ததாக ஊடக நிருபர்கள் சொன்னார்கள். எப்போதுமே தமிழக மக்கள் தெளிவான முடிவைத் தருபவர்கள். இந்த முறை குழப்பத்தில் இருந்தார்கள். தொங்கு சபை வரலாம் என்று எதிர்பார்க்கப்பட்டது. 68 வயது ஜெயலலிதாவுக்கு எதிராக ஐந்து அணிகள். அபிமன்யுவை வளைத்த கௌரவர் அணியைப் போல. ஆனால் தொன்மத்தில் இருந்த அபிமன்யுவைவிட அவர் சாமர்த்தியசாலி. தன்னுடைய வாக்கு வங்கி உறுதியானது என்கிற தைரியத்தில் அமைதியாக இருந்தார். கட்சியின்மீது அவரது பிடியும் அதிசயமான பலம் பொருந்தியது.

முடிவுகள் வர ஆரம்பித்ததும் ஜெயலலிதா முகத்தில் புன்னகை விரிந்தது. அவருக்குத்தான் பெரும்பான்மை பலம் என்று தெளிவாகத் தெரிந்தது. 232 தொகுதிகளில் – (அரவக்குறிச்சி தஞ்சாவூர் ஆகிய இரண்டு தொகுதிகளில் பணப்பட்டு வாடா நடந்தது என்று ரத்து செய்யப்பட்டு மே 23க்கு ஒத்திவைக்கப்பட்டது.) அதிமுகவுக்கு 134 தொகுதிகளில் வெற்றி கிடைத்தது. மக்கள் இந்த முறையும் தீர்மானமான முடிவைத் தெரிவித்திருந்தார்கள். அத்தனைக் கட்சிகளின் ஆரவாரத்தையும் பொருட்படுத்தாமல். ஆனால் திமுகவின் எண்ணிக்கையும் மோசமாக இருக்கவில்லை. அதுவரை தமிழக சட்டமன்றத்தில் எதிர்க்கட்சி பெற்றிராத பலத்துடன் 89 + காங்கிரஸின் 8 = 97 இடங்களுடன் வந்தது. மக்கள் நலக்கூட்டணிக்கு ஒரு தொகுதியும் கிடைக்காமல் போனது. பாமகவுக்கும் ஒரு இடமும் கிடைக்கவில்லை. ஆனால்

திமுகவின் வெற்றிச் சாத்தியங்களை இவை இரண்டும் தடுத்தன. பல இடங்களில் திமுக மிகச் சில வாக்குகள் வித்தியாசத்திலேயே தோற்றது. மொத்தத்தில் அதிமுகவைவிட 2% க்கும் குறைவான வாக்கு வித்தியாசமே! திமுக விசுவாசிகளுக்கு அது மிக அநியாயமானதாகத் தோன்றிற்று. தோல்வி அடைந்தவர்கள் தேர்தலில் மோசடி என்று கூக்குரலிட்டார்கள். அதிமுக பணத்தை வாக்காளர்களுக்கு வாரி இறைத்தது என்றார்கள். பத்திரிகையாளர்களும் வியந்தார்கள். இந்த வெற்றி எப்படி சாத்தியமாயிற்று?

இருந்தபோதிலும் அது ஜெயலலிதாவின் வெற்றி.

சாதாரண வெற்றி இல்லை அது. தனியாக நின்று, பெரும்பான்மைப் பலத்துடன் திரும்பி வந்த சாதனை அது; வரலாற்றுச் சிறப்பு மிக்கது. 1984இல் எம்ஜிஆர் தொடர்ந்து ஆட்சியைப் பிடித்தபிறகு ஜெயலலிதா செய்த சாதனை. ஜெயா டிவி காண்பித்த காட்சிகள் ஐந்து ஆண்டுகளுக்கு முன் பார்த்திருந்த காட்சிகள் போல இருந்தன. போயஸ் கார்டன் வீட்டு முகப்பில் அவர் ராணியைப்போல ஒற்றை சோபாவில் அமர்ந்திருக்க முன்னாள் அமைச்சர்கள், கட்சியின் மூத்த தலைவர்கள் அவர் காலில் விழுந்து வணங்கினார்கள். அவர் தனது வெற்றிச் சொற்பொழிவை ஆற்றினார்: “தமிழ்நாட்டு மக்கள் அளித்திருக்கும் மகத்தான வெற்றியைக் கண்டு மிகுந்த மகிழ்ச்சி அடைகிறேன். இத்தகைய வரலாற்றுச் சிறப்புமிக்க வெற்றியை அளித்த தமிழ் மக்களுக்கு நானும் எனது கட்சியும் கடமைப்பட்டிருக்கிறோம். என் நன்றியை மக்களுக்குத் தெரிவிக்க என்னிடம் வார்த்தைகள் இல்லை. மறுபடியும் ஆட்சி அமைத்து எனது செயல்பாடுகளினால் எனது நன்றியைத் தெரிவிப்பேன். மக்களுக்குச் சேவை செய்வதைத் தவிர என் வாழ்வில் வேறு எதிலும் நாட்டமில்லை. என் வாழ்க்கை மக்களுக்கு அர்ப்பணிக்கப்பட்டது. மக்களால் நான், மக்களுக்காகவே நான்!” என்று தேர்தலில் சொல்லிவந்த கோஷத்துடன் பேச்சை முடித்தார்.

இன்னொன்றையும் சொல்ல மறக்கவில்லை. “பத்து கட்சிகள் என்னை எதிர்த்தன. என்னுடன் எந்தப் பெரிய கட்சியும் கூட்டணி சேரவில்லை. மக்களுடன்தான் நான் கூட்டணி வைத்தேன். கடவுளை நம்பினேன்.”

வெற்றியைக் கம்பீரமாக, நிதானத்துடன் அவர் ஏற்பது போல் இருந்தது. முன்பிருந்த ஆர்ப்பரிப்பு இல்லை. கோபக்கனல் தெறிக்கும் வார்த்தைகள் இல்லை. வசீகரமும் இல்லை. ‘ரோசாப்பூ அம்மா’வைப்பார்க்க ஓடோடி வந்த கூட்டம் இப்போது தெய்வ

தரிசனம் கண்ட பரவசத்துடன் அம்மாவின் முன்நின்றது. எப்படி வந்தது இந்த மாற்றம்? அவரே ஸ்க்ரிப்ட் எழுதி தயாரித்த நாடகம் போல. மிகக் கவனமாகப் பாத்திரத்தைத் திருத்தி எழுதி வடிவமைத்ததுபோல.

மூழ்கும் நிலையிலிருந்து ஒவ்வொரு முறையும் எழும்பி வந்ததன் சிரமம் அவர் ஒருத்திக்கே தெரியும். அவரை மூழ்கடிக்க நினைத்தவர்கள் இப்போது நிலத்தில் மூச்சுத்திணறி நிற்கிறார்கள். அவருடைய மகத்தான சாதனை அது. ஜோதிடர் என்ன சொன்னார்? 'அற்புத ஜாதகம் உன்னுடையது. மக நட்சத்திரத்தில் பிறந்தவள் நீ. மகத்துப்பெண் ஜெகத்திலும் இல்லை.'

இப்போது சிரிப்பு வருகிறது அதை நினைத்து. வானத்திலிருந்து விழுந்த வெற்றி இல்லை இது. அவர் மிகக் கவனமாக வியூகம் வகுத்துப் பெற்ற வெற்றி. இனி எதுவும் சாத்தியம் என்று தோன்றிற்று. அவருக்கு இப்போது எதைக்கண்டும் அச்சமில்லை. உச்சநீதிமன்றத் தீர்ப்பு எப்படியோ போகட்டும். மனசு இப்போது அதிசயமாக இருந்தது. ஆன்மீக வெளிச்சம் கிடைத்ததுபோல. அவருள் ஏற்பட்டிருந்த மாற்றம் யாருக்கும் புரியாது. அவர் ஒரு புதிர் என்றார்கள். புதிராகவே இருப்பது நல்லது. அவர் ஒரு சாதாரணப் பெண். ஆனால் வாழ்க்கைதான் அசாதாரணம் என்று எப்படி விளக்குவது?

அவர் சாதாரணமானவர்தான். எல்லோரையும் அடக்கத் தெரிந்தவருக்கு உடம்பின் வக்கிரங்களை அடக்கத் தெரியவில்லை. ஏற்கெனவே பல பிரச்சினைகள் இருந்த உடல், பரப்பன அக்ரஹார சிறைவாசத்தில் அதிகமாகச் சீரழிந்திருக்கவேண்டும். சர்க்கரை வியாதி மிகத் தீவிரமாகப் பல ஆண்டுகளாக இருந்தும், மருத்துவர்கள் வற்புறுத்தியும் ஜெயலலிதா இன்ஸுலின் ஊசி போட்டுக்கொள்ள மறுத்ததாகச் சொல்லப்படுகிறது. சாப்பாட்டில் கட்டுப்பாடில்லாமல் இனிப்பை உண்ணும் பழக்கம் கொண்டவராகச் சொல்லப்படுகிறது. எல்லாவற்றிலும் மிகக் கருத்தாக இருந்த ஜெயலலிதா தனது ஆரோக்ய விஷயத்தில் ஏன் அலட்சியமாக இருந்தார் என்று புரியவில்லை. சிறு வயதிலிருந்தே அவர் அப்படித்தான் என்றார் ஜெயலலிதாவின் பள்ளித் தோழி ஸ்ரீமதி. ஜெயலலிதா அபூர்வமாக அலுவலகம் சென்றதும் உடல் உபாதையால் இருக்கவேண்டும். ஆனால் ஆகஸ்ட் 15, சுதந்திர தின விழாவில் கொடியேற்றிச் செறிவான சொற்பொழிவைப் படித்தார். அதற்குமுன் தில்லியில் நடந்த மாநில இடைமன்றக் கூட்டத்தில் வாசிக்க அனுப்பிய மாநில உரிமை, பொருளாதாரம், சுதந்திரம் ஆகியவைபற்றி மிகக் கருத்துடன் தயாரிக்கப்பட்ட உரை எல்லோரது பாராட்டையும்

பெற்றது. அதில் மருத்துவப் பொது நுழைவுத்தேர்வு சமூக அநீதி என்று குறிப்பிட்டிருந்தார். மாநில உரிமையில் அவர் காட்டிய அக்கறை, துல்லியம் என்பதோடு அது மாநில உரிமைசார்ந்த திராவிடக் கட்சிகளுடைய பிடிமானத்தின் நீட்சி என்பது குறிப்பிடத்தக்கது.

நான்கு மாதங்கள்தான் ஆகியிருந்தன அதிமுக மீண்டும் ஆட்சியைப் பிடித்து. செப்டம்பர் 22 அன்று திடீரென்று தமிழ் தொலைக்காட்சி சானல்கள் ஒரு முக்கிய செய்தியை விடாமல் திரையில் காண்பிக்க ஆரம்பித்தன. முதலமைச்சர் செல்வி ஜெயலலிதா அப்பல்லோ மருத்துவமனையின் தீவிர சிகிச்சைப்பிரிவில் சேர்க்கப்பட்டிருக்கிறார் என்றது செய்தி. அது எல்லோரையும் அதிர்ச்சிகொள்ள வைத்தது. தேசிய ஊடகங்களில் தலைப்புச் செய்தி ஆயிற்று. மறுநாள் ஒரு வரிச் செய்தி மருத்துவமனையிலிருந்து வந்தது. காய்ச்சலும் உடலில் நீர் வற்றியிருந்ததும் மருத்துவமனையில் சேர்க்கப்பட்ட காரணமாகச் சொல்லப்பட்டது. மருத்துவமனையில் சேர்க்கப்பட்ட வந்தபோது ஜெயலலிதா நினைவிழந்த நிலையில் இருந்ததாகவும் ஒரு செய்தி சொன்னது. தொண்டர்கள் விக்கித்துப் போனார்கள். அப்பல்லோவை முற்றுகை இட ஆரம்பித்தார்கள். உடனடியாக அதிகம் வெளிப்படாதிருந்த சசிகலாவின் பிம்பம் விஸ்வரூபம் எடுத்ததுபோல இருந்தது. கூட்டம் கூட தடைகள் போடப்பட்டன. மருத்துவமனைக்கு வந்து செல்லும் சாமான்ய நோயாளிகளுக்கும் அவர்களது உறவினர்களுக்கும் பெரும்பாடாகிவிட்டது. முதல்வரின் உடல் நிலையைப் பற்றி அறிய விழைந்த பத்திரிகை நிருபர்கள் காட்சி ஊடகங்களிடம் மருத்துவமனையில் பணிபுரிபவர்கள் எவரும் பேசக்கூடாது எனத் தடை விதிக்கப்பட்டது; அது சசிகலாவின் உத்திரவினால் என்றும் சொல்லப்பட்டது. மருத்துவமனை ஊழியர்கள், மருத்துவர்கள் வெளி ஆட்கள் எவருடனும் பேசவே பயந்தார்கள். விவரங்கள் எதுவும் தெரியாமல் போனதால் தினமும் ஒரு வதந்தி கிளம்பியது. வாட்ஸ்அப்பில் ஜெயலலிதாவின் மூளை செயலிழந்து போனதாக ஒரு செய்தி வைரலாகப் பரவியது. சாதாரணமாக ஒரு வி.ஐ.பி. நோயாளி அங்கு சிகிச்சையில் இருந்தால் மருத்துவமனை வெளியிடும் மருத்துவச் செய்திகளுக்கும் தடை விதிக்கப்பட்டதுபோல, வந்த செய்திகள் எல்லாம் ஏறுமாறாக இருந்தன. அதுவும் சசிகலாவின் கட்டுப்பாட்டினால் என்று சென்னையிலிருந்த மூத்த பத்திரிகையாளர்கள் சொன்னார்கள். ஜெயலலிதா இருந்த தீவிர சிகிச்சை அறைக்குக் கீழ் இருந்த முழு தளத்தையும் சசிகலாவும் அவருடைய ஆட்களும் நிரப்பிக்கொண்டதாகவும் செய்தி.

ஜெயலலிதாவைப் பார்க்க எவருக்கும் அனுமதி இருக்கவில்லை. மருத்துவமனைக்கு வந்த அமைச்சர்கள் சசிகலாவை மட்டும் பார்த்துவிட்டு வந்தார்கள். ஆளுநர் வித்யாசாகர், மத்திய அமைச்சர்கள் எல்லோருமே சசிகலாவையும் மருத்துவர்களையும் மட்டுமே பார்த்துவிட்டு வெளியே நின்ற தொலைக்காட்சி கேமராவின் முன் ஜெயலலிதா குணமாகி வருகிறார், விரைவில் வீடு திரும்புவார் என்றார்கள்.

தில்லியில் தேசிய பத்திரிகைகளின் தலைமை ஆசிரியர்கள் தங்களுக்கிருந்த நேரிடையான தொடர்புகள் மூலம், ஜெயலலிதா பிழைக்கமாட்டார் என்ற செய்தி கிடைத்திருப்பதாகச் சொன்னார்கள். மரணச்செய்தி வந்ததும் பிரசுரிப்பதற்காக இரங்கல் கட்டுரைகளைத் தயாரிக்க அவசரப்பட்டார்கள்.

ஆனால் 75 நாட்கள் ஜெயலலிதா ஆஸ்பத்திரியில் இருப்பார் என்று யாரும் நினைக்கவில்லை. தொண்டர்கள் நிச்சயம் நினைத்திருக்கமாட்டார்கள். கோவில் பிராகாரங்களில் உருண்டு புரண்டு சோர்ந்துபோனார்கள். கண்ணீர்கூட வற்றிவிட்டது. அதனாலேயே மரணச் செய்தி வந்தபோது அவர்கள் நிலைகுலைந்து போகவில்லை என்று தோன்றிற்று. அண்ணாதுரையும் எம்ஜிஆரும் மரணமடைந்தபோது துக்கத்தில் அவர்கள் தடுமாறிக் கலவரத்தில் ஈடுபட்டதுபோல ஜெயலலிதாவின் மரணத்துக்குப்பிறகு ஏதும் நடக்கவில்லை.

அக்டோபர் 2ஆம் தேதி ஜெயலலிதாவுக்கு செயற்கை சுவாசக்குழாய் பொருத்தியிருப்பதாகவும் லண்டனிலிருந்து அதைக் கண்காணிக்க டாக்டர் ரிச்சர்ட் பீலே வந்திருப்பதாகவும் செய்தி வந்தது. தில்லி எய்ம்ஸ் மருத்துவமனையிலிருந்து மருத்துவர் குழு வந்திருப்பதாக அக்டோபர் ஆறாம் தேதி ஒரு செய்தி வந்தது. அக்டோபர் 22ஆம் தேதி உடல் நிலையில் முன்னேற்றம் இருப்பதாக ஜெயலலிதா பேசுவதாக செய்தி வந்தது. யாரும் ஜெயலலிதாவை நேரில் பார்க்கமுடியாத நிலையிலும் அப்பல்லோ மருத்துவமனை சேர்மன் டாக்டர் பிரதாப் சி. ரெட்டி, நவம்பர் மூன்றாம் தேதி ஜெயலலிதா முழுவதும் குணமாகிவிட்டதாகவும் அவர் விரும்பும்போது வீடு திரும்பலாம் என்றும் சொன்னார். அது தொண்டர்களிடையே பெரும் எதிர்பார்ப்பைக் கிளப்பியது. தாங்கள் ஏமாற்றப்படுகிறோம் என்று அவர்கள் உணர்ந்திருக்க மாட்டார்கள். தான் மறுஜென்மம் பெற்றதாக, விரைவில் வீடு திரும்புவதாக ஒரு கடிதத்தில் ஜெயலலிதா கையொப்பம் இட்டு வெளியிடப்பட்டதாக செய்தி வந்தது நவம்பர் 13ஆம் தேதி. நவம்பர் 19 தீவிர சிகிச்சைப் பிரிவிலிருந்து அறைக்கு வந்ததாகச் செய்தி. அப்பொழுதும் எந்த அமைச்சராலும்

ஜெயலலிதாவைப் பார்க்கமுடியவில்லை. டிசம்பர் நான்காம் தேதி மாலை மறுபடி தொலைக்காட்சி சானல்களில் முக்கிய செய்தி என்று அறிவிப்பு தோன்றியது. ஜெயலலிதாவுக்கு மாரடைப்பு ஏற்பட்டிருப்பதாக அப்பல்லோ மருத்துவமனை அறிவித்திருப்பதாக. சில மணி நேரங்களுக்கு முன்புதான் எய்ம்ஸ் குழு, ஜெயலலிதா முழுமையாகக் குணமாகிவிட்டார் என்று சொல்லியிருந்தது. அதிமுக தொண்டர்கள் நிலைகொள்ளாமல் தவித்தார்கள். மருத்துவமனையின் நுழைவாயில்களில் எல்லாம் ஆயிரக்கணக்கான காவல்துறையினர் அரணாக நின்று யாரையும் நெருங்கவிடாமல் தடுத்து நிறுத்தினர். அதிமுக கட்சிப் பெண்கள் தெருவில் புரண்டு அழுதார்கள். ‘அம்மாவைக் காப்பாற்று கடவுளே’ என்று தொண்டர்கள் அரற்றினார்கள். ‘நாங்கள் குழந்தைகள், அம்மா இல்லாமல் வாழமுடியாது’ என்று நடுவயது ஆண்கள் பிரலாபித்தார்கள். இந்தமுறை கடவுளுக்கு வேறு எண்ணம் இருந்ததுபோல் இருந்தது. மறுநாள் மருத்துவமனை ஜெயலலிதாவின் நிலைமை கவலைக்கிடமாக இருப்பதாகவும் வல்லுநர்கள் கவனித்து வருவதாகவும் அறிவித்தது. தொண்டர்களிடையே உணர்ச்சிகள் கொதிப்பு நிலையை எட்டிவிடும்போல் இருந்தது. ஜெயலலிதா மரணமடைந்ததாக மாலை ஐந்தரை மணிக்கு ஒரு தொலைக்காட்சி சானல் அறிவித்த செய்தி பரவியதும் தொண்டர்கள் கற்களையும் தண்ணீர் புட்டிகளையும் வீச ஆரம்பித்தார்கள். நிலைமையைக் கட்டுப்படுத்த மருத்துவமனை அது தவறான செய்தி என்றது. கூட்டத்தில் ஒரு மயான அமைதி அமர்ந்தது. ஒத்திவைக்கப்பட்டிருந்த அமைச்சர்கள் கூட்டம் பத்து மணிக்குக் கட்சி அலுவலகத்தில் நடப்பதாகத் தெரிய வந்தது. அதன் பிறகு அமைச்சர்கள் அவசரமாக அப்பல்லோ மருத்துவமனைக்குச் செல்வதைக் காட்சி ஊடகங்கள் காண்பித்தன. சசிகலாவுடன் நடந்த மிகச் சிறிய சந்திப்புக்குப்பின் சட்டமன்ற உறுப்பினர்கள் ஓ. பன்னீர்செல்வத்துடன், ஆளுநர் மாளிகைக்கு விரைந்தார்கள். அங்கு ஓ. பன்னீர்செல்வம் முதல்வராகப் பதவிப் பிரமாணம் பெற்றார். அவருடன் 31 பேர் அமைச்சர் பதவி ஏற்றனர். மருத்துவமனையிலிருந்து ஜெயலலிதாவின் இல்லத்துக்குச் செல்லும் மூன்று கிலோமீட்டர் தொலைவைக் காவல் துறை தனது கட்டுப்பாட்டில் வைத்துக்கொண்டது. நடு இரவில் 12.15 மணிக்கு மருத்துவமனை, ‘முதல்வர் ஜெ. ஜெயலலிதா 11.30 மணிக்கு மரணமடைந்தார்’ என்று அறிவித்தது. அமைச்சர்கள் மருத்துவமனைக்குச் சென்று தலைவியின் உடலை வணங்கினார்கள். 2.30 மணிக்கு ஜெயலலிதாவின் உடல் போயஸ் கார்டனுக்குக் கொண்டு செல்லப்பட்டது. ஸைரன் ஒலிக்காமல் பைலட் வாகனம் மௌனமாகச் சென்றது.

போயஸ் கார்டனில் ஐயங்கார் குல வழக்கப்படி பிராமணச் சடங்குகள் நடந்ததாகச் சில நிருபர்கள் சொன்னார்கள்.

“அத்தனை செல்வாக்குடன் வாழ்ந்த ஜெயலலிதா கடைசியில் சுற்றமும் பந்துக்களும் அருகில் இல்லாமல் அநாதைபோல இறந்தாள்” என்று ஸ்ரீமதி வருத்தப்பட்டார். அப்பல்லோ மருத்துவமனையில் அப்போது பணியாற்றிய மருத்துவர் “ஜெயலலிதாவின் உடல் நிலை அப்பல்லோவுக்கு வரும்போதே மோசமாக இருந்தது. அவருடைய தேக நலனில் உண்மையான அக்கறையுள்ளவர்களாக வீட்டில் இருந்தவர்கள் இருந்திருந்தால் அத்தனைத் தாமதித்திருக்கமாட்டார்கள்” என்று சொன்னதாக தில்லியில் ஒரு பத்திரிகையாளர் சொன்னார். “எம்ஜிஆர் நோய்வாய்ப்பட்டபோது அவரை சிகிச்சைக்கு அமெரிக்காவுக்கு அழைத்துச் சென்றார்கள். அம்மாவை ஏன் அழைத்துப்போகவில்லை? அப்பல்லோவில் 75 நாட்கள் ஏன் வைத்திருந்தார்கள்?” என்று கட்சியில் இருந்த சசிகலாவின் எதிரிகள் கேட்டார்கள். ஜெயலலிதாவின் உடல் நன்றாகத் தேறி விட்டது என்று ஹைதராபாத் கிளம்பிச் சென்றிருந்த தனக்கு அவருக்கு மாரடைப்பு வந்த செய்தி கேட்டு மிகுந்த அதிர்ச்சி ஏற்பட்டது என்றார் டாக்டர் பிரதாப் சி. ரெட்டி.

பொதுமக்கள் அஞ்சலி செலுத்த ராஜாஜி ஹாலுக்கு ஜெயலலிதாவின் உடல் காலை ஐந்து மணிக்கு எடுத்து வரப்பட்டது. ஜெயலலிதா தனது 60ம் பிறந்தநாளுக்கு உடுத்தி யிருந்த அரக்குக்கரைக் போட்ட பச்சைநிறச் காஞ்சீபுரம் பட்டு சேலையில் உடல் அலங்கரிக்கப்பட்டிருந்தது. மணிக்கட்டில் ஜெயலலிதாவுக்குப் பிடித்தமான கைக்கடிகாரம். உடலுக்கு அருகில் ஜெயலலிதா கட்சியைவிட்டு, வீட்டைவிட்டு வெளியேற்றி யிருந்த சசிகலாவின் உறவினர்கள் (சசிகலாவின் கணவர் நடராஜன் உள்பட) முக்கியஸ்தர்கள் போல நின்றார்கள். அரசியல் தலைவர்கள், மாநில முதல்வர்கள் எல்லோரும் வந்து சடலத்துக்கு அஞ்சலி செலுத்தினார்கள். பிரதமர் மோடி விசித்து அழுத பன்னீர்செல்வத்தின் முதுகை அணைத்து ஆறுதல் சொன்னார். சசிகலாவின் தலையைத் தொட்டார் ஆசீர்வதிப்பது போல. அந்தக் கையசைவில் பல சமிக்ஞைகள் இருந்தன. ஜெயலலிதா மோடிக்கு நெருக்கமாக இருந்ததாகப் பரவலாக ஓர் எண்ணம் எல்லோருக்கும் இருந்தது. ஆனால் அவர் இருந்தவரை திராவிடச் சித்தாந்தவாதியாக இல்லாவிட்டாலும், பாஜக தமிழகத்தில் கால் பதிக்க முடியாத அரணாக இருந்தார் என்பதுதான் உண்மை.

அவர் மறைந்தபிறகு, பாஜக தமிழகத்துள் நுழைய வாசல் கிடைத்துவிட்டதாக மோடி நினைத்தால் ஆச்சரியப்

படுவதற்கில்லை. அதிமுகவினர் ஜெயலலிதாவின் காலில் விழுந்ததுபோல தன்னுடைய காலில் விழ வைப்பது மோடிக்குக் கடினமில்லை.

மாலை நான்கு மணிக்குப் புறப்பட்டது ஊர்வலம். 6.30 மணிக்கு மெரினா கடற்கரையில் எம்ஜிஆர் சமாதிக்கு அருகில் ஜெயலலிதாவின் உடல் புதைக்கப்பட்டது, ஐயங்கார்/ பிராமண வழக்கத்துக்கு விரோதமாக. ஏன் அப்படி என்று கேள்வி எழுந்தபோது எம்ஜிஆர் புதைக்கப்பட்ட இடத்துக்குப் பக்கத்தில்தான் தான் புதைக்கப்படவேண்டும் என்று அம்மா விரும்பியதாக அதிமுகவினர் விளக்கம் அளித்தார்கள்.

அவர் உண்மையிலேயே அப்படிச் சொல்லியிருப்பாரா என்று தெரியாது. சாஸ்திரத்திலும் பிராமணச் சடங்குகளிலும் ஜோசியத்திலும் நம்பிக்கை உள்ளவர் அப்படி சொல்லி யிருப்பாரா என்று ஒரு காலத்தில் ஜெயலலிதாவின் ஆத்மார்த்த தோழியாக இருந்த ஸ்ரீமதி வியந்தார். ஆனால் சென்னை கார்ப்பரேஷன் அதிகாரி ஒருவர் சொன்னார். ‘பெசன்ட் நகர் மின்சார மயானத்துக்கு உடலைக் குறுகலான பாதை மூலம் அந்த ஜனத்திரளில் எடுத்துப்போவது பல போக்கு வரத்துப் பிரச்சினைகளை மட்டும் அல்ல, சட்டம் ஒழுங்குப் பிரச்சினையையும் எழுப்பும். எம்ஜிஆர் சமாதிக்கு அருகில் உடலுக்கு எரியூட்டுவதும் சமாதியின் பளிங்குக் கற்களுக்குச் சேதம் விளைவிக்கும். அதனாலேயே இந்த முடிவு எடுக்கப் பட்டிருக்கவேண்டும்.’

ஜெயலலிதாவின் அண்ணன் மகன் தீபக் ஜெயகுமாரை முதல்முறையாக மக்கள் பார்த்தார்கள். ஒரு சாஸ்திரிகள் தீபக்கை ஜெயலலிதாவின் உடலுக்கு ஏதோ சடங்கு செய்யச் சொல்வது தொலைக்காட்சி திரையில் தெரிந்தது. தனக்குக் கிடைத்த திடீர் கவனிப்பில் தீபக் ஜெயக்குமார் திக்பிரமை அடைந்திருந்ததுபோல இருந்தது. அவருடைய சகோதரி தீபாவை அங்கு காணோம். சசிகலா, தீபாவை வரவிடவில்லை என்று பிறகு செய்திகள் வந்தன.

‘உலகப்புகழ் வாய்ந்த மருத்துவர்களின் கவனிப்பில் ஜெயலலிதாவின் உடல் தேறிவருவதாக எல்லோரும் நம்பிக்கொண்டிருந்த வேளையில் அவர் இறந்தது எனக்குத் துக்கத்தை ஏற்படுத்துகிறது’ என்றார், ஜெயலலிதா தனது பரம வைரியாக நினைத்துவந்திருந்த திமுக தலைவர் கருணாநிதி. “சிறிய வயதிலேயே அவர் இறந்துபோனாலும் அவருடைய புகழ் காலத்துக்கும் நிற்கும்.” கருணாநிதியே அப்போது காவேரி மருத்துவமனையில் தீவிர சிகிச்சைப்பிரிவில் இருந்தார்.

ஜெயலலிதா தனக்கு மரணம் சாத்தியம் என்று நினைக்கும் நிலையில் இருந்தாரா என்பது பலருக்குச் சந்தேகம். இடையில் நினைவு வந்துவந்து போயிற்று என்று சொல்லப்பட்டது. அப்போது அவர் மனத்தில் என்னென்ன தோன்றியிருக்கும்? தன்னுடைய வாழ்க்கையைப் பின்னோக்கிப் பார்த்திருப்பாரா? அசாதாரண வாழ்வு அது என்று பெருமைபட்டிருப்பாரா? நடந்த தவறுகளுக்கு வருந்தியிருப்பாரா? உச்சநீதிமன்ற தீர்ப்புத் தனக்கு எதிராகப் போகும் என்று அறிந்திருந்தாரா? அதனால்தான் உடல் நிலை மோசமாகிப்போனதா? கடைசியில் தனக்கு உதவ யாருமில்லை, அநாதையாகிப் போனேன் என்று துக்கமேற்பட்டிருக்குமா? நம்பகமானவர்கள் என்று நம்பியவர்கள் துரோகமிழைத்ததாக நினைத்திருப்பாரா? கூடப்பிறந்தவனின் உறவை வெட்டியதும் ஆத்மார்த்தமாகப் பழகிய, எந்த ஆதாயத்தையும் எதிர்பாராத நெருங்கிய தோழிகளுடன் தொடர்பை அறுத்துக்கொண்டதும் நினைவுக்கு வந்திருக்குமா? பாட்டியின் மடியில் அமர்ந்து சொன்ன, பிறகு நித்திய பாராயணமாகியிருந்த விஷ்ணுசகஸ்ர நாமத்தை வாய் முணுமுணுத்திருக்குமா?

கருணாநிதியை எதிர்த்து ஆரம்பிக்கப்பட்ட அதிமுக கருணாநிதியால் அழிந்தது என்று வரலாற்று ஏடுகள் சொல்லக்கூடாது என்று அவர் கட்சிக்காரர்களிடம் பலமுறை சொல்லியிருக்கிறார். உண்மையில் கட்சியின் மேல் இருந்த பிடிமானம்தானா அது? கருணாநிதியின் மேல் இருந்த வெறுப்பல்லவா அவரை மீண்டும் மீண்டும் எழுந்து நிற்க உத்வேகம் அளித்தது? அவரது வாழ்நாளுக்குள் திமுகவையும் கருணாநிதியையும் பலவீனப்படுத்தியாகிவிட்டது. முடிந்தது அதன் கதை என்று சொல்ல முடிந்தது. இனி அவருக்குக் கட்சியைப் பற்றிக் கவலையில்லை. அவர் இருக்கும்வரை கட்சி இருக்கும். தனக்குப் பிறகு? அவருக்கு அதைப்பற்றிக் கவலையில்லை. தனக்கு அடுத்து யாரையும் அவர் தயார்படுத்த விரும்பவில்லை. மரணிக்கும் வயது இல்லை. எமனைக்கூட காக்கவைப்பார், எத்தனை நாட்கள் வேண்டுமானாலும்!

அவருடைய வாழ்வைப்போலவே அவரது நீடித்த மருத்துவமனை சிகிச்சையும் எதிர்பாராமல் வந்த மரணமும் புதிராகவே இருந்தன.

○

ஜெயலலிதாவின் மரணத்துக்குப்பின் அவருடைய உடன் பிறவா சகோதரி என்று பாசத்துடன் அழைக்கப்பட்ட, ஆனால் எந்த அரசியல்/கட்சி அதிகாரத்தையும் அவரால் அளிக்கப்பட்டிராத சசிகலா ஆடிய அரசியல் நாடகம், தமிழ்நாட்டு

வரலாற்றின் மிகக் கேவலமான அவலம். சசிகலாவின் உண்மை சுவரூபத்தைக் கண்டு தமிழகமே திகைத்தது. அதி புத்திசாலியான ஜெயலலிதா தனது தோழியின் அடிமன வேட்கைகளை உணராதது எப்படி என்று புரியவில்லை; அல்லது உணர்ந்துதான் அடக்கி வைத்திருந்தாரா என்று தெரியவில்லை.

ஜெயலலிதா மருத்துவமனைக்கு ஏன் செல்ல நேர்ந்தது, அதற்குமுன் என்ன நடந்தது என்று பலவாறான ஊகங்கள் பரவிய வண்ணம் இருந்தன. கடந்த சில ஆண்டுகளாக ஜெயலலிதாவின் உடல்நிலை காரணமாக சசிகலாவுக்குக் கட்சியினரிடம் அதிக அதிகாரம் செய்யும் வாய்ப்பு ஏற்பட்டதாக, தேர்தலுக்கு வேட்பாளர்களைப் பொறுக்கும் உரிமையையும் எடுத்துக்கொண்டதாகச் சொல்லப்பட்டது. தேவர் சமூகத்தைச் சேர்ந்த ஓ. பன்னீர்செல்வம் அவருடைய விசுவாசி என்று பரவலாக நம்பப்பட்டது. தேர்தலில் வெற்றிபெற்று வந்திருந்த சட்டசபை உறுப்பினர்கள் சசிகலாவுக்குக் கடமைப்பட்டவர்கள். அம்மாவுக்கு அடுத்தபடியாக அவரைச் சின்னம்மா என்று அழைக்க ஆரம்பித்தவர்கள்.

ஜெயலலிதாவின் மரணத்துக்குப்பின் கட்சி உடையலாம் என்று சிலர் சொன்னார்கள். ஆனால் ஆட்சியின் காலம் இன்னும் நான்கரை ஆண்டுகள் இருந்தன. தேர்தலில் வெற்றி பெற்றுப் பெரும்பான்மை பலத்துடன் வந்தவர்கள், அந்த வாய்ப்பை விட்டுக்கொடுக்க விரும்பாததில் வியப்பில்லை. ஓ. பன்னீர்செல்வம் உடனடியாக முதல்வர் பதவி ஏற்று அமர்ந்தது ஆட்சித்தலைமையில் வந்த மாற்றம் மிகச் சரளமாக நடந்ததுபோல இருந்தது. ஓ. பன்னீர்செல்வம் எல்லோரும் நினைத்ததைவிட திறமையாகச் செயல்பட்டார். ஜல்லிக்கட்டுக்கு வந்திருந்த சட்டத்தடையை எதிர்த்து தமிழ் மக்கள் மெரினா கடற்கரையில் திரண்டு நடத்திய ஆர்ப்பாட்டத்தை (காவல் துறையின் அராஜகத்தையும் சமாளிக்கும் முயற்சியில்) புரிந்துகொண்டு தில்லிக்குச் சென்று அனுமதிபெற விழைந்ததில் தமிழ் மக்களின் ஆதரவைப்பெற ஆரம்பித்தார். எல்லாமே ஒரு சமநிலைக்கு வருவது போலிருந்தது. திடீரென்று சசிகலா காய் நகர்த்த ஆரம்பித்தார். கட்சியினர் சின்னம்மா என்று அவர் காலில் இப்போது விழ ஆரம்பித்ததும் அதிகார ஆசை தோன்றியிருக்கவேண்டும். அஇஅதிமுகவின் பொதுச்செயலாளராகத் தேர்ந்தெடுக்கப்பட வழிசெய்ததோடு கட்சித்தலைமையே ஆட்சிக்கும் தலைமையாகவேண்டும் என்று முதல்வர் பதவிக்கும் ஆசைப்பட்டு அவர் போட்ட நாடகத்தைக்கண்டு தமிழகம் அதிர்ந்து வெறுத்துப்போனது. ஜெயலலிதாவைப் போலவே அவர் அலங்கரித்துக்கொள்ள ஆரம்பித்தைக் கண்டு முகம் சுளித்தது. ஆளுநர் வித்யாசாகர்,

முதல்வராகும் அவரது முயற்சிகளைச் சமாளித்து இழுத்தடித்து வருகையில் நல்லவேளையாக உச்சநீதிமன்றம் தனது தீர்ப்பை வெளியிட்டது. சசிகலாவும் மற்ற இருவரும் உடனடியாகப் பெங்களூர் பரப்பன அக்ரஹார சிறைக்குச் செல்லும்படி ஆயிற்று. (செல்வதற்குமுன் எடப்பாடி பழனிசாமியை முதல்வராக்கிவிட்டுப் போனார் எல்லா விசுவாசிகளும் விரைவில் திசை மாறுவார்கள் என்று உணராமல்.) கர்நாடகச் சிறப்பு நீதிமன்ற நீதிபதி ஜான் மைக்கேல் குன்ஹா விடுத்த தீர்ப்பே சரியானது என்றது உச்ச நீதிமன்றம். 'ஜெயலலிதா குற்றவாளி' என்று உறுதி செய்தது.

ஆனால் அதற்குள் ஜெயலலிதா தெய்வமாகியிருந்தார். மன உளைச்சல் ஏற்பட்டபோதெல்லாம் ஓ. பன்னீர்செல்வத்திலிருந்து எல்லா அதிமுகவினரும் அவருடைய சமாதிக்குச் சென்று தியானம் செய்தார்கள். அவர் அருள்பாலிப்பதாகச் சொன்னார்கள். கறைபடிய முடியாத தெய்வாம்சம் பொருந்தியவராகத் தொண்டர்களுக்கு எப்பவுமே காட்சி அளித்தவர் இப்போது தெய்வமாகிப்போனது ஓர் இயல்பான நிகழ்வாக இருந்தது. உச்ச நீதிமன்றம் ஜெயலலிதா குற்றவாளி என்று சொன்னது யாருடைய நினைவிலும் நிற்கவில்லை. அவர் நாமத்தை ஜெபித்துத்தான் வாக்காளர்களைச் சந்திக்க முடியும். அவர்கள் ஆராதிக்க ஆரம்பித்திருந்த சின்னம்மாவின் பிம்பத்தை உடைப்பதில் அவர்களுக்குச் சிரமமில்லை. ஆனால் 'அம்மா'வின் பிம்பம் ஆட்சியில் அடுத்த சட்டசபைத்தேர்தல் வரும் வரையிலாவது நீடிக்கத் தேவை. அதற்காக எந்தச் சமரசமும் செய்ய அவர்கள் தயார். காலம் மாறிப்போனது. சித்தாந்தங்களுக்கு இப்போது இடமில்லை.

தமிழகத்தின் வாசலைத் தட்டிக்கொண்டு வடக்கிலிருந்து படை வருகிறது. அதைத் தடுத்து நிறுத்தும் பலம் இவர்களிடம் இல்லை; மக்களிடம்தான் இருந்தது.

அதைப் பற்றியெல்லாம் கவலைப்படவேண்டிய அவசியம் ஜெயலலிதாவுக்கு இப்போது இல்லை. அவர் வாழ்ந்தவரையில் வெற்றி ஒன்றே அவரது குறிக்கோளாக இருந்தது. வெற்றி அவரது சின்னம். 'நாளை நமதே' என்பது அவரது தாரக மந்திரம். இனி நாளை என்பது இல்லை. அவர் சாகும்வரை உச்ச நீதிமன்றம் தனது தீர்ப்பை வெளியிடவில்லை. அவர் நிரபராதி என்ற முத்திரையுடன், முதல் அமைச்சர் பதவியிலேயே இறந்தார். இறப்பிலும் அவருக்குத்தான் வெற்றி.